PHẠM QUANG TRÌNH

TỔNG THỐNG NGÔ ĐÌNH DIỆM

MỘT ĐỜI VÌ NƯỚC VÌ DÂN

TỦ SÁCH NGÔ ĐÌNH DIỆM

USA - 2023

TỔNG THỐNG NGÔ ĐÌNH DIỆM
MỘT ĐỜI VÌ NƯỚC VÌ DÂN

Tác giả: PHẠM QUANG TRÌNH
Tủ sách Ngô Đình Diệm xuất bản
Phát hành: USA - 2023
ISBN: 978-1-7322687-6-0

Trình bày & Ấn loát:

KV PRINTNG - 9371 Kramer Ave., # E,
Westminster, CA 92683

TỔ QUỐC GHI ƠN

Kính dâng:

*Anh Linh Cố
Tổng Thống Ngô Đình Diệm.
Người Chí Sĩ đã vì nước quên mình.*

Để ghi ơn:

*Những chiến sĩ đã
hy sinh vì chính nghĩa Quốc Gia.
Đặc biệt, tưởng nhớ những chiến sĩ đã
bị thảm sát trong biến cố 1/11/1963.*

LỜI NÓI ĐẦU

Sau khi tập tài liệu "Những Lời Trối Trăng của Ông Ngô Đình Nhu" (NLTT-NĐN) được ra mắt ngày 24/7/2021, có độc giả gọi cho chúng tôi hỏi mua cuốn "Những Lời Trối Trăng của TT Ngô Đình Diệm". Chúng tôi đã trả lời rằng "Những Lời Trối Trăng của TT Ngô Đình Diệm" đã được trình bày trong sách "NLTT-NĐN".

Tuy vậy, sau khi nghiên cứu và đọc thêm được một số tài liệu hoặc những bài viết của các nhân chứng sống, liên hệ đến tình hình VN từ trên 60 năm qua, chúng tôi quyết định biên soạn tài liệu này với tên là "**TỔNG THỐNG NGÔ ĐÌNH DIỆM MỘT ĐỜI VÌ NƯỚC VÌ DÂN**" để đáp lại sự mong đợi của độc giả.

Nếu như tập tài liệu "NLTT-NĐN", được trình bày với những chứng tích của lịch sử, kèm theo những lập luận có tính cách chuyên môn qua nhiều lãnh vực, thời nội dung tập sách này sẽ đặt nặng về sự khả tín của các tài liệu và vai trò của các nhân chứng. Nguyên tắc làm việc chúng tôi là tôn trọng sự thật, trình bày rõ ràng, với nhận định khách quan. Có lẽ quý độc giả và quý vị quan tâm đến thời cuộc cũng đã nhận ra rằng, tuy cuộc chiến đã chấm dứt 48 năm (1975-

2023) và TT Ngô Đình Diệm và CV Ngô Đình Nhu đã bị thảm sát đã ngót 60 năm (1963-2023), nhưng các sự kiện lịch sử vẫn còn nhiều bí ẩn. Đã có nhiều nhân vật viết hồi ký ghi lại giai đoạn chiến tranh thảm khốc nhưng chỉ ghi lại theo lối chủ quan, theo hoàn cảnh và cương vị của họ, mà phần lớn là đề cao cá nhân và chạy tội. Cho nên khi đọc những tài liệu, bài viết của các tác giả, chúng tôi phải chọn lựa, suy xét, so sánh, xem những gì là chính xác, khả tín, có giá trị lịch sử để in vào sách này.

Biết rằng, những tài liệu, những hồi ký đó không phải chứa đựng những sự kiện được viết lại chính xác 100 phần 100, nhưng đọc, suy nghĩ, đối chiếu sẽ dễ dàng nhận ra được những sự thật có giá trị lịch sử. Tỷ dụ "Việt Nam Nhân Chứng" của Tướng Trần Văn Đôn, vì bị dư luận thắc mắc quá nhiều về món tiền mà ông đã nhận từ tay điệp viên CIA Lou Conein nên buộc lòng ông ta phải nói ra sự thật. Sự thật phũ phàng đó không phải chỉ một mình Tướng Đôn chịu mà là cả đám phản tướng thực hiện cuộc đảo chánh 1/11/1963 dưới sự giám sát trực tiếp của Lou Conein. Tướng Đôn, trong phần phụ lục đã ghi lại số tiền 3 triệu VN Đồng mà Lou Conein trao để chia cho các tướng ngay sau cuộc đảo chánh. Đó là cái giá máu của những tên Giu Đa tân thời bán chúa được ghi lại đầy đủ: ai đã nhận và nhận bao nhiêu? (Việt Nam Nhân Chứng, phần Phụ Lục trang 563).

Cho nên tài liệu mà chúng tôi biên soạn này có thể nói là một tổng hợp các tài liệu lịch sử và các bài viết có giá trị đề cập đến sự nghiệp của TT Ngô Đình Diệm với những hoài bão, hy sinh và dấn thân để cứu nước trong cơn nguy biến, thống nhất lực lượng quốc gia, thành lập chế độ Cộng Hòa. Chính quyền do TT Ngô Đình Diệm lãnh đạo đã ra sức thực hiện các công trình xây dựng trong mọi lãnh vực để dân chúng Miền Nam có cuộc sống thanh bình, hạnh phúc, ấm no có một không hai trong thế kỷ 20. Nhưng cũng chính vì lo cho Dân, cho Nước, vì cương quyết bảo vệ chủ quyền quốc gia mà TT Ngô Đình Diệm và CV Ngô Đình Nhu đã bị thảm sát cách dã man qua cuộc đảo chánh 1/11/1963 do chính quyền Kennedy mượn tay bọn phản tướng thực hiện.

Trước khi dứt lời, soạn giả chân thành cám ơn quý chiến hữu, đặc biệt các chiến hữu trong Liên Khối Tinh Thần Ngô Đình Diệm. Chân thành cám ơn các tác giả có bài viết được trích dẫn trong tập tài liệu này.

Tài liệu gồm 5 chương:

1. Thân thế và sự nghiệp của TT Ngô Đình Diệm.

2. Công trình xây dựng chế độ Cộng Hòa Nhân Vị ở Miền Nam.

3. Ba thứ giặc.

4. Quan hệ ngoại giao giữa Hoa Kỳ và Việt Nam. Cuộc đảo chánh 1/11/1963

5. Lời trối trăng của TT Ngô Đình Diệm ngày 26/10/1963.

Trong việc biên soạn chắc chắn có nhiều thiếu sót, kính mong quý độc giả vui lòng chỉ giáo. Chân thành cám ơn.

San Jose ngày 2 tháng 2 năm 2023
Phạm Quang Trình

CHƯƠNG 1

THÂN THẾ VÀ SỰ NGHIỆP CỦA TỔNG THỐNG NGÔ ĐÌNH DIỆM

****

Tổng Thống Ngô Đình Diệm
Một Đời Vì Nước Vì Dân

Tôi không phải là thần thánh, tôi chỉ là một người bình thường, tôi chỉ biết thức khuya, dậy sớm làm việc, một lòng hiến dâng đời tôi cho đất nước và dân.

TT Ngô Đình Diệm

▣ **Đôi dòng tiểu sử**

Tổng Thống Ngô Đình Diệm sinh ngày 3/1/1901 tại làng Đại Phong, huyện Lệ Thủy, tỉnh Quảng Bình, con của Cụ Nhiếp Chánh Đại Thần Ngô Đình Khả và cụ bà Phạm Thị Thân.

Tổng Thống là người con thứ Ba trong gia đình có 6 trai và 3 gái.

Cụ cố Ngô Đình Khả nổi danh là một vị khoa bảng xuất chúng. Thời đó, tại Việt Nam rất hiếm có người được hấp thụ cả hai nền giáo dục Đông và Tây, như cụ cố Ngô Đình Khả.

Lúc thiếu thời, ông Diệm được theo học dưới sự dạy dỗ rèn cặp của một vị cha tinh thần, cũng nổi tiếng về kiến thức quảng bác, đức độ và lòng yêu nước. Đó là Quận Công Nguyễn Hữu Bài, quan Thượng Thư dưới triều vua Duy Tân. Ngài là vị đại thần duy nhất chống lại việc người Pháp tham lam muốn đào ngôi mộ vua Tự Đức để lấy vàng bạc châu báu. Vì thế dân chúng miền Trung thời đó vô cùng cảm kích, ngưỡng mộ nên đã có câu truyền khẩu: *"Đày vua không Khả. Đào mả không Bài"*.

Ngoài sự hấp thụ những đức tính cao đẹp và lòng yêu nước nồng nàn của thân phụ và nghĩa phụ, ông Diệm còn chịu ảnh hưởng sâu đậm của nền giáo dục Nho giáo và Thiên Chúa giáo. Thực vậy, nếu Nho giáo đã hun đúc ông Diệm thành một con người thanh liêm, tiết tháo và cương trực, thì nền giáo dục Thiên Chúa giáo, đã đào tạo ông Diệm thành một con người đầy lòng bác ái, vị tha và công chính. Về đường học vấn, lúc nhỏ ông theo học tại trường Pellerin Huế.

Năm 1913, lúc 12 tuổi, ông thi vào trường Quốc Học Huế. Đến năm 1917, lúc 16 tuổi, ông đỗ hạng thứ nhì trong kỳ thi tốt nghiệp Trung Học. Năm 1918. Lúc mới 17 tuổi, ông đã được mời làm giáo sư Trường Quốc Tử Giám, một trường dành riêng cho con cháu các quan trong triều đình.

Đến năm 1919 (18 tuổi), ông đủ tuổi để vào học trường Hậu Bổ, một trường tương tự như Học Viện Quốc Gia Hành Chánh sau này. Trong suốt ba năm học, ông luôn luôn là một sinh viên xuất sắc trong các ngành hành chánh, chính trị, luật pháp. Do đó ông đã tốt nghiệp thủ khoa. Năm 1923, lúc 22 tuổi, ông được bổ nhiệm làm Tri Huyện Quảng Điền, tỉnh Thừa Thiên, rồi Tri Phủ Hải Lăng tỉnh Quảng Trị. Năm 1930 với thành tích tận tụy phục vụ đồng bào, ông được đề cử làm Tuần Vũ tỉnh Bình Thuận, Phan Thiết, khi vừa tròn 29 tuổi. Như đã nói trên, năm 1932, Hoàng Tử

Vĩnh Thụy sau thời gian du học tại Pháp trở về nước, lên ngôi Hoàng Đế lấy hiệu Bảo Đại. Để thực hiện một cuộc cải tổ sâu rộng, nhà vua đã mời ông Ngô Đình Diệm, lúc đó mới 31 tuổi, đang làm Tuần Vũ tỉnh Phan Thiết, đảm nhận chức vụ Thượng Thư Bộ Lại, một chức vụ đứng đầu Nội Các, tương đương Thủ Tướng ngày nay, và kiêm nhiệm chức Tổng Thư Ký Hội Đồng Hỗn Hợp PHÁP-VIỆT vào ngày 2/5/1933. Lúc đó ông Diệm vừa tròn 32 tuổi. Với chức vụ quan trọng này, ông Diệm đề nghị thi hành các kế hoạch canh tân xứ sở, như bãi bỏ hai chức Thống Sứ Bắc Kỳ và Khâm sứ Trung Kỳ, đồng thời sáp nhập hai kỳ Trung Bắc lại và bổ nhiệm một Thống Sứ cho cả hai miền, như cho phép Viện Dân Biểu được lo những vấn đề quốc sự giống như Quốc Hội. Những đề nghị của ông Diệm không được Toàn Quyền Pasquier chấp thuận. Ngày 12/7/1933, ông Diệm đệ đơn lên Hoàng Đế Bảo Đại xin từ chức. Việc từ quan của chí sĩ Ngô Đình Diệm đã làm chấn động Triều Đình Huế và Chính Phủ Pháp thời đó. Và 21 năm sau ông lại xuất hiện trên võ đài chính trị đối địch với ông Hồ Chí Minh.

TT Ngô Đình Diệm về nước chấp chánh ngày 7/7/1954, được gọi Ngày Song Thất. Thời gian cầm quyền của TT Ngô Đình Diệm vỏn vẹn chỉ có 9 năm (7/1954-11/1963). Nhưng báo chí CSVN tức Việt Cộng đã không ngừng đả kích với đủ ngôn từ thậm tệ. Không có gì đáng ngạc nhiên vì tên tuổi nhân vật Ngô Đình Diệm đã nổi bật từ hồi thập niên 30 thế kỷ trước vượt xa Hồ Chí Minh.

Về vườn nhưng cuộc sống không yên

Trong khi lui về dạy học, ông Diệm âm thầm nghiên cứu các sách vở và thường xuyên liên lạc với các nhà ái quốc như Cụ Kỳ Ngoại Hầu Cường Để, Cụ Phan Bội Châu và những nhà ái quốc cách mạng chống Pháp, hiện đang hoạt động tại Nhật Bản và trong nước, để mưu cầu dành Độc Lập, Tự Do cho đất nước.

Đến năm 1939-1945, Toàn Quyền Đông Dương là Thủy Sư Đô Đốc Jean Decoux ra lệnh cho Khâm Sứ Trung Kỳ là Émile Grandjean, bắt ông Diệm đưa đi an trí tại Xieng-Khoang, Lào. Nhưng nhờ có ông Nguyễn Bá Mưu làm Thông Phán tại Tòa Khâm Sứ biết được, đã vội vàng mật báo cho ông Diệm biết. Ông Diệm muốn trốn đi Phan Thiết, nhưng luôn bị Pháp truy lùng ráo riết, may nhờ có ông Trần Văn Dĩnh đang làm Hiến Binh cho Nhật, đã đưa ông Diệm vào Sài Gòn lánh nạn *(Sau này khi ông Diệm chấp chánh, đã cử ông Dĩnh làm Tổng Lãnh Sự tại Miến Điện, Tùy Viên Tòa Đại Sứ rồi Xử Lý Thường Vụ Tòa Đại Sứ VNCH tại Hoa Thịnh Đốn).*

Lánh nạn ở Sài Gòn một thời gian, ông Diệm trở lại Huế để thăm mẹ già, và ông đã bị Việt Minh chặn bắt tại Tuy Hòa. Ông bị Hồ Chí Minh đưa đi an trí tại Thái Nguyên. Nhưng sau đó nhờ giới Công giáo do Giám mục Lê Hữu Từ lên tiếng phản đối quyết liệt, buộc lòng Hồ Chí Minh phải trả tự do cho ông, lại còn mời ông giữ chức Bộ Trưởng Nội Vụ. Nhưng ông Diệm cương quyết khước từ. *(Theo Ngô Đình Châu).*

Tháng 7/1954, trận chiến Điện Biên Phủ đang trong giai đoạn quyết liệt giữa đôi bên Liên Quân Pháp-Việt và lực lượng Việt Minh CS. Hội nghị Genève đã khai mạc được gần 3 tháng, (từ 26/4/1954) nhằm mục đích ban đầu để bàn về vấn đề khôi phục hòa bình tại Triều Tiên và Đông Dương. Do vấn đề Triều Tiên không đạt được kết quả nên từ ngày 8/5/1954, vấn đề Đông Dương được đưa ra thảo luận. Trước tình hình nghiêm trọng khi Việt Minh đã chiến thắng trận

Điện Biên Phủ, Quốc Trưởng Bảo Đại một lần nữa lại mời ông Ngô Đình Diệm ra lập Chính Phủ thay thế Thủ Tướng Hoàng Thân Bửu Lộc. Ông Ngô Đình Diệm đã nhận lời với điều kiện là trên cương vị Thủ Tướng Chính Phủ, ông phải được ủy nhiệm Toàn quyền. Bảo Đại chấp thuận. Ông về chấp chính ngày 7/7/1954.

Giai đoạn mới: đất nước Việt Nam bị chia đôi

Hiệp định Genève chia đôi đất nước VN thành 2 miền Nam Bắc, lấy vĩ tuyến 17 làm ranh giới. Miền Bắc thuộc phe Việt Minh CS dưới danh nghĩa là VNDCCH dưới sự lãnh đạo của ông Hồ Chí Minh. Miền Nam thuộc phe Quốc Gia VN đứng đầu là Quốc Trưởng Bảo Đại ủy nhiệm Toàn quyền cho Thủ Tướng Ngô Đình Diệm.

Theo Hiệp định, đôi bên có thời gian 300 ngày phải di chuyển tất cả các cơ sở, dân sự cũng như quân sự của phe mình về phía của mình. Dân chúng cũng có thời hạn 300 ngày để di chuyển về phía mình lựa chọn. Trong thời gian 300 ngày này, đôi bên phải tôn trọng quyền tự do đi lại và di chuyển của đôi bên cũng như của mọi người dân về bên họ đã chọn. Sau thời gian 2 năm (1956) sẽ có Tổng Tuyển Cử Thống Nhất đất nước. Tất cả những hoạt động của đôi bên luôn được Ủy Ban Quốc Tế Kiểm Soát Đình Chiến giám sát.

Nguyên tắc là như thế, nhưng thực tế thì khác:

- Việt Minh CS thay vì tôn trọng tự do của người dân trong việc di chuyển, lại tìm đủ mọi cách, mọi thủ đoạn, kể cả vũ lực ra sức ngăn cản dân chúng Miền Bắc ồ ạt di cư vào Miền Nam Quốc Gia.

- Theo Hiệp Định, Lực lượng Việt Minh CS ở miền Nam phải rút hết về Miền Bắc. Thực tế chúng chỉ di chuyển một số đơn vị nổi. Còn bao nhiêu cơ sở đảng bộ, cán binh, bộ đội... chúng ra lệnh chôn giấu vũ khí, rút vào bưng biền, vùng rừng núi và vùng nông thôn hẻo lánh chờ cơ hội vùng lên theo lệnh Đảng.

- Theo nhận định của nhiều giới, nếu tình hình VN cứ diễn tiến bình thường như thế mà không có gì thay đổi thời phe Việt Minh có hy vọng nắm phần thắng lợi nếu như có Tổng Tuyển Cử (1956).

Nhưng tình hình đã biến chuyển mau lẹ ở cả hai miền Nam Bắc.

Miền Bắc CS: Tuy mang danh nghĩa là chế độ VNDC CH, chính quyền phải tôn trọng quyền tự do của mọi người dân. Nhưng thực tế, Hồ Chí Minh và tập đoàn CS theo chủ nghĩa Mác Lê đã đi ngược lại nguyện vọng của người dân. Nhà nước VN mệnh danh là DCCH lại áp dụng chế độ độc tài Đảng trị. Hồ Chí Minh và tập đoàn CSVN thẳng tay dùng bạo lực để đàn áp dân chúng qua cái gọi là cuộc Cải Cách Ruộng Đất và Phong Trào Đấu Tố Địa Chủ dưới sự chỉ đạo của hai đàn anh Nga Sô và Trung Cộng. Chính Hồ Chí Minh sang tận Moscow nhận chỉ thị từ Stalin. Chính Hồ Chí Minh để cho Tướng Lã Quý Ba và đoàn Cố Vấn Trung Cộng đứng ra chỉ đạo Phong Trào Đấu Tố Địa Chủ. Chúng đặt ra các chỉ tiêu phải đấu tố giết hại bao nhiêu phần trăm dân chúng trong làng xã với mục đích là dùng bạo lực trấn áp dân chúng để tiến lên "xã hội chủ nghĩa". Chúng đã giết hại khoảng 300 ngàn người dân vô tội. Trước sự đàn áp của Việt Minh CS, dân chúng vùng Quỳnh Lưu Nghệ An đã nổi lên chống đối. Chúng đưa bộ đội đến đàn áp dã man. Các Văn Nghệ Sĩ trong Nhóm Nhân Văn Giai Phẩm đòi quyền tự do sáng tác, liền bị đàn áp thẳng tay. Cuộc sống của dân chúng Miền Bắc bị cô lập hoàn toàn với thế giới bên ngoài. Dân chúng tuyệt đối không được nghe các đài phát thanh bên ngoài, của VNCH cũng như các đài của thế giới Tự Do, đài BBC, đài VOA...

Miền Nam Quốc Gia: Khi Thủ Tướng Ngô Đình Diệm về chấp chánh thì tình hình thật vô cùng rối ren, lộn xộn.

Theo Hiệp Định Genève 1954, cả hai bên có thời hạn 300 ngày để di chuyển cơ sở và nhân sự của mình về miền đã được quy định. Những người dân miền Bắc không chấp nhận chủ nghĩa CS đã tạo nên một Phong Trào Di Cư vĩ đại. Gần một triệu người đã bỏ nhà cửa ruộng vườn ồ ạt di cư vào Nam. Giá như thời hạn cho thêm 100 ngày nữa thời số người di cư vào Nam chắc chắn còn tăng lên gấp bội. Chính phủ Ngô Đình Diệm chân ướt chân ráo phải lo đủ chuyện. Ngoài công việc cấp tốc phải lo tiếp đón, lo định cư cho khối lượng đồng bào di cư, chính phủ phải lo ổn định tình hình, bảo vệ an ninh, xây dựng lại các cơ sở hành chánh, quân sự, an ninh v.v... Trách nhiệm của Thủ Tướng Ngô Đình Diệm và tân chính phủ quả thật là nặng nề. Nhiều người đã tỏ ra bi quan, thầm nghĩ rằng chính phủ này khó lòng tồn tại được 6 tháng. Vậy mà chính phủ Ngô Đình Diệm đã vượt qua được cơn thử thách tưởng chừng như một phép lạ.

Chính Thủ Tướng Ngô Đình Diệm, trong Bản Tuyên Cáo ngày 26/10/1955 thành lập chế độ Cộng Hòa và chọn ngày này là ngày Quốc Khánh với sự ra đời của Bản Hiến Pháp. Vậy làm thế nào Chính phủ Ngô Đình Diệm đã đạt được những thành quả ấy?

Trước hết, chính phủ Ngô Đình Diệm lo việc ổn định tình hình, thống nhất các lực lượng bằng việc kêu gọi các giáo phái về hợp tác với chính phủ để xây dựng một Quân Đội Quốc Gia thống nhất. Phần lớn các giáo phái đã về hợp tác. Một số phần tử ngoan cố như Bảy Viễn, Lê Quang Vinh tự Ba Cụt đã bị quân chính phủ dẹp tan qua các chiến dịch Nguyễn Huệ, chiến dịch Thoại Ngọc Hầu v.v...

Nói tóm lại, trong hai năm trời (1954-1956), Miền Nam Quốc Gia dưới sự lãnh đạo của TT Ngô Đình Diệm đã làm được những việc phi thường: đưa được gần một triệu đồng bào di cư từ Bắc vào Nam, giúp đỡ cho có nơi ăn chốn ở, tạo công ăn việc làm, dẹp tan các giáo phái, thống nhất lực lượng quốc gia, thành lập chế độ Cộng Hòa, đẩy mạnh Phong Trào Tố Cộng, khởi sự xây dựng các Dinh Điền và những Khu Trù Mật làm cho đời sống nhân dân Miền Nam vững mạnh và sung túc.

Hà Nội phản ứng thế nào trước sự lớn mạnh của Miền Nam?

Trước một Miền Nam lớn mạnh với danh xưng là VN CH có đầy đủ các cơ chế hiến định, một bộ máy hành chánh quy mô, một quân đội thống nhất, dân chúng từ Cà Mau tới Bến Hải có cuộc sống an bình, sung túc và uy tín ngoại giao mỗi ngày một tăng lên khiến Hà Nội lo sợ. Vả lại, khi thấy Hà Nội ra sức đàn áp dân chúng qua Phong

Tổng Thống Ngô Đình Diệm

Trào Đấu Tố và Cải Cách Ruộng Đất cũng như đàn áp, tước đoạt quyền tự do ngôn luận, tự do tư tưởng của các Văn Nghệ Sĩ trong vụ Nhân Văn Giai Phẩm, Chính phủ VNCH đã tuyên bố tẩy chay cuộc Tổng Tuyển Cử năm 1956 qua Tuyên Cáo: *"Nếu nhà cầm quyền Hà Nội muốn hiệp thương, muốn thống nhất thời phải tôn trọng quyền tự do của người dân, hãy để cho cho họ được tự do di cư vào Nam".* Biết rằng bao dự tính và âm mưu thực hiện không được nên Hà Nội trở lại con đường bạo lực gây chiến tranh xâm lược Miền Nam. Thực tế là trước Phong Trào Tố Cộng do chính phủ VNCH phát động đã tiêu diệt được hầu hết các cơ sở nằm vùng của Việt Cộng. Có thể nói 95% cơ sở nằm vùng bị phát hiện. Hàng chục ngàn cán binh bị bắt. Và cũng có hàng chục ngàn cán binh ra đầu thú xin trở về Chính Nghĩa Quốc Gia. Ngoài việc phá vỡ các cơ sở nằm vùng, cơ quan an ninh tình báo của VNCH đã phát hiện ra các ổ tình báo, gián điệp của CS gài ở Miền Nam. Bao nhiêu cơ sở của Việt Cộng bị phát hiện. Hầu hết các cơ sở nằm vùng của Việt Cộng ở Miền Nam bị lực lượng an ninh của chính phủ VNCH tiêu diệt nên Hà Nội theo lệnh của hai đàn anh Nga Sô và Trung Cộng phát động chiêu bài chiến tranh giải phóng. Chúng liền tung ra cái gọi là MTDTGPMN (1960) và phát động chiến tranh du kích. Chính phủ VNCH quyết liệt đối phó bằng mọi biện pháp quân sự nhằm dẹp tan các vụ nội loạn, khủng bố, đồng thời ngăn chặn con đường đưa bộ độ xâm nhập Miền Nam qua ngả Lào.

Về mặt ngoại giao, chính phủ VNCH công bố Bạch Thư tố cáo Hà Nội vi phạm Hiệp Định Genève và MTDTGP MN chỉ là công cụ bù nhìn của Hà Nội dựng nên nhằm xâm lăng Miền Nam. Hai thành viên của Ủy Hội Quốc Tế Kiểm Soát Đình Chiến là Canada và Ấn Độ công nhận Bạch thư của VNCH là chính đáng. Riêng Ba Lan là nước CS thì không. Nhưng đa số 2/3 đã nói lên chính nghĩa của VNCH.

CSVN càng gia tăng phá hoại thời VNCH càng cương quyết diệt trừ. Năm 1961, Quốc sách Ấp Chiến Lược ra đời. Chỉ sau 2 năm thực thi, tình hình an ninh đã khả quan. Tiếc rằng khi chính phủ Hoa Kỳ do Đảng Dân Chủ lên cầm quyền thì quan hệ đôi bên lại đi vào chiều hướng mới. Chính quyền Kennedy muốn thực hiện giải pháp "trung lập hóa Ai Lao" và dành quyền chỉ đạo chiến tranh nên đã gây áp lực với chính quyền VNCH phải cho họ đem quân vào VN. Bị VNCH phản đối, chính quyền Kennedy, liền tìm đủ cách thực hiện cuộc đảo chánh 1/11/1963, sát hại TT Ngô Đình Diệm và CV Ngô Đình Nhu khiến VNCH đi vào vũng lầy bi thảm. Giới lãnh đạo mới bất lực, chỉ lo tranh chấp và tham nhũng. Quốc sách Ấp Chiến Lược bị Dương Văn Minh ra lệnh phá bỏ tạo cơ hội cho Việt Cộng nằm vùng sống lại. An ninh nguy ngập. Ngày 22/11/1963, TT Kennedy bị ám sát sau đúng ba tuần đảo chánh tại VN. Tình hình Miền Nam mỗi ngày một suy sụp. Mỹ vội đem nửa triệu quân vào VN, nắm quyền lãnh đạo cuộc chiến. VNCH chỉ còn đóng vai trò phụ. Nhưng khi đã thực hiện được mục tiêu chiến lược toàn cầu thì Mỹ vội rút đi để mặc cho VNCH chiến đấu đơn độc, không viện trợ vũ khí đạn dược nên bị Cộng quân tấn chiếm dễ dàng. Rõ ràng ngày quốc hận 30/4/1975 là kết quả đương nhiên của cuộc đảo chánh ngày 1/11/1963.

Nhìn lại ngày đau thương của dân tộc từ 47 năm trước với bao biến cố xảy ra theo dòng thời gian, mỗi người chúng ta không khỏi ngậm ngùi cho số phận một dân tộc đã chịu quá nhiều đau khổ về chiến tranh mà hậu quả vẫn còn di hại đến ngày hôm nay. Trong khi các quốc gia khác cùng hoàn cảnh đói nghèo như VN vào thời điểm 47 năm trước, nay đã trở thành những Con Rồng Kinh Tế Á Châu, thời VN dưới chế độ CS vẫn còn là nước chậm tiến, đói nghèo, lạc hậu thua xa các nước trong vùng như Đại Hàn, Đài Loan, Thái Lan, Hong Kong, Singapore và Nhật Bản.

Ngụy quyền CS Hà Nội huênh hoang gọi ngày 30/4/1975 là ngày Thống Nhất đất nước, sẽ đưa đất nước lên chủ nghĩa xã hội phồn vinh! Thực chất chỉ toàn là ảo tưởng và bịp bợm láo khoét vì chúng đã thẳng tay:

- Áp đặt chế độ độc tài dựa vào chủ nghĩa Mác Lê phi nhân và phi dân tộc.

- Tước đoạt mọi quyền tự do căn bản của người dân.

- Thực hiện kinh tế chỉ huy bằng nền kinh tế quốc doanh, đánh tư sản mại bản, ngu dân và bần cùng hóa nhân dân theo đúng chủ trương "Trí phú địa hào, đào tận gốc trốc tận rễ" như ở Miền Bắc từ thập niên 50 đưa đất nước lâm vào cảnh nghèo đói.

- Trả thù Dân Quân Cán Chính VNCH bằng cách đưa vào các trại tù mệnh danh là học tập cải tạo, không thực tâm hòa hợp, hòa giải dân tộc như chúng tuyên truyền.

- Hủy diệt văn hóa dân tộc, đề cao văn hóa vô sản dựa trên đấu tranh giai cấp.

- Chính sách dùng người "hồng hơn chuyên" không động viên được tiềm năng và sức mạnh của toàn dân.

Những chủ trương nói trên đưa đến hệ quả thảm hại khôn lường: một nước VN vẫn đói nghèo lạc hậu, không sao ngóc đầu lên được! Trước sự oán than của dân chúng, và nhất là chứng kiến những xáo trộn bao năm qua và nhất là sự sụp đổ thê thảm của chủ nghĩa CS tại Đông Âu lan cả sang Đông Đức và Nga Sô (1989-1991), ngụy quyền Hà Nội vội bám theo quan thầy Trung Cộng kẻ thù truyền kiếp của dân tộc VN, để đổi mới bằng cái gọi là "Kinh tế thị trường theo định hướng xã hội chủ nghĩa", một thứ chủ trương "đầu Ngô mình Sở" nhằm mục đích bảo vệ quyền hành và địa vị cho phe nhóm.

Võ Văn Kiệt, Thủ Tướng Việt Cộng, là dân Miền Nam nên ít nhiều hiểu rõ thực trạng, đã phải nhắm mắt (bỏ qua Đảng) thực hiện chủ trương mở rộng, cho dân chúng phần nào được tự do làm ăn, kinh doanh qua cái gọi là "khóan sản phẩm" để cứu vãn tình hình đã phải thừa nhận: *Ngày 30/4, có triệu người vui, có triệu người buồn"*.

Hệ quả của ngày 30/4/1975

Ngày 30/4/1975 là ngày tạm gọi là thống nhất, cả nước VN bị đặt hoàn toàn dưới ách thống trị của CS. Đáng lý ra, nếu đúng như giọng điệu tuyên truyền của Việt Cộng thời đây là cơ hội ngàn vàng để thực hiện tinh thần hòa giải, tạo ra sức mạnh, tạo cho mọi người dân có cơ hội đóng góp công sức vào việc hàn gắn vết thương, xây dựng và phát triển đất nước.Thực tế, thống nhất được đất nước mà không thống nhất được lòng dân.Cái gọi là nhà nước CHXHCN VN xây dựng trên nền tảng Mác Lê, và được lãnh đạo bởi một đảng độc tài chuyên chính thời VN đói nghèo và lạc hậu là chuyện đương nhiên. Cho nên khi chứng kiến thực trạng bi thảm, nghèo đói, èo ọt... của đất nước suốt từ Bắc chí Nam kể từ ngày 30/4/ 1975, người ta đã đưa ra một nhận định hữu lý: Ngày 30/4/1975, kẻ thắng người thua đều thất bại:

- CSVN thắng về quân sự nhưng thất bại trong việc xây dựng đất nước dù có đủ điều kiện để xây dựng và phát triển. Thực chất CSVN chỉ giỏi phá hoại! Cả một tập đoàn từ lớn tới nhỏ không ai bảo ai tự động đi theo một chủ trương mới "từ CS biến thành Cộng hưởng" và tạo thành giai cấp Tư Bản Đỏ

Đối ngoại còn tệ hại hơn nữa, nhất là đối với Tầu Cộng, cho Tầu Cộng vào khắp ba miền khai thác, thuê đất trồng cây kỹ nghệ 50 năm, cho Tầu khai thác Vũng Áng và khai thác mỏ Bô-Xít ở Tân Rai, Tây nguyên, cho dân Tầu ra vào tự do buôn bán, thuê đất mua nhà, mở phố chợ, lấy vợ gả chồng, đẻ con, tự do làm ăn không bị kiểm soát. Cho Tầu Cộng ưu tiên khai thác ba Đặc khu: Vân Đồn, Bắc Vân Phong và Phú Quốc với 99 năm thuê đất. Với những hành động khiếp nhược đê hèn như vậy cho thấy tập đoàn Hà Nội hiện nguyên hình là bọn Việt gian bán nước.

- VNCH thua vì không giữ được Miền Nam Tự Do. Đúng! Nhưng suốt trên hai chục năm (1954-1975), VNCH đã bảo tồn và phát huy được nền Văn hóa Dân tộc. Đó là một thắng lợi lớn lao về văn hóa.

Suốt hơn hai chục năm đó, VNCH đã xây dựng được một nền dân chủ, tự do lành mạnh, tuy chưa hoàn hảo nhưng cũng đã đem lại hạnh phúc tự do no ấm cho người dân đồng thời tạo được uy tín và sự kính nể trên trường quốc tế. Chế độ VNCH đã xây dựng được nền giáo dục lành mạnh dựa trên ba chủ trương: nhân bản, khai phóng và dân tộc, bảo tồn và phát huy được nền văn hóa dân tộc rực rỡ vượt hẳn chế độ CS miền Bắc. Bao nhiêu tác phẩm văn học nghệ thuật mà ngụy quyền CS Hà Nội cho là đồi trụy, ủy mị của nhóm Tự Lực Văn Đoàn hay của các nhà văn tiền chiến như Đào Duy Anh, Vũ Ngọc Phan, Xuân Diệu, Thế Lữ, Lưu Trọng Lư, Hồ Dzếnh, Huy Cận, Nguyễn Công Hoan, Tô Hoài, Ngô Tất Tố, Bùi Hiển, và một số tác phẩm của Nhóm Nhân Văn Giai Phẩm v.v... đều được chế độ VNVH ở Miền Nam trân trọng, cho tái bản và cho vào chương trình giáo dục để các học sinh, sinh viên học hỏi. Ngay tác phẩm của một số các nhà văn, nhà thơ tiền chiến còn ở Miền Bắc đã gia nhập Đảng CS vẫn được Miền Nam trân trọng vì giá trị văn học và lịch sử. Những nhà văn này chẳng qua vì miếng cơm manh áo họ đã phải mang thân phận "bồi bút". Rõ ràng nhất là những nhà văn nổi tiếng ở Miền Bắc có sáng tác được những tác phẩm độc đáo như khi họ còn sống trong thời tiền chiến hay không? Tuyệt nhiên là không. Vì sống trong chế độ độc tài, bị tước đoạt hết quyền tự do nên khả năng sáng tác của họ đã bị thui chột! Trái lại ở Miền Nam, dưới chế độ Cộng Hòa, mọi người được tự do sáng tác. Ngay những kẻ "ăn cơm quốc gia, thờ ma Việt Cộng" điển hình như học giả Nguyễn Hiến Lê đã biên soạn được hơn 100 tác phẩm. Giả sử Nguyễn Hiến Lê sống ở Miền Bắc dưới chế độ CS thời ông có thể thoải mái ngồi đọc, viết và xuất bản như ở Miền Nam hay không? Chắc chắn là không và số phận của ông chắc chắn cũng không hơn gì Đào Duy Anh, Nguyễn Mạnh Tường, Trần Đức Thảo!

Sau khi tấn chiếm được Miền Nam, CSBV phát động phong trào "bài trừ văn hóa đồi trụy" bằng việc hô hào, gom góp, tịch thu sách vở, văn hóa phẩm của Miền Nam đem đốt sạch! Vậy mà chỉ sau một thời gian thất bại ê chề, chúng vội vàng phải cởi trói, phải đổi mới!

Những gì CSBV đã kích VNCH với tất cả những ngôn từ tồi tệ và bỉ ổi nhất thì nay lại tận tình khai thác đón nhận trở thành cái "mode" của thời đại. Cung cách đó của CS được mệnh danh là "mạnh chống mạnh chấp", nhổ ra rồi lại liếm. CS càng chửi, càng chê, thời chúng lại càng ôm vào. Thực tế cho thấy, chủ trương cực đoan bảo thủ rặt mùi Mác Lê phi nhân và phi dân tộc không được dân chúng chấp nhận. Dân chúng cả nước hướng về nền văn hóa, văn học, văn nghệ Dân Tộc mà chế độ Cộng Hòa tại Miền Nam đã cương quyết bảo tồn và phát huy chống lại chủ nghĩa Mác Xít. Chưa nói đến tiến trình dân chủ hóa đất nước theo đúng xu thế của văn minh nhân loại, Miền Nam đã đi trước miền Bắc cả vài thập niên.

Chế độ VNCH chỉ tồn tại được 21 năm tại Miền Nam. Nền móng chế độ là do TT Ngô Đình Diệm xây dựng. Chế độ VNDCCH tại Miền Bắc là do Hồ Chí Minh và tập đoàn Việt Cộng dựng nên theo chỉ thị của CS Quốc Tế điển hình là hai đàn anh Nga Sô và Trung Cộng đã tồn tại trên 70 năm. Hai chế độ đó đối nghịch nhau và được biểu tượng bằng hai nhân vật Ngô Đình Diệm và Hồ Chí Minh. Ngô Đình Diệm một người tài ba, trong sạch, đạo đức, yêu nước thương dân, quyết tâm bảo vệ độc lập chủ quyền cho Dân Tộc. Hồ Chí Minh và tập đoàn CSVN khi cam tâm làm tay sai cho Đệ Tam Quốc Tế (Nga Sô và Trung Cộng) rước tà thuyết Mác Lê vào, gây nên cuộc chiến bi thảm giết hại hàng chục triệu đồng bào, đã hiện nguyên hình là giặc ngoại xâm trá hình, hủy hoại đất nước và dân tộc.

BÀI ĐỌC THÊM

MỘT

HỒI KÝ CỦA CỐ ĐẠI TÁ NGUYỄN HỮU DUỆ: VỀ GIA ĐÌNH NHÀ NGÔ

Nhân dịp ông Ngô Đình Luyện từ Pháp qua Mỹ thăm Đức TGM Ngô Đình Thục đang nghỉ ở dòng Đồng Công tại Missouri, lúc ấy gần ngày giỗ Cố TT Ngô Đình Diệm, nên anh Nguyễn Văn Nghi và tôi mời ông đến San Diego dự lễ giỗ ngày 1/11, sau đó đến Orange County dự lễ vào ngày 2/11. Ông đến San Diego sớm, nên ở chơi với tôi hơn một tuần.

Khi ở nhà tôi, tối nào ông và tôi cũng nói chuyện đến khuya, có khi đến 2, 3 giờ sáng. Tôi đã hỏi ông được nhiều chuyện của gia đình, và nhiều việc quốc gia nữa, mà tôi chưa được đọc ở sách nào. Tôi xin kể ra đây để các sử gia có thêm tài liệu về TT Ngô Đình Diệm, và nền Đệ Nhất Cộng Hòa do ông thành lập.

Tại sao Ông Diệm nhận lời về làm Thủ Tướng năm 1954?

Theo lời ông Luyện kể, trước đó, mỗi lần muốn thay đổi Thủ Tướng, Quốc Trưởng Bảo Đại đều mời ông Luyện đến, để nhờ thuyết phục ông Diệm lập nội các. Nhưng ông Diệm đều từ chối, vì biết nếu về mà còn người Pháp chỉ huy, thì cũng chả làm được gì, chẳng khác gì khi ông được mời làm thượng thư Bộ Lại ngày Bảo Đại mới lên ngôi.

Ông Luyện và Bảo Đại là bạn thân từ thuở nhỏ, cùng học với nhau thời thơ ấu ở Pháp, vì vậy hai người thân thiết với nhau như anh em ruột. Bảo Đại có nhiều người bạn Pháp cũng như ông Luyện, nhưng đối với ông Luyện thì Bảo Đại thân hơn, vì hai người cùng học một thầy người VN do triều đình cử sang dạy về lễ nghi, lịch sử và cách xưng hô cùng luật lệ của triều đình VN, hầu khi Hoàng Đế về chấp chánh thì đã sẵn sàng.

Vị Thượng Thư mà triều đình cử sang là người cao lớn, đen, và mắt trông hơi dữ dằn. Triều đình hy vọng nhờ vị thầy học này, Hoàng Đế sẽ nể nang hơn. Ông Luyện có nói tên vị Thượng Thư này cho tôi nghe, nhưng nay tôi quên mất rồi *(hình như là Cụ Thượng Thứ thì phải)*. Lúc ấy Hoàng Đế đã khá lớn, ông rất thông minh và thích thú khi học về lịch sử và quyền hạn của nhà vua. Mỗi lần ông đến học, thầy giáo phải quỳ để đón và cách xưng hô rất là kính cẩn, luôn miệng phải thưa là "Tâu Ngài". Ngoài ra, triều đình cũng cử thêm một số thị vệ để hầu hạ Hoàng Đế nữa. Vì được trọng vọng như vậy, đôi khi Hoàng Đế mải chơi tennis hay cưỡi ngựa mà bỏ học, ông Luyện lại được thầy sai đi mời Hoàng Đế về. Khi ông đi mời Hoàng Đế, bao giờ ngài cũng về ngay, và xin lỗi thầy. Ông Luyện và Hoàng Đế nói chuyện với nhau bằng tiếng Pháp, xưng "mày tao" (tu-toi) với nhau. Nhưng ở trong lớp thầy VN thì nói với nhau bằng tiếng Việt, ông Luyện cũng thưa là "Tâu Ngài". Thầy bao giờ cũng để sẵn bánh kẹo, nhất là chocolat, để Hoàng Đế và ông Luyện ăn, ngoài ra thị vệ phải hầu trà.

Ông Luyện kể thêm: Khi Hoàng Đế hồi loan, Ngài nhiều lần căn dặn ông Luyện khi về nước phải đến gặp ngài. Khi ấy ông Luyện còn phải ở lại để học thêm một thời gian nữa. Sau đó, ông đậu kỹ sư và về VN được bổ đi coi diền địa của hai tỉnh Quảng Nam, Quảng Ngãi, ăn lương ngạch Tây nên khá giàu (điền địa là cadastre). Có lần Hoàng Đế đi kinh lý các tỉnh Quảng Nam, Quảng Ngãi, Qui Nhơn, có Khâm Sứ đi theo, các quan đi đón đông lắm, trong số đó có ông Luyện. Khi gặp ông, ngài ôm chầm lấy và la ông bằng tiếng Pháp: *"Tại sao khi về không đến thăm tôi?"*. Và vẫn "tu, toi" với ông như khi ở Pháp. Ngài giới thiệu ông với ông Khâm Sứ rằng *"Hai chúng tôi là amis d'enfance"*. Và ngài bắt ông Luyện tuần tới phải về thăm ngài. Khi ông Luyện đến thăm, ngài đón tiếp rất niềm nở và mời Hoàng Hậu Nam Phương ra giới thiệu, cùng giữ lại ăn cơm gia đình. Hoàng Đế cũng muốn giữ ông Luyện làm việc gần ngài, nhưng ông từ chối. Sau đó, mỗi lần Hoàng Đế có bạn người Pháp sang thăm, Ngài đều mời ông Luyện về Huế chơi cùng các bạn cũ, và ôn lại những ngày thơ ấu ở Pháp một cách vui vẻ lắm. Sau này, Quốc Trưởng và ông Luyện thường gặp nhau ở Pháp. Khi hội nghị Gènève bắt đầu, ông được Quốc Trưởng mời đến, và được giao cho chức vụ đặc phái viên của Quốc Trưởng, để theo dõi hội nghị và trình thẳng với Quốc Trưởng các diễn tiến của hội nghị. Ông cũng từ chối, viện lý là không có quần áo sẵn sàng và phương tiện di chuyển. Quốc Trưởng nói: *"Đây là việc nước và của người bạn thân (ami), ông phải giúp tôi. Còn việc quần áo và phương tiện sẽ có người khác lo cho ông"*. Nói rồi Ngài gọi ông Quang và ra lệnh ông lo cho ông Luyện tất cả những gì ông cần (tôi không rõ ông Quang là ai?). Ngoài ra ông cũng lưu ý ông Luyện thông báo các diễn tiến hội nghị cho ông Diệm hay để ông Diệm rõ tình hình. Ông Luyện cũng kể rằng, Quốc Trưởng có vẻ hận người Pháp lắm, vì họ đã đặt Ngài vào sự việc đã rồi, và không hề có giới chức cao cấp nào của Pháp bàn với Quốc Trưởng điều gì trước đó cả. Quốc Trưởng cũng lưu ý ông Luyện, là phải giao thiệp mật thiết với phái đoàn Mỹ ở hội nghị. Khi hội nghị sắp kết thúc, chỉ còn bàn cãi về việc chia cắt ở vĩ tuyến nào thì ông Luyện được lệnh Quốc Trưởng liên lạc với phái đoàn Mỹ, để nhờ họ giúp cách nào giữ được Huế cho phía quốc gia.

Sau đó, Quốc Trưởng mời ông Diệm đến để giao cho chức vụ Thủ Tướng. Ông từ chối, nhưng Quốc Trưởng cố ép và nói ngài rất lo lắng cho số phận của những người di cư và cán bộ trung kiên của người quốc gia. Ngài thêm một điều kiện là cho ông Diệm được toàn quyền về hành chánh và quân đội. Thêm nữa, do sự thúc giục của ông Luyện, ông Cẩn cùng Đức Cha Thục và các cán bộ ở trong nước, nên Ông Diệm nhận lời. Ông Luyện có đọc cho tôi nghe câu thề bằng tiếng Pháp, vì đã lâu tôi không còn nhớ nguyên văn, nhưng tôi hiểu ý là như vậy. Cách đây ít lâu, tôi có đọc một bài của giáo sư Tôn Thất Thiện nói về việc này, và ghi rõ câu thề bằng tiếng Pháp, tôi nghĩ là đúng. Tôi hỏi ông Luyện:

- Cháu có nghe nói trước khi về nhận chức, ông Diệm đã thề hết lòng trung thành với Quốc Trưởng, phải không?

- Tôi không rõ lắm là các Thủ Tướng trước đó có phải thề giữ lòng trung thành với Quốc Trưởng không, nhưng ông Diệm chỉ thề là hết lòng phục vụ và giữ vững nền độc lập của VN dưới sự lãnh đạo của Quốc Trưởng. Và Quốc Trưởng cũng nhắc ông Diệm rằng bất cứ trong trường hợp nào, cũng phải đặt tổ quốc VN trên hết.

Sau đó, có cuộc nói chuyện riêng giữa Quốc Trưởng và Thủ Tướng, ông Luyện cũng có mặt. Quốc Trưởng nhắc ông Diệm phải tìm mọi cách đẩy người Pháp đi và củng cố quân đội, đào tạo cán bộ theo người Mỹ v.v... Khi Thủ Tướng về nước, ông Luyện về theo và giúp ông Diệm mọi việc. Theo ông Luyện, điều khó khăn nhất là việc đối xử với các giáo phái, và tìm được cán bộ trung kiên. Ông Cẩn đã giúp rất nhiều trong việc này cho miền Trung. Trong Nam, ông Nguyễn Ngọc Thơ là người giúp Thủ Tướng rất nhiều trong việc sắp xếp nhân sự. Việc đối phó với tướng Nguyễn Văn Hinh và các giáo phái cũng rất khó khăn. Miền Trung thì coi như ủng hộ Thủ Tướng 100%, nhưng trong Nam thì các giáo phái luôn luôn đòi hỏi Thủ Tướng mọi điều. Ngay như Đức Hộ Pháp Phạm Công Tắc, là người ủng hộ và quý mến Ông Diệm, cũng nghe người Pháp mà phá chính phủ. Tuy nhiên, các đơn vị ở Bắc rút vào thì ủng hộ Thủ Tướng hết lòng.

Ông Luyện kể sư đoàn Nùng lúc đó đóng ở sông Mao, ông có ra gặp Đại Tá Wòng A Sáng để nhờ đưa hai tiểu đoàn bí mật vào bảo vệ dinh Thủ Tướng. Đại Tá Sáng nhận lời ngay, và hứa nếu cần ông sẽ đem hết lực lượng Nùng vào bảo vệ Thủ Tướng. Phương tiện di chuyển không có, Đại Tá Sáng phải trưng dụng xe đò, xe lửa để đưa quân vào. Ngoài ra ông Luyện còn gặp Trung Tá Thái Quang Hoàng, là người đã rút quân ra lập chiến khu để phản đối Trung Tướng Hinh v.v...

Tôi hỏi ông Luyện về việc giao thiệp với người Pháp và đại sứ Mỹ ra sao, ông kể: Đại Tướng Ely là cao ủy Pháp lúc bấy giờ rất thân với đại tướng Taylor là đại sứ Mỹ, hai người mỗi lần muốn ép Thủ Tướng Diệm điều gì, đều đi cùng với nhau, mặc quân phục, và cùng một ý kiến. Ông Diệm tức lắm và gọi hai ông này là "hai chị bà sơ". Ngoài mặt thì phải nhượng bộ, nhưng ông Diệm cứ âm thầm theo đuổi mục đích của mình là lo cho dân di cư và tìm cách trục xuất cho được người Pháp ra khỏi VN, cùng dẹp bỏ các giáo phái võ trang.

Việc truất phế Bảo Đại

Vẫn theo ông Luyện, ông Diệm gặp khó khăn nhất khi ra lệnh đóng cửa các sòng bài và nhà điếm, vì không còn lợi tức nào để gửi tiền cho Quốc Trưởng hàng tháng nữa. Những người ở quanh Quốc Trưởng cũng không được ông Diệm o bế và tặng tiền như Bảy Viễn đã làm từ xưa, nên bị giềm pha nhiều. Cái công điện mà Quốc Trưởng gọi Thủ Tướng sang Pháp, là giọt nước làm tràn cái ly, nên buộc lòng ông Diệm phải đối phó. Ông nghĩ nước VN mà giao phó vào tay Bảy Viễn, thì sớm muộn gì cũng mất vào tay CS. Khi công bố cưỡng lệnh Quốc Trưởng, ông Luyện được Thủ Tướng cử sang Pháp gặp Quốc Trưởng, để trình bày sự khó khăn của chính phủ. Ông Luyện phải đợi 3 ngày mới được Quốc Trưởng tiếp kiến. Trái với trước kia, ông Luyện muốn gặp Quốc Trưởng lúc nào cũng được.

Ông mang theo 700 ngàn đồng, là tiền quỹ đen của Thủ Tướng mà ông không dùng đến từ ngày về nước, để biếu Quốc Trưởng. Ông trình bày cho Quốc Trưởng rõ, là tình hình VN đã sáng sủa, người Pháp sẽ phải rút đi, mình đòi lại được Dinh Độc Lập và việc dẹp bỏ các lực lượng giáo phái võ trang để thống nhất quân đội, thì chỉ còn là vấn đề

Tổng Thống Ngô Đình Diệm

thời gian v.v... Quốc Trưởng và ông nói chuyện rất lâu, và Quốc Trưởng không còn oán trách gì về ông Diệm và ông Luyện nữa. Nhưng ngài nói: *"Tôi biết việc này do ông Nhu bày ra".*

Việc mua Tòa Đại Sứ Việt Nam ở Anh Quốc

Anh Trần Mạnh Phúc là tham vụ ngoại giao của Tòa Đại Sứ VN tại Anh quốc và được ông Đại Sứ Luyện rất mến trọng, có kể với tôi (anh Phúc hiện ở San Diego) rằng:

Khi ông Diệm có ý định viếng Anh quốc thì Bộ Ngoại Giao trình Tổng Thống nên mua một trụ sở cho Tòa Đại Sứ để khi Tổng Thống viếng Anh quốc có nơi tiếp tân, vì chắc chắn Nữ Hoàng Anh sẽ tới dự. Vì muốn cho nhanh việc, nên Bộ Ngoại Giao ủy cho Đại Sứ Luyện lo việc này. Muốn tiến hành mau lẹ, tòa nhà dùng làm Tòa Đại Sứ tạm thời đứng tên Đại Sứ Luyện. Dinh thự này khá lớn, tọa lạc cả một block đường, không có số nhà, nói đến là ai cũng biết đó là khu đẹp vào hạng nhất ở Luân Đôn, thủ đô Anh quốc. Mới mua được ít lâu thì đảo chánh xảy ra nên chưa kịp sang tên cho chính quyền VN và tòa nhà này vẫn đứng tên Đại Sứ Luyện *(Chính phủ VN cũng có một căn nhà tại Pháp, đứng tên Vĩnh Thụy, là tên của Quốc Trưởng Bảo Đại. Sau năm 1975, nhà cầm quyền Hà Nội thu hồi căn nhà này. Nhưng về sau, người vợ đầm của Bảo Đại là Monica thắng trong vụ kiện đòi lại, rồi đem bán đi).*

Sau đảo chánh, Bộ Ngoại Giao có nhờ ông Trần Mạnh Phúc đi gặp Đại Sứ Luyện để sang tên lại tòa nhà cho chính quyền VN. Ông Phúc gặp Đại Sứ Luyện và được trả lời như sau: *"Tôi rất muốn làm theo Bộ Ngoại Giao yêu cầu, nhưng rất tiếc sau khi đảo chánh, chính phủ đã ra một sắc lệnh tịch thu toàn thể gia sản họ Ngô. Tất cả gia sản anh em tôi* đều bị tịch thu, nên bây giờ tôi không có quyền gì sang tên căn nhà này".

Khi ông Phúc đến thăm ông Luyện tại nhà tôi, tôi có hỏi ông Luyện vụ này thì ông xác nhận là đúng. Tôi nói với ông Luyện:

- Theo ý cháu, tội gì mình để cho tụi Việt Cộng dùng tòa nhà này? Cụ đòi lại bán đi để giúp anh em có phương tiện kháng chiến chống lại CS.

Ông trả lời:

- Đâu có được! Anh thấy không, anh em tôi gia sản có gì đâu! Nếu tụi tôi tham lam thì bao năm nay thiếu gì cơ hội tụi tôi làm giàu. Một tòa nhà này thì có nghĩa lý gì! Cho đến bây giờ mọi người mới hiểu cho anh em tôi.

Việc Thủ Tướng Trung Cộng Chu Ân Lai muốn có liên lạc ngoại giao với Việt Nam Cộng Hòa

Ông Luyện kể cho tôi nghe một bí mật hết sức quan trọng mà tôi chưa nghe bao giờ. Ngày Thủ Tướng Chu Ân Lai viếng Anh quốc (tôi quên không nhớ năm nào), phái đoàn của Chu Ân Lai đông lắm, có đến hơn 100 người và được chính phủ Anh đón tiếp rất long trọng. Ông Luyện được một tham vụ ngoại giao của Tòa Đại Sứ Trung Quốc đem biểu hai vò rượu "Mao Thái", có kèm thiệp của Thủ Tướng Chu Ân Lai mời dự tiếp tân ở Tòa Đại Sứ Trung Quốc với sự hiện diện của Nữ Hoàng Anh.

Theo ý Mao Trạch Đông, trước tiên hai bên sẽ đặt liên lạc trên cấp tổng lãnh sự, sau đó sẽ nâng lên cấp đại sứ nếu tình thế cho phép. Theo Mao Trạch Đông hai bên sẽ có liên lạc chặt chẽ về văn hóa và bình thường hóa việc buôn bán giữa hai quốc gia, Trung Quốc sẽ dàn xếp để hai miền Nam

Bắc VN có đại diện giữa hai miền, sau đó sẽ đi đến việc liên lạc, tiếp tế và buôn bán giữa hai miền v.v...

Ông Luyện trả lời là sẽ về trình Tổng Thống và sẽ trả lời ông Đại Sứ Trung Cộng sau. Khi ông được Đại Sứ Trung Quốc giới thiệu với Thủ Tướng Chu Ân Lai, Thủ Tướng rất niềm nở, nói đã biết ông là em của Tổng Thống VN, là người ông rất kính trọng và ngưỡng mộ, xin ông Luyện chuyển lời thăm của Mao chủ tịch đến Ngô Tổng Thống. Ông Chu nói ông không có cơ hội để nói nhiều với Đại Sứ Luyện nhưng đã chỉ thị Đại Sứ Trung Quốc đến gặp Đại Sứ Luyện trình bầy chi tiết sau. Sau đó, Đại Sứ Trung Quốc đến thăm ông Luyện ở Tòa Đại Sứ VN. Đại sứ Trung Cộng nói với ông Luyện rằng Chủ tịch Mao rất cảm phục lòng yêu nước và những gì Ngô Tổng Thống đã làm cho miền Nam VN được phồn thịnh như ngày nay. Ý Chủ tịch Mao muốn có liên lạc ngoại giao với Miền Nam VN. Ông Luyện đã đích thân về trình TT Diệm việc này. Sau đó gần hai tháng, ông được Tổng Thống triệu về và cho biết là sau khi đã nhờ ông Đại Sứ Trung Hoa Quốc gia về tham khảo ý kiến của TT Tưởng Giới Thạch. Tổng Thống cũng tham khảo ý kiến với Đại Sứ Hoa Kỳ thì đi đến kết luận là việc này chưa thể đồng ý trong giai đoạn này được.

TT Diệm cũng cho ông Luyện rõ là khi ông sang thăm Đài Loan, ông và TT Tưởng Giới Thạch đã giao ước với nhau rằng sẽ hết lòng giúp đỡ nhau trong việc chống Cộng và hai nước coi nhau như anh em. Tổng Thống bảo ông Luyện về trả lời Đại Sứ Trung Quốc rằng chính phủ VN rất cảm ơn Mao Chủ tịch và xin một thời gian để sắp xếp. Khi ông Luyện kể cho tôi nghe chuyện này, tôi chợt nhớ năm 1963, Bộ trưởng Quốc phòng Đài Loan là ông Tưởng Kinh Quốc (sau làm TT Đài Loan) có bí mật sang thăm VN và thường đàm luận với TT Diệm nhiều đêm (ông Tưởng

Kinh Quốc là con TT Tưởng Giới Thạch). TT Diệm cũng nói với ông Luyện rằng ông đồng ý với TT Tưởng Giới Thạch là không bao giờ tin được CS, vì vậy phải rất thận trọng. Ngoài ra, VNCH có chính sách rõ ràng là nước nào đã có Tòa Đại Sứ ở miền Bắc thì VN phải rất thận trọng khi đặt liên lạc ngoại giao với nước ấy.

TT Diệm và ông Luyện có biết trước việc đảo chánh sẽ xảy ra không?

Ông Luyện còn kể cho tôi nghe trước ngày đảo chánh độ mấy tháng, có một linh mục dòng Jesuit ở Hoa Kỳ đã bí mật sang gặp ông. Vị linh mục này muốn giữ bí mật nên trước khi gặp ông Luyện đã ghé qua nhiều nước Âu châu rồi mới đến thăm ông Luyện. Ông Luyện và vị linh mục này gặp nhau ở một tiệm ăn ở ngoại ô Luân Đôn. Vị linh mục này muốn cho ông Diệm rõ là sớm muộn gì Hoa Kỳ cũng sẽ giúp cho việc đảo chánh ở VN để lật đổ TT Diệm. Theo linh mục này thì sự việc xảy ra gần đây thôi. Ông Luyện hỏi vị linh mục này làm sao có thể ngăn chận được? Tổng Thống có vẻ không lưu ý về việc đảo chánh mà phàn nàn nhiều với ông Luyện về vụ Phật giáo. Ông tỏ ra rất buồn vì người Mỹ đã nhúng tay vào vụ này. Theo tin tức đích xác ông nhận được thì ông rất lo hậu quả của vụ này giữa Phật giáo và Công giáo sẽ chống đối nhau. TT Diệm nói sẽ nghiên cứu kỹ việc này và bảo ông Luyện sang gặp ông Nhu để bàn thêm. Ông Luyện gặp ông Nhu. Ông Nhu có vẻ chú ý và cũng đồng ý nhưng ông lo rằng người Mỹ đòi mang quân vào và sử dụng Cam Ranh thì khó được Tổng Thống chấp thuận. Ông cũng lo rằng, nếu người Mỹ mang quân vào thì Nga và Tàu sẽ giúp miền Bắc nhiều hơn và có thể cũng đem quân vào nữa. Như vậy, VN sẽ là bãi chiến trường đẫm máu. Còn việc đảo chánh thì ông không lo vì đã nắm vững quân đội và xem mặt các tướng lãnh thì thấy không ai có đủ khả năng làm việc này. Ông cũng đồng ý với ông Diệm rằng, vụ Phật giáo sẽ làm cho dân VN chia rẽ sau này. Đó anh xem, thông hành ngoại giao chỉ làm cho đúng phép mà thôi, chứ chả lẽ sang Phi người ta hỏi tuổi bà ấy sao? Và chả lẽ người ta lại xem thông hành để biết tuổi người ấy? Tôi rất may là vợ tôi chỉ biết lo cho chồng con, chứ lại nhiều chuyện như gia đình bà Nhu nữa thì khổ cho ông Diệm biết mấy! Ông Luyện cũng cho tôi biết là từ khi bà Chương từ chức thì bà Nhu cắt liên lạc với cha mẹ, kể cả khi sang thăm Hoa Kỳ để giải độc bà cũng không liên lạc. Khi bà đến Hoa Thịnh Đốn và sau này khi di cư bà cũng không liên lạc nữa.

Vị linh mục này nói có hai ý kiến, theo ông thì TT Diệm nên làm:

1. Nên nhượng bộ chánh phủ Hoa Kỳ, đồng ý tất cả những gì người Mỹ muốn qua Đại Sứ Hoa Kỳ *(Theo ông Luyện thì người Mỹ muốn VN nhường cảng Cam Ranh cho người Mỹ một thời gian, như Phi Luật Tân nhường cảng Subic, và để cho người Mỹ một thời gian vào VN).*

2. Nếu Tổng Thống và chính phủ VN không đồng ý thì Tổng Thống phải công khai nói ra những gì Hoa Kỳ buộc VN mà VN không thể chấp nhận được trong một cuộc họp báo, có đầy đủ ngoại giao đoàn các nước, và Tổng Thống kêu gọi các nước giúp VNCH chống CS qua công hàm ngoại giao.

Ông Luyện hỏi thêm:

- Theo ý linh mục thì trong hai ý kiến này, ý kiến nào nên theo? Ý kiến 1 vì VN khó tách rời khỏi ảnh hưởng của Hoa Kỳ, vì mọi phương tiện chống Cộng đều do Hoa Kỳ viện trợ. Tuy nhiên, ý kiến 2 không phải là không đúng nếu VN được các cường quốc ủng hộ và nhân dân Hoa Kỳ cũng như quốc hội Hoa Kỳ có thể thay đổi thái độ, thay vì chống đối chiến tranh; quay lại ủng hộ.

Linh mục cũng lưu ý thêm với ông Luyện rằng tình hình rất gay go từ khi vụ Phật giáo xảy ra, chắc chắn là do bàn tay của CIA dính vào. Nếu đảo chánh xảy ra ở VN sớm muộn gì cũng giống như trường hợp của Trung Hoa với Tưởng Giới Thạch vậy. Ông Luyện vội về trình với TT Diệm sự việc như trên. Tổng Thống có vẻ suy nghĩ và hỏi ý kiến ông Luyện, thì ông khuyên Tổng Thống nên nhượng bộ người Mỹ, vạn nhất nếu đảo chánh xảy ra dù mình có thắng thì tiềm lực của quân đội cũng bị sứt mẻ, rất có hại cho việc chống Cộng. Ông Luyện ở lại VN hai ngày và họp với Tổng Thống cùng ông Nhu thêm một lần sau đó. Tổng Thống bảo ông Luyện cứ yên tâm về lại nhiệm sở và ông tin là mọi sự sẽ được giải quyết êm đẹp. Ông Luyện nói với tôi:

- Chắc ông Diệm nói cho tôi yên lòng chứ kỳ này khác hẳn những kỳ trước, tôi gặp ông thấy ông buồn rầu và suy nghĩ nhiều lắm!

- Cháu nghe nói sau đảo chánh Cụ được vua Ma-Rốc cho tỵ nạn phải không? Tôi hỏi.

- Đúng, việc này làm cho tôi suýt chết đấy! Tôi đông con, các cháu lớn đều học ở Pháp và khi đi tỵ nạn chỉ có nhà tôi và mấy cháu nhỏ theo sang Ma-Rốc. Đến phi trường, tôi được ông hoàng đệ (ông kể tên mà tôi quên), em vua Ma-Rốc đón ở phi trường và đưa về ở tạm tại dinh quốc khách. Ông biết không? Cái dinh này to và đẹp vô cùng, dinh Độc Lập của mình chả thấm vào đâu. Gia nhân hàng hơn chục người, có lính gác rất trang trọng. Tôi bối rối vô cùng và nghĩ riêng tiền thưởng cho đám gia nhân này cũng sạt nghiệp mình, nên tôi trình với ông hoàng đệ rằng tôi đang gặp cơn bối rối, vì vậy tôi chỉ mong được ở một căn nhà nhỏ và đi dậy học ở đây để qua lúc này mà thôi. Ông Hoàng đệ nói cứ ở tạm đó rồi sẽ tính sau.

Khi ở đó, ông Luyện và gia đình được phục vụ rất chu đáo và ông Hoàng đệ đến thăm luôn. Độ mấy ngày sau, ông Hoàng đệ đến gặp ông Luyện, có mấy người tùy tùng đi theo và mang cả bản đồ. Ông Hoàng giới thiệu với ông Luyện mấy người đi theo toàn là tổng giám đốc mấy công ty lớn ở Ma-Rốc và kỹ sư cả. Ông ta muốn giúp đỡ cho ông Luyện có việc làm cho khuây khỏa khi ở đây, và muốn ông Luyện đầu tư (invest) vào công ty khai thác mỏ vàng ở Ma-Rốc. Ông ta nói sơ khởi, ông Luyện chỉ cần bỏ 10 triệu đô-la, sau đó sẽ bỏ thêm sau, và hy vọng mỏ vàng này sẽ đem lại lợi tức hàng năm cho ông Luyện độ nửa triệu để sinh sống và có thể nhiều hơn nếu bỏ thêm vốn.

Ông Luyện nghe nói, sợ hết hồn. Nhưng nếu từ chối ngay, sợ bị hại mà khó lòng ra khỏi Ma-Rốc, nên ông vờ hỏi thêm địa điểm và cách điều hành, làm như chú ý đến việc này lắm. Sau đó ông trả lời là cho ông suy nghĩ ít lâu và cần phải bàn với bà Nhu là chị dâu ông đã. Sở dĩ ông phải mang tên bà Nhu ra là bởi trước đó, ông Nhu đã từng đại diện Tổng Thống sang thăm Ma-Rốc để đáp lễ lại việc thái tử Ma-Rốc sang thăm VN.

Ông Luyện nói:*"Mình đã nghèo mà họ cứ nghĩ là mình giàu có! Ông Duệ nghĩ xem, thiên hạ cầm quyền thì giàu có đến mức nào mà anh em tôi thì có gì đâu! Tôi đang lo muốn chết để làm sao có tiền cho các con ăn học mà họ nói chuyện Toàn bạc triệu, mà lại triệu đô la nữa chứ!"*.

Sau đó, ông Luyện phải bí mật gặp Đại Sứ Anh và Pháp ở Ma-Rốc, xin giúp đỡ bằng cách nào để đi khỏi Ma-Rốc về Pháp dậy học. Ông Luyện phải lấy cớ về Pháp gặp bà

Nhu để bàn việc. Các Đại Sứ Pháp và Anh đưa ông ra tận phi trường để về Pháp. Tôi nhớ lại cách đây ít năm, Thiếu Tướng Nguyễn Cao Kỳ có kể với tôi ngày ông mới sang đây khi còn ở trại tỵ nạn, cũng có mấy người Hoa Kỳ đến tiếp xúc với ông và hứa hẹn sẽ giúp việc làm cho một số người tỵ nạn. Ông mừng lắm và hy vọng sẽ giúp đỡ cho anh em một phần nào. Một hôm, ông được họ đến đón ở trại tỵ nạn và đưa đến một khách sạn rất sang trọng, họ đưa vào phòng họp đã có sẵn bản đồ và sơ đồ. Họ cũng thuyết trình trang trọng lắm và cuối cùng đề nghị thiếu tướng Kỳ invest nhiều triệu đô-la để khai thác mỏ vàng. Tôi hỏi thêm ông Luyện:

- Chắc cụ cũng rõ việc ông Trần Văn Chương từ chức Đại Sứ VN ở Hoa Kỳ và bà ấy từ chức quan sát viên thường trực ở Liên Hiệp Quốc để phản đối TT Diệm về vụ Phật giáo? Cũng như vụ ông Vũ Văn Mẫu cạo đầu từ chức bộ trưởng ngoại giao?

- Việc ông Mẫu, tôi không rõ chi tiết, nhưng tôi biết chắc là ông ấy thấy Hoa Kỳ muốn có sự thay đổi ở VN và cũng biết Hoa Kỳ muốn VN có Thủ Tướng, ông Mẫu ngấp nghé địa vị này nên làm trước. Ngoài ra ở địa vị Ngoại trưởng, ông ấy rõ tình hình hơn ai hết. Còn vụ ông bà Trần Văn Chương, tôi biết rất rõ. Chắc khi ở Hoa Thịnh Đốn, ông bị Hoa Kỳ mua chuộc và xúi bẩy. Trước khi từ chức, ông có viết cho ông Diệm một thư dài, khuyên ông Diệm nên từ chức và ông sẵn sàng thay ông Diệm trong lúc khó khăn này. Ông Diệm giận lắm. Ông Nhu khuyên ông Diệm cất chức ông bà Chương và bà Nhu gọi điện thoại gây gỗ với ông bà Chương, dọa sẽ cắt đứt liên lạc mặc dầu là cha mẹ ruột. Theo ông Nhu kể lại thì bà Nhu trách ông Chương là luật sư mà không biết gì về hiến pháp. Nếu TT Diệm có từ chức thì phải nhường quyền cho Phó Tổng Thống chứ sao lại nhường cho ông Chương được? Ông Diệm cũng đồng ý cách chức ông bà Chương và đang tìm người thay thì ông bà Chương đã từ chức trước. Gia đình tôi, ai cũng rõ việc này do bà Chương chủ động, còn ông Chương là người rất hiền lành, mọi việc trong nhà do bà ấy quyết định cả. Bà ấy có nhiều tham vọng và ngang ngược lắm. Để tôi kể ông nghe chuyện nực cười này của bà ấy. Bà Nhu thấy tổ chức phụ nữ ở Phi Luật Tân rất thành công nên bà ấy rất muốn sang thăm để học hỏi và được bà TT Phi chính thức mời sang. Khi đang sửa soạn thì bà Chương ở Mỹ về, và đòi tham gia phái đoàn. Nực cười là khi gửi danh sách phái đoàn đến Bộ Ngoại Giao để xin thông hành ngoại giao thì bà ấy đòi trong thông hành của bà phải rút xuống 10 tuổi, chứ không chịu theo tuổi trong thẻ kiểm tra, nên việc này đặt Bộ Ngoại Giao vào hoàn cảnh khó xử.

Bộ Ngoại Giao không giải quyết được, nên trình Tổng Thống và ông Nhu quyết định. Ông đổng lý chuyển phiếu trình cho ông Nhu, đúng lúc ông Nhu đang đọc phiếu trình thì ông Luyện vào, ông Nhu đưa phiếu trình cho ông Luyện đọc. Ông Luyện nói đùa:

- Sao bà ấy không rút tuổi xuống hàng trăm cho được việc!

Rồi ông Luyện hỏi ông Nhu:

- Thế anh định sao?

Ông Nhu nói ngay:

- Thì còn sao nữa? Mình mà phê vào đây đồng ý cho rút tuổi thì còn thể thống gì!

Cũng nên nói thêm là tôi chưa hề gặp bà Luyện ở dinh Gia Long bao giờ, và cũng chưa biết mặt bà và bất cứ người nào trong gia đình bà.

Chuyện ông Mẫu, ông Đính

Còn ông Vũ Văn Mẫu, tôi được gặp ông khi ông vào trình diện Tổng Thống trước khi đi hành hương ở Ấn Độ. Mặc dầu khi gặp ông, tụi tôi vẫn đứng dậy chào một cách lễ phép, nhưng thấy dáng điệu của ông không được tự nhiên mấy khi đáp lễ. Ông vào phòng Tổng Thống không lâu lắm, độ 10 phút sau, ông sang phòng ông Nhu và ở đó khá lâu. Ông Nhu ra lệnh cho mang máy thâu băng vào để ông nói vào đó. Tôi không biết ông đã nói những gì, nhưng ông Trần Sử là bí thư của Tổng Thống, có kể với tôi rằng ông Mẫu có làm đơn xin đổi thêm 4 ngàn đô-la nữa và được Tổng Thống chấp thuận. Sau này ông được làm Thủ Tướng lúc CS sắp vào, và chưa kịp trình diện nội các thì đã bị Việt Cộng bắt.

Chuyện về tướng Đính và ông Luyện sau đây, tôi được anh em cận vệ kể lại, vì xảy ra ngày tôi chưa về cạnh Tổng Thống. Khi Tổng Thống lên Pleiku, lúc ấy Thiếu Tướng Tôn Thất Đính làm tư lệnh Quân Khu II. Phái đoàn của Tổng Thống khá đông, có mấy vị Đại Sứ và cả ông Luyện đi thăm khu dinh điền. Gặp hôm trời mưa, đường trơn, Tổng Thống đã thay giầy bốt, riêng ông Luyện vẫn đi giầy thường, Thiếu Tướng Đính phải ra lệnh lấy giày vải nhà binh cho ông Luyện thay. Khi mang giầy đến, Thiếu Tướng Đính bèn quỳ xuống cởi giầy cho ông Luyện trước sự ngạc nhiên của tất cả sĩ quan và phái đoàn. Sau khi đảo chánh, tôi được đổi về SĐ25BB làm TM Phó Hành quân kiêm Trưởng phòng 3. Đại Úy Trịnh Tiểu là Trưởng phòng 2 cũng kể với tôi như vậy *(Đại Úy Tiểu lúc đó ở BTL/QĐII, đơn vị cuối cùng của anh là Đại Tá Trưởng phòng 2, QĐ II)*. Tôi hỏi ông Luyện việc này, ông nhận là đúng. Ông nói thêm: *"Chắc ông Đính nghĩ mình là con cháu trong nhà nên* có cử chỉ ấy". Ông nói: *"Ông Đính nhận là con nuôi ông Cẩn, và gọi tôi là cậu, xưng con"*. Một chuyện khác cũng liên hệ tới giầy, xẩy ra ngày Tổng Thống đi thăm khu dinh điền Tánh Linh, và ở lại đó đêm thứ Bảy. Theo chương trình sáng Chủ Nhật, Tổng Thống dậy lúc 7 giờ, và xem lễ lúc 8 giờ ở nhà thờ gần đấy. Nhưng Tổng Thống dậy sớm, bảo sĩ quan tùy viên gọi dây nói xin Cha Xứ cho Tổng Thống xem lễ sớm hơn, vào lúc 7 giờ thay vì 8 giờ. Khi ông thay quần áo, người lính đi theo lo việc này tối hôm trước đi ngủ với mấy người bạn ở đơn vị giữ an ninh chưa về kịp. Đại Úy Cảnh, là sĩ quan cận vệ, vội mang giầy vào để ông thay. Thấy vậy, ông cau mày hỏi:

- Thằng nớ đâu mà phải lo việc này?

Tôi kể việc này, để quý vị độc giả có dịp biết thêm về "người và việc". Khi đảo chánh lật đổ Tổng Thống, Tướng Đính gọi là làm cách mạng để lật đổ chế độ "phong kiến gia đình trị", trong khi Tướng Đính nhận là con cháu trong nhà con nuôi ông Cẩn. Gần đây, đọc cuốn hồi ký của tướng Đính, tôi thấy sợ cho tình người. Viết sao cũng được!

Việc TT Diệm dùng người

Tôi hỏi ông Luyện:

- Cụ đã đọc quyển sách do ông Đỗ Mậu viết chưa?

- Có người đem cho tôi một cuốn, nhưng tôi không đọc. Tôi nghĩ đọc để mà thoải mái, chứ đọc mà bực mình thì đọc để làm gì!

Tôi hỏi thêm:

- Thế cụ nghĩ sao khi người ta phàn nàn là Tổng Thống không biết dùng người nên mới xảy ra vụ đảo chánh để đến nỗi chết?

- Thì tôi đã kể với anh rằng khi mới về, tìm được người hợp tác rất là khó. Anh xem, sau đảo chánh qua bao nhiêu là chánh phủ mà có ai thành công đâu, và có ai được khen là biết dùng người đâu! Vì mình chỉ được huấn luyện theo người Pháp, và họ nào có muốn đào tạo mình thành các cấp lãnh đạo giỏi đâu! Tôi đồng ý với anh là ông Diệm không dám làm mạnh để đưa các người trẻ ra, nhưng nếu làm nhanh quá sẽ gây nhiều xáo trộn và chưa chắc đã thành công. Vì vậy, ông dành mọi phương tiện cho các trường đại học, nhất là trường Võ Bị Đà Lạt, trường Quốc Gia Hành Chánh, trường Thiếu Sinh Quân, trường Quốc Gia Nghĩa Tử v.v... Hy vọng sau này đào tạo nhiều cán bộ trẻ, giỏi để gánh vác việc nước. Thật ra những người như Đính và Mậu hay Đôn, Khiêm, Minh... đều là sĩ quan cao cấp cũ, các sĩ quan trẻ thì cấp bậc còn thấp quá nên chỉ thay thế dần dần mà thôi. Đó cũng là sự khó khăn của ông để đến nỗi chết. Lại còn kéo theo cả anh Nhu và anh Cẩn tôi nữa. Gia đình tôi có 6 anh em trai, anh Khôi tôi thì CS giết và 3 anh tôi thì bị người Quốc Gia giết, chỉ còn tôi và Đức Cha phải lưu lạc nơi quê người.

- Có bao giờ Tổng Thống và cụ nghĩ đến việc sẽ có ngày xảy ra biến cố và gia đình gặp tai biến mà lo có tiền bạc, nhà cửa ở ngoại quốc để phòng khi tai biến xảy ra không?

- Không, chưa bao giờ anh em tôi nghĩ đến chuyện này. Ông Diệm rất vững lòng tin vì ông nghĩ suốt đời ông chỉ lo cho đất nước thì việc gì ông phải lo sợ! Ông luôn luôn nhắc anh em tôi rằng mình làm việc cho quốc gia để giữ tiếng tăm cho gia đình họ Ngô từ bao đời nay rồi. Nếu lợi dụng để lo cho được giàu có thì có nghĩa gì! Để tôi kể cho anh nghe một chuyện mà khó ai có thể tin được. Anh biết không, hồi đó, tôi xin nghỉ hai tuần lễ về thăm mẹ tôi đau, khi mẹ tôi khỏi, tôi về Sàigòn nghỉ. Tôi thích đánh golf nên nhiều lần lên sân golf ở gần nhà thương Cộng Hòa chơi. Tôi thường chơi với mấy bạn người Pháp, và mấy người Tàu, vui vẻ lắm, họ chơi giỏi hơn tôi nhiều. Sau khi chơi xong, thì rủ nhau đi ăn và uống rượu. Có một lần, mấy người Tàu rủ vào Chợ Lớn ăn ở một cái cercle. Ăn cơm có nhiều món ngon lắm, nhưng đặc biệt, tôi thích nhất là mấy thứ đậu hũ. Có thứ đậu hũ ăn ngậy và béo, nhưng mùi hơi thúi, tôi chưa hề được ăn bao giờ. Tôi khen ngon, nhưng mấy người bạn Pháp thì không dám đụng đũa. Một người bạn Tàu mới ở Hồng Kông sang du lịch, nói với tôi: *"Ông sành ăn lắm! Món đậu hũ này do tôi đề nghị, rất khó làm vì rất công phu. Nhưng ở đây làm không ngon bằng Hồng Kông, nhất là do gia đình tôi làm thì ngon lắm. Tiện đây, tôi mời quý vị thứ Bảy này đi Hồng Kông nghỉ, và đến nhà tôi ăn cơm, tôi sẽ đưa quý vị đi thăm một số phong cảnh ở đó"*. Một người Pháp, một người Tàu và tôi nhận lời đi. Tối hôm ấy, hắn mời khách lại nhà ăn cơm, và ngủ ở nhà hắn. Nhà rất lớn và sang trọng. Cơm ăn đặc biệt có nhiều món đậu hũ. Riêng món đậu hũ thúi, thì ngon hơn ở Chợ Lớn nhiều. Cũng có nhiều món rau xào lạ lắm. Món mặn thì chỉ có hai món cá và ngỗng quay. Ăn xong, tụi tôi chơi mạt chược đến khuya, sáng hôm sau đi ăn sáng và xem phong cảnh ở Hồng Kông.

Tôi cũng đi Hồng Kông nhiều lần, nhưng không có người hướng dẫn sành sõi nên không thích mấy. Đi chơi với hắn thì vui lắm, và ăn nhiều món lạ. Có nhiều món rất sơ sài, nhưng ngon miệng lắm, tôi chưa được ăn bao giờ. Chiều về đến Tân Sơn Nhất, có ông Phó tổng giám đốc Quan Thuế và một nhân viên ra đón ngay ở phi cảng. Ông có vẻ băn khoăn lo lắng và nói với tôi: *"Thưa cụ Đại Sứ, xin cụ hiểu cho sự khó khăn của tụi con. Nhưng đây là lệnh của Tổng Thống, tụi con phải thi hành. Xin cụ cho tụi con được xem hành lý của cụ"*. Tôi ngạc nhiên vì xưa nay đi đâu, kể cả ngoại quốc, chưa ai khám xét hành lý của tôi cả, vì mình là nhân viên ngoại giao cao cấp đi bằng thông hành ngoại giao. Thế mà về nước mình lại bị khám xét bởi lệnh của Tổng Thống? Tôi bình tĩnh trả lời: *"Tôi đi chơi chứ không phải đi công vụ, chả cần có lệnh Tổng Thống cũng vậy, các ông cứ làm đúng phận sự của các ông"*. Tôi mang theo cái va-li mang từ Anh quốc về, nên khá to. Sau khi khám xét xong, thấy chả có gì, anh này cứ xin lỗi tôi hoài và có vẻ lo lắng. Tôi cám ơn, lên xe ra về.

Về tới dinh Gia Long, tôi vào thẳng phòng ông Diệm với vẻ bực bội. Gặp tôi, ông cười hỏi: *"Sao chú? Chắc khó chịu lắm phải không? Tụi nó cứ nói ra nói vào và báo cáo với tôi rằng chú đi Hồng Kông để giúp tụi Tàu chuyển bạc về VN (ngày đó tụi Việt Cộng có nhiều tiền VN để ở Hồng Kông lắm mà không sao mang vào VN được), nên tôi phải cho khám, để tụi nó khỏi xuyên tạc và sau này tụi nó không dám báo cáo bậy nữa. Và cũng để quan thuế không nể nang một người nào, cho họ dễ làm phận sự của họ"*. Anh biết không? Ông (Diệm) có vẻ thích thú lắm và cười ra tiếng. Tôi (ông Luyện) hỏi lại: *"Thế nếu tôi làm bậy thật thì anh không sợ mang tiếng sao?"*. Ông Diệm đáp: *"Anh em mình ở với nhau từ nhỏ đến giờ, tôi không biết tính chú sao? Nếu chú làm bậy, tôi cũng chả bênh chú"*. Sau đó, tôi sang gặp ông Nhu, nghe chuyện tôi kể, ông Nhu cũng ngạc nhiên. Tôi về phòng nghĩ còn tức, nên mời Tuyến (bác sĩ Tuyến) và Thuần (Bộ trưởng phủ Tổng Thống) đến kể cho họ nghe, hy vọng họ biết ai đã báo cáo bậy về tôi. Hai ông này thề không biết gì, và tôi thấy họ ngạc nhiên hết sức, không hiểu tại sao Tổng Thống lại làm như vậy? Tuyến cho tôi biết thêm là cụ có nhiều tin báo cáo thẳng mà chính ông cùng ông Nhu cũng không biết.

Vụ nhà thầu Pháp

Ông Luyện kể cho tôi nghe một chuyện nữa:

Có mấy người Pháp học cùng trường kỹ sư với tôi, đến phàn nàn với tôi về việc đến thầu xây cất nhà máy đường (*chắc là nhà máy đường Hiệp Hòa ở Đức Hòa*) bị ông Thuần, bộ trưởng phủ Tổng Thống xử ép, vì họ trúng thầu rồi mà ông Nguyễn Đình Thuần lại muốn giúp cho nhà thầu Mỹ được. Tôi hỏi ông Diệm tại sao lại như vậy?

Ông trả lời rằng chưa được ông Thuần trình báo. Và muốn cho công bằng, ông bảo tôi ngồi đợi ông Thuần mang hồ sơ lên trình để hỏi cho rõ trước mặt tôi. Ông Thuần mang hồ sơ lên trình và có ý kiến là tuy nhà thầu Pháp trúng thầu thật, nhưng ông ngại nhà thầu Pháp không có kinh nghiệm và máy móc ông nghĩ là của Mỹ tốt hơn. Vả lại, tiền này là của viện trợ Mỹ, nên ưu tiên cho họ. Thấy ông Thuần có ý chê kỹ sư Pháp học cùng trường với tôi, nên tôi hỏi lại:*"Thế đấu thầu để làm gì? Cứ theo điều lệ sách thì phải thi hành cho đúng chớ"*. Ông Thuần nể tôi không dám cãi, và ông cụ lại sợ hai bên mếch lòng nhau, nên bảo:*"Thôi, việc này để tôi xem lại"*. Sau tôi nghe nói người Pháp được trúng thầu. Tôi cũng biết, Tổng Thống ngoài những tin của bác sĩ Tuyến và Tổng nha Cảnh sát Công an, ông còn có nhiều tin của các nơi báo cáo cho ông nữa. Bác sĩ Tuyến kể với tôi nhiều lần ông gọi Tuyến lên và cho xem báo cáo về hoạt động của Việt Cộng ở Sài gòn, nơi tụi nó liên lạc và đóng quân ở các vùng nữa, mà ông Tuyến thấy nhiều tin rất đúng. Có một lần Trung Tá Hùng là tham mưu trưởng Biệt Bộ Phủ Tổng Thống và Đại Úy Băng, là sĩ quan hầu cận được một trưởng ty Cảnh sát mời ăn ở một tiệm sang ở Sài gòn, uống rượu say sưa làm ầm ĩ, thế mà cũng có người báo cáo đến tai ông. Ông giận lắm, gọi hai ông này lên la mắng. Lần đầu tiên tôi thấy ông la to như vậy với các nhân viên ở gần ông. Thường khi ông nói rất nhỏ nhẹ, gọi chúng tôi bằng anh, và không bao giờ la mắng, ông coi tụi tôi như trong gia đình. Sau vụ ấy, các nhân viên cao cấp trong phủ Tổng Thống được một văn thư của ông Đổng lý Quách Tòng Đức đại ý như sau: *Tổng Thống dạy các nhân viên làm việc cạnh Tổng Thống phải giữ tác phong, để giữ uy tín cho Phủ Tổng Thống. Cấm ngặt không được bê tha vào các nơi trà đình tửu điếm ăn uống say sưa, để dân chúng phàn nàn. Các nhân viên cao cấp đều phải ký vào văn thư để nhận rõ là đã được lệnh này. Tôi cũng phải ký, và từ đó tụi tôi chả dám nhận lời mời của ai đi ăn tiệc cả trừ khi đi với bạn bè và gia đình.*

Chuyện Đức Cha Thục

Tôi cũng hỏi ông Luyện về Đức Cha Thục:

- Cháu nghe người ta đồn Đức Cha muốn lên Hồng Y, nên cố gắng hoạt động để có thêm người rửa tội vào đạo Công giáo. Chuyện này hư thực ra sao?

- Sao có vụ ấy được. Nếu ông Diệm không làm Tổng Thống thì có thể, vì Đức Cha quá thâm niên. Những người bạn của ngài học cùng ở La Mã, nhiều người làm Hồng Y lắm, nhưng VN bị chia cắt, và Tòa Thánh cũng khôn ngoan lắm; bên đời em làm Tổng Thống thì anh làm Hồng Y sao được? Có cái các ông thày tu thì ông nào cũng mong nhiều người theo đạo của mình, thấy có thêm được con chiên thì thích lắm. Đức Cha cũng vậy.

- Ông Duệ biết không? Ngày học ở La Mã, Ngài có đến 4 bằng tiến sĩ, và cả trường ai cũng phục ngài. Anh biết không? Ngày Đức Cha Simon Hòa Hiền được Tòa Thánh bổ nhiệm làm GM Sài gòn thì mọi người cũng đồn đại là

Đức Cha thích về làm chỗ ấy và Tổng Thống cũng vận động với Tòa Thánh về việc này. Thật ra là vô lý, vì Tổng Thống quý Đức Cha Hiền lắm. Có lần ngài gặp rắc rối về pháp lý, chính Tổng Thống phải đứng ra dàn xếp. Một sáng ngài dậy sớm, tự lái xe đi có việc mà không gọi tài xế vì quá sớm. Rủi đụng gẫy chân một người đàn ông, mà ngài không có bằng lái xe. Gia đình họ kiện. Mặc dù vụ này không có gì to tát, nhưng về pháp lý thì rắc rối. Chả nhẽ để gọi một vị giám mục ra tòa, nên Đức Cha Thục phải nhờ Tổng Thống can thiệp cho ngài. Rất nhiều người phải đến dàn xếp với người bị nạn, để xin bãi nại và phải thu xếp cho người này một việc làm mới xong. Ngày Đức Cha được bổ nhiệm làm TGM Huế, ông rất mừng, kể cả Tổng Thống nữa, ông nói thật là Thiên Chúa đã sắp xếp cho gia đình tôi để Đức Cha về Huế gần mẹ già và phụng dưỡng mẹ lúc cuối cuộc đời. Còn gì đau khổ hơn cho ngài là lúc về già mà chết một lúc 3 người em và mẹ già lúc chết ông không được nhìn mặt.

- Thêm một việc nữa, là khi ở La Mã, Đức Hồng Y Bộ trưởng của Tòa Thánh mời ngài đến, để xin ngài từ chức TGM Huế, và ngài sẽ nhận chức TGM của một địa phận chỉ có tên trong kinh thánh, nên ngài bị giao động mạnh. Vì vậy ngài bị đám của Đức Cha Lefèvre mua chuộc, mời ngài phong chức cho một số giám mục và linh mục của họ.

Chuyện bà Nhu, ông Cẩn

- Còn về bà Nhu, mọi người đồn là giàu có lắm, bà có mấy dãy phố buôn bán ở Paris và có đồn điền ở Ba Tây nữa. Tuy không tin, nhưng cháu cứ nghĩ là bà cũng có ít nhiều. Nay gặp cụ cháu mới biết bà chả có gì.

- Bà Nhu thì bây giờ ai cũng biết bà chả có gì! May quá Đức Cha Thục có quen một bà bá tước giàu có, nên bà cho ở nhờ một thời gian, và mấy đứa con đứa nào cũng học giỏi, thành tài cả. Cháu Lệ Quyên và cháu Quỳnh đều dạy đại học ở La Mã, còn Trác thì tốt nghiệp đại học và lấy vợ rồi.

- Cháu nghe nói giữa Đức Cha và ông Cẩn ở ngoài Trung có nhiều va chạm xảy ra.

- Tôi chả tin. Anh biết gia đình tôi thế nào rồi. Đức Cha là nhất, tôi và anh Cẩn thì kém tuổi Đức Cha nhiều lắm, nên sợ ngài như cha. Ông Cẩn đâu dám va chạm với ngài. Vả lại có gì để mà va chạm? Đức Cha chỉ lo cho giáo hội. Ngài đang chú tâm sửa lại nhà thờ Phú Cam, có để ý gì đến việc chính trị đâu!

Ngày ông Luyện ở San Diego chơi với tôi cả tuần lễ, tôi mời ông đi xem sở thú và Sea World, cùng phong cảnh trong vùng. Ông đều từ chối và nói mấy câu làm tôi cảm động.

- Anh nghĩ tôi còn vui gì mà đi xem phong cảnh? Tôi chỉ muốn đi gặp đồng hương, ai tôi cũng thích, miễn gặp người để tâm sự là tôi mừng rồi.

Vì vậy, tôi đưa ông đi thăm các Cha, cả các chùa và một số thân hào nhân sĩ ở San Diego. Gặp ông, ai cũng vui vẻ và cũng có nhiều người tới thăm ông nữa. Ông nói chuyện rất cởi mở và thành thực. Ông ngủ rất ít, chỉ độ 3, 4 giờ một ngày, và hút thuốc lá liên tục, ngày đến hai gói.

Chuyện ông Luyện

Hôm dự lễ cầu hồn cho Tổng Thống và ông Nhu ở nhà thờ Linda Vista, thấy đồng bào đến chật nhà thờ và nghe Cha giảng về Tổng Thống, ông cảm động chảy nước mắt và nghẹn ngào khi lên cám ơn. Ngày hôm sau, anh em ở Orange County xuống đón ông lên trên ấy để dự lễ cầu hồn cho Tổng Thống, tôi đi cùng và ở nhà ông Cao Xuân Vỹ. Ban tổ chức có mời cả Thiếu Tướng Nguyễn Cao Kỳ và Trung Tướng Nguyễn Bảo Trị dự lễ nữa. Theo anh em đề nghị để Thiếu Tướng Kỳ đến đón ông ra nhà thờ, nhưng ông bàn để ông đến đón Thiếu Tướng Kỳ, vì Thiếu Tướng Kỳ là khách, và đã từng làm Phó Tổng Thống, để tỏ lòng cảm ơn và kính trọng. Tôi nghĩ ông đúng là một nhà ngoại giao. Khi đến nơi, gặp ông Trường là chủ một khách sạn lớn ở New York sang, mang theo một bác sĩ VN (tôi nhớ bác sĩ tên là Nghiêm thì phải). Sau đó, Đức Cha bình phục dần và được các tu sĩ ở nhà dòng trông nom tận tình lắm. Khi ở nhà dòng, tôi được gặp Đức Cha Của, cha Cao Văn Luận và mấy cha tôi quen ở Huế nữa.

Tôi ở lại 3 ngày với ông, rồi về California. Trước khi về, tối hôm ấy ở motel, ông nói với tôi:

- Ở VN tôi chỉ gặp ông vài lần và không biết nhau nhiều, sang đây vì ông thương ông cụ mà lo cho tôi hết lòng, tôi thật cảm ơn ông nhiều và không bao giờ quên được những ngày ở gần nhau.

Tôi thưa:

- Như vậy cụ rõ là anh em thương Tổng Thống đến mức nào.

Ông mở ví, móc hết tiền ra, và nói:

- Như tôi đã kể với ông là tôi nghèo lắm, khi đi chỉ mang theo có 600 đô-la, và chưa tiêu một đồng nào. Vé máy bay và khi ở New York được ông Trường lo cho, đến San Diego được ông lo cho mọi thứ, kể cả vé máy bay sang đây. Nay tôi đề nghị chia đôi số tiền này, ông lấy 300 đô-la gọi là tiền tôi góp vào tiền máy bay ông mua cho tôi. Thật chả đủ vào đâu, nhưng là tấm lòng của tôi.

Tôi từ chối:

- Cụ càng nghèo, con càng thương cụ. Chắc nếu cụ giàu có như gia đình của các Quốc Trưởng khác, chắc gì cụ đã cần đến con. Con xin cụ cứ tự nhiên, để con có chút kỷ niệm với cụ, và để nhớ đến Tổng Thống.

Ông nói với tôi và anh em là được dự lễ cầu hồn cho Tổng Thống ở San Diego và Orange County làm ông xúc động và an ủi vô cùng. Hôm sau, khi đang ăn sáng thì được điện thoại là Đức Cha Thục ở dòng Đồng Công bị đau nặng và đang nằm nhà thương. Anh em ai cũng bận, nên tôi đi cùng ông sang nhà dòng Đồng Công. Trên máy bay, khi từ toilet ra, dây lưng bị đứt, khiến quần ông muốn tụt ra, vì ông mặc đồ cũ từ ngày xưa, nay ông ốm đi nhiều. Tôi phải tháo dây lưng của tôi cho ông dùng. Tôi cảm thấy thương ông, vì ông nói rằng cả chục năm nay, ông chưa may quần áo mới và thay dây lưng. Ông nắm tay tôi và chảy nước mắt, làm tôi cảm động.

Khi về Pháp, ông viết cho tôi một lá thư khá dài để cám ơn, nhắc lại cái dây lưng, và nói sẽ giữ suốt đời để làm kỷ niệm. Tôi xin phép nhà văn Lữ Giang trích mấy dòng trong cuốn sách: "Những bí ẩn lịch sử đằng sau cuộc chiến Việt Nam" để kết luận nhận xét về TT Diệm và anh em của người: *"Tất cả những người trong dòng họ Ngô đều có lòng yêu nước nồng nàn. Cả dòng họ đều nuôi quyết tâm để dành lại độc lập cho quê hương và không khuất phục trước mọi khó khăn. Cụ Ngô Đình Khả bị sa thải vì không hướng dẫn vua Thành Thái theo ý muốn của người Pháp, và không ký tên vào tờ biểu yêu cầu vua Thành Thái thoái vị theo lệnh của khâm sứ Pháp. Ông Ngô Đình Khôi bị mất chức vì có các hoạt động chống Pháp và bị giết vì mưu toan ngăn chận sự thống trị của CS trên đất nước. Ông*

Ngô Đình Diệm và Ngô Đình Nhu đã bị hạ sát vì chống lại việc Hoa Kỳ muốn can thiệp trực tiếp vào miền Nam VN.

Nguyễn Hữu Duệ

HAI

ĐẠO ĐỨC CỦA ÔNG NGÔ ĐÌNH DIỆM

Đạo đức của ông Ngô Đình Diệm dựa trên ba nguồn đạo lý: Thiên Chúa giáo, Khổng giáo và Chủ Nghĩa Nhân Vị duy linh

- Là người Công giáo: Giáo lý Công giáo dạy người ta giới răn "Mến Chúa Yêu người". Mến Chúa phải yêu người. Không yêu người không thể mến Chúa được. Ông Ngô Đình Diệm là tín đồ nhiệt thành nên ông đã giữ giới răn đó nghiêm ngặt. Ông cầu nguyện và làm việc theo tinh thần ấy

- Là người thấm nhuần tinh thần Khổng giáo, ông Ngô Đình Diệm để cáo Lễ Nghĩa Liêm Sĩ, Nhân Nghĩa Lễ Trí Tín hoặc Nhân Trí Dũng nhằm ổn định trật tự xã hội.

- Cuộc đời ông Ngô Đình Diệm là cuộc đời tu hành. Ông không lập gia đình mà dành thời giờ cầu nguyện và làm việc phụng sự Tổ Quốc. Tháng 2/1954, khi đang sống tạm trong tu viện ở Bỉ (Belgium), ông đã làm đơn xin Cha Bề Trên cho ông Nhập Dòng Biển Đức (Benedictine). Là một tu sĩ tất nhiên phải tuân giữ ba lời khẩn: Khó nghèo, Vâng lời và Khiết tịnh. Chưa nhập Dòng ông đã giữ và khi xin nhập Dòng tất nhiên ông phải giữ nghiêm ngặt hơn. Đơn xin nhập Dòng của ông đã được Cha Bề trên chấp nhận. Nhưng vì tình hình đất nước lâm cơn nguy biến, Quốc Trưởng Bảo Đại lại mời ông ra lập Chính Phủ thì ông vì nghĩa vụ cứu nước đã tức tốc rời Bỉ về VN. Suốt chín năm cầm quyền (1954-1963), ông vẫn giữ tinh thần của một nhà tu hành. Vẫn độc thân, vẫn khó nghèo và khiết tịnh. Ông cầu nguyện, làm việc cho Đất Nước với tất cả tấm lòng. Cho đến khi chết ông vẫn giữ lập trường đúng đắn là quyết liệt bảo vệ chủ quyền Quốc Gia dù có phải hy sinh mạng sống. Cái chết tức tưởi của ông đã làm cho những kẻ âm mưu đảo chánh (cả Mỹ lẫn Việt) phải xấu hổ. Không một tên nào dám nhận trách nhiệm. Đó là bọn tham hèn ngu! Ông xứng đáng là vị Thánh Tử Đạo vì Thiên Chúa và vì Tổ Quốc VN.

Trong thời gian ở Thụy Sĩ, ông đã có ý định đi tu, và đã làm đơn gửi cho Nhà Dòng:

Chứng từ: ĐƠN XIN KHẤN DÒNG

Dưới đây là thủ bản đơn xin khấn viết tay bằng tiếng Pháp của cụ Ngô Đình Diệm.

Paix. Au nom de Notre Seigneur Jésus-Christ. Ainsi soit -il!

Moi, Frère Jean-Baptiste, Odilon, Ngô-đình-Diệm, je m'offre
à Dieu tout-puissant,
à la Bienheureuse Vierge Marie,
à notre Saint Père Benoît pour le monastère de Saint-André,
et je promets la conversion de mes mœurs suivant l'esprit de la Règle
du même Saint Père Benoît,
d'après les statuts des Oblats,
en présence de Dieu
et de tous les saints.
† Ngodinhdiem,

Abbaye de Saint-André, en la fête de Ste Scholastique, 10 février 1954.

Nous avons reçu l'oblation du frère Jean-Baptiste Odilon Ngô dinh Diêm le jour et l'année qui sont ci-dessous.

+ Théodore Nève osb

   Abbé

Tạm chuyển ngữ tiếng Việt:

Bình An, Nhân Danh Chúa Giêsu Kitô, Chúa chúng con. Amen.

Con, người anh em tên Gioan Baotixita, Odilon, Ngô Đình Diệm,

Xin dâng mình cho Thiên Chúa Toàn Năng,

Cho Đức Nữ Trinh Maria đầy ơn phước,

Cho Cha Thánh Bênêđictô, tổ phụ Dòng Thánh Anrê,

Và con tuyên hứa thay đổi những lề thói của con cho phù hợp với tinh thần Luật Dòng của chính Cha Thánh Bênêđictô đúng như quy chế dành cho các tu sĩ tận hiến, trước mặt Thiên Chúa và toàn thể các Thánh.

† Ngodinhdiem,

Đan Viện Thánh Anrê, lễ Thánh Nữ Scholastica, ngày 10 tháng 2, 1954.

Nơi lề trái đơn xin nhập Dòng là thủ bút của Cha Bề Dòng trên ghi nhận:

Nous avons reçu l'oblation du frère Jean-Baptiste Odilon Ngô dinh Diêm le jour et l'année qui sont ci-dessous.

+ Théodore Nève osb

   Abbé

Nguyên văn Latin:

Hanc fr Joannis Baptistae Odiloni Ngo dinh Diem Oblationem recepimus die et anno qui sunt infra

   Theodorus Nève OSB

   Abbas

Một Đời Vì Nước Vì Dân   49

BA
TRUẤT PHẾ CỰU HOÀNG BẢO ĐẠI

Nhị Lang**, tức **Thái Lân
Cố vấn Mặt Trận Quốc Gia Kháng Chiến Việt Nam
Phong Trào Kháng Chiến Trình Minh Thế

Nhị Lang
(Trích đoạn Tài liệu Lịch sử từ tr. 298)

Đúng 10 giờ sáng, Thủ Tướng Ngô Đình Diệm, với bộ quần áo bằng Sharskin trắng, tiến vào phòng họp sau tiếng hô của một nhân viên nghi lễ. Mặt ông nặng vẻ ưu tư, khác hẳn với gương mặt rạng rỡ thuở xưa, lúc ông vào thăm viếng chiến khu Liên Minh. Ông mở lời cám ơn tất cả mọi người, rồi tuyên bố lý do như đã trình bày đại khái trong bức thư mời trước. Chỉ một vài câu văn tắt, xong ông lại xin phép cáo lui: ***"Để cho quý Ngài được tự do thảo luận!"***.

Cử tọa ngạc nhiên, bởi ai cũng tưởng Thủ Tướng Ngô Đình Diệm sẽ cùng ngồi lại với các nhân vật chính trị, để bày tỏ quan điểm của riêng ông đối với việc Bảo Đại gọi ông sang Pháp. Đây cũng là một bằng cớ cho thấy Thủ Tướng Ngô Đình Diệm khá tôn trọng tinh thần dân chủ. Việc ông đi hay ở sau này là do đại chúng toàn quyền định đoạt, chứ ông không có ý định chi phối lập trường các đoàn thể cũng như các nhân sĩ có mặt.

Hội nghị bắt tay vào việc ngay tức khắc. Ông Nguyễn Bảo Toàn được bầu làm Chủ Tọa, và ông Phạm Việt Tuyền làm Thư Ký buổi họp. Tôi liếc thấy ai nấy đều chăm chỉ nghiên cứu bức thư mời của Thủ Tướng Ngô Đình Diệm, và dường như người nào cũng chỉ có ý định sẽ thảo luận chung quanh đề tài: *Nên hay không nên tán thành cho Thủ Tướng Ngô Đình Diệm qua Pháp theo lệnh của Bảo Đại"* mà thôi.

Tôi bèn "nổ phát súng" đầu tiên:

- Thưa quý vị, tôi được chỉ thị của đoàn thể chúng tôi là Mặt Trận Quốc Gia Kháng Chiến Việt Nam, tới đây gặp quý vị không phải để nói về việc Cụ Thủ Tướng Ngô Đình Diệm có bổn phận hay không có bổn phận thi hành lệnh triệu thỉnh của Bảo Đại. Mà trái lại, tôi xin thẳng thắn đặt vấn đề là đã đến lúc chúng ta cần truất bỏ quyền hành của ông Quốc Trưởng vô dụng kia đi. Là vì ông ta đang làm một việc trái với nguyên tắc lãnh đạo Quốc Gia. Thử hỏi, thành phố Sài gòn đang có biến, dân chúng xôn xao lo sợ, tại sao ông Bảo Đại lại chọn ngay chính lúc này để bắt buộc Cụ Thủ Tướng phải bỏ nước sang tận bên Pháp xa xôi, để gọi là "tham khảo ý kiến". Tham khảo cái gì? Phải chăng đây là mưu kế nhằm lật đổ Chính phủ này? Vậy tôi xin tuyên bố dứa khoát, nếu quý vị bằng lòng thảo luận việc truất phế Bảo Đại, thì tôi ở lại. Bằng không, tôi xin phép ra khỏi phòng này ngay. Cả cử tọa bàng hoàng trước lời đề nghị cứng rắn của tôi. Hồ Hán Sơn không chậm trễ, lên tiếng phụ họa:

- Nhân danh VN Phục Quốc Hội, chúng tôi đồng ý với Mặt Trận Quốc Gia Kháng Chiến, yêu cầu quý vị đừng bận tâm lệnh triệu thỉnh vô lý của Bảo Đại nữa, mà hãy đồng tâm làm một cuộc Cách Mạng, chấm dứt ngay vai trò của ông Quốc Trưởng kia đi cho xong. Nếu ý kiến này không được hưởng ứng, tôi cũng xin rút lui ngay tức khắc".

Thế là hai anh em chúng tôi, kẻ "tung" người "hứng", nhanh chóng chuyển cuộc họp đi sang một hướng khác mà không ai ngờ tới. Đáng chú ý ở chỗ ông Nguyễn Bảo Toàn là người đầu tiên lên tiếng tán thành việc truất phế Bảo Đại, khiến các nhân vật khác không ngần ngại nối gót theo ông. Nên nhớ là hồi mùa Hạ năm 1948, ông Nguyễn Bảo Toàn, Bí Thư Đảng Dân Xã (Hòa Hảo), đã là một trong số các lãnh tụ quốc gia bay sang Hong Kong, xây dựng cái gọi là "Giải Pháp Bảo Đại", sau khi Cao Ủy Pháp Emile Bollaert lên tiếng tại Hà Đông, bày tỏ lập trường của Pháp không muốn nói chuyện điều đình với Hồ Chí Minh nữa, và muốn giải quyết vấn đề VN với cánh Quốc Gia có uy tín. Ta có thể nói ông Nguyễn Bảo Toàn đã có công với "Giải Pháp Bảo Đại", vậy mà nay chính ông lại mau chóng đồng ý phế bỏ Bảo Đại trước hết, thành thử các đoàn thể và nhân sĩ khác thấy không còn lý do gì để thắc mắc nữa. Bầu không khí bỗng sôi nổi hẳn lên. Nhất là các đoàn thể hoặc tổ chức lâu nay vốn có lòng ủng hộ Thủ Tướng Ngô Đình Diệm thì lại càng bồng bột "quá khích" hơn ai hết. Từ chỗ thụ động, họ bước sang thế chủ động, hy vọng nhờ chúng tôi đứng mũi chịu sào, họ sẽ trừ khử được một con "Ngáo Ộp" từng làm cho Thủ Tướng Ngô Đình Diệm quên ăn, mất ngủ. Ông Bùi Quang Nga, hiệu là Văn Ngọc, vừa hô to:*"Đả Đảo Bảo Đại"* vừa tuột giày, ném thẳng lên chân dung của

Bảo Đại treo trên vách phòng Khánh Tiết. Tiếp đó, người ta đưa ý kiến triệt hạ ngay bức chân dung kia xuống, và người ta công cử cá nhân tôi đứng ra làm hai việc tượng trưng, chấm dứt một triều đại, đánh dấu một khúc quanh lịch sử. Tôi được nhiều nhân vật - đáng chú ý nhất là Luật sư Vũ Văn Mẫu (Thủ tướng cuối cùng của Đệ Nhị Cộng Hòa) - xúm nhau lại công kênh tôi lên vai họ, để triệt hạ bức chân dung quá sức đồ sộ của Bảo Đại. Bức chân dung ấy, hàng ngày "ngự" trong Dinh Độc Lập, nói lên cái quyền tối thượng của ông Quốc Trưởng bù nhìn, hơn một lần đã đầu hàng CS vô điều kiện, đã đem cả ấn kiếm nhà Nguyễn cúi đầu dâng cho tên cán bộ CS Trần Huy Liệu ngày 23/8/1945 tại cố đô Huế, rồi còn cố che đậy sự hèn nhát của mình bằng một câu nói hài hước: *"Thà làm dân một nước độc lập, còn hơn làm vua một nước nô lệ"*. Ông vua thoái vị ấy tưởng đã nằm chết dí bên Hong Kong, nếu không nhờ các lãnh tụ quốc gia làm cho sống lại, để được Pháp điểm tô mày mặt đưa về hồi 1949, để cuối cùng chẳng làm nên trò trống gì cho quê hương xứ sở.

Tưởng cũng nên nhắc lại, là mùa Thu năm 1945, Bảo Đại quá khiếp sợ trước "thế lực tưởng tượng" của bè lũ Hồ Chí Minh, nên không dám có hành động nào khác là đầu hàng CS cho nhanh chóng để được yên thân. Sau khi trao ấn kiếm cho tên Trần Huy Liệu (nguyên là một thành phần quốc gia đã bán rẻ linh hồn cho CS) trong một buổi lễ vô cùng tủi nhục trước bao nhiêu tiếng khóc nức nở của Hoàng thân, Quốc thích nhà Nguyễn, Bảo Đại bay ngay về Hà nội, vui vẻ đóng vai "Cố Vấn Vĩnh Thụy" cho đẹp lòng Hồ Chí Minh, bằng cách tham dự tất cả cuộc hội hè do CS tổ chức. Ông sống quá bình thản vô tư, cho đến nỗi anh em quốc gia rất lấy làm lo ngại cho tương lai ông. Họ âm thầm tìm cách cứu ông ra khỏi cảnh một thằng tù bị giam lỏng trong căn nhà bên cạnh bờ hồ Hoàn Kiếm.

....

Tới khi cuộc chiến VN kết liễu bằng trận Điện Biên Phủ, nước nhà bị chia đôi, con người vô trách nhiệm kia lại còn gượng gạo đứng lên đòi làm chủ Miền Nam một lần thứ hai nữa. Nhưng mộng ấy không thành, khiến ông đành tạm thời giữ vai hư vị "Quốc Trưởng", bị cầm chân vĩnh viễn trên đất Pháp, và miễn cưỡng chỉ định Nhà Cách Mạng Ngô Đình Diệm thành lập chính phủ mới, với tất cả sự thù hằn. Thế cho nên, khi Thủ Tướng Ngô Đình Diệm cầm quyền, dù với thái độ khiêm cung thành tín "Thừa lệnh Đức Quốc Trưởng", Bảo Đại vẫn không ngừng quấy phá nơi hậu trường, bằng cách ngầm nhầm xúi dục Bình Xuyên chống đối vũ trang, sai Tướng Nguyễn Văn Hinh chửi rủa ngày đêm, ra lệnh cho Tướng thân cận là Nguyễn Văn Vỹ âm mưu cướp chính quyền, lén lút mặc cả với Bình Xuyên để sắp đặt cho ông Lê Văn Viễn (Bảy Viễn) lên làm Thủ Tướng.

Tự thủy chí chung, người ta thấy Bảo Đại không hề nghĩ gì tới số phận của nước nhà trước cái hiểm họa CS, mà chỉ mong thỏa mãn ý muốn riêng tư mà thôi. Một con người như thế, quả thật không còn xứng đáng nắm vai chủ chốt, mà bức công hàm triệu thỉnh Thủ Tướng Ngô Đình Diệm sang Pháp giữa lúc Bình Xuyên đang nổi loạn, quả là "Giọt nước làm tràn miệng ly", không ai có thể chấp nhận được. Một cuộc cách mạng phải xảy ra. Và cuộc cách mạng ấy đã xảy ra tại Dinh Độc Lập ngày 29/4/1955. Cho nên, khi cái khung hình của Bảo Đại rơi đánh đùng một tiếng xuống nền Dinh Độc Lập, thì bao nhiêu gót giầy cùng giẫm lên giữa những tiếng la hét giận dữ... Trong bầu không khí tột cùng sôi nổi - có lẽ chỉ xảy ra một lần duy nhất tại Dinh Độc Lập mà thôi - các diễn giả dần dần buông rơi hết mọi sự dè dặt lúc đầu, để trở nên nhiệt thành với cách mạng, và dơ tay tán đồng một cách nhanh chóng, dễ dàng, mọi ý kiến do tôi và Hồ Hán Sơn lần lượt đưa ra. Hội nghị đã lưu lại cho lịch sử một Bản Quyết Nghị nảy lửa, gồm 3 điểm như sau:

1. Truất phế Bảo Đại.

2. Giải tán Chính phủ Ngô Đình Diệm.

3. Ủy nhiệm Chí sĩ Ngô Đình Diệm Thành lập Chính phủ Cách Mạng Lâm Thời, tổ chức Tổng Tuyển Cử, tiến tới Chế độ Cộng Hòa.

Có một điều đáng nói, là sau khi tuyên bố giải tán Chính phủ Ngô Đình Diệm rồi, các diễn giả đâm ra lúng túng, không biết dùng tước hiệu gì kèm theo cái tên của Cụ Ngô Đình Diệm, chả nhẽ lại lại gọi trống không thì khiếm nhã. Tôi bèn đề nghị hai chữ "Chí Sĩ" và được cử tọa hoan nghênh. Kể từ đó, danh từ Chí Sĩ thường được nhắc nhở trong dư luận. Tôi nhìn đồng hồ, lúc ấy vừa đúng 5 giờ chiều. Nghĩa là cuộc họp đã kéo dài suốt 7 tiếng, được chính phủ cung cấp bữa ăn trưa đạm bạc bằng bánh mì thịt nguội và nước ngọt. Bây giờ là lúc cử tọa đề nghị Chủ tịch Nguyễn Bảo Toàn thân hành đi mới Thủ Tướng Ngô đình Diệm xuống phòng họp, để nghe kết quả. *Khi Thủ Tướng nghe xong, tôi thấy mặt ông tái hẳn đi. Tôi chắc ông không ngờ cuộc họp bất thường này lại quay sang một chiều hướng khác, dẹp tan cái chuyện "Thủ Tướng nên đi hay không nên đi sang Pháp", và lôi kéo ông đi một bước quá xa như vậy. Thâm tâm ông chỉ muốn được khuyến cáo là có nên thi hành mệnh lệnh của Bảo Đại hay không mà thôi. Ai ngờ bây giờ chẳng những người ta không chịu để ông ra đi, mà người ta còn hất chân ông*

Quốc Trưởng, và giải tán luôn cái Chính phủ hiện hữu của ông, thì hỏi còn cái biến cố nào đáng ghê sợ hơn?

Thành thật mà nói, Thủ Tướng Ngô Đình Diệm không thể không vui mừng khi hất đi được cái gánh nặng: "Thừa ủy nhiệm Đức Quốc Trưởng" trên vai, khi loại bỏ được một hình ma bóng quế luôn đe dọa ông trong khi hành xử quyền hành. Tuy nhiên, hất cái gánh nặng kia, thì lại đèo theo lên vai cái gánh nặng mới khác của Ủy Ban Cách Mạng, phải chịu quyền ủy nhiệm của Cách Mạng trong những ngày sắp tới, thì còn biết xử trí làm sao đây? Cho nên Thủ Tướng Ngô Đình Diệm thoáng lộ vẻ đăm chiêu, và nói bằng một giọng trầm mặc: *"Xin Quý Ngài cho tôi được có thời giờ suy nghĩ kỹ vấn đề trọng đại này"*.

Tôi muốn thuật rõ các chi tiết trên đây, để đánh đổ luận điệu ngu ngốc xuyên tạc của mấy ký giả Tây phương cho rằng Thủ Tướng Ngô Đình Diệm đã "sắp đặt" và đã "dùng tiền bạc để mua chuộc các đoàn thể chính trị" nhằm "Đẻ" ra "một cuộc cách mạng giả tạo để củng cố quyền hành". Sự thực cho thấy, Thủ Tướng Ngô Đình Diệm không "Đẻ" ra được cái gì sốt cả, và ông tướng Mỹ Edward Lansdale cũng chả đóng được "vai trò đạo diễn" nào trong sự thay đổi lịch sử, như bọn nhà báo tây phương đã xác quyết. Trái lại, Thủ Tướng Ngô Đình Diệm bị đặt trước sự đã rồi, bị ép buộc đi vào con đường Cách Mạng lật đổ triều Nguyễn bằng Quyết Nghị lịch sử ngày 29/4/1955. Cánh cửa Cách Mạng đã mở sẵn, Thủ Tướng Ngô Đình Diệm chỉ còn bước qua bằng cuộc Trưng Cầu Dân Ý ngày 26/10 là xong ván bài Bảo Đại. *Các nhà báo Tây phương toa rập với bọn CS Hà Nội, luôn luôn xuyên tạc và bôi nhọ TT Ngô Đình Diệm và Miền Nam*, luôn luôn chối bỏ các biến cố lịch sử đương nhiên của miền Nam. Nhưng lịch sử bao giờ cũng là lịch sử, biến cố bao giờ cũng là biến cố từ lòng dân chúng miền Nam phát ra. Và riêng tôi xin làm một chứng nhân, sẵn sàng đương đầu với bất cứ ai ngoan cố cho rằng cuộc cách Mạng ngày 29/4/1955 là "một cuộc cách mạng giả tạo", là "sản phẩm" của chế độ Ngô Đình Diệm.

Sáng ngày 30/4, một cuộc họp tập hợp tự động của các giới nhân sĩ Sàigòn được tổ chức tại phòng Khánh Tiết Tòa Đô Chính. Các ông Nguyễn Bảo Toàn, Hồ Hán Sơn và tôi được mời ra thuyết trình về cuộc Cách Mạng ngày hôm trước. Cử tọa vô cùng phấn khích, luôn luôn hoan hô tán thưởng. Lại thêm một màn hạ tượng trưng hình Bảo Đại treo nơi phòng Khánh Tiết. Một đồng bào quá hăng say vác khung hình ném qua cửa, xuống mặt đường trước Tòa Dô Chính, may sao không gây thương tích cho người qua lại. Đồng bào lại yêu cầu được thấy mặt tướng lĩnh Trình Minh Thế, Nguyễn Thành Phương và Nguyễn Giác Ngộ là những nhân vật của các tổ chức Mặt Trận Quốc Gia Kháng Chiến VN, VN Phục Quốc Hội, và VN Dân Xã Đảng. Ba ông này liền xuất hiện một lượt, và được đón tiếp bằng một tràng pháo tay bất tận.

Tướng Nguyễn Thành Phương vốn có tham vọng riêng, nên đã thuyết phục 2 Tướng Trình Minh Thế Nguyễn Giác Ngộ thừa dịp này đứng chung với nhau thành một "Hội Đồng Chỉ Đạo" **bao trùm lên Ủy Ban Cách Mạng**. Tôi biết Tướng Thế bất đắc dĩ phải nghe lời ông Phương, vì Tướng Thế đã đồng ý với tôi rằng: Chỉ một mình Ủy Ban Cách Mạng do các đảng phái và nhân sĩ chính thức bầu ra mới có uy danh thực sự. "Hội Đồng Chỉ Đạo" kia đã gây trở ngại cho chúng tôi không ít. Ông Nguyễn Bảo Toàn rất bất mãn, nhưng ông không dám bộc lộ ý kiến của mình. Cũng cái "Hội Đồng Chỉ Đạo" kia đã gieo rắc sự nghi ngờ trong lòng Thủ Tướng Ngô Đình Diệm, khiến Chính Phủ càng ngày mất thiện cảm với Tướng Nguyễn Thành Phương và đưa ông tới chỗ suy bại sau này...

Đã thế, cá nhân Hồ Hán Sơn lại phạm thêm một lỗi lầm ngoại giao khác nữa đối với Chính quyền, khiến bầu không khí càng thêm khó thở. Số là ngày mồng 3/8, Hồ Hán Sơn cùng đi với tôi vào Dinh Độc Lập thăm viếng Thủ Tướng Ngô Đình Diệm. Câu chuyện đang vui vẻ, thì chợt Hồ Hán Sơn buột mồm nói với Thủ Tướng Ngô Đình Diệm một câu: **"Xin Cụ cứ lo việc chính quyền, phần đại chúng xin cứ để mặc chúng tôi điều động"**. Tôi chết sững trong lòng trước câu nói quá sức vụng về này. Thủ Tướng Ngô Đình Diệm sa sầm nét mặt. Ông có thói quen khi ngồi tiếp khách thì chắp hai tay trước mặt, không bao giờ ngồi gác chân nọ lên chân kia hoặc dựa ngửa trên ghế. Và hễ gặp chuyện bất bình, thì đôi mắt lộ vẻ như chẳng nhìn ai, và ông nói lãng sang chuyện khác ngay. "Thôi chẳng còn gì nữa. Thế này thì rõ ràng là Ủy Ban Cách Mạng manh tâm khống chế quần chúng, đặt chính phủ vào địa vị bù nhìn, rồi có ngày sẽ cướp đoạt chứ chẳng sai". Tôi chắc Thủ Tướng Ngô Đình Diệm đã nghĩ như thế. Hồ Hán Sơn vô tình vẽ ra trong đầu óc của Thủ Tướng Ngô Đình Diệm hình ảnh một Nguyễn Thành Phương "phản nghịch" mà Chính quyền cần phải đối phó. Lúc trở về, tôi thẳng thắn cự tuyệt Hồ Hán Sơn về câu nói vô trách nhiệm của anh. Sơn biết lỗi, ngồi im thin thít. Do những bất trắc vừa kể ở trên, mối liên lạc giữa Chính quyền với Ủy Ban Cách Mạng càng ngày càng căng thẳng đến độ nghẹt thở. Trụ sở Cách Mạng đặt tại số 25, đường Phùng Khắc Khoan (nhà riêng của Lai Hữu Tài, Cố Vấn Bình Xuyên, do Chính quyền tịch thu và nhường cho Cách Mạng) bị Cảnh sát bao vây, khiến tôi phải gọi ông Nguyễn Bảo Toàn cùng tôi đích thân can thiệp, câu chuyện mới được yên. Nguyễn Bảo Toàn chán nản, bỏ sang

Phi Luật Tân một dạo, rồi âm thầm rút khỏi Ủy Ban Cách Mạng. Hồ Hán Sơn cũng bị Tướng Nguyễn Thành Phương kéo về nằm yên một xó, chẳng hiểu vì sao. Chỉ còn mình tôi miễn cưỡng chống đỡ tòa nhà đang suy sụp cho tới khi tôi bỏ nước ra đi.

Xin nói tiếp về cuộc họp nhân sĩ tại phòng Khánh Tiết hôm 30/4. Sau khi cử tọa biểu quyết xong bản Quyết Nghị triệt để ủng hộ Ủy Ban Cách Mạng, thì giải tán. Còn phần chúng tôi thì rủ nhau đi bộ vào Dinh Độc Lập để thông báo cho thủ Tướng Ngô Đình Diệm biết các diễn tiến, nói đúng hơn là để giới thiệu với Thủ Tướng rằng lòng dân nay đã hướng về một phía, không còn muốn thấy nước nhà dây dưa gì với Bảo Đại nữa cả. Phái đoàn có cả Tướng Nguyễn Giác Ngộ và Nguyễn Thành Phương.

Tới nơi vào khoảng 6 giờ chiều, chúng tôi bắt gặp một số đông sĩ quan "Quân Đội Quốc Gia", ước chừng 50 người, đang ngồi chật cả phòng khách ở tầng dưới Dinh Độc Lập.

Trên lầu, chúng tôi lại thấy Thiếu Tướng Lê Văn Ty đang ngồi trong một phòng khách nhỏ với một tướng khác mà tôi không biết tên. Thấy hơi lạ, tôi bèn nhờ Đại Úy Tùy Viên Tạ Thành Long kín đáo đi dò xét tình hình xem tại sao Thủ Tướng Ngô Đình Diệm lại định tiếp kiến với quá nhiều sĩ quan như vậy. Tạ Thành Long tìm hiểu được lý do, vội vàng hốt hoảng trở lại cho hay là Tướng Nguyễn Văn Vỹ (người cùng ngồi với Tướng Ty) đã thừa lệnh Bảo Đại cướp đoạt quyền bính trong tay của Tướng Ty từ lúc chiều, và được Tướng Ty cùng các sĩ quan kia hộ tống vào Dinh Độc Lập để cướp nốt quyền lãnh đạo chính phủ trong tay của Thủ Tướng Ngô Đình Diệm. Như thế, có nghĩa là số người này hoàn toàn đồng lõa với Tướng Vỹ, kéo nhau vào đây tuy không gươm không đao, nhưng rõ ràng là muốn lấy số đông gây áp lực, bao vây Thủ Tướng Ngô Đình Diệm như bao vây một con chim nhỏ, để bắt buộc Ông đảng nào cũng phải nhượng bộ, rời khỏi chính quyền. Cần nhắc lại rằng, Bảo Đại không những triệu thỉnh thủ Tướng Ngô Đình Diệm sang Pháp, mà còn đòi hỏi cả tướng Lê Văn Tỵ cũng phải bỏ cả nhiệm vụ đi theo. Mặt khác, Bảo Đại đặc phong cho Tướng Nguyễn Văn Vỹ làm "Tổng Tư Lệnh Quân Đội Quốc Gia", một điều khác mà các tướng Trình Minh Thế, Nguyễn Giác Ngộ và Nguyễn Thành Phương đã công khai phản đối bằng một Quyết nghị chung.

Hành động như trên, quả thực Bảo Đại đã vượt ra ngoài phạm vi thể chế đương thời. Vì một chế độ với Quốc Trưởng, với Thủ Tướng, thì chức Tổng Tư Lệnh phải thuộc về tay Quốc Trưởng, còn người cầm đầu Quân Đội chỉ có thể là TTM Trưởng mà thôi. Gia chí dĩ, Thủ Tướng Ngô Đình Diệm khi lãnh đạo chính quyền với điều kiện "Thừa lệnh Đức Quốc Trưởng" tức là mặc nhiên đã là người thay mặt Quốc Trưởng một cách hợp pháp, và mặc nhiên nắm quyền Tổng Tư Lệnh Tối Cao. Vậy tại sao Bảo Đại còn phong chức "Tổng Tư Lệnh" cho Tướng Nguyễn Văn Vỹ nữa? Khi nghe biết về biến cố trọng đại như trên, ai nấy bàng hoàng sửng sốt. Biết được người đeo lon tướng lạ mặt kia là Tướng Nguyễn Văn Vỹ, tôi liền nảy ngay ý kiến bắt ông ta tại chỗ. Tôi chỉ kịp bàn qua vài câu với các Tướng Trình Minh Thế và Nguyễn Thành Phương, và cả hai ông đồng ý gật đầu cho tôi ra tay. Thế là tôi lặng lẽ tiến ra hành lang phía sau Dinh Độc Lập, khi tới chỗ phòng khách nơi tướng Nguyễn Văn Vỹ đang ngồi tư lự, tôi nhanh nhẹn rút khẩu súng Colt-45 trong chiếc cặp ra, chĩa thẳng vào người tướng Vỹ, ra lệnh:

- Dơ tay lên! Không tôi bắn!

Tướng Lê Văn Tỵ trông thấy trước, vội đứng ngay lên, và Tướng Vỹ cũng hoảng hốt đứng lên theo, hai tay dơ cao khỏi đầu. Tướng Tỵ liền liều mạng chạy lại ôm lấy tôi, năn nỉ can thiệp để cứu Tướng Vỹ, nhưng tôi sợ ông ta thừa cơ đoạt súng, nên đưa tay trái gạt ông ra và bảo:

- Việc này không có liên hệ tới Thiếu Tướng, xin đừng làm trở ngại.

Mặt khác, tôi gọi Hồ Hán Sơn và bảo:

- Hãy bóc hộ ga-lông của ông này cho tôi!

Hồ Hán Sơn tức khắc thi hành theo lệnh, mà hai tay run lẩy bẩy, vì anh chỉ sợ tôi nóng giận nổ súng bắn nhầm anh.

Một phóng viên ngoại quốc - nếu tôi nhớ không lầm là Francois Sully - không biết chờ chực từ lúc nào ngoài hành lang, đã nhanh nhẹn đẩy một chiếc ghế tới trước cửa, rồi nhảy phóc lên, bấm vội một bức ảnh duy nhất về cái khung cảnh Tướng Nguyễn Văn Vỹ đang giơ tay đầu hàng, xong lại biến đi tức khắc cũng vì sợ tôi bắn phải anh ta. Bức ảnh hiếm hoi này sau đó đã xuất hiện trên nhiều tờ báo ngoại quốc, đáng kể là tờ LIFE, trong số phát hành hồi tháng 7 năm 1955, đã đăng một loạt những tấm hình sống động về việc tôi bắt Tướng Vỹ.

Thủ Tướng Ngô Đình Diệm cũng được báo tin. Ông tất tả chạy vào ôm lấy tôi ngay trước mũi súng, và hổn hển nói:

- Tôi xin ngài! Tôi xin ngài đừng làm đổ máu tại đây. Việc gì còn có tôi đây giải quyết, xin ngài đừng nóng giận!

Thủ Tướng Ngô Đình Diệm miệng nói, tay ông dơ lên che chở cho Tướng Vỹ, rồi đẩy dần Tướng Vỹ ra khỏi gian phòng, đưa thẳng về chỗ ngủ riêng của Thủ Tướng ở đàng cuối Dinh Độc Lập trông ra đường Hồng Thập Tự. Tướng Lê Văn Ty bị tôi cưỡng bức ngồi yên một chỗ, còn các sĩ quan theo ông đang ngồi đợi dưới lầu đều không hay biết gì cả. Tướng Thế và Tướng Phương dùng điện thoại liên lạc về Tổng Hành Dinh, ra lệnh cho các đơn vị võ trang sẵn sàng ứng chiến. Phần tôi, ở cái thế "cưỡi đầu voi dữ", tôi ra lệnh cho mọi người trong Dinh Độc Lập tuyệt đối không được xuất nhập. Một lát sau, Thủ Tướng Ngô Đình Diệm cho mời tôi và Hồ Hán Sơn vào gặp ông với Tướng Vỹ ngay tại phòng ngủ. Cả Tướng Lê Văn Ty cũng đi theo. Tôi khóa trái cửa phòng lại, và bỏ chìa khóa vào túi áo. Chúng tôi năm người ngồi chung quanh một bộ xa lông thấp nhỏ, trước giường nằm của Thủ Tướng Ngô Đình Diệm, trên đầu có treo Thánh Giá. Cuộc điều đình gay go bắt đầu. Tướng Vỹ thấy được thủ Tướng Ngô Đình Diệm ra tay che chở, thì lấy làm yên tâm lại tỏ vẻ cứng đầu, còn nuôi cái mộng sẽ quật ngược tình thế. Tôi vẫn giữ nguyên lập trường cứng rắn, là bắt giữ tướng Vỹ đưa ông về Núi Bà giam giữ, vì ông đã đi ngược lại con đường Cách Mạng, âm mưu cướp quyền Tham Mưu Trưởng trong tay Tướng Lê Văn Tỵ giữa lúc Đô Thành đang có biến. Tôi quay hỏi Tướng Tỵ xem có phải như vậy không, Tướng Tỵ gật đầu xác nhận. Ông còn nói thêm, là ông đã tự ý nhường quyền TM Trưởng cho Nguyễn Văn Vỹ chiều nay, và ông với các Sĩ quan Tham mưu đã hộ tống Nguyễn Văn Vỹ vào Dinh Độc Lập theo lời của Nguyễn Văn Vỹ.

Cái chết của Tướng Trình Minh Thế

Thủ Tướng Ngô Đình Diệm đang gắn lon Thiếu Tướng cho Tướng Trình Minh thế vào ngày 13/2/1955. Để rồi chưa đầy ba tháng sau Tổng Thống Ngô Đình Diệm đã ôm thi hài của Tướng Thế, hôn lên mắt, mà khóc thương cho một chiến sĩ Quốc Gia đã ngã xuống bởi tên tay sai của Pháp: Mai Hữu Xuân.

Tướng Thế mất lúc 7 giờ chiều mùng 3/5/1955. Ông bị một viên đạn Carbine duy nhất bắn vào lỗ tai bên phải xuyên thẳng qua mắt trái, tròng mắt bay mất. Khói đạn còn dính bên tai, chứng tỏ kẻ sát nhân phải đứng gần lắm nên mới chính xác như vậy. Một con mắt còn lại nhắm nghiền, hàm răng giả của ông cũng đã bay đâu mất. Theo lời Đại Úy Tạ Thành Long báo cáo, và chính tôi cũng được Long dẫn đi khám trận, thì một vài phút trước khi Tướng Thế bị hạ sát, ông đang đứng cạnh một bức tường hoa đã đổ nát (ngay dưới chân cầu Tân Thuận, phía Sài gòn đi xuống, phải vòng theo một con đường nhỏ về phía tay trái mới tới được nơi ấy). Ông đưa tay chỉ trỏ, ra lệnh cho quân nhà bắn vào một chiếc Frégate đậu bên kia cầu mà ông nghi là của Pháp giả vờ nằm đó để làm hiệu cho đối phương bắn về phía ông. Cứ theo vị trí kể trên, thì viên đạn đi xéo từ bên phải ở phía sau, trúng ngay lỗ tai, mà người bắn ra viên đạn ấy không thể cách xa hơn 10 thước, và ắt đã núp dưới chân cầu, sau lưng mục tiêu. Tướng Thế chết gục tức khắc, không kịp thốt ra một lời nào. Giữa lúc ấy, thì quân Liên Minh đang tiến qua cầu, một chiếc xe Jeep bị bắn hỏng, nằm chết giữa cầu, theo lời tường thuật của Đại Úy Nguyễn Tấn Ước.

...

Một lúc sau, Thủ Tướng Ngô Đình Diệm và CV Ngô Đình Nhu đều đòi ra thăm. Nhưng chúng tôi thành khẩn khuyên hai nhân vật quan trọng ấy là xin hãy đợi tới sáng hôm sau, chứ đừng đến giữa đêm khuya, vì thành phố Sài gòn đang có biến, an ninh không được bảo đảm. Thế là tờ mờ sáng hôm sau (4/5/1955) điện đường chưa tắt, Thủ tướng Ngô Đình Diệm, CV Ngô Đình Nhu, cùng toàn bộ nội các và Bộ TM (do Tướng Lê Văn Tỵ hướng dẫn), đều tề tựu đông đủ trên căn gác nhỏ ở đường Trương Minh Giảng.

... Thủ tướng Ngô Đình Diệm tức thì có một cử chỉ làm anh em chúng tôi vô cùng xúc động và còn nhớ mãi tới bây giờ. Ông đầm đìa nước mắt, cúi xuống ôm ghì lấy thi hài Tướng Thế, rồi hôn ngay trên mặt người chết.

Tiếp đó, ông ngất xỉu luôn. Mọi người hốt hoảng, vội vàng tìm cách cứu chữa, mãi một lát sau Ông mới hồi tỉnh, và rồi khóc. Còn ông Nhu thì quỳ bên giường, vừa nắm tay người chết vừa kêu than "Anh Thế ơi!" với một giọng ai oán đầy nước mắt. Chúng tôi thật sự không ngờ Thủ tướng Ngô Đình Diệm lại đau khổ đến mức ấy. Ông như người mất một người ruột thịt yêu quý nhất trên đời!

Ngày mồng 6/5 được ấn định là ngày cử hành tang lễ cho Cố Trung Tướng Trình Minh Thế. Đúng 9 giờ sáng hôm ấy, Thủ Tướng Ngô Đình Diệm đích thân đọc điếu văn trước linh cửu, bấy giờ đã được chuyển ra ngoài công trường Tòa Đô Chính. Tiếng nức nở của Thủ Tướng Diệm lại vang lên trong máy vi âm. Sau đó, quan tài được đặt trên một chiếc thiết giáp phủ Quốc Kỳ, lìa khỏi Sài gòn, tiến theo con đường lên Tây Ninh. Thủ Tướng Ngô Đình Diệm tiễn theo linh cửu tới gần chợ Sài gòn mới quay trở lại.

...Trước hết, các thành phần không ưa Thủ Tướng Ngô Đình Diệm cho rằng ông Diệm hoặc ông Nhu đã nhúng tay vào máu, trừ khử một người tuy có công với chính quyền, nhưng lại rất "nguy hiểm" cho chính quyền. Thú thật, ngay buổi đầu, lòng tôi cũng đã có nghi ngờ ấy. Nhưng rồi tôi lại tự bác bỏ ngay. Xét về lý thuyết, Thủ Tướng Diệm không dại gì vội vàng chặt đứt chân tay mình bằng cái chết của Trình Minh Thế, ngay giữa lúc đối phương đang triệt để lũng đoạn tình hình, khuynh đảo chính quyền. Dù quả thật Trình Minh Thế có "nguy hiểm" chăng nữa, thì cũng vẫn chưa phải lúc để ra tay. Uy danh Trình Minh Thế còn đang hữu ích đối với chính quyền...

1. Pháp hết sức căm thù Trình Minh Thế và đã công khai lên án tử hình khiếm diện hồi 1951, khi Trình Minh Thế

vừa ra khu. Việc này thật dễ hiểu, vì chẳng những Trình Minh Thế lập chiến khu chống Pháp công khai, mà trước đó không bao lâu, chính Trình Minh Thế đã chủ trương vụ ám sát Tướng Chanson và Thái Lập Thành, giao cho thuộc hạ thân tín lúc bấy giờ là Đại úy Văn Thành Cao, Chỉ Huy Trưởng Quân Đội Cao Đài tại Sa Đéc, thi hành công tác mạo hiểm này.

2. Một Thiếu Tá phi công của Pháp bị Trình Minh Thế bắn chết, khi viên phi công này bay thám thính trên chiến khu Bù Lu.

3. Hai quả bom khiêu chiến của Liên Minh tại Sàigòn ngày mồng 9 tháng 1 năm 1952, là một cái tát đau đớn vào mặt nhà cầm quyền Pháp, báo hiệu cho Pháp biết Trình Minh Thế là một địch thủ lợi hại, cần phải trừ khử bất cứ lúc nào.

4. Hai tên chủ đồn điền người Pháp tại Tây Ninh bị Trung Tá Nguyễn Trung Thừa bắt được và hạ sát hồi cuối năm 1954. Pháp vô cùng phẫn uất, nhờ Đức Hộ pháp Phạm Công Tắc phải đền bồi này nọ.

Mai Hữu Xuân là một nhân viên tình báo nổi tiếng phục vụ cho quyền lợi của Pháp ở Việt Nam. Tên này chưa hề ra trận mạc bao giờ, mà vẫn lên tới cấp Tướng của Pháp, đủ biết hắn ta được lòng tin cậy của Pháp như thế nào. Các tin tức thu lượm được cho hay Mai Hữu Xuân đã tổ chức sai người theo dõi Trình Minh Thế từ khi Thế mới về thành, và khi biết Thế thân hành ra chỉ huy mặt trận tại cầu Tân Thuận, thì Mai Hữu Xuân sai bộ hạ phục sẵn dưới cầu, thừa lúc chiến sự đang sôi nổi hỗn loạn, bắn ngay một phát súng Carbine từ đằng sau tới, rồi biến vào nhà dân gần đó. Và câu kết luận của tôi: Trình Minh Thế đã bỏ mình vì thực dân Pháp, chứ chẳng ai khác. *Trình Minh Thế bị ám sát bởi tay sĩ quan tôi tớ của Pháp. Thủ phạm thi hành vụ ám sát kia chính là Tướng Mai Hữu Xuân, người mà tám năm sau đã thay mặt bọn Dương Văn Minh đã hạ sát cả TT Ngô Đình Diệm và ông Ngô Đình Nhu.*

Cái chết của Hồ Hán Sơn

Phong Trào Kháng Chiến Trình Minh Thế, nơi trang 296: "Ngày 15/2/1956, Thủ Tướng Ngô Đình Diệm bất thình lình cử Tướng Văn Thành Cao cầm đầu Chiến Dịch Bình Định Miền Đông, đặt Bộ chỉ huy tại Tòa thánh Tây Ninh. Đối với Tướng Phương, đó là cái hậu quả tất yếu của việc Phương chống báng. Ông này vô cùng hoảng hốt lo sợ. *Thừa dịp ấy, bí thư của ông, Trung Úy N.N.V, một người ít học nhưng nhiều tham vọng, lại sẵn có mối thù riêng với Hồ Hán Sơn từ thuở nào, nên không cần đợi lệnh thượng cấp, N.N.V, đem ngay Hồ Hán Sơn ra giết chết, rồi ném thây xuống giếng, lấp lại. Trước khi thọ hình, Sơn còn để lại nhiều bài thơ nghĩa khí trên vách nhà giam, mà tôi không nhớ được. Chính Văn Thành Cao đã chỉ cho tôi xem nơi Hồ Hán Sơn bị vùi dập. Cái chết oan ức này của người anh em Hồ Hán Sơn đã là lý do khiến tôi phải gấp rút bỏ nước ra đi ngày 20/2 năm ấy.* Việc Hồ Hán Sơn bị giết, tôi biết như trên, nhưng tôi cũng đành để bụng, và không nỡ trách Tướng Phương trong cơn bối rối, đã để xảy ra một tấn kịch đau thương!

*** Chú thích: Vì lúc viết sách Phong Trào Kháng Chiến Trình Minh Thế, viên Đại Tá Savani của Pháp chưa lên tiếng xác nhận chính ông ta đã giết chết Tướng Trình Minh Thế. Do đó, tác giả Nhị Lang không đọc được tài liệu này. Vậy, nhân đây Hồn Việt UK Oline **hon-viet.co.uk** xin bổ sung tài liệu do Hàn Giang Trần Lệ Tuyền sưu tầm về Đại

Tá Savani (tình báo của Pháp) đã công khai trong sách, nhận chính ông ta đã giết Tướng Trình Minh Thế như sau: *(do một viên Trung Úy tên Jean Lartéguy tiết lộ trong "Soldats perdus et fous de dieu", (pages 244-245).*

"C'est moi qui ai tué Trinh Minh Thế. Non, je ne tenais pas la carabine, mais j'avais tout préparé. Il fut tué d'une seule balle en pleine tête, par l'un de mes hommes, sur le pont de Bình Đại. Le coup n'est pas parti de la vedette. Cet homme put ensuite disparaitre sans difficuté. Son nom ne vous dirait rien. Disons qu'il portait ce jour-là les galons de lieutenant. À l'exception de la bande à Lansdale, tous me furent reconnaissants de son exécution. Y compris Diệm qui n'aurait pas duré longtemps si Thế n'avait pas disparu. Je L'ai fait exécuter, non pour faire plaisir à Diệm ou aider les Bình Xuyên, mais pour venger le général Chan-son, comme je me l'étais juré".

Dịch:

"Chính tôi đã giết Trình Minh Thế. Không, tôi không đích thân cầm cây súng Carbine đó, nhưng tôi đã chuẩn bị mọi việc chu đáo. Thế bị giết bằng một viên đạn duy nhứt bắn ngay vào đầu, do một người trong nhóm thuộc hạ của tôi bắn trên cầu Bình Đại. Viên đạn này không bắn từ tàu Vedette. Tên thuộc hạ đó biến mất sau đó, không có gì là khó khăn. Cái tên của hắn cũng chẳng cần nói lên làm gì. Có thể nói rằng, ngày hôm đó, hắn ta mang lon Trung Úy. Ngoại trừ phe nhóm của Lansdale, còn tất cả đều biết ơn tôi về vụ hành quyết Thế. Kể cả ông Diệm là ngừơi sẽ khó tồn tại lâu dài nếu Thế không biến mất. Tôi ra lệnh hành quyết Thế, không phải để làm vui lòng ông Diệm hoặc để giúp bọn Bình Xuyên, mà chính là để trả thù cho Tướng Chanson, như tôi đã tự thề thốt với lòng".

Nhận xét:

Tài liệu bị Jean Lartéguy ghi sai là cầu Bình Đại thực ra là cầu Tân Thuận. Nhưng chúng ta nên hiểu là Đại Tá Savani cũng chỉ được phúc trình chính thức là 1 viên đạn, hung thủ không đại gì phúc trình 2 viên đạn (điều nầy khiến nó bị khiển trách, vì thông báo chính thức là Tướng Thế bị bắn sẻ và chết vì 1 viên đạn). Chính quyền cũng chỉ được thông báo là 1 viên đạn *(do Tạ Thành Long)*. Viên Trung Úy mà Savani nói là người Việt chứ không phải là người Pháp, cho nên nó dễ trà trộn vào đám đông đang hỗn loạn trong lúc cái tin sét đánh ngang mày: Tướng Thế bị tử thương.

Thêm một chi tiết:

Bà Nguyễn Thanh Thủy, *Biệt Đội Trưởng Thiên Nga,* *Bộ Tư Lệnh Cảnh Sát Quốc Gia VNCH* **kể lại:** Sau khi được Cộng Sản cho ra khỏi tù (tháng 2/1988), bà Nguyễn Thanh Thủy liền mở quán bán bánh cuốn, cà phê ở lề đường phố Sàigòn. Rất nhiều người đến ăn uống. Trong đó có người em vợ của Đại Úy Nguyễn Văn Nhung kể lại: *"Chính Đ/U Nhung đã giết TT Trịnh Minh Thế theo lệnh của Sĩ quan Pháp".* Nhung kể lại cho vợ và cô em vợ nghe trước khi bị giết chết sau cuộc Chỉnh Lý 30/1/1964.

Những người biết suy nghĩ và trung thực, vẫn nghĩ cái tên "Giám sát" nầy là Mai Hữu Xuân, vì bọn mật thám của Pháp vô cùng hung ác và thâm mưu, chúng là đại họa của dân tộc ta từ thời Pháp thuộc. Chúng còn tác hại trong thời Đệ Nhất và cả Đệ Nhị VNCH.

Và lúc đó, có 2 sĩ quan của quân đội quốc gia *(chuyển từ Vệ Binh Đoàn, tức lính người Việt do Pháp tuyển mộ, để có lính giúp quân đội Pháp mà đánh với Việt Minh)* xin lên ngồi xe với Tướng Thế *(mà Tướng Thế lầm tưởng chúng là*

người của Thủ Tướng Ngô Đình Diệm phái đến). Hai tên
nầy là Trung Tá Mai Hữu Xuân và một viên Trung Úy,
hành động cho quân đội Pháp mặc dù đã chuyển giao cho
phía VN. Tên đóng vai trò "giám sát" sẽ rình cơ hội thuận
tiện nhất mà ra hiệu cho tên hung thủ ngồi ở vị trí ra tay ám
toán. Tướng Thế đang lo mặt trận không để ý gì đến hành
vi của chúng, mà ông tưởng lầm là bây giờ quân đội VN và
Cao Đài là "người một nhà". Bất cứ người nào ở miền Nam
vào thời buổi đó cũng lầm tưởng như vậy.

Cho nên hung thủ ngồi rất gần Tướng Thế, ngồi ngay
sau lưng ông, nó ra tay chớp nhóang, các vết thương chỉ rõ
tầm bắn rất gần. Cho nên dấu tích của vết thương nói lên
điều đó.

BỐN

ÔNG CỐ VẤN NGÔ ĐÌNH NHU

Nếu nói về sự nghiệp của TT Ngô Đình Diệm, mà
không nói tới ông Cố Vấn Ngô Đình Nhu thì thật là một
thiếu sót lớn. Bởi vì ông Ngô Đình Nhu được coi như là
một Kiến Trúc Sư, đã góp phần xây dựng nền móng vững
chắc cho chế độ CHVN. Là một cố vấn, ông đã giúp TT
Ngô Đình Diệm, giải quyết nhiều công việc khó khăn lúc
ban đầu. Ông đã hoạch định và phát triển chương trình Ấp
Chiến Lược ở nông thôn, trong công cuộc chống CS, đã đạt
được nhiều kết quả rất khả quan. Nhưng tiếc rằng, sau khi
làm đảo chính, lên cầm quyền, tướng Dương Văn Minh đã
ra lệnh phá hủy tất cả các Ấp Chiến Lược, thành ra Việt
Cộng đã có các vùng thôn, ấp bỏ ngỏ rất an toàn để ẩn náu
và hoạt động mạnh mẽ trở lại, đưa đến hậu quả góp
phần mất toàn miền Nam ngày 30/4/1975, khiến Dương
Văn Minh đã phải nhục nhã đọc lệnh đầu hàng Bắc Việt.

Ông Ngô Đình Nhu sinh ngày 7/10/1910 tại Huế, nhưng nguyên quán ở làng Đại Phong, huyện Lệ Thủy, tỉnh Quảng Bình. Khác với hai người anh của mình là Ngô Đình Khôi và Ngô Đình Diệm xuất thân Nho Học và ra làm quan cho triều Nguyễn. Còn ông Ngô Đình Nhu thì lại theo Tây Học. Giữa thập niên 1930 khi du học tại Pháp, ông là thủ lãnh sinh viên Việt Nam, ông đã phụ giúp sinh viên biểu tình ủng hộ Mặt Trận Bình Dân Pháp do nhà xã hội Léon Blum cầm đầu, và về sau ông đã giúp TT Ngô Đình Diệm thu nhận nhân tài tại Pháp về nước giúp xây dựng và phát triển Miền Nam VN. Sau khi đỗ Cử nhân Văn Chương tại Pháp, ông Ngô Đình Nhu theo học ngành Archiviste Palégraphe tại trường Quốc gia Cổ Tự Học *(École National des Chartres)* là một trường rất nổi tiếng tại Paris.

Năm 1938, ông Ngô Đình Nhu trở về VN và đảm nhận chức vụ Thống kê viên Nha Văn Khố Trung Ương Hà Nội từ năm 1938-1943. Sau đó ông làm Chủ sự Phòng Văn Khố Tòa Khâm Sứ Huế. Và cũng đã được ông Trần Văn Lý, Đổng Lý Ngự Tiền Văn Phòng của Nam Triều mời giữ chức vụ Chủ Tịch Hội Đồng Chỉnh Đốn Châu Bản của Văn Khố nha Nguyễn.

Năm 1945, sau khi Nhật đảo chính Pháp, ông được chính phủ Trần Trọng Kim cử giữ chức Giám Đốc Văn Khố Trung Ương tại Hà Nội. Trong thời gian này ông có viết một tác phẩm bằng tiếng Pháp, nhan đề là "La Fête de l'ouverture du Printemps a Hanoi sous les Postérieurs".

Năm 1945, khi Hồ Chí Minh cướp chính quyền tại Hà Nội, ông bị Hồ Chí Minh lùng bắt trong một đêm mưa gió, nhưng ông đã trốn thoát và đến tá túc tại Đại Chủng Viện Phát Diệm. Sau đó bộ chỉ huy phòng thủ Phát Diệm đã dùng chiếc xe kéo tay che phủ kín, rồi cho người kéo ông đi vô Thanh Hóa, tạm trú tại nhà xứ Cha Mai, Chánh xứ Tam Tổng, và ông đã qua ngã Lào để về Sài gòn. Người hộ tống ông lúc bấy giờ là hai ông Trần Kim Tuyến và Nguyễn văn Châu. Ông Ngô Đình Nhu là người trầm lặng ít nói, không có tài hùng biện trước công chúng. Nhưng nếu ai đã có dịp tiếp xúc với ông cũng đều phải thán phục những tư tưởng và những sự phân tích khai triển công việc nhanh, gọn của ông. Từ thập niên 1950, ông Ngô Đình Nhu đã bắt đầu hoạt động chống CS với sự thành lập Liên đoàn Lao động Công giáo.

Năm 1954, khi TT Ngô Đình Diệm lên cầm quyền, ông thành lập đảng chính trị Cần Lao, dựa vào một chủ thuyết do ông khởi xướng là học thuyết Cần Lao Nhân vị để hỗ trợ chính quyền. Vì thế ông được coi như là cha đẻ của Đảng Cần Lao, dựa vào thuyết Nhân Vị *(personnalisme)* qua đúc kết hai xu hướng của triết gia công giáo Emmanuel Mounier và Jacques Maritain. Dưới sự giúp đỡ của người Mỹ, đảng Cần Lao phát triển nhanh chóng, thâm nhập vào hàng ngũ quân đội, công chức, trí thức và cả giới kinh doanh và trở thành chính đảng lớn nhất thời bấy giờ. Đồng thời, ông cũng cho thành lập một tổ chức có tên là "Thanh niên Cộng Hòa", do ông làm Tổng thủ lãnh. Một tổ chức khác dành cho phụ nữ có tên là "Phụ nữ liên đới" cũng được thành lập và do vợ ông làm Tổng thủ lãnh. Ông là Chủ tịch Ủy ban Liên bộ đặc trách Ấp chiến lược, tổ chức thực hiện kế hoạch quốc phòng Ấp chiến lược từng gây khó khăn cho MTDTGP Miền Nam VN, nói chung là bọn Việt Cộng. Trên danh nghĩa, ông chỉ là một Cố Vấn Chính Trị, nhưng hầu hết các tài liệu, đều ghi nhận ông là kiến trúc sư của chế độ, là người khởi xướng mọi chủ trương chính sách cho nền Đệ Nhất Cộng Hòa. Ông cũng cho lập nhiều cơ quan tình báo và mật vụ để chống lại CS nằm vùng. Câu nói nổi tiếng của ông Nhu là *"CS có gì hay mà ta phải học!"*. Tướng Cao Văn Viên, trong một cuộc phỏng vấn cuối đời, đã có nhận định về Ngô Đình Nhu, cũng như so sánh ông Ngô Đình Nhu với TT Ngô Đình Diệm như sau:

" ... Ông (Ngô Đình Diệm) chỉ là một symbol, một biểu tượng mà thôi, ông không thể làm gì nếu không có cố vấn Nhu bên cạnh. Tất cả các bài diễn văn của TT Diệm đều do ông Nhu soạn thảo. Khổ nỗi, Hoa Kỳ muốn tách ông Nhu khỏi ông Diệm. Ông Nhu là một trở ngại. Trở ngại lớn hơn TT Diệm. Vì ông Nhu có nhiều mưu lược. Ông Nhu chống Mỹ hơn chống Pháp. TT Diệm thì trái lại".

Và thực lực của đảng Cần Lao Nhân Vị, chính đảng do ông Ngô Đình Nhu lập ra, cũng được tướng Cao Văn Viên nhận xét:

" ... Đảng Cần Lao dựa vào thuyết Cần Lao Nhân Vị, có tổ chức quy củ hơn, với sự chỉ huy trực tiếp của hai ông Ngô Đình Nhu và Ngô Đình Cẩn, đi sâu vào Quân Đội với các quân ủy, như CS...".

Sau ngày đảo chính, dư luận tung ra những tin đồn xấu xa, để bôi lọ TT Ngô Đình Diệm và gia đình. Họ nói rằng ông Nhu nghiện thuốc phiện và khi vô trong Dinh, họ đã khám phá ra được cái "dọc tẩu" hút thuốc phiện v.v... Sự thực cái "dọc tẩu" đó là do một người Pháp, nhờ kiếm hộ làm đồ sưu tầm kỷ niệm. Thực ra thì ông Nhu là người hút thuốc lá rất nặng. Và ông chỉ hút thuốc Job Vertes, còn Thổng Thống thì hút thuốc hiệu Grand Prix. Vậy mà dư luận đã độc ác bịa đặt ra chuyện ông Nhu nghiện thuốc phiện, mặc dù Đại Úy Đỗ Thọ, tùy viên của Tổng Thống đã xác nhận là ông Ngô Đình Nhu không có nghiện á phiện. Chẳng những tùy viên Đỗ Thọ xác nhận, mà tất cả những người thường hầu cận bên ông Nhu, và những người thường theo ông lên Cao Nguyên săn bắn cũng chẳng bao giờ gặp thấy ông bên bàn đèn. Tệ mạt hơn nữa là sau ngày đảo chánh 1/11/63, trong cuộc họp báo, Thiếu Tướng Tôn Thất Đính đã vô liêm sỉ khi nói rằng:

1. Chủ tiệm giày ở đường Lê Thánh Tôn bị thủ tiêu cũng chỉ vì vô tình đứng trên lầu nhìn sang Dinh Gia Long thấy đào đường hầm, sợ bị tiết lộ nên ông Nhu ra lệnh thủ tiêu.

2. Trong Sở Thú có hầm át xít dùng để thủ tiêu người.

3. Trong ngày đảo chánh Tổng Thống và ông Cố Vấn đã thoát ra khỏi Dinh Gia Long bằng đường hầm bí mật v.v...

Bây giờ tôi xin tường thuật lại từng vụ để quý vị thấy rõ là phản tướng Tôn Thất Đính đã vu cáo đê tiện:

1- Vụ chủ tiệm giày trên đường Lê Thánh Tôn chết, là do bà vợ tên Tống Thị Lý ngoại tình, bị chồng biết được nên bà ta cùng tình nhân đã ra tay hạ sát chồng, vụ này báo chí Sàigòn đã đăng tải rùm beng.

2- Vụ hầm át-xít trong Sở Thú, thì báo chí đã có đến Sở Thú để tìm hiểu và không thấy có hầm nào chứa át-xít cả, chỉ thấy những hầm làm từ thời Pháp, Nhật để chứa đạn mà thôi.

3- Vụ thứ ba là nói Tổng Thống và ông Cố Vấn thoát khỏi Dinh Gia Long bằng hầm bí mật. Trong khi sự thật là do ông Cao Xuân Vỹ lái xe 2 chevaux *(2 mã lực)*, đưa Tổng Thống và ông Cố Vấn ra khỏi Dinh Gia Long, chứ không phải ra bằng đường hầm nào cả. Điều này có thể hỏi ông Cao Xuân Vỹ hiện ở Califonia để xác nhận.

Còn nói ông Nhu tàn ác thì lại càng không đúng, nếu nói ông Nhu mưu lược thì đúng hơn. Tôi xin đơn cử một vài trường hợp như sau:

Nếu như ông Nhu tàn ác thì làm sao ông Phan Quang Đán có thể yên thân sống để tham gia cuộc đảo chính ngày 11/11/1960. Rồi đám Dương Quỳnh Hoa, Thanh Nghị, Trịnh Đình Thảo làm sao có thể công khai cấu kết với Mặt Trận Giải Phóng Miền Nam được, và chắc chắn không có ngày 1/11/1963 xảy ra.

Những vụ này tôi biết rất rõ vì tôi nắm trong tay hồ sơ của những vụ này. Như vụ bác sĩ Phan Quang Đán lúc còn mở phòng mạch tại đường Nguyễn Thái Học, ông đã bất mãn với chế độ, chỉ vì ông Đán không được chia một ghế nào trong nội các. Ông ta bèn liên lạc bắt mối với CIA mà phái bộ Michigan đặt ở đường Pasteur, để cung cấp tài liệu và những hoạt động của Chính Phủ VNCH cho CIA và nhận chỉ thị của họ. Sau nhiều ngày theo dõi, tôi đã nắm được đầy đủ tài liệu và chứng cớ về mọi hoạt động của ông ta. Tôi báo cáo về văn phòng ông Nhu và xin lệnh tạm bắt giữ Phan Quang Đán, nhưng ông Nhu chỉ cười và nói:

- Cấm không được có hành động nào với ông Đán, cứ tiếp tục theo dõi để biết những hoạt động của ông ta thôi.

Đến Dương Văn Minh, sau khi dẹp được Bình Xuyên và phạm lỗi để cho Bảy Viễn thoát được, rồi vụ Dương Văn Minh tịch thu vàng bạc và tiền của Bình Xuyên, đã không giao nạp vô Ngân Khố Quốc Gia, khi bị triệu hồi về Tham Mưu Biệt Bộ, Tướng Minh tỏ vẻ bất mãn, có ý tạo phản, móc nối các sĩ quan cùng phe. Tôi được tin này bèn báo cáo với ông Nhu thì ông Nhu cũng chỉ cười và nói:

- Xếp lại! Minh thì làm được gì.

Tiếp theo vụ Dương Quỳnh Hoa, Thanh Nghị tôi cũng có đầy đủ tài liệu và báo cáo lên ông Nhu xin tạm giữ. Nhưng ông Nhu cũng không chấp thuận, vì thế trong một buổi chiều đã có xe của Tòa Đại sứ Pháp đến bí mật chở bọn họ đi. Để buộc tội ông, mà nói ông độc tài, kiêu căng là không đúng. Thực ra ông Ngô Đình Nhu có tính chủ quan, nên mới xảy ra cuộc chính biến ngày 1/11/1963. Nói ông nóng tính cũng không đúng, vì ông luôn trầm tĩnh, ít nói. Còn phê phán ông là quan liêu hách dịch thì lại càng sai, vì ông là người rất biết lắng nghe những lời nói chính đáng, hợp lý lẽ.

Dư luận còn gán cho ông Ngô Đình Nhu đã ra lệnh hạ sát Tướng Trình Minh Thế, trong khi tên Sanvani thuộc Phòng Nhì Pháp, đã thú nhận hắn được lệnh giết Tướng Trình Minh Thế, để gây bất lợi cho Chính Phủ của Thủ Tướng Ngô Đình Diệm theo chủ ý của Pháp *(sách Soldats Perdus et Fous De Dieu của Jean Larteguy, trang 244-245 thuật lại).*

Những năm 1960-1963 khi tôi giữ chức vụ TM Phó kiêm Trưởng Phòng 2 của Lực Lượng Đặc Nhiệm An Ninh QL15, các thôn ấp nằm dọc trên quốc lộ này, ban đêm thường bị bọn VC về vơ vét lương thực, tuyên truyền, dụ dỗ và bắt đi theo. Chúng tôi đã phục kích và bắt được nhiều tên. Nhưng bọn chúng vẫn tiếp tục mò vào các thôn ấp tuyên truyền quấy phá, bắt dân và sách nhiễu đồng bào nộp lương thực, thuốc men cho chúng, mỗi khi vắng bóng chúng tôi, vì lực lượng của chúng tôi thì thường xuyên di chuyển trên cả một quốc lộ dài từ đầu cầu xa lộ Biên Hòa ra tới Vũng Tàu.

Nắm vững được sinh hoạt về đêm của bọn VC, tôi bèn cho mở chiến dịch "kêu gọi cán binh về quy thuận" và soạn ra một tờ truyền đơn mang tên PHIẾU BIỆT ĐÃI đem lên cục Tâm Lý Chiến xin duyệt, thì ở trên nói, không có lệnh của Phủ Tổng Thống họ không dám ký, hãy chờ xin lệnh... Tôi liền chạy sang Tổng Nha Thông Tin để xin kiểm duyệt, ông Tổng Nha cũng sợ trách nhiệm không dám ký, tôi bèn trình bày và năn nỉ nhạc sĩ Nguyễn Hiền, sau đó ông Hiền chịu ký "thừa lệnh Trưởng Phòng Kiểm Duyệt". Có chữ ký rồi, tôi đưa truyền đơn qua nhà in, yêu cầu họ in gấp cho tôi mấy trăm ngàn tờ PHIẾU BIỆT ĐÃI. Có truyền đơn rồi, tôi xin trực thăng đem đi rải trong các Mật Khu Hắc Dịch và Dương Minh Châu. Đồng thời chúng tôi cũng mở các cuộc hành quân, tung truyền đơn vào các thôn ấp, cũng như phân phát cho đồng bào tại các xóm, chợ đông người.

Sau mấy ngày thì bọn VC chúng cầm PHIẾU BIỆT ĐÃI ra "trình diện". Chúng tôi giải giao những hàng binh này cho Trung Tâm "Thẩm Vấn Tù Hàng Binh" của Phòng Nhì TTM để họ khai thác. Khai thác xong thì cung từ được Phòng Nhì gởi về văn phòng ông cố vấn Ngô Đình Nhu, trong Phủ Tổng Thống và gởi cả cho chúng tôi nữa.

Khi nhận được cung từ của Phòng Nhì gởi đến, ông Cố Vấn cho gọi tôi lên từ tốn hỏi:

- Ai cho phép làm? Tại sao không trình trước? Lấy tiền ở quỹ nào ra in?

Tôi bèn trình bày với ông Cố Vấn:

- Tôi nghĩ là mới chỉ là thí điểm, trong phạm vi Lực Lượng của chúng tôi, nhưng không ngờ kết quả đạt được quá tốt đẹp. Còn tiền in thì tôi lấy ở quỹ đen của Lực Lượng Đặc Nhiệm.

Nghe xong ông Cố Vấn ngẫm nghĩ một lúc rồi nhỏ nhẹ nói với tôi:

- Làm việc thì cũng phải nhớ nguyên tắc, phải trình xin ý kiến và chờ được chấp thuận mới làm...

Cá tính trầm tĩnh, hiểu người biết việc của ông Ngô Đình Nhu là thế, nên Đại Tá Lansdale rất quý mến, hàng tuần hai ông thường gặp nhau để đàm đạo. Và theo Ông Đoàn Thêm nhận xét về phương diện trí thức, trình độ nhận thức của ông Ngô Đình Nhu rất cao, với nền học vấn cổ điển, nhân bản rộng rãi và vững chắc. Ngoài ra ông Ngô Đình Nhu còn là người không thích phô trương, rất kín đáo, ăn mặc giản dị, đơn sơ, ít xuất hiện trước công chúng. Ông Nhu quả thật không phải là mẫu người của đám đông. Nhưng ông có khả năng giải quyết những vấn đề quốc gia đại sự đầy phức tạp khó khăn.

Ngô Đình Châu
(Chính biến 1/11/1963)

NĂM

NHỮNG GIAN LAO CỦA THỦ TƯỚNG NGÔ ĐÌNH DIỆM DÀNH ĐỘC LẬP TỪ TAY NGƯỜI PHÁP

Tiếng hát của ca đoàn vang vang trong Thánh Đường buổi sáng hôm ấy. Nhà thờ "Chính Tòa Sàigòn" *(còn gọi là "Nhà thờ Đức Bà")* đã chật ních những giáo dân. Bầu không khí thật trang nghiêm, long trọng. Đã từ mấy tuần rồi, ca đoàn phải tập dượt cho thật kỹ một số nhạc khúc chọn lọc để hát vào một dịp lễ đặc biệt. Lần đầu tiên, một Hồng Y Mỹ nổi tiếng, ông Francis Spellman, tới thăm viếng VN. Ông là thượng khách của tân thủ tướng chính phủ. Phần đông ca đoàn là những thanh niên vừa được tầu Mỹ chuyên chở từ miền Bắc di cư vào Nam mùa Hè 1954, trong đó có tác giả. Từ nơi bão lụt triền miên, chiến tranh loạn lạc, nay được hưởng bầu không khí thanh bình của miền Nam trù phú, chúng tôi hết sức lên tinh thần. Thành phố Sàigòn văn minh, tráng lệ, đúng là "Viên Ngọc Trân

Châu của Á Đông". Hằng ngày đài phát thanh nói đến "Nhà chí sĩ Ngô Đình Diệm" từ Mỹ trở về. Bây giờ lại có Hồng Y Giáo phận New York tới thăm. Thấy vậy, nhóm thanh niên chúng tôi tràn đầy hứng khởi. Suy nghĩ của tuổi trẻ đơn sơ là như vậy. Có ngờ đâu vào vào thời gian ấy, những sự sắp xếp trên bàn cờ chính trị tại miền Nam đã thật là rối ren, nguy hiểm. Trông gương mặt của Thủ Tướng Diệm, thấy ông lầm lầm, lỳ lỳ, ít cười nhưng bình tĩnh, khó ai biết được những khó khăn mà ông và trên thực tế, cả miền Nam, đang gặp phải.

Ý định "từ quan" không thành

Ông Ngô Đình Diệm, Tổng Thống đầu tiên của VNCH
xuất hiện tại một hội chợ ở Sàigòn năm 1957

Trong quá vãng, Quốc trưởng Bảo Đại đã mời ông Diệm làm Thủ Tướng tới ba lần. Lần thứ tư ông mới chấp nhận. Lần thứ nhất là vào năm 1949: sau khi ông Diệm đã đóng góp vào việc đưa ông Bảo Đại từ Hong Kong về làm Quốc trưởng, ông được mời làm thủ tướng. Hai lần sau là vào năm 1951 khi ông Diệm còn đang ở Mỹ. Cả ba lần ông Diệm đều từ chối vì cho rằng ông không thể làm được việc gì khi người Pháp còn dính líu vào chính trị Việt Nam. Tới năm 1954, sau khi Quốc hội Pháp đã thông qua Hiệp Ước Độc Lập (Treaty of Independence) ngày 4/6/1954, ông Diệm mới chấp nhận lời mời của ông Bảo Đại. Ngày 16/6/1954 khi chỉ định ông Diệm, thoạt đầu thì ông Diệm đã từ chối. Trong cuốn hồi ký Con Rồng Việt Nam (1990), ông Bảo Đại đã ghi lại về câu chuyện Quốc trưởng Bảo Đại nói với ông Ngô Đình Diệm:

- Cứ mỗi khi mà tôi cần thay đổi chính phủ, tôi lại phải gọi đến ông. Ông thì lúc nào cũng từ chối. Nay tình thế rất bi đát, đất nước có thể bị chia cắt làm đôi. Ông cần phải lãnh đạo chính phủ.

- **Thưa Hoàng thượng, không thể được ạ**, ông ta đáp, **Tôi xin trình Ngài là sau nhiều năm suy nghĩ, tôi đã quyết định. Tôi định đi tu…**

- Tôi kính trọng ý định của ông. Nhưng hiện nay, tôi kêu gọi đến lòng ái quốc của ông. Ông không có quyền từ chối trách nhiệm của mình. Sự tồn vong của Việt Nam buộc ông như vậy.

Sau một hồi yên lặng, cuối cùng ông ta đáp:

- Thưa Hoàng Thượng, trong trường hợp đó, tôi xin nhận sứ mạng mà Ngài trao phó.

Như vậy, giây phút ấy - ngày 16/6/1954 - là giây phút quyết định số mệnh của ông Ngô Đình Diệm. Ông muốn từ quan - không phải là để "nên non tìm động hoa vàng" - nhưng là... để đi tu. Khi Quốc trưởng Bảo Đại nại đến sự tồn vong của đất nước và không cho ông được phép từ quan, ông mới lĩnh nhận sứ mạng, một sứ mạng đã đưa đến cho ông bao nhiêu nguy hiểm, gian lao ngay từ đầu, để rồi tiếp tục cuộc hành trình chông gai đi tới cuối đường, nơi tử thần đã đứng sẵn để chờ đợi ông.

Bước gian truân ban đầu

Khi chỉ định ông Diệm, Quốc trưởng Bảo Đại chỉ hỏi ý kiến Ngoại trưởng Mỹ Foster Dulles, chứ không phải là "Mỹ đưa ông Diệm về Việt Nam làm Thủ Tướng" như dư luận hay nói đến. Vì biết rõ uy tín của ông Diệm ở Việt Nam nên Mỹ rất ủng hộ ý kiến của ông Bảo Đại.

Hoàng đế cuối cùng của Việt Nam: Bảo Đại

Nhưng sự ủng hộ cũng không kéo dài được bao lâu. Chỉ nội trong 10 tháng Thủ Tướng Diệm cố gắng để thành lập một chính phủ trong hoàn cảnh rối ren 1954 của Sàigòn, Mỹ đã muốn thay thế ông. Lý do chính yếu là sự vận động thành công của Pháp để loại trừ ông vì biết thành tích chống Pháp của gia đình Ngô Đình Khả. Mỹ đã nghe những lời khuyến dụ của Tướng Paul Ély *(Tư lệnh Pháp ở Đông Dương)* đánh giá ông Diệm không đủ khả năng lãnh đạo và không được dân chúng miền Nam ủng hộ. Ély lại là bạn đồng liêu của Tướng Mỹ John Collins trong Thế Chiến II. Bây giờ ông Collins là Đặc Ủy (rồi Đại Sứ) của TT Dwight Eisenhower tại miền Nam. Đầu tháng 4/1955 Tướng Collins đề nghị rõ ràng về năm bước để loại bỏ ông Diệm *(xem "Khi Đồng Minh Nhảy Vào", Chương 11).*

Collins đã thành công: cuối tháng 4/1955, Washington đã có chỉ thị tối mật: thay thế Thủ Tướng Diệm. Nhưng nhờ cơ may, ông Diệm đã lật ngược được thế cờ trong khoảnh khắc và Washington đã hủy mật lệnh này. Với cái thế mạnh sau tháng 4/1955, Thủ Tướng Diệm đã đẩy được người Pháp ra khỏi VN, thu hồi được độc lập cả về chính trị, quân sự lẫn kinh tế, tài chánh, hoàn thành được giấc mộng mà gia đình Ngô Đình Khả đã nuôi dưỡng từ khi còn làm quan triều Nguyễn. Hiệp Định Geneva (tháng 7/1954) chỉ là để phân chia ranh giới rút quân: quân đội Liên Hiệp Pháp rút về bên dưới vỹ tuyến 17 chứ không phải là rút khỏi VN. Ngày 20/5/1955 là mốc lịch sử vì hôm đó quân đội Pháp rút khỏi khu vực Sài gòn-Chợ Lớn. Tới tháng 7, số quân đội Pháp đã từ 175.000 xuống chỉ còn 30.000. Ông Diệm yêu cầu là cả quân đội lẫn huấn luyện viên người Pháp đều bắt buộc phải rời khỏi miền Nam vào mùa Xuân, 1956. Ông Diệm đã thật vất vả và chấp nhận nhiều nguy hiểm khi đi tới quyết định này. Sau cùng, vào tháng 8/1955, Pháp đồng ý đóng cửa cơ quan quản lý thuộc địa, gọi là "Bộ Các Quốc Gia Liên Kết". Về phía Mỹ thì Đại sứ Collins, người nghe lời Tướng Pháp Paul Ély vốn đã muốn lật đổ Thủ Tướng Diệm cũng bị thuyên chuyển. Ngày 14/5/1955, ông rời VN sang nhận trách nhiệm mới tại NATO. Đại Sứ G. Frederick Reinhardt sang thay Collins. Tân đại sứ liền tuyên bố ngày 27/5:

- Tôi tới đây với chỉ thị là thi hành chính sách của Hoa Kỳ ủng hộ chính phủ hợp pháp của Thủ Tướng Ngô Đình Diệm.

Sang Thu 1955 uy tín của Thủ Tướng Diệm lên cao. Đối nội, ông đã nối kết lại được một quốc gia đang bị phân tán nặng nề, khuất phục được sự chống đối của viên TTM Quân đội (thân Pháp) Nguyễn Văn Hinh, chấm dứt được sự đe dọa của cảnh sát, quân đội Quốc Gia đã tuân lệnh ông quét sạch lực lượng Bình Xuyên rồi được Đại Hội các đoàn thể chính đảng nhất mực ủng hộ. Thêm nữa, ông có hậu thuẫn mạnh mẽ của gần một triệu người di cư.

Đối ngoại thì ông Diệm đã cương quyết chống trả và khuất phục được mưu đồ của Pháp và kế hoạch dẹp tiệm của cặp Ély-Collins, bây giờ lại được Washington nhất mực ủng hộ. Nhiều nhà quan sát quốc tế bình luận: *"Ông Diệm đã làm được những việc như phép lạ"*.

Với cái thế ấy, ngày 26/10/1955, Thủ Tướng Diệm tuyên bố thành lập một chế độ "Cộng Hòa", và trở thành Tổng Thống đầu tiên. Tên chính thức của nước VN đổi từ "Quốc Gia Việt Nam" sang "Việt Nam Cộng Hòa", nhưng bài quốc ca và quốc kỳ không thay đổi.

Quốc hội đầu tiên: tháng 3/1956

Cao ủy Pháp Henri Hoppenot (phải) chúc mừng TT Ngô Đình Diệm ngày thành lậpĐệ Nhất VNCH tháng 10/1955

Ngày 4/3/1956, cột trụ của chính thể Cộng Hòa được xây dựng. Nhân dân Miền Nam đi bầu một Quốc Hội Lập Hiến. Với một dân số là 12 triệu người, gần 80% số người được đi bầu đã thực sự tham gia để chọn 123 dân biểu trong số 405 ứng cử viên. Dù tới gần một phần ba số ứng cử viên được chính phủ đề cử đã không trúng cử, đa số những người được bầu là "thân chính".

Tuy không phải là một cuộc bầu cử lý tưởng vì chắc chắn đã có những vận động, sắp xếp không chính đáng, hoặc gian lận, như các phe đối lập tố cáo, nó cũng là bước đi đầu tiên của một hành trình lâu dài để xây dựng nền cộng hòa. "Res Publica" quan niệm của nhà triết học Plato từ thế kỷ thứ ba trước công nguyên, có nghĩa là "sự việc hay cơ chế của nhân dân", ta dịch là "Cộng Hòa". Nòng cốt của cơ chế này là một thể chế đại diện cho nhân dân để làm ra luật pháp. Mục đích của Quốc hội năm 1956 là soạn thảo một hiến pháp. Với sự cố vấn của ông J.A.C. Grant, một chuyên gia hiến pháp người Mỹ, một Hiến Pháp thành hình, đặt nặng nguyên tắc phân quyền giữa hành pháp, lập pháp và tư pháp giống như hiến pháp Hoa Kỳ, ít nhất là về mặt lý thuyết.

Bầu xong Quốc Hội Lập Hiến, vào hè 1956, Bộ trưởng Quốc phòng Hoa Kỳ gửi một Bản Ghi Nhớ cho TTM Liên Quân thông báo "Ý định của TT Dwight Eisenhower, các cơ quan có thẩm quyền về quân sự phải cổ võ giới quân sự VN để làm một kế hoạch song song và phù hợp với kế hoạch dựa trên căn bản chính sách của Hoa Kỳ để đối phó với những tấn công của CS. Và một cách kín đáo, phải thông báo cho họ biết rằng Hoa Kỳ sẽ yểm trợ nước VN tự do để đương đầu với bất cứ sự tấn công nào từ bên ngoài vào". TT Eisenhower hết mực ủng hộ. Riêng đối với Ngoại trưởng Dulles thì sau chuyến viếng thăm TT Diệm vào ngày 14/5/1956, ông lại càng thêm tin tưởng. Điều trần tại một Ủy Ban Thượng viện Hoa Kỳ sau ngày trưng cầu dân ý, ông Dulles khẳng định:

"Ông Diệm đã làm được những việc quá tốt đẹp, dĩ nhiên là với sự yểm trợ của chúng ta, là quét sạch được các lực lượng phe phái... và quyền bính của ông bây giờ được đại chúng chấp nhận. Ông đã được Hoa Kỳ yểm trợ để đào tạo và võ trang một quân đội quốc gia, và quân đội ấy đã chiến đấu một cách trung thành và hữu hiệu, mang được quyền bính của trung ương tới mọi nơi trong nước tới mức độ thật ngạc nhiên...

"Nhân dân Miền Nam đã có được một cuộc trưng cầu dân ý khoáng đại. Ngày tôi rời VN, họ đã bắt đầu có những cuộc họp để sửa soạn cho cuộc bầu một quốc hội đầu tiên, như vậy nền móng đã được đặt xuống để xây dựng một chính phủ đại diện cho quốc dân.

"Ông Bảo Đại đã bị loại bỏ đi rồi và nhân dân VN hiện có khả năng xây dựng một chính thể chống Cộng mạnh mẽ và hữu hiệu tại một nơi mà đã có lúc coi như sắp bị tan rã vì hai lý do: hậu quả của việc Pháp thất bại tại Điện Biên Phủ, và những điều khoản bất lợi của một hiệp định đình chiến (Hiệp định Geneva)".

TT Dwight Eisenhower và Ngoại trưởng John Foster Dulles đón TT VNCH tới Washington năm 1957

Ngày 26/10/1956 Quốc hội Lập Hiến trở thành Quốc hội Lập Pháp sau khi Hiến Pháp được ban hành (và năm 1959, Quốc Hội được bầu lại lần thứ hai).

Một Quốc Gia Tự Do vừa ra đời

Tháng 5/1957, TT Eisenhower mời tân Tổng Thống nước Cộng Hòa VN sang thăm Hoa Kỳ ba tuần. Ông gửi máy bay riêng Columbine III sang tận Honolulu để chở TT Diệm tới Washington, một hành động rất hãn hữu. Khi máy bay hạ cánh xuống phi trường National (bây giờ là phi trường Reagan) thì chính TT Eisenhower đã có mặt để đón chào. Đây là lần thứ hai trong suốt hai nhiệm kỳ tổng thống mà ông Eisenhower đã đích thân ra tận phi trường để đón quốc khách. Lần đầu là đón quốc vương Saud xứ Saudi Arabia.

Sau khi trao đổi với TT Eisenhower và Ngoại trưởng Dulles tại Tòa Bạch Ốc, TT Diệm được cả Thượng viện và Hạ viện Hoa Kỳ mời tới Quốc hội để diễn thuyết. Nghị sĩ, dân biểu cả lưỡng đảng đều có mặt đầy đủ. Cho tới lúc ấy thì chưa có lãnh đạo Á Đông nào có cái vinh dự này. Những tràng pháo tay nổ ran khi ông Diệm nói tới "ước nguyện của nhân dân VN chỉ là được sống trong hòa bình, tự do và họ sẵn sàng hy sinh xương máu để bảo vệ tự do và độc lập của mình, chỉ yêu cầu nhân dân và chính phủ Hoa Kỳ hỗ trợ cho họ về phương tiện và vật chất". Một cách gián tiếp, ông muốn gửi thông điệp là chúng tôi chỉ cần sự yểm trợ vật chất, các ông chớ có mang quân vào VN. Rồi ông nhấn mạnh đến quyền lợi hỗ tương của cả hai nước dựa trên căn bản miền Nam là tiền đồn của Thế giới Tự do. Ông nói thẳng bằng tiếng Anh chứ không qua thông dịch viên. Theo một người bạn chúng tôi lúc ấy làm ở đài VOA *(bác Trịnh Văn Chẩn)* được cử đi làm phóng sự, ông Diệm nói với âm hưởng Huế, có câu các dân biểu, nghị sĩ không hiểu rõ, nhưng cứ đứng lên vỗ tay vang vang thật lâu, và đứng lên nhiều lần.

Tại New York, Thị trưởng Robert F. Wagner tổ chức một cuộc diễn hành để chào mừng vị Tổng Thống đầu tiên của VN. Ít quốc khách nào được đón tiếp như vậy. Dù ít người ở thành phố này biết đến ông Diệm, nhưng dân chúng đã đổ xô ra đường phố để hoan hô. Từ các cao ốc, những cánh hoa đủ mầu sắc được rắc xuống chiếc xe limousine mở mui chở ông Diệm đi qua. Báo chí đồng loạt ca tụng, nói đến "Một Quốc gia Tự do vừa ra đời". Tờ New York Times gọi TT Diệm là "Một người giải phóng Á Châu"; Tuần báo Life: "Con người cứng rắn và như phép lạ của VN" (A tough miracle man of Vietnam). Sau này Phó TT Lyndon Johnson (thời TT Kennedy) còn gọi ông Diệm là "Churchill của Á Châu". Phản ứng tại Quốc hội Mỹ hết sức thuận lợi. Các nghị sĩ, dân biểu thay nhau khen ngợi. Nghị sĩ Jacob Javits (tiểu bang New York) tuyên bố "Ông là một trong những anh hùng của thế giới tự do". Nghị sĩ Mike Mansfield (Mon-tana), người đã ủng hộ ông Diệm trong những giờ phút nguy hiểm, giờ đây hết sức vui mừng, ca ngợi TT Diệm là con người có quyết tâm, can đảm, trong sạch và chính trực, "một người đã chứng tỏ khả năng rất cao trước những khó khăn thật là to lớn". Nghị sĩ John F. Kennedy (Massa-chusset - *sau là Tổng Thống*) còn tuyên dương về VN dưới sự lãnh đạo của TT Diệm: "VN là nền tảng của Thế giới Tự do ở Đông Nam Á, là đỉnh vòm của vòng cung (keystone to the arch), là ngón tay trên con đê (finger in the dyke)".

Cuối hè 1957, những hình ảnh tiếp đón TT Diệm linh đình tại thành phố New York và thủ đô Washington được chiếu thật lớn trên màn ảnh tại các rạp xi-nê ở Sài gòn cũng như các đô thị, sau phần tin tức nhộn nhịp về thể thao. Bầu không khí lúc ấy thật là phấn khởi. Sinh viên, học sinh chúng tôi hết sức vui vẻ "xuống đường" liên tục, chăng biểu ngữ đi biểu tình để "chào mừng Tổng Thống đầu tiên, ủng hộ Quốc Hội Lập Hiến". Mỗi buổi sáng, tiếng kèn trống của ban quân nhạc oang oang trên đài phát thanh cử hành lễ chào cờ, tiếp theo là bài tung hô Ngô Tổng Thống: "Bao nhiêu năm từng lê gót nơi quê người...".

Ngày 28/4/1956, những người lính Pháp cuối cùng đã rời VN. Sự chiếm đóng của quân lực Pháp từ Hiệp ước Patenôtre do Triều đình Huế ký với Pháp năm 1884 tới đây đã hoàn toàn chấm dứt trên thực tế.

Buổi bình minh của nền Cộng Hòa thực là huy hoàng rực rỡ.

Tiến sĩ Nguyễn Tiến Hưng
(Gửi đến BBC từ Virginia, Hoa Kỳ) - 31/10/2022
Bài viết này thể hiện quan điểm riêng của tác giả, tiến sĩ Nguyễn Tiến Hưng, Cựu Tổng trưởng Kế hoạch VN CH (1973-1975), phụ tá về tái thiết của TT Nguyễn Văn Thiệu. Hiện định cư tại Hoa Kỳ, ông đã xuất bản các cuốn sách Khi Đồng Minh tháo chạy (2005) và Khi Đồng Minh nhảy vào (2016).

SÁU

CHÍN NĂM BÊN CẠNH TT NGÔ ĐÌNH DIỆM
MẠN ĐÀM VỚI CỰU ĐỒNG LÝ QUÁCH TÒNG ĐỨC

Tuy là bạn tâm giao với người viết từ lâu, ông Quách Tòng Đức luôn tỏ ra dè dặt và thận trọng khi nhắc đến những năm dài làm Đổng Lý Văn Phòng cho TT Ngô Đình Diệm, vị lãnh tụ khai sáng nền Đệ Nhứt Cộng Hòa. Sau chính biến 1/11/1963, ông Đức trở lại ngành Tư Pháp và được thăng trật Chủ tịch Tham Chính Viện năm 1969. Sàigòn thất thủ, ông và gia đình xin tỵ nạn tại Paris. Chánh phủ Pháp tuyển dụng ông vào Phòng Tố Tụng Tổng Quát của thị xã Paris, thời thị trưởng Jacques Chirac. Ông về hưu đầu năm 1984. Nay 89 tuổi, trí tuệ còn minh mẫn tuy sức khỏe không tốt như trước. Gần đây, trong những lần gặp lại ở Pháp cũng như qua nhiều cuộc điện đàm có ghi âm, ông Đức đã chịu thổ lộ với người viết nhiều điều liên hệ đến giai đoạn chín năm phục vụ vị nguyên thủ quốc gia bị sát hại năm 1963.

Lần đầu gặp Chí Sĩ Ngô Đình Diệm: Ông Quách Tòng Đức sanh tại An xuyên năm 1917, thuộc một gia đình trung lưu, đậu cử nhân và Cao học Luật Đông Dương năm 1941, Đại học Hà Nội, bằng tú tài trường Pétrus Ký, Sàigòn. Ông thuộc toán cử nhân đầu tiên gồm có Nguyễn Thành Cung và Lê Văn Mỹ thi đậu năm 1942 vào ngạch huyện, phủ tại Miền Nam mà cấp bậc cao nhứt là Đốc Phủ Sứ thượng hạng ngoại hạng tương đương với chức Tổng Đốc đứng đầu tỉnh ở ngoài Trung và Bắc. Khi vua Bảo Đại chỉ định Trần Văn Hữu lập chính phủ, Thủ Hiến Nam Việt Thái Lập Thành (xuất thân là một Đốc Phủ Sứ như Nguyễn Ngọc Thơ, Lê Tấn Nẫm, Dương Tấn Tài, Lê Quang Hộ) bổ nhiệm ông Đức, năm 1951, làm Chánh Văn Phòng và Thiếu Tá Dương Văn Minh, Chánh Võ Phòng. Năm 1953, Thủ Hiến Thành và Thiếu Tướng Chanson bị nhóm Cao Đài kháng chiến của Trình Minh Thế ám sát tại Sadec trong một cuộc kinh lý.

Bốn mươi chín ngày sau ĐBP thất thủ, tức là 26/6/ 1954, Bảo Đại giao cho Thượng Thư Ngô Đình Diệm lập chánh phủ, thay thế hoàng thân Bửu Lộc. Trước đây, ông Diệm đã ba lần từ chối lời mời của Bảo Đại: năm 1937, 1945 và

1948. Ông giao thiệp thân tình với Phan Bội Châu lúc sanh tiền, có ghé Nhựt năm 1950 để hội kiến với Kỳ Ngoại Hầu Cường Để và, theo một số sử liệu, từng lãnh đạo VN Phục Quốc Đồng Minh Hội trong nước. Có lúc ông Diệm bị Việt Minh bắt giữ và khác với Bảo Đại, đã cương quyết bác bỏ lời mời của HCM làm Cố vấn Chánh phủ do Hồ dựng ra. Hiệp định Genève, chia đôi VN. Trong đám đông quần chúng đón tiếp nồng nhiệt Thủ Tướng Diệm tại Tân Sơn Nhứt có ông Nguyễn Ngọc Thơ, nguyên Bí thơ của Toàn quyền Decoux, cùng đi với ông Quách Tòng Đức.

Thủ Tướng Diệm kiêm luôn Quốc phòng và Nội Vụ, mời ông Thơ tham gia Nội các với tư cách Bộ trưởng Nội vụ. Ông Thơ chọn ông Đức làm Đổng Lý Văn phòng. Ngày 23/10/1955, một cuộc trưng cầu dân ý truất phế Bảo Đại. Ngày 26/10/1956, trở thành Tổng Thống, ông Diệm thiết lập nền Đệ Nhất Cộng Hòa.

Theo ông Quách Tòng Đức, năm 1954 chánh phủ Pháp trả Dinh Gia Long, và sau khi Pháp rút khỏi, Đệ Nhứt Cộng Hòa mới thu hồi Dinh Toàn Quyền Norodom, đổi tên thành Dinh Độc Lập. Dinh này được kiến trúc sư Ngô Viết Thụ, xây cất lại hoàn toàn sau ngày 27/2/1962 vì Dinh bị hai phi công Phạm Phú Quốc và Nguyễn Văn Cử dội bom hư hại nặng. Dinh Độc Lập chia làm hai tầng: tầng dưới có hai phòng khánh tiết tráng lệ và các văn phòng của Cố vấn Ngô Đình Nhu, Bộ Trưởng Phủ, Đổng Lý Văn Phòng, Tổng Thơ Ký Phủ và nhân viên. Tầng trên chia làm ba phần: phía trái làm văn phòng và phòng ngủ của Tổng Thống, phòng sĩ quan tuỳ viên; ở giữa có hai phòng tiếp tân khang trang; phía phải là nơi cư ngụ của gia đình ông bà Nhu. TT Diệm thích làm việc trong phòng ngủ, trang trí sơ sài với một cái giường nhỏ bằng gỗ, một bàn tròn và ba ghế da. Ông Diệm thường dùng cơm và tiếp các bộ trưởng và tướng lãnh.

Gia đình Tổng Thống rất trọng Nho giáo. Hằng năm vào Tết Nguyên đán, luôn tụ họp đông đủ ở Phủ Cam, Huế, để chúc thọ bà cụ Ngô Đình Khả do con áp út Ngô Đình Cẩn săn sóc. Ông bà Ngô Đình Khả có chín người con: 6 trai, 3 gái. Trưởng nam, Tổng đốc Ngô Đình Khôi và con trai là Ngô Đình Huân bị CS giết năm 1945. Ba người con gái là bà Ngô Đình Thị Giao, Ngô Đình Thị Hiệp tức bà Cả Ấm, thân mẫu của Đức Hồng y Nguyễn Văn Thuận và bà Ngô Đình Thị Hoàng tức bà Cả Lễ, mẹ vợ của Nghị sĩ Trần Trung Dung. TT Diệm là người con trai thứ ba trong gia đình, sanh 1901 tại Huế, được vua Bảo Đại bổ nhiệm năm 1933, Thượng Thơ đầu triều lúc 33 tuổi, nhưng ông Diệm sớm rũ áo từ quan vì thực dân Pháp không chấp nhận chương trình cải tổ rộng lớn của ông. Sau ngày ông Khôi qua đời, TGM Ngô Đình Thục, trở nên người anh cả "quyền huynh thế phụ". Đức Cha được kính nể và có nhiều ảnh hưởng đối với TT Diệm. Ông Đức cho biết, lúc còn ở Vĩnh Long, GM Thục vài tuần có về Sàigòn ngụ trong Dinh. Ông Ngô Đình Luyện, con út, đại sứ ở Luân Đôn, năm khi mười họa mới về nước nghỉ phép hay để dự các phiên họp của Hội đồng Tối cao Tiền tệ mà ông là một thành viên... Ông Đức không nhớ có lần nào gặp ông Cẩn trong Dinh Độc Lập.

Văn phòng Đổng Lý không làm việc thẳng với Cố Vấn Nhu. Ông Nhu có nhân viên riêng trong Sở Nghiên cứu Chánh trị Phủ Tổng Thống. Văn phòng của Sở sử dụng một ngôi nhà riêng trong hàng rào Dinh Độc Lập. Vài tháng trước vụ binh biến 1/11/1963, Tuyến bị thất sủng, Trung Tá Phạm Thư Đường thay thế. Tuyến được bổ nhiệm làm Tổng lãnh sự (hụt) tại Le Caire, trở lại Việt Nam và liên hệ đến một nhóm âm mưu đảo chánh. Đảo chánh thành công, bác sĩ Tuyến bị Hội Đồng Cách Mạng đày ra Côn Đảo (tỉnh trưởng là Trung Tá Tăng Tư) trên một năm cùng với lối 200 nhân vật chế độ cũ gồm có Ngô Trọng Hiếu, Cao Xuân Vỹ, Đại Tá Nguyễn Văn Y, Hà Như Chi, Dương Văn Hiếu... Ông Quách Tòng Đức không thể xác nhận tin nói rằng trước ngày 1/11/1963, ông Nhu đã giao cho người em vợ là Trần Văn Khiêm điều khiển cơ quan mật vụ. Khiêm bị nhiều tai tiếng, từng cộng tác với văn phòng của luật sư Trương Đình Dzu, ứng cử viên Tổng Thống thời Thiệu-Kỳ. Vụ Khiêm giết cha mẹ là ông bà cựu đại sứ Trần Văn Chương tại Hoa Kỳ sau 1975 làm dư luận xôn xao. Tòa án Mỹ tha Khiêm với lý do Khiêm bị tâm thần và trục xuất Khiêm khỏi Hoa Kỳ. Khiêm hiện sống bình thường ở Pháp. Có sự điều đình chánh trị gì bên trong vụ án này?

Khi được hỏi cách cư xử của TT Diệm với bà Nhu, ông Đức cho biết "ông cụ có vẻ nể và ủng hộ bà Nhu" trong vụ tổ chức Phong trào Phụ nữ Liên đới và vận động Quốc Hội ban hành Bộ Luật Gia đình cấm ly dị. Tổng Thống cho rằng bà Nhu hành động như vậy là giúp cải tổ xã hội. Tuynhiên, những kẻ xấu miệng lại cho rằng Bộ Luật Gia đình nhằm mục tiêu riêng: ngăn luật sư Nguyễn Hữu Châu ly dị với vợ là Trần Lệ Chi, chị của bà Nhu.

Ngoài chức vụ dân biểu Quốc Hội, bà Nhu còn là chủ tịch Phong trào Phụ nữ Liên đới. Khi tiếp quốc khách, bà Nhu đóng vai trò đệ nhứt Phu nhân vì Tổng Thống độc thân. Tuy bất bình về lời tuyên bố châm dầu vào lửa của người em dâu trong vụ Thích Quảng Đức tự thiêu, ông Diệm không công khai phủ nhận vì ngại đụng chạm đến ông Nhu ở giai đoạn rối như tơ vò. Chính ông Nhu, với tánh hay nhường nhịn cho yên nhà yên cửa, cũng không kiểm soát nổi lối phát ngôn của vợ.

Về tin đồn Đức Cha Thục làm kinh tài, khai thác lâm sản, mua thương xá Tax, làm chủ nhà sách Albert Portail v.v... ông Đức cho rằng TT Diệm tin TGM Thục không làm điều gì quấy, Ngài tự kiếm tiền nuôi sống trường Đại học Đà Lạt do Ngài thành lập. Trải qua cuộc đời sóng gió và gặp nhiều hiểu lầm với Tòa Thánh, sau 1975, Ngô Đình Thục được Giáo Hoàng phục hồi chức tước và đã ra đi tại Viện dưỡng lão công giáo tiểu bang Missouri, Mỹ. Ông Quách Tòng Đức xác nhận ông Nhu chẳng những là lý thuyết gia mà còn là bộ óc của Đệ Nhứt Cộng Hòa, "nhân vật cần thiết". Ông xuất thân từ École des Chartes Paris, trầm tĩnh, ít nói, lạnh nhạt bên ngoài, thích nghiên cứu lịch sử.

Trong ba năm chót của chế độ, dù giữ quyền quyết định cuối cùng trong mọi việc, TT Diệm thường phê chuyển các hồ sơ chánh trị quan trọng qua cho ông Nhu để lấy ý kiến, không kể những cuộc gặp mặt thảo luận riêng hằng ngày. Ông Nhu làm việc âm thầm, cần mẫn, hút thuốc liên hồi trong một văn phòng nhỏ, đầy ngập sách vở, ánh sáng mờ mờ, có gắn máy lạnh và interphone với bên ngoài. Ông là cha đẻ của Đảng Cần Lao, dựa vào thuyết Nhân Vị, đúc kết hai xu hướng của triết gia công giáo Emmanuel Mounier (1905-1950) và Jacques Maritain (1882-1973). Ông phát động và thực hiện kế hoạch quốc phòng Ấp Chiến Lược từng gây khiếp đảm cho CS. Quốc sách này được thành lập bởi Nghị định số 11-TTP của Tổng Thống và ông Nhu là Chủ tịch Ủy ban Liên bộ đặc trách Ấp Chiến Lược. Ông Nhu cũng cho thành lập Phong trào Thanh niên và Thanh nữ Cộng Hòa. Ông đẩy mạnh tổ chức Lao động và nâng đỡ Trần Quốc Bửu. Đại Tá CIA Lansdale (*người đã ủng hộ Magsaysay trở thành TT Phi Luật Tân năm 1952*) giúp ông móc nối với Lực Lượng Kháng Chiến Cao

Đài để đưa Tướng Trình Minh Thế về với Quốc gia. Ngồi chức TBT đảng Cần Lao, có một lúc ông Nhu là dân biểu Quốc Hội. Ông không bao giờ tháp tùng Tổng Thống trong các cuộc kinh lý. Săn bắn là thú tiêu khiển yêu chuộng của ông và đồng thời là cơ hội tìm nơi yên tịnh để suy nghĩ.

Ông Đại Sứ Luyện gốc kỹ sư, tánh tình cởi mở, thích giao du bạn bè mỗi khi về VN nhưng không xen vào vấn đề nội trị. Ông là bạn học của Bảo Đại, sống tại Luân đôn và đại sứ VNCH ở nhiều xứ Âu châu và Phi châu. Sau khi vợ trước qua đời, ông Luyện tục huyền với em vợ và có rất đông con. Sau 1963, ông Luyện dạy toán tại một trường tư thục Paris, sau đó sang Phi Châu làm việc một thời gian, tình trạng khá chật vật khi về hưu. Ông có qua Hoa Kỳ vài lần để thăm TGM Thục, không còn liên lạc với bà Nhu và ông đã chết ở Pháp. Cho đến cuối năm 1961, vai trò của ông Ngô Đình Cẩn, Cố vấn Miền Trung, trái lại, rất hệ trọng về mặt an ninh và đoàn thể. Ông Cẩn không ăn học cao nhưng nắm vững tình hình địa phương, có óc tổ chức, luôn trang phục theo lối Việt, áo dài, khăn đống, ăn trầu, độc thân, thích hút thuốc Cẩm Lệ, đan rổ, làm vườn, nuôi thú, nuôi chim. Ảnh hưởng của ông lan vào Miền Nam với những điệp vụ mang danh nghĩa chiêu hồi của Đoàn Công tác Đặc biệt do Dương Văn Hiếu quán xuyến, sự hiện diện của Nguyễn Văn Hay trong cương vị Phó TGĐ tại Tổng nha Cảnh sát Công An Sài gòn và các hoạt động của cánh Cần Lao do nha sĩ thân tín Phan Ngọc Các điều khiển.

Sau ngày đảo chánh 1/11/1963, viên lãnh sự Mỹ Helble tại Huế không cho Cẩn và thân mẫu được ty nạn chánh trị tại Tòa lãnh sự trong khi trước đó, cơ quan USAID Sài gòn chứa chấp Trí Quang nhiều ngày. Lúc vừa bị bắt, ông Cẩn có chỉ cho Tướng Đỗ Cao Trí tịch thu tại nhà ông ở Phú

Cam, dưới gầm giường, "một bao bố và một va-li đựng quý kim". Ông Cẩn bị Hội Đồng Nhân Dân Cách Mạng, thời Nguyễn Khánh, xử tử vào chiều ngày 9/5/1964 tại sân sau khám Chí Hòa, Sài Gòn. Luật sư bào chữa là Võ Văn Quan. Cố vấn Cẩn tỏ ra bình tĩnh tại pháp trường, tuyên bố tha thứ cho các người xử án ông và nếu gia đình thỏa thuận lấy của đổi mạng, ông Cẩn có thể đã thoát chết. Vụ tống tiền này đã được cố nghị sĩ Trần Trung Dung và Trung Tướng Lâm Văn Phát xác nhận với người viết sau 1975. Được hỏi về tin đồn có sự cạnh tranh ảnh hưởng chánh trị giữa Nhu và Cẩn, ông Đức nói chỉ nghe phong thanh.

Vào tháng 10/1963, ông Cẩn nhận được lệnh của TT Diệm ngưng mọi hoạt động về đoàn thể và đóng cửa Văn phòng Cố vấn chỉ đạo ở ngoài Trung. Ông Cẩn không dám phê bình tuy không ưa bà Nhu. **Trong phạm vi cá nhân, ông Cẩn vẫn giữ liên lạc tốt với Thích Trí Quang nhưng điều này không giúp giải quyết được cuộc khủng hoảng Phật giáo. Hoa Kỳ và CS đã nhúng tay quá sâu.**

Ông Quách Tòng Đức cho biết trong gia đình họ Ngô, người gây tiếng tăm bất lợi cho chế độ là TGM Ngô Đình Thục và bà Nhu. Đặc biệt trong giai đoạn Phật giáo. Đức Cha ảnh hưởng quá nặng ngoài lãnh vực tôn giáo. Bà Nhu xen quá sâu vào chính trị, điều ít thấy trong giới phụ nữ VN. Ngó từ bên ngoài, năm anh em Ngô Đình rất khắng khít, mỗi người giúp tay tích cực xây dựng chế độ trong một lãnh vực. Sự đoàn kết ấy được diễn tả trong huy hiệu Đệ Nhứt Cộng Hòa: năm cành trúc kết thành một bó, dưới khẩu hiệu "Tiết Trực Tâm Hư". Tuy nhiên, mỗi nhân vật có cá tánh riêng, đôi khi còn mâu thuẫn. Đó là hậu quả để Phe chống đối cũng như Hoa Kỳ và CS đều khai thác triệt để dễ dàng nhược điểm này. Dư luận cho rằng trong năm chót của chế độ, ông Nhu trên thực tế là một "Tổng Thống không ngôi" vì có nhiều quyền lực, làm lu mờ vai trò của ông Diệm nhưng quyền hiến định vẫn ở trong tay ông Diệm bị tấn công tứ phía, bên trong lẫn ngoài nước. Không có một văn kiện chánh thức nào bổ nhiệm ông Nhu lẫn ông Cẩn làm Cố vấn Chánh phủ. Chính các đoàn thể chánh trị ở Miền Trung mời ông Cẩn làm "Cố vấn Chỉ đạo" và dành cho ông danh xưng này. Có lúc dư luận cảm thấy ông Diệm cần ông Nhu hơn là ông Nhu cần ông Diệm. TT Diệm không thể tách rời khỏi ông Nhu đóng vai trò "linh hồn đày đọa". Đó là đầu mối thảm trạng xảy ra cho hai người vào giờ phút chót.

TT Diệm tưởng lầm có thể dùng uy tín cá nhân để bảo vệ sanh mạng của bào đệ. TT Diệm cũng tưởng lầm khối tướng lãnh chấp nhận điều đình với ông. Phần đông tướng lãnh kính nể TT Diệm nhưng tất cả ngán sợ ông Nhu vì ông Nhu lắm mưu mô, nhiều bản lãnh. Sự ngán sợ đã trấn áp lòng nể trọng và dẫn đến quyết định hy sinh vị nguyên thủ quốc gia. 3 giờ trưa ngày 1/11, lúc tiếng súng đang nổ lớn, TT Diệm điện thoại cho đại sứ Lodge: Một cuộc điện đàm đầy phẫn nộ khi hay hai ông Diệm, Nhu thoát khỏi Dinh Gia Long đêm 1/11/1963, nhóm phản loạn "run en phát rét" và một tướng cầm đầu định "trở cờ", theo sự tiết lộ của TT Thiệu trước khi qua đời với người viết. Conein thúc phe phản loạn phải bắt sống cho kỳ được hai ông Diệm, Nhu. Conein nói suồng sã: *Không thể rán trứng mà không đập bể trứng!*. TT Diệm không chịu ra lệnh cho một số đơn vị võ trang trung thành phản công quân đảo chánh vì muốn tránh cảnh nồi da xáo thịt, làm suy giảm tiềm năng chống CS.

4 giờ sáng ngày 2/11/1963, hai Tư Lệnh Quân Khu thân tín ở Vùng I và II là Tướng Đỗ Cao Trí và Nguyễn Khánh tuyên bố ủng hộ Hội Đồng Cách Mạng.

Hy vọng cuối cùng tan biến. Hai giờ sau, Tổng Thống cho phép Đại Úy Đỗ Thọ, sĩ quan tùy viên, điện thoại cho chú y là đại tá Đỗ Mậu yêu cầu cho xe đến đón tại Nhà thờ Cha Tam Chợ Lớn. Lúc 6 giờ và 6 giờ 45 sáng ngày 2/11/ 63, TT Diệm đích thân điện thoại cho các Tướng Minh, Đôn và Khiêm để tìm giải pháp cho cuộc khủng hoảng. Dương Văn Minh chỉ định Mai Hữu Xuân, Nguyễn Văn Quang Dương Ngọc Lắm, Dương Hiếu Nghĩa và Nguyễn Văn Nhung đi đón, với chỉ thị riêng thanh toán hai ông Diệm, Nhu trước khi về tới Bộ TTM. Đây là một vết nhơ không bao giờ rửa sạch trong lịch sử đại cường Hoa Kỳ. TT Kennedy quá yếu đuối, để cho thuộc hạ lật đổ ông Diệm một cách vô trách nhiệm, với sự a tùng của viên Đại Sứ đồ tể Cabot Lodge. Mai Hữu Xuân sống cô đơn, qua đời tại vùng Bắc California vì bịnh tim, nhiều hôm sau lối xóm mới khám phá được, báo cho cảnh sát. Đại Tá Quang thăng Thiếu Tướng, một thời gian ngắn thì chết vì bịnh lao phổi. Ông Nhu có thiện cảm với Pháp hơn với Mỹ, yếu tố văn hóa/giáo dục ảnh hưởng nặng. Ông Diệm lại e dè với Pháp (qua kinh nghiệm thời làm quan dưới triều thực dân) nhưng rốt cuộc, oái oăm thay, ông trở thành nạn nhân của Mỹ mà ông nghĩ là văn minh và nhân đạo hơn Pháp.

Nhiều sách vở tài liệu đã nói về cuộc đời chánh trị và riêng tư của TT Ngô Đình Diệm - cương trực, khí khái, chống Cộng cố hữu cũng như bướng bỉnh với đế quốc, bất luận Pháp, Tàu hay Mỹ. Theo ông Đức, TT Diệm có cái uy nghiêm riêng phát xuất từ một gương mặt phúc hậu, một tác phong cương nghị, một giọng Huế ấm áp, một lối nhìn thẳng vào người đối thoại. Ông không nặng lời hay gắt gỏng với cấp thừa hành, khi không vừa ý. Phong cách TT Diệm làm cho những người tiếp xúc với ông phải kính nể. Sau vẻ bề ngoài trầm tĩnh, TT Diệm là một con người cuồng nhiệt, một hỏa diệm sơn, kiên trì mục đích, không nhân nhượng trên những đức tin căn bản. Trong chín năm làm việc tại Dinh, ông Đức cũng có dịp chứng kiến một ít trường hợp, vì lý do đặc biệt, thịnh nộ, quát tháo, đập bàn... Những "trận bão" này, tuy nhiên, qua mau, Tổng Thống tự kềm chế cấp thời vì bản tánh của ông bộc trực, không cố chấp, không thâm hiểm ác độc như Hồ Chí Minh. Ông có thể độc thoại hàng giờ khi nói đến những đề tài mà ông nghiền ngẫm như chủ thuyết CS, ấp chiến lược, khu trù mật, dinh điền, cải tổ hành chánh, hay văn hóa Khổng Mạnh. Mái tóc đen nhánh, dáng người thấp, chân đi hai hàng lạch bạch nhưng mau lẹ. Rất sùng đạo, xem lễ mỗi buổi sáng trong Dinh, hoặc nhà nguyện Dòng Chúa Cứu thế. Trang phục màu trắng, cà vạt đen quanh năm không thay đổi. Làm việc bất chấp giờ giấc, với nhịp độ làm các người thân cận mệt nhoài.

Khi có vấn đề khẩn, ông cho mời nhân viên hữu trách vào Dinh để đàm đạo thâu đêm. Bằng không, ông đọc phúc trình, hồ sơ đến khuya, uống trà, hút thuốc nhưng không bao giờ hút hết phân nửa điếu thuốc.

TT Diệm kinh lý không biết mệt, có khi mỗi tuần đi hai ba ngày đến các tiền đồn hẻo lánh, làng Thượng xa xôi, sử dụng mọi phương tiện chuyên chở: máy bay, ghe, tàu, xe jeep, trực thăng. Ông không hùng hồn trước đám đông nhưng rất thoải mái và thân mật ở giữa những nhóm nhỏ, không quan cách, không mị dân. Khi nhóm họp Hội Đồng Nội Các, TT Diệm thường ra ngoài chương trình ấn định, nếu tình cờ gặp một đề tài gây chú ý. Ông nói say mê, không đầu không đuôi, lắm khi không kết luận. Với tư cách thơ ký phiên họp, ông Quách Tòng Đức ghi mệt tay. Lúc bế mạc, các bộ trưởng thường phải nhờ ông Đức tóm tắt vì suốt chín năm trời làm việc bên cạnh Tổng Thống, ông Đức đã quen và rút kinh nghiệm, tuy đôi lúc cũng đoán lầm. TT Diệm sống rất nặng về lý tưởng. Con người nghiêm khắc và Công giáo khổ hạnh nơi ông có những nhận xét lắm khi không sát thực tế. Ông thường nhắc rằng người cán bộ trung thành luôn luôn hy sinh vì đại cuộc mà không cần đến cơm áo, danh vọng và chức tước, một lời khen của lãnh tụ đủ gây mãn nguyện. Khổ nỗi, không phải cán bộ nào cũng thánh thiện như thế. Cuộc nổi loạn năm 1963 là một sự cải chính xót xa. Sánh với Hồ Chí Minh, ông Diệm là một lãnh tụ đức độ thiếu mưu lược, ghét xảo quyệt. Thú tiêu khiển của TT Diệm không nhiều vì ít rảnh. Ông thích cởi ngựa ở Đà Lạt hay trong Dinh Độc Lập. Ông sưu tập máy ảnh, thích chụp hình và rất vui khi nhận được một máy loại mới. Chủ tiệm chụp hình Hà Di thường được gọi vào Dinh về vấn đề chuyên môn. Tổng Thống ăn uống thanh đạm, thường bữa dùng tại phòng ngủ, do ông già Ấn và Đại Úy Nguyễn Bằng phục dịch, thực đơn ít khi thay đổi gồm có cơm vắt, muối mè, cá kho và rau luộc. Tổng Thống ít khi đau, lâu lâu cảm cúm, có bác sĩ Bùi Kiến Tín chăm sóc.

Vấn đề tiền bạc riêng của Tổng Thống thì giao trọn cho Chánh văn phòng Võ Văn Hải, ông Diệm không có nhu cầu lớn. Ông Hải, học trò cũ của GM Thục, tốt nghiệp Trường Khoa học Chính trị Paris, cử nhân Hán học, rể của cựu Thượng thư Nguyễn Khoa Toàn, theo sát TT Diệm từ lúc còn bôn ba ở hải ngoại và được ông Diệm thương như con. Ông Hải chính là người được TT Diệm chỉ định ngày 11/11/1960 ra trước cổng Dinh Độc Lập tiếp xúc với các sĩ quan phản loạn Nguyễn Chánh Thi - Vương Văn Đông để tìm hiểu yêu sách của họ. Hải chống ông bà Nhu và bác sĩ Tuyến, giám đốc Sở Mật vụ và cũng không thích ông Cẩn.

Ông Đức còn thêm: Vài hôm sau ngày 1/11/1963, ông có chứng kiến vụ Hải lập biên bản trao cho Đại Úy Đặng

Văn Hoa, chánh văn phòng của Tướng Đôn số tiền của TT Diệm giao cho Hải cất giữ. Ông Đức không biết số tiền này được bao nhiêu và lọt vào túi của ai. Nơi hai trang cuối cùng hồi ký VN Nhân Chứng, Trần Văn Đôn có ghi rõ, Hải đã trao hai số bạc mặt 2.390.000 đồng và 6.297 Mỹ kim, Dương Văn Minh lấy 6.000 đô và chia cho Trần Thiện Khiêm 297 đô. Số bạc Việt được phân phát cho Tôn Thất Đính, Dương Văn Minh, Nguyễn Khánh, Nguyễn Hữu Có, Nguyễn Văn Thiệu, Phạm Ngọc Thảo, Trần Ngọc Tám, Lê Văn Kim và Trần Thiện Khiêm, riêng Đôn có nhận 24.500 đồng. Năm 1974, không hiểu vì sao Hải lại cùng với Tôn Thất Thiện, ủng hộ nhiệt tình tướng Dương Văn Minh là người ra lệnh hạ sát hại ông Diệm, Nhu. Hải qua đời trong một trại giam (cải tạo) của CS sau 1975, đem theo xuống mộ nhiều điều bí mật chưa hề tiết lộ.

Về câu hỏi TT Diệm liên hệ ra sao với đảng Cần Lao, ông Quách Tòng Đức cho biết ông Diệm chỉ để ý theo dõi hoạt động của Phong Trào Cách Mạng Quốc gia và Liên Đoàn Công Chức Cách Mạng, một tổ chức ngoại vi của chính phủ. Về chuyện thành lập và sinh hoạt đảng Cần Lao, TT Diệm giao hết cho hai ông Nhu và Cẩn.

Trong các năm chót của chế độ, kế hoạch Ấp Chiến Lược cũng do ông Nhu hoàn toàn phụ trách, Tổng Thống không lưu ý đến như đã từng lưu ý đến kế hoạch Dinh Điền hay Khu Trù Mật. Các gương mặt nổi trong hoạt động Cần Lao gồm có các ông Huỳnh Văn Lang, Trần Kim Tuyến, Lê Văn Đồng, Huỳnh Hữu Nghĩa, Lê Quang Tung, Đỗ Mậu, Nguyễn Văn Châu, Đỗ Kế Mai, Nguyễn Trân v.v... Bác sĩ Tuyến làm việc với ông Nhu, ít khi gặp Tổng Thống, trừ trường hợp đặc biệt. Quyết định đưa Cần Lao vào Quân đội - tức là chính trị hóa Quân đội - làm yếu Quân đội vì phá vỡ hệ thống quân giai và làm nản lòng các sĩ quan chuyên nghiệp. Quân đội chỉ biết có Tổ Quốc và phục vụ tổ quốc mà thôi.

Trong quyển hồi ký "Dòng Họ Ngô Đình,", tác giả Nguyễn Văn Minh, nguyên Bí thơ của CV Ngô Đình Cẩn, ghi nơi trang 164-165:

Lối 10 hôm sau vụ nổ lựu đạn giết 7 em bé và một số Phật tử tại đài phát thanh Huế nhân ngày lễ Phật Đản 1963, Dương Văn Hiếu, trưởng đoàn công tác đặc biệt Miền Trung, vào Dinh để phúc trình với TT Diệm, ông Diệm nói với Hiếu như sau về vụ treo cờ Phật giáo: "Sau đó tôi mới bảo Quách Tòng Đức gởi công văn nhắc các Tỉnh, chứ tôi có cấm chi mô. Không hiểu tại răng hắn để tới ngày chót mới gởi công điện. Khi xảy chuyện, tôi kêu vô hỏi, hắn xin thôi. Công chuyện đổ bể như ri rồi, xin thôi thì ích chi?". Nguyễn Văn Minh còn viết thêm ý kiến của Tôn Thất Đính: "Ông Đức đã gởi đi một công điện mà không tham khảo ý kiến ông Cố vấn Ngô Đình Nhu... Lẽ nào lại tự tiện đánh đi một công điện như vậy nếu không được tình báo Mỹ tổ chức?".

Được hỏi nghĩ sao về những đoạn trích dẫn trên đây gán ghép cho ông, Quách Tòng Đức tỏ vẻ rất ngạc nhiên. Ông xác quyết không bao giờ có nhận được lệnh của ông Diệm thảo và gởi cho các Tỉnh trưởng công điện số 9159 đề ngày 6/5/1963 do ông Nguyễn Văn Minh nêu ra, với nội dung" chỉ thị cho các cơ quan phụng tự (nhà thờ, chùa chiền) chỉ treo cờ Quốc gia mà thôi. Trước đó, việc treo cờ được giải quyết bởi hai nghị định số 78 và 189 của Bộ Nội vụ và một sắc lệnh đầu năm 1962 của Tổng Thống nhắc nhở quần chúng tôn trọng Quốc kỳ.

Ông Đức kể lại: Tháng 4/1963, sau một cuộc thị sát vào mùa lễ Phục Sinh, TT Diệm có chỉ thị cho ông Đức gởi thông tư lưu ý các giới chức tỉnh về thể thức treo quốc kỳ VN trong các ngày lễ đạo, không phân biệt tôn giáo nào: treo trước cổng giáo đường, ở chính giữa và phía trên, đúng kích thước, còn các cờ đạo và cờ đoàn thể thì ở vị trí thấp hơn. Thông tư nhấn mạnh: phía trong các giáo đường, chùa chiền và những nơi thờ phượng, giáo kỳ được treo tự do, không giới hạn. Lệnh được phổ biến ngay ngày hôm sau. Theo ông Quách Tòng Đức, đầu tháng 5/1963, tại Huế, xảy ra một điều đáng tiếc: Để lấy điểm trong lễ Ngân khánh 25 năm thụ phong Đức Cha Ngô Đình Thục, nhà chức trách hành chánh địa phương đã cho treo cờ Vatican "loạn xạ", bất chấp thông tư nói trên. Một tuần sau. ngày 8/5/1983 vào lễ Phật Đản, các Phật tử cũng tự tiện treo cờ Phật giáo như thế. Hôm sau, Tỉnh trưởng Thừa Thiên trở lại thi hành thể thức treo cờ theo thông tư của Tổng Thống nên gây sự phẫn nộ của Phật tử vì họ cho rằng đây là một biện pháp bất công, kỳ thị. Tại Miền Nam, theo ông Đức, với 4.800 chùa Phật, không có xảy ra vấn đề như ở Huế.

Ông Đức còn nhớ rất rành mạch rằng, sau thảm kịch tại Đài Phát thanh Huế chiều ngày 8/5/1963, Tổng Thống có đòi ông vào văn phòng để đưa cho ông xem, với một gương mặt "mệt nhọc, buồn rầu và chán nản", công điện ngày 6/5/1963 nói trên và hỏi "một cách sơ sài" ai đã gởi đi chỉ thị ấy. Ông Đức trả lời không biết vì trong sổ công văn gởi đi không có dấu vết của tài liệu vừa kể. Theo ông Quách Tòng Đức, trong hoàn cảnh chính trị dồn dập sôi động lúc đó (Quảng Đức tự thiêu, Quách Thị Trang bị bắn chết tại chợ Bến Thành, lựu đạn nổ ở Huế, tướng lãnh lập kiến nghị đòi cải tổ, việc kiểm soát chùa v.v...), TT Diệm rối trí, không còn màng đến việc ra lệnh điều tra. Ông có lẽ dư biết việc giả tạo công điện 9159 là một đòn phép mới của phe chống Chính phủ (Phật giáo Ấn Quang? Tình báo Hoa

Kỳ? Đảng phái đối lập? hay Cộng Sản?). Vậy việc ông Đức xin từ chức là một điều thất thiệt. Nghi "tình báo Mỹ tổ chức" ông Đức như tướng Đính ốm ở xuyên tạc là một chuyện tưởng tượng rẻ tiền.

Để tỏ thiện chí dàn xếp, Chánh phủ đồng ý cho hai Ủy ban Liên bộ và Liên phái công bố một thông cáo chung xác định những điểm đã thỏa hiệp về việc treo cờ Phật giáo và Quốc kỳ, hứa xét lại Dụ số 10 trước Quốc Hội vào cuối 1963, tạm ngưng áp dụng Nghị định của Phủ Tổng Thống số 116/TTP/TTK ngày 23/9/1960 ấn định thể thức mua bán bất động sản và đất đai của Phật giáo, hứa sẽ trừng trị nhân viên có lỗi và bồi thường các gia đình nạn nhân. Tuy nhiên, mọi việc đã quá trễ đối với Hoa Kỳ và Bắc Việt. Trong hồi ký *"Ngô Đình Diệm, Nỗ Lực Hòa Bình Dang Dở" (NXB Xuân Thu),* tác giả Nguyễn Văn Châu, nguyên Giám Đốc Nha Chiến tranh Tâm lý QĐ/VNCH, trở thành đối lập với Chính phủ trước cuộc binh biến ngày 1/11/1963, có ghi lại: *Sau 1975, một **cựu Đại Úy Hoa Kỳ tên James Scott**, liên hệ với CIA và từng làm cố vấn cho TĐ1/3/SĐ1BB, thú nhận trong một lá thơ đăng trên một tuần báo Mỹ rằng chính y đã gài một trái bom nổ chậm chiều 8/5/1963 tại Huế. Sự kiện này cũng được Trần Kim Tuyến, ghi lại trong hồi ký "Làm thế nào giết một Tổng Thống?"* (tập 2, tr. 366-370).

Theo Tướng Trần Thiện Khiêm xác nhận với Marguerite Higgins, tác giả quyển sách Vietnam, Our Nightmare, chương VI, Nguyễn Khánh *(nắm quyền sau cuộc chỉnh lý 30/1/1964)* đã hy sinh Thiếu Tá Đặng Sỹ, Phó Tỉnh trưởng Nội an Thừa Thiên, để Thích Trí Quang trì hoãn chống đối. Tòa án Mặt trận xử Sỹ khổ sai chung thân.

Tình trạng giữa TT Diệm và Mỹ căng thẳng kể từ mùa hè 1962, nổ lớn tại Huế với vụ Phật giáo 8/5/1963. Qua tháng 7, tin đồn đảo chánh lan rộng. Ngày 21/8/1963, đại sứ Lodge trình ủy nhiệm thơ và bắt đầu móc nối với tướng lãnh. Sau ngày Lực Lượng Đặc Biệt của Đại Tá Lê Quang Tung lục soát chùa chiền, các tướng tin cẩn của TT Diệm đều đổi lòng, theo phe phản loạn, trừ ông Cao Văn Viên trước sau như một. Ông Đức cảm động khi được biết đại tướng Viên đã xác nhận với người viết rằng sau ngày 30/1/1964 Nguyễn Khánh chỉnh lý ê-kíp Dương Văn Minh, Nguyễn Văn Nhung, kẻ giết hai ông Diệm Nhu, từ đại úy thăng thiếu tá, bị An ninh Quân đội bắt vào giao cho Lực lượng Nhảy Dù của Tư lệnh Cao Văn Viên canh giữ, Nhung "đã tự treo cổ bằng một sợi giây giày trong khám đường", theo lời tướng Viên.

Được hỏi: trong các tướng thường vô ra Dinh Độc Lập, ai là người được sủng ái nhứt, ông Quách Tòng Đức đáp không do dự: *Tôn Thất Đính và Trần Thiện Khiêm, Tổng Thống xem như người nhà!*. Điều này không ngăn Đính và Khiêm đóng vai trò chính yếu trong cuộc đảo chánh 1/11/1963 hệ trọng hơn cả Dương Văn Minh được chọn làm bình phong. Chính Trần Văn Đôn, với tư cách người móc nối, đã tiết lộ trong hồi ký "Việt Nam Nhân Chứng", rằng Đôn có dò xét tâm ý của Đính và đến gặp Khiêm bốn lần, lần đầu vào tháng 9/1963, và Khiêm có cho Đôn biết "Ông ta cũng có một kế hoạch riêng do Mỹ chủ trương". Đôn viết: "Tôi khuyên ông ta không nên bàn với Mỹ một việc quan trọng như vậy, nên bỏ kế hoạch ấy đi!" *(trang 193)*. Cho đến ngày TT Thiệu cầm quyền, Tướng Trần Thiện Khiêm đứng sau màn giựt giây, chiếu theo lời xác nhận của một số nhân chứng hàng đầu khả tin. Tới nay, ông Khiêm không đính chánh mà cũng không tiết lộ gì cả. Liệu tướng Khiêm sẽ ra đi như tướng Thiệu, mang theo xuống mồ những bí ẩn đau thương của Đệ Nhị Cộng Hòa?

Theo Quách Tòng Đức, Dương Văn Minh không sâu sắc về chánh trị tuy thời cuộc đưa lên ghế Quốc Trưởng hai lần: sau 1/11/1963 (nhờ Mỹ giúp) và tháng 4/1975 (với sự đồng ý của Bắc Việt). Lần đầu, Minh tại chức ba tháng; lần sau, 40 giờ, rồi đầu hàng địch vô điều kiện. Với tư cách Bộ Trưởng Nội Vụ, tác giả bài này được chỉ thị đích thân điều tra mật về trường hợp tẩu tán kho vàng Bảy Viễn chứa trong một thùng phuy lớn, theo phúc trình của Đại Tá Nguyễn Văn Y, Tỉnh Trưởng Chợ Lớn, phụ tá hành quân cho ông Minh trong cuộc tảo thanh Rừng Sát. Người viết bài này có mời tướng Minh đến giải thích. Vì lý do chánh trị, hồ sơ tạm xếp. Bộ Tư Lịnh Hành Quân bị giải tán, tướng Minh được cử làm Cố vấn Quân sự Phủ Tổng Thống, một chức vụ tượng trưng. Từ đó, ông cảm thấy không yên tâm với "chiếc gươm treo trên đầu", ông hận chế độ đặc biệt là cố vấn Nhu, vô ơn sau khi ông đã chống Nguyễn Văn Hinh, giúp dẹp Bình Xuyên và bắt nạp Ba Cụt. Một lý do khác gây nghi ngờ đối với Tướng Minh là cơ quan tình báo VNCH bắt đủ bằng chứng về mối liên hệ giữa ông Minh và người em CS là Thiếu Tá Dương Văn Nhựt, bí danh Mười Ty. Một người em khác của Minh là Trung Tá QĐ/VNCH Dương Văn Sơn cũng đã chứa chấp vợ chồng Nhựt và đóng vai trò liên lạc ở trong và ngoài xứ. Cục trưởng Trung ương Tình báo và TGĐ Cảnh sát Công an Nguyễn Văn Y, hiện ở Virginia, đã xác nhận với người viết có đích thân trình hồ sơ Dương Văn Minh cho TT Diệm xem. Tổng Thống liền ra lệnh hủy hồ sơ này "trước mắt ông" vì không muốn cho Hoa Kỳ biết, "xấu hổ" (sic). Hoa Kỳ đã khai thác mối thù riêng của tướng Minh đối với cá nhân hai ông Diệm, Nhu để lật đổ và thay ngựa giữa dòng. Hoa Kỳ cũng dư biết Minh có liên hệ với Việt Cộng nên áp lực Trần Văn Hương trao quyền gấp lại cho Dương

Văn Minh trái với Hiến Pháp, hầu tạo lý do cho Mỹ chuồn sớm khỏi Việt Nam. Nguyên Đại Tá Nguyễn Linh Chiểu, hiện ở California, kể lại với tác giả bài này: Năm 1983, ông có gặp Tướng Minh tại Paris, hỏi vì sao Thủ Tướng Vũ Văn Mẫu cuối tháng 4/1975 lại hấp tấp ra thông cáo buộc quân Mỹ phải rút trong vòng 24 giờ? Tướng Minh đáp trước mặt nhân chứng Trần Văn Đôn:*"Làm theo lời yêu cầu của đại sứ Mỹ Graham Martin"*. Các sự kiện trên cho thấy tướng Dương Văn Minh chỉ là một con rối của Hoa Kỳ, Pháp và Bắc Việt. Minh đã giúp Hoa Kỳ tràn vào VN bằng cách tuân lệnh đảo chánh ông Diệm. Mười hai năm sau, cũng chính Minh giúp Quân đội Mỹ tháo chạy. Nguyên TT Trần Văn Hương đã thẳng thắn phát biểu: *"Minh không phải là người thích hợp cảnh dầu sôi lửa bỏng của đất nước!"*. Năm 1988, Minh được Hoa Kỳ cho phép rời Paris qua Mỹ sống với người con gái. Phải chăng đây là một cách trả ơn? Ông Minh chết ngày 6/8/2001. Trước đó, Võ Văn Kiệt cũng có đến thăm ông tại Pháp, theo Lý Quý Chung tiết lộ trong quyển "Hồi Ký Không Tên" xuất bản tại Sàigòn. Với vài người thân tín, Tướng Minh nói ông không hối tiếc đã đóng vai trò của một Pétain VN! Nguyễn Khánh là một sĩ quan thân tín có công "cứu Chúa" trong vụ binh biến 11/11/1960 khi giữ chức TTM Trưởng Bộ TTM. Ông nuôi cao vọng thay TTM Trưởng Lê Văn Ty. Sau khi thăng Thiếu Tướng tạm thời tại mặt trận, ông được đưa lên cao nguyên hẻo lánh để trấn thủ Vùng 2 Chiến thuật. Ông Khánh sanh bất mãn, vì thế tuyên bố trên đài phát thanh lúc bốn giờ sáng ngày 2/11/1963 ủng hộ phe đảo chánh.

Theo tướng Khánh kể lại với người viết: Đêm 1/11/ 1963, ông Diệm và ông Nhu có điện thoại từ Chợ Lớn lên Pleiku cố thuyết phục ông Khánh cầm quân về Sàigòn giải cứu nhưng ông Khánh trả lời "Quá trễ và ở quá xa...". Câu hỏi đặt ra: Nếu tướng Khánh nhận về "cứu giá," nếu TT Diệm trì hoãn xuất hiện sáng 2/11/1963 và nếu sự cứu giá thành công, thì thời cuộc liệu thay đổi ra sao? Mọi việc tùy thuộc biết bao nhiêu chữ "nếu"! Sau hết, với người viết, Tướng Khánh còn than phiền TT Diệm không giữ lời hứa (viết tay) trao quyền lại cho quân đội sau cuộc binh biến 11/11/1960. Đây là một sự kiện mà Tướng Khánh hẳn không quên. Trong một buổi lễ long trọng truy điệu cố TT Ngô Đình Diệm tại thủ phủ Little Sàigòn, Tướng Nguyễn Khánh không tiếc lời ca tụng TT Diệm như một anh hùng dân tộc mà ông ngưỡng mộ và quyết chí noi gương. TT Diệm nể trọng Đại Tướng Lê Văn Ty, người duy nhứt trong quân đội được kêu bằng Ngài. Phía dân sự, cách xưng hô này chỉ áp dụng đối với Phó TT Nguyễn Ngọc Thơ và Bộ trưởng Ngoại giao Vũ Văn Mẫu, nhân vật cạo đầu năm 1963 để phản đối trong vụ Phật giáo.

Tướng nào giỏi đóng tuồng và chuyên "trở cờ"? Tuy không thân cận với giới tướng lãnh, ông Đức có thể trả lời theo một nhận định chung: Trần Văn Đôn (em út của Nguyễn Văn Hinh và là người từng công khai đốt lon sĩ quan Pháp để tỏ lòng trung thành với TT Diệm) và Tôn Thất Đính (con cưng của chế độ trở giáo đâm sau lưng chế độ. Một Brutus hay một Juda?). Ai thâm độc nhứt? Ông Mậu một cột trụ Cần Lao thú nhận đã mọp lạy trước ông Đính (là Cần Lao gộc) để van xin Đính theo quân nổi loạn. "Đại Tá muôn năm" Đỗ Mậu hận vì TT Diệm cho rằng ông không có văn hóa để tiến cao hơn. Người viết có dịp hỏi Thủ Tướng Nguyễn Khánh nghĩ sao khi chọn Mậu lãnh đạo Bộ Văn Hóa không thích hợp với trình độ của y thì tướng Khánh nheo mắt cười, trả lời: Mậu tự ti mặc cảm nhưng đầy cao vọng và được một số Phật tử ủng hộ lúc đó.

Việc bổ nhiệm này khuyến khích Mậu cộng tác sốt sắng và đồng thời biến Mậu thành trò cười của quần chúng! Đây là một "đòn chánh trị" quen thuộc của Nguyễn Khánh, kịch sĩ từng đả đảo Hiến Chương Vũng Tàu do chính ông cho thảo ra. Một đòn khác của tướng Khánh: móc nối với Huỳnh Tấn Phát, MTGPMN, với chủ đích theo lời tuyên bố của Khánh kéo Phát về phía Quốc gia. Điều này bị Nguyễn Thị Bình phủ nhận hoàn toàn trong hồi ký Chung Một Bóng Cờ (NXB Chính trị Quốc gia, Hà Nội 1993). Chẳng những thế, trang hồi ký còn tiết lộ Nguyễn Khánh đã vận động Hoa Kỳ cúp viện trợ và bỏ rơi TT Thiệu, Khánh công khai đi đêm với MTGPMN trong giai đoạn chót của Hiệp định Paris.

"TT Diệm có thích được nịnh hót hay không?". Ý kiến của Ông Đức: CS đã thần tượng hóa Hồ Chí Minh. Trong Nam, cũng có khuynh hướng ấy đối với ông Diệm, dưới nhiều hình thức, đặc biệt trong Phong trào Cách mạng Quốc gia với số đoàn viên tăng từ 10.000 lên đến 2 triệu từ 1955-1963, tổ chức đến tận xã, phường. Bộ trưởng Thông tin Trần Chánh Thành bỏ hàng ngũ kháng chiến về cộng tác với ông Diệm từ lúc đầu như Trần Hữu Phương, Trần Lê Quang... Ông có công xây dựng Phong trào CMQG, tổ chức chiến dịch tố Cộng và đề xướng "Suy tôn Ngô Tổng Thống". Bất thuận với Trần Kim Tuyến, Thành rời Nội các cuối năm 1959. Ba bộ trưởng khác ra đi cùng một lúc vì, với ông Thành, lập hồ sơ truy tố một số cán bộ Cần Lao dân sự và quân sự lộng quyền: Trần Trung Dung (Quốc phòng), Nguyễn Văn Sĩ (Tư pháp) và người viết (Nội vụ). Bộ Thông Tin bị đổi thành Nha Tổng Giám Đốc Thông Tin do bác sĩ (Cần Lao) Trần Văn Thọ phụ trách. Ngày 30/4/ 1975, ông Thành (Nghị Sĩ và Ngoại Trưởng thời Nguyễn Văn Thiệu) tự tử bằng thuốc độc tại nhà để tránh sa vào tay CS còn bác sĩ Tuyến thì được điệp viên Việt Cộng nằm vùng Phạm Xuân Ẩn lấy xe chở đến một địa điểm dùng trực thăng Mỹ thoát khỏi VN. Tuyến định cư tại Anh quốc nhờ bà Tuyến làm việc cho Tòa Đại sứ Anh ở Sàigòn. Tuyến làm chủ một nhà trọ gần Cam-bridge và qua đời cách đây vài năm, sau khi phát hành với Cao Vĩ Hoàng quyển hồi ký "Làm Thế Nào Giết Một Tổng Thống?" *[Ghi chú của PQT: Phạm Xuân Ẩn bị Sở Nghiên Cứu của BS Tuyến bắt được tại Lào, giáo dục biến Ẩn thành người của Sở, làm gián điệp tam trùng (VNCH, Mỹ và CSBV) cho nên Ẩn giúp BS Tuyến ra đi là để cứu chính mình hắn].*

Theo ông Đức, TT Diệm cởi mở, bình dân trong những năm đầu chấp chánh nhưng về sau, trở nên khó tánh và khép kín hơn. Ảnh hưởng của quyền lực? Hoàn cảnh? Giới cận thần a dua? Qua ba giai đoạn Quốc Hội Lập Hiến, Quốc Hội Lập Pháp kỳ 1 và Quốc Hội Lập Pháp kỳ 2, nền Đệ I Cộng Hòa đi lần vào bế tắc. Trong gia đình, ông bà Trần Văn Chương, nhạc gia của ông Nhu, - chồng, đại sứ VNCH tại Mỹ và vợ, quan sát viên tại Liên Hiệp Quốc, lợi dụng chức vụ để phản tuyên truyền và đả kích kịch liệt Chánh phủ và luôn cả vợ chồng ông Nhu. Bác sĩ Trần Văn Đỗ, chú vợ của cố vấn Nhu, và luật sư Nguyễn Hữu Châu, nguyên bộ trưởng Phủ Tổng Thống kiêm Bộ Trưởng Nội vụ, anh em bạn cột chèo với ông Nhu, cũng không ủng hộ ông Diệm. Luật sư Châu cũng như khoa học gia Bửu Hội, đều ngả theo ủng hộ MTGPMN. Trần Văn Đôn người chủ trương đảo chánh, nhìn nhận một cách thương hại: Tội nghiệp, mọi người đều bỏ TT Diệm!

Ông Quách Tòng Đức tỏ ra dè dặt đối với dư luận cho rằng TT Diệm kỳ thị Phật giáo. Ông cho biết TT Diệm thường tiếp xúc với các vị tu hành thuộc mọi tôn giáo, đặc biệt Phật giáo; không bỏ qua dịp viếng thăm một số chùa như chùa Sư Nữ của Sư Bà Diệu Huệ (mẹ giáo sư Bửu

Hội) ở Phú Lâm, chùa Diệu Đế ở Huế v.v... Chính ông Đức đã nhiều lần chuyển đến tay ông Mai Thọ Truyền, chủ chùa Xá lợi và Hội trưởng Hội PGVN những số tiền giúp đỡ. Một chuyện mà ít người biết là TT Diệm đã hiến cho Đức Đạt Lai Lạt Ma trọn số tiền 15.000 Mỹ kim, giải thưởng Leadership Magsaysay tặng cho Tổng Thống. Vì lý do chánh trị, quyết định này không được công bố.

Ủy ban tôn giáo Liên Hiệp Quốc được Chính phủ Sài-gòn mời đến điều tra năm 1963 cũng đã phúc trình sau ngày hai ông Diệm, Nhu bị giết - rằng Đệ I Cộng Hòa không kỳ thị tôn giáo. Mặt khác, TT Diệm đã từng thẳng thắn bác bỏ những yêu sách quá đáng của các giáo phẩm di cư, bởi thế mới có sự bất mãn ngấm ngầm. Hai Đức Giám Mục Phát Diệm, Bùi Chu Lê Hữu Từ và Phạm Ngọc Chi chống đối ra mặt. Cho đến ngày TT Diệm qua đời, phần đông các người phục vụ sát cạnh bên Tổng Thống hàng ngày đều thuộc thành phần Phật giáo: Đổng Lý Quách Tòng Đức, Tổng thơ ký Nguyễn Thành Cung, Chánh văn phòng Võ Văn Hải, bí thư Trần Sử, nội dịch Tôn Thất Thiết, cận vệ Nguyễn Bằng.

Sau chánh biến 1/11/1963, HĐQN Cách Mạng tố cáo chính quyền Diệm đã thủ tiêu một số người đối lập như Nguyễn Bảo Toàn, Tạ Chí Diệp, Vũ Tam Anh, Hồ Hán Sơn v.v... Ông Quách Tòng Đức tuyên bố những chuyện này thuộc thẩm quyền các cơ quan công an, tình báo. Tuy nhiên, ông tin chắc rằng ông Diệm không bao giờ đích thân chủ trương như vậy vì Tổng Thống là một tín đồ Công giáo thuần thành, phân biệt tội phước, không khát máu như CS và ông luôn tích cực chống đối. Có thể một số nhân viên an ninh cuồng tín đã hành động để lấy điểm hay giải thích sai lầm chỉ thị cấp trên. Một bằng chứng cụ thể là TT Diệm chỉ ra lệnh giam chớ không cho xử tử Hà Minh Trí, một cán bộ

Cao Đài, mưu sát hụt ông Diệm tại Ban Mê Thuột và gây thương tích cho Bộ Trưởng Đỗ Văn Công. Minh Trí được Hội đồng Cách Mạng trả tự do khi họ đã giết TT Diệm. Câu hỏi nêu ra là cuối cùng, TT Diệm có hay biết các vụ thanh toán toán đối lập hay không và phản ứng thế nào?

Trong giai đoạn chót của chế độ, có tin đồn trong quần chúng và báo giới Mỹ rằng cố vấn Ngô Đình Nhu đi đêm với CS kháng chiến để tìm ra giải pháp giữa Nam, Bắc. Chính ông Nhu có đề cập đến chuyện này trong vài phiên nhóm họp với tướng lãnh tại Bộ Quốc phòng và ngày 23/7/1963 tại suối Lồ Ồ - khi nói chuyện với các cán bộ xây dựng Ấp Chiến Lược Khóa 13. Một nguồn tin khác cho biết ông Nhu sử dụng trung gian của bốn ĐạiSứ Roger Lalouette (Pháp), d'Orlandi (Ý), Goburdhun (Ấn Độ) và Manelli (Ba Lan) [*hai ông sau là thành viên của Ủy ban Quốc tế Kiểm soát Đình chiến*] cũng như Tổng Lãnh Sự Pháp ở Bắc Việt Jacques de Buzon để liên lạc với Hà Nội.

Ông Quách Tòng Đức nói có nghe dư luận xầm xì rằng ông Nhu đã gặp một đại diện Chính trị CS (Phạm Hùng?) trong lần đi săn tại Quận Tánh Linh, Bình Tuy. Ông Đức nghĩ đây chỉ là một đòn chiến thuật của ông Nhu để dằn mặt Hoa Kỳ, TT Diệm không bao giờ chấp nhận giải pháp điều đình với Hồ Chí Minh. Hơn nữa, Hiến pháp VNCH có ghi rõ chủ trương của MNVN chống chủ nghĩa vô thần.

Những ngày chót của TT Diệm. Các cận thần cuối cùng: Bốn mươi hai năm trôi qua, mọi công dân VN, ủng hộ hay chống đối ông Diệm, đều cảm thấy nhục nhã khi đọc lại những lời thú nhận sống sượng của tướng Trần Văn Đôn, đầu não trong chánh biến 1/11/1963 và tác giả của quyển hồi ký "VN Nhân Chứng" về vai trò Hoa Kỳ chỉ huy vụ lật đổ và sát hại một lãnh tụ đồng minh. Đôn viết: "Đúng 1:30 giờ trưa, (trùm Xịa) Conein vào Bộ TTM (văn phòng của

Đôn), mang theo một máy truyền tin đặc biệt để liên lạc với Tòa Đại sứ Mỹ và một bao tiền là ba triệu bạc VN" (trang 211). Đôn còn tuyên bố khi y thậm thọt gặp riêng Thái thú Cabot Lodge để thỉnh thị: "Chúng tôi (nhóm đảo chính) không bao giờ có tham vọng cá nhân, chỉ muốn cứu nước!" (trang 210)". Đoạn chót, Trần Văn Đôn cho biết ba triệu bạc, cái giá rẻ mạt để thay đổi một thế cờ, đã chia cho Dương Văn Minh, Lê Văn Kim, Tôn Thất Đính, Nguyễn Hữu Có, Đỗ Cao Trí, Nguyễn Khánh, Trần Ngọc Tám và Lê Nguyên Khang.

Ông Đức tỏ ra ngán ngẩm khi được hỏi nghĩ gì về sự tự thú trên đây. Theo ông, trong những ngày chót của một cuộc đời đấu tranh gian khổ, TT Diệm là con người cô đơn nhứt trên thế gian: dân tộc bỏ rơi, đồng minh phản bội, gia đình chia cách, kẻ thù CS reo hò chiến thắng, sự nghiệp chính trị ra tro, uất hận ngất trời vì tương lai mù mịt của Đất Nước, một quốc gia bị sức mạnh chèn ép. Với ông Nhu quỳ bên cạnh cầu nguyện trong nhà thờ Cha Tam Chợ Lớn sáng ngày 1/11/1963, không chắc TT Diệm đồng một tâm tư với người em. Ông Đức bùi ngùi nhắc lại: Tối 1/11/1963, khi tiếng súng nổ rền khắp nơi, ông và gia đình rời khỏi nhà riêng ở số 8 đường Lê Văn Thạnh, ngủ đêm tại Chợ Lớn, không xa nơi Tổng Thống và ông Nhu tạm ngụ. Sáng hôm sau 2/11, trở lại nhà thì được hay Tổng Thống có điện thoại tối hôm trước nhưng người giữ nhà trả lời không biết ông Đức ở đâu. Vài giờ sau, radio báo tin hai ông Diệm, Nhu "tự tử", điều mà ông Đức không tin chút nào. Đến nay, ông Đức vẫn ân hận vì không được tiếp xúc lần chót với Tổng Thống. Khi được hỏi: *"Trong Nội các, ai được TT Diệm tin cậy nhứt những ngày, tháng cuối cùng?"*. Quách Tòng Đức đáp: *"Nguyễn Đình Thuần và Trương Công Cừu"*. Thuần kiêm 3 trọng trách: Bộ Trưởng Phủ Tổng Thống, Bộ

Trưởng phụ tá Quốc phòng, và Bộ Trưởng Đặc nhiệm Phối hợp An ninh. Cửu là Bộ Trưởng Đặc nhiệm Phối hợp Văn hóa Xã hội. Ngoài ra, còn có Ngô Trọng Hiếu, Bộ Trưởng Công dân vụ, từng là đại sứ VNCH ở Nam Vang, bị Chánh phủ Cam Bốt trục xuất vì giúp cho Tướng Đạp Chuon đảo chánh (hụt) Quốc vương Sihanouk. Tên ông Hiếu nằm trong bản danh sách của Cabot Lodge ghi các nhân vật cần thanh toán, theo hồi ký nêu trên của Trung Tá Nguyễn Văn Châu.

Ông Đức không ngạc nhiên cho lắm khi được người viết cho biết một số tài liệu giải mật tại Hoa Kỳ tiết lộ Thuần là tay chân thân tín của CIA, theo dõi để phúc trình từng phản ứng của hai anh em Diệm Nhu.

Thuần từng được Mỹ chấm như một "Thủ Tướng có triển vọng" nếu TT Diệm chịu sửa Hiến pháp để đặt thêm chức vụ này. Một số nhân vật rất gần Dinh Độc Lập cho biết Thuần dùng đủ mưu chước để thu hút cảm tình của TT Diệm và từ đó, tìm cách ly gián ông Diệm và ông Nhu trong giai đoạn chót của chế độ. Ông Đức ngạc nhiên khi hay chính Đệ Nhị Phòng Pháp đã giúp Thuần trốn khỏi Việt Nam. Cố Ứng Thi, chủ khách sạn Rex và bạn thân của Thuần, xác nhận với người viết điểm vừa nói. Thuần hiện sống thong dong tại Paris. Tác giả bài này thắc mắc: *"Không lẽ một người tinh vi như ông Nhu mà không nhận ra mặt trái của Nguyễn Đình Thuần?"*.

Ông Đức trả lời: *"Có thể ông Nhu không mù quáng nhưng ở vào thế kẹt lúc đó, không còn ai liên lạc để dò xét âm mưu đen tối của Hoa Kỳ, nên ông phải 'tương kế, tựu kế' sử dụng Thuần"*. Ông Nhu cũng đã áp dụng chiến thuật này (kế hoạch chống đảo chánh) để tìm cách chi phối nhóm tướng lãnh bị Mỹ mua chuộc. Ông Đức cho biết thêm: LM Cao Văn Luận cũng là một cố vấn thân tín Tổng Thống được giao phó ra nước ngoài xin tài trợ về giáo dục, tìm kiếm trí thức Việt đưa về nước và tổ chức Viện Đại học Huế mà ông là Viện trưởng đầu tiên. Trong giai đoạn khủng hoảng Phật giáo, dư luận cho rằng LM Luận đã trở mặt, ngả theo phe chống chánh quyền. Chẳng những thế, ông còn viết hồi ký "Bên dòng lịch sử" để nói xấu TT Diệm và đề cao Hồ Chí Minh. Tình đời rõ đen bạc!

Ông Quách Tòng Đức quả quyết không bao giờ gặp Vũ Ngọc Nhạ (mà CS phịa trong quyển sách và bộ phim giả tưởng Ông Cố Vấn gài vào Dinh Độc Lập!). Trả lời về các cán bộ gốc CS cộng tác với chế độ, ông Đức cho biết Kiều Công Cung, nguyên Tư lệnh Sư Đoàn Việt Cộng đã tỏ ra xứng đáng đến cùng trong chức vụ Đặc ủy chiêu hồi. Phạm Ngọc Thảo mà Tổng Nha Công an có hồ sơ, được bổ nhiệm Đại Úy Bảo An, sau đó Tỉnh trưởng Kiến Hoà và Thanh tra Dinh điền. Hai chuyên viên Mỹ về Giáo dục và Dinh điền thường lui tới Dinh và ăn sáng với Tổng Thống là giáo sư Wesley Fishel thuộc Đại học Michigan và Ladejinsky mà Tổng Thống quen từ lúc bôn ba ở Hoa Kỳ. Về sau, được hay hai chuyên viên này làm việc cho CIA. Đặc biệt, Fishel đã ra mặt chống phá ông Diệm tại Hoa Thịnh Đốn trước ngày đảo chánh. Trần Văn Đôn ghi nơi trang 182 của hồi ký: Trong một buổi học tập chính trị tại Bộ TTM trước chính biến 1/11/1963, ông Nhu nói, sau khi nghe các tướng lãnh trình bày thỉnh nguyện: *"Mấy anh muốn cải tổ chánh phủ mà xin như vậy đâu có nhiều. Muốn làm cách mạng thật sự, tôi tưởng các anh phải xin nhiều hơn. Ông Diệm bị kẹt với một số Bộ trưởng thối nát bất tài. Trong lúc này Quân đội phải nhận rõ vai trò của mình để cứu nước, nên đảo chánh một đêm bắt mấy ông Bộ trưởng đó rồi hôm sau trao quyền lại cho Tổng Thống. Nếu có vị tướng nào muốn đảo chánh thì quân đội phải chống lại, phải bắt người đó mà treo cổ trên đường Công Lý"*. Đâu là sự thật? Nếu đúng, thì đây có phải là ván bài tố xả láng của ông Nhu để dò xét và sập bẫy nhóm tướng tạo phản? Hay một nhìn nhận chua chát chế độ đang tuột dốc thê thảm, đưa dân tộc vào một trận đại hồng thủy?

TT Ngô Đình Diệm có thể đã phạm một số sai lầm khi cầm quyền - nhưng không một ai - từ Hoa Kỳ cho đến Hồ Chí Minh dám chối cãi rằng ông là một lãnh tụ yêu nước, trong sạch, có khí phách và không làm dân tộc hổ thẹn vì ông đã cố bảo vệ VN đến cùng thể diện và quyền uy quốc gia. Không một gia đình Việt nào mà lại hy sinh nặng như thế cho Đất Nước, mất một lần bốn người con ưu tú, một vì CS giết hại và ba vì tay quốc gia. Ông Diệm ra đi, Hồ Chí Minh không còn đối thủ, Mỹ rảnh tay VN hóa chiến tranh, Miền Nam sụp đổ mau lẹ.

Hay tin TT Diệm bị sát hại, Mao Trạch Đông phản ứng bằng nhận xét:*"Chính quyền Kennedy hạ ông Ngô Đình Diệm là một thất sách, một sai lầm rõ rệt!"*. Và HCM tuyên bố:*"Ông Diệm là một nhà yêu nước, hãy theo đường lối của ông ấy!"*. Trong hồi ký The Real War, chương V, Nixon viết: TT Pakistan Ayub Khan nói với tác giả vài ngày sau vụ đảo chánh 1/11/1963:*"Việc TT Diệm bị giết có ba ý nghĩa đối với nhiều nước Á Đông: trở thành bạn Hoa Kỳ là một nguy hiểm, trung lập có giá hơn và đôi khi tốt hơn là kẻ thù"*. Riêng về De Gaulle thì ông nhận định: *"Sau Diệm, không phải là một khoảng trống mà là một sự quá đầy!"*. Ý muốn nói: Miền Nam lạm phát lãnh tụ, trở thành một giỏ cua và một hý trường tranh dành địa vị, ngôi thứ.

Đối với thế hệ lãnh đạo mai sau, sự thất bại của TT Diệm - mà Đồng Minh Hoa Kỳ lẫn kẻ thù CS đều xem như một mối đe dọa cần triệt hạ - là một bài học quý báu về kinh nghiệm chống Đế quốc, về nhân tình thế thái và thân phận của một nước nhược tiểu. Học giả Úc Denis Warner đã tặng cho ông biệt danh xứng đáng "The Last Confucian, Người hiền triết Khổng giáo cuối cùng". TT Diệm là một thầy tu lạc lõng giữa chính trường gió tanh mưa máu, gánh trên vai thánh giá của Quê Hương đau khổ.

Sau tháng 4/1975, hai ngôi mộ của TT Diệm và CV Nhu được cải táng từ nghĩa trang Mạc Đĩnh Chi, Sàigòn, về quận Lái Thiêu, tỉnh Bình Dương. Mộ bia của TT Diệm có khắc chữ Huynh. Mộ bia của CV Nhu khắc chữ Đệ. Hai nấm mồ khiêm nhường, quạnh hiu, thiếu người chăm sóc, kết thúc một cuộc đời đấu tranh khắc nghiệt, đầy oan trái nhưng chắc chắn không phải là một hy sinh vô bổ trên bàn thờ Tổ Quốc.

Kết luận: Ông Quách Tòng Đức đã chấm dứt buổi nói chuyện thân tình bằng một lời than chua xót *Dĩ vãng buồn nhiều hơn vui*, phá hoại nhiều hơn xây dựng, hận thù thay vì đoàn kết". Đến nay, đất nước chưa thấy lối thoát, những bài toán của xứ sở chưa tìm ra đáp số. Ngày nào CS vẫn bám víu vào quyền lực thì quốc nhục chậm tiến còn kéo dài. Thế cuộc xoay vần. Lý thuyết chánh trị, chế độ, lãnh tụ... rồi cũng phải trở về với cát bụi. Hư Danh, tất cả đều là Hư Danh! Cuối cùng chỉ còn lại Dân Tộc, Dân Tộc trường tồn, Dân Tộc bất diệt. Lưu đày, dù trên mảnh đất Dân Chủ, chưa phải là Tự Do, Người Việt tha hương, vào tuổi gần đất xa trời, vừa đau buồn hướng về Đất Mẹ, vừa thao thức tự vấn như Thôi Hiệu trong bài thơ Đường "Hoàng Hạc Lâu", như sau:

"Nhật mộ hương quan hà xứ thị
Yên ba giang thượng sử nhân sầu"

Chi Điền dịch:

"Chiều xuống, quê nhà đâu đó tá?
Bên sông khói toả, não lòng ai"

Tác giả: **Lâm Lễ Trinh**
(Về Nguồn trang 71) - 2006

BẢY

ĐỆ NHẤT CỘNG HÒA CỦA MIỀN NAM
(1955-1963)

Huỳnh Văn Lang
(Bài nói chuyện ở Hội Tác giả VN Hải ngoại, 8/11/2009)

Nội dung của bài nói chuyện hôm nay là những sự kiện hay những biến cố quan trọng nhứt đã đưa đến sự hình thành ra Đệ Nhất Cộng Hòa của miền Nam VN (1956-1963), mà cái ID của nó là Hiến Pháp năm 1956, cũng là phần kết của bài nầy.

Hưởng ứng lời kêu gọi của Thủ Tướng Ngô Đình Diệm về giúp nước, từ Chicago, Illinois, tôi về đến Sàigòn ngày 24/8/1954 và liền sau đó vì thời cuộc đưa đẩy, Thủ Tướng Ngô Đình Diệm đã đặt để tôi vào những địa vị, nếu gọi được là địa vị hay đúng hơn là cương vị, để tôi thành ra chứng nhân cho những sự kiện tôi muốn ghi lại ra đây. Những sự kiện tôi trình bày sau đây có ba giá trị khác nhau: là chứng nhân, không chứng nhân nhưng biết thật chắc chắn và một ít chuyện không biết chắc, quí vị sẽ phân biệt được 3 giá trị khác nhau đó.

1. Cương vị thứ nhứt *(Phụ tá Bí thư của Thủ Tướng Ngô Đình Diệm).*

Đầu tiên tôi tạm thời thay thế anh Võ văn Hải là bí thư của Thủ Tướng, để anh tạm thời giữ chức Chánh văn phòng, thình lình bỏ trống. Ba ngày đầu tôi ăn ngủ trong dinh Gia Long, sau được đưa ra ngủ nghỉ ở khách sạn Kinh Hoa, Chợ Lớn, nhưng luôn luôn về dinh Thủ Tướng ăn cơm trưa và tối cho đến khi Thủ Tướng cho lệnh Bộ Tài chánh cấp cho villa số 140, đường Hai Bà Trưng, Sàigòn. Cho nên tôi may mắn làm việc bên Thủ Tướng cho đến ngày 10 hay 11/10/1954. Chính trong thời gian ngắn ngủi 45 ngày nầy đã xảy ra biến cố Nguyễn Văn Hinh, TTM trưởng Quân đội Quốc gia VN muốn đảo chánh.

Để dễ hiểu rõ biến cố nầy thiết nghĩ cũng nên nhắc lại, trước đó, ngày 16/6, ông Diệm được Quốc Trưởng Bảo Đại bổ nhiệm làm Thủ Tướng, lập nội các VN thay thế chánh phủ Hoàng thân Bửu Lộc. Thiết nghĩ khi bổ nhiệm Ngô Đình Diệm, Quốc Trưởng Bảo Đại có hội kiến với Bộ Ngoại giao Mỹ và cũng có thể với chánh phủ Pháp nữa, vì Pháp dù có thua trận ở Điện Biên Phủ trong tháng 5 rồi, nhưng vẫn còn nắm quyền Ngoại giao và Quốc phòng ở VN với một đạo quân viễn chinh dù đã thua trận nhưng vẫn còn hùng hổ, đang khi anh em Ngô Đình Diệm lại có tiếng là chống Pháp.

Cũng chắc chắn là chánh phủ Hoa Kỳ không có liên quan trực tiếp gì đến chuyện bổ nhiệm nầy, vì dù ông Diệm có bôn ba ở Hoa kỳ gần 3 năm đi nữa, ông có quen thân với nhiều nhận vật có tiếng nói trong chính trường Hoa Kỳ, nhưng thật ra Hoa Kỳ chưa nghĩ đến chuyện thay thế Pháp ở Đông dương, cho đến khi chạm mặt với Nga/Tàu ở hội nghị Genève trong tháng 7/1954.

Sau khi được bổ nhiệm, bất chấp lời can gián của ông Ngô Đình Luyện ở Pháp và ông Ngô Đình Nhu ở VN, Thủ Tướng Ngô Đình Diệm về Sàigòn ngày 26, cùng tháng 6/1954. Tổng Liên đoàn Lao công VN cổ động đón tiếp, nhưng số người đến phi trường TSN chưa đến 500. Bốn ngày sau Thủ Tướng bay ra Hà Nội để xem xét tình hình và tiếp xúc chánh khách ngoài Bắc, để rồi trở về Sàigòn thành lập Nội các, ra mắt ngày 7/7/1954: Thủ Tướng kiêm Bộ Quốc phòng và Nội vụ. Chánh phủ chưa kịp làm gì thì ngày 20 cùng tháng Hiệp định Genève ký kết giữa Pháp và Việt Minh (VM) thoạt đến, Toàn dân dở khóc dở cười, có hòa bình hay đúng hơn chỉ là đình chiến giữa hai phe, nhưng đất nước lại bị chia đôi. (1)

(1) *Ngày 21/7/1954, đang khi TT Eisenhower họp báo để giải thích hiệp định Genève cho quốc dân Mỹ, thì ngoài đường có một nhóm sinh viên VN biểu tình lên án các cường quốc chia đôi đất nước của họ. Hôm sau ở trước trụ sở Liên Hiệp Quốc (UN), Newyork, cũng có một nhóm sinh viên VN biểu tình, đông hơn. Cả hai cuộc biểu tình đều do ĐVL, ĐTC & HVL tổ chức, hình HVL có lên báo, lên TV 55 năm sau nhìn lại...*

Bao nhiêu vấn đề chánh trị xã hội cả văn hóa... đổ dồn về miền Nam với 36.000 quân viễn chinh Pháp và trào lưu Bắc Kỳ di cư chạy giặc CS bắt đầu, người Pháp dự đoán là khoảng 60.000 người, Thủ Tướng Ngô Đình Diệm hy vọng 100.000... không dè trào lưu chạy giặc CS bộc phát như thác lũ, quá sự tưởng tượng của mọi người, nghĩa là trong vòng 300 ngày do Hiệp định Genève quy định số người Bắc Kỳ di cư lên trên 860.000. Thủ Tướng vui bao nhiêu thì càng lo nhiều hơn nữa...

Khi về đến VN, tôi cảm thấy rõ ràng tình trạng quá yếu kém của chánh phủ Ngô Đình Diệm cũng như uy tín của tân Thủ Tướng quá thấp. Không thấy chánh phủ Bửu Lộc bàn giao lại cái gì, ngoài cái dinh Gia Long và sở Nội dịch với năm bảy chiếc xe cũ kỹ, không có một tiểu đội canh gác. Thủ Tướng kiêm Bộ Quốc phòng, mà không có quân đội, Bộ Nội vụ không có Công an Cảnh sát, trong lúc đô thành Sàigòn - Chợ Lớn là Bình Xuyên, miền Tây Nam Kỳ lục tỉnh là Hòa Hảo, miền Đông là Cao Đài, quần chúng người Nam nghe nói đến Ngô Đình Diệm, nhưng không biết Ngô Đình Diệm là ai. Ngoài ra sau lưng Tướng Ely, Cao ủy Pháp là cả một tập đoàn thực dân đang hôi quyền thế, hôi cả tài sản như buổi chợ chiều. Trong lúc người Mỹ mới nhảy vào chánh trường VN chưa có một chủ trương rõ ràng... Tắt một lời, xã hội miền Nam đang ở trong một tình trạng vô cùng hỗn mang gần như tuyệt vọng, vô phương cứu vãn. Dư luận Quốc tế cho chánh phủ Ngô Đình Diệm không thọ quá 6 tháng.

Ưu tư số 1 của Thủ Tướng Ngô Đình Diệm là phải nắm lấy quyền hành, là thủ tướng kiêm Quốc phòng, cho nên đầu tiên ông phải nắm quân đội. TM trưởng Nguyễn Văn Hinh (vợ đầm tức nhiên là dân Pháp), cần phải thay thế. Và chính Tướng Hinh lại khai chiến trước, ngày 9/9/54 chỉ trích Thủ Tướng trên đài phát thanh Pháp Á do anh Phan Cao Phái (anh của chị Minh Châu bạn của người viết) quản lý và đòi cải tổ chánh phủ. Thủ Tướng Diệm phản pháo ngay, ngày 11/9/54 chỉ thị Tướng Hinh phải đi Pháp trong vòng 24 tiếng, gọi là để khảo sát tổ chức quân đội Pháp trong vòng 6 tuần. Tướng Hinh từ chối và vận dụng quân đội trong tay mình để làm loạn, muốn đảo chánh, cho 1 tiểu đội thiết giáp chạy chung quanh Dinh Độc Lập (mới được Cao ủy Ely giao trả tuần trước) vừa hăm dọa, vừa chửi bới, cùng một lúc cho đài phát thanh quân đội ra rả tố cáo chánh phủ nào là độc tài, nào là tham nhũng v.v... *(Những đêm đó tôi ngủ trong dinh Thủ Tướng, sẵn sàng để Thủ Tướng sử dụng như một thông dịch viên và đi đêm với CIA Mỹ, khi Đại Tá Landsdale từ Manila qua VN, đóng đô ở hộp đêm*

Ma Cabane, trước cửa vườn Tao Đàn, cách dinh Thủ Tướng một con đường. Đại Tá Lansdale có nhiệm vụ giúp chánh phủ Ngô Đình Diệm ổn định tình hình). Nội các Ngô Đình Diệm sắp sụp đổ đến nơi, vì ngày 20/9/1954, 9 trên 18 Bộ trưởng yếu bóng vía đệ đơn từ chức. Nên lưu ý là cuộc khủng hoảng nầy xảy ra đúng lúc cuộc Bắc Kỳ di cư bộc phát như lũ lụt sông Hồng, CS Hà Nội chận đường, đe dọa, bắt cóc, thủ tiêu... vẫn không be nổi.

Nhưng với sự hợp tác chặt chẽ giữa CIA và tòa Đại Sứ Mỹ, Thủ Tướng Diệm giải quyết được cuộc khủng hoảng do Tướng Nguyễn Văn Hinh gây ra, nhưng không phải là không đổ mồ hôi hột: Đại Sứ Heath cho Tướng Hinh biết là nếu có đảo chánh trong tình thế nầy thì Mỹ sẽ cúp viện trợ quân sự ngay, đang khi Đại Tá Lansdale tìm cách tách Tướng Hinh ra khỏi tham mưu của ông ta là 2 nhân viên Phòng nhì của Pháp, Lansdale biếu hai sĩ quan nầy hai vé máy bay đi Manila du hý năm ngày.

Qua tháng sau, 1954 Thủ Tướng Ngô Đình Diệm cất chức tướng Hinh và bổ nhiệm Tướng Lê Văn Ty lên thay *(Cũng là lúc Thủ Tướng Ngô Đình Diệm gửi tôi qua Bộ Tài chánh có công tác khác, nên những chuyện sau đây tôi không phải là chứng nhân, nhưng biết được rõ ràng).*

Đại sứ Heath và tướng O'Daniel, Trưởng đoàn cố vấn quân sự Mỹ, lại yêu cầu Thủ Tướng Diệm nên giữ Tướng Hinh lại trong quân đội. Ông Diệm từ chối. Trước sự cứng rắn của Thủ Tướng, Đại Sứ Heath thay đổi thái độ, từ bạn ra thù ngay và gửi điện tín về Washington, tố cáo Thủ Tướng là bất tài, không có khả năng dung hợp... cần phải thay đổi. Nhưng lúc bấy giờ TT Eisenhower và Hội đồng An ninh Quốc gia, cả đa số Lưỡng viện Quốc hội lại nhận thấy Thủ Tướng Diệm có thể lãnh đạo Mặt trận chống

Cộng ở Đông Nam Á châu, nên hoàn toàn bác bỏ đề nghị của Đại Sứ Heath và TT Eisenhower gửi đặc sứ qua thay thế là Tướng Collins, bạn thân tín của ông. Đặc sứ Collins đến Sàigòn mang theo bức thơ của TT Mỹ xác nhận ủng hộ một mình Thủ Tướng Diệm và muốn thảo luận với Thủ Tướng một chương trình viện trợ kinh tế quân sự quy mô hơn. Không dè Tướng Collins và Tướng Ely là huynh đệ chi binh từ Đệ nhị Thế chiến. Tai hại nữa là đặc sứ Mỹ bị Cao ủy Pháp chi phối hoàn toàn, ngày một ngày hai Tướng Collins thay đổi thái độ đối với Thủ Tướng Diệm, có nghĩa là ủng hộ mưu đồ "Diệm must go" mà thực dân Pháp đã dàn dựng từ 4, 5 tháng nay.

Ngày 8/12/1954, hai Tướng Collins và Ely vào Dinh Độc Lập chính thức đề nghị với Thủ Tướng Ngô Đình Diệm nên bổ nhiệm Phan Huy Quát làm Bộ trưởng Quốc phòng và Bảy Viễn làm Bộ trưởng Nội vụ. Tất nhiên Thủ Tướng Ngô Đình Diệm từ chối và phải từ chối, vì nếu ông chấp nhận thì chẳng hóa ra ông chịu thua và mất gần hết quyền hành - Quốc phòng và Nội vụ là hai bộ quan trọng nhứt của chánh phủ nên ông đã kiêm nhiệm - để cho người Mỹ, qua ông Quát, Đại Việt và người Pháp, qua Bảy Viễn, tướng cướp tha hồ giựt dây.

Thế là lại khủng hoảng! Collins còn cực đoan hơn nữa. là đề nghị với Washington: Nên đưa Bảo Đại về, đem Phan Huy Quát lên làm Thủ Tướng thay thế Ngô Đình Diệm và ban hành tình trạng khẩn trương, tập hợp các lực lượng quốc gia để thống nhứt hành động. Nếu không thực hiện giải pháp nầy được, thì tốt hơn Mỹ nên rút ra khỏi VN. Không dè Tướng Collins lại dứt khoát đến thế. Trong quan hệ giữa Collins và Ely, làm như có bóng một người đàn bà, tôi không rõ lắm nên không nói ra đây. Tuy nhiên trong khủng hoảng nầy tôi biết rõ một việc, ai là người đã giúp chánh phủ Mỹ khỏi sai lầm trầm trọng, đó là Thượng nghị sĩ Mansfield. Nhận được phúc trình và đề nghị dứt khoát, nếu không nói là cực đoan hay ngu xuẩn của Đặc sứ Collins, TT Eisenhower, Hội đồng An ninh Quốc gia và Foster Dulles, Bộ ngoại giao, hội nhau lại, hết sức hoang mang, như bị một búa bổ vào đầu, tá hỏa tam tinh, nên phải kêu gọi đến ý kiến của bên Dân chủ đối lập, mà người có thớ nhứt là Thượng nghị sĩ Mansfield: TNS Mansfield đến tòa Bạch Ốc góp ý: Ông Diệm là một tích sản mình vừa thu nhận, dù có nhỏ bé cách mấy đi nữa thì cũng là một tích sản, tại sao mình phải phiêu lưu đi đổi với những giá trị khác, mà mình mù tịt không hiểu biết hay chưa hiểu biết mảy may gì hết.

Thế là Thủ Tướng Diệm lại thắng, tất cả chính phủ Mỹ đều chấp nhận ý kiến của TNS Mansfield vì là khôn ngoan nhứt và ngày 14/12/1954 chính phủ Hoa Kỳ chỉ thị cho Tướng Collins: ***Trong tình thế hiện nay, không có một chọn lựa nào khác hơn là tiếp tục viện trợ cho VN và ủng hộ Thủ Tướng Diệm.***

Nhưng chưa hết, tướng Collins với thực dân Pháp còn quậy nữa, mà năng nổ quyết liệt nhứt là bảy Viễn, Bình Xuyên.

2. Cương vị thứ hai: *(Công cán Ủy viên Bộ Tài chánh).*

(a) Tiền.

Cuộc khủng hoảng Nguyễn văn Hinh giải quyết chưa xong hay gần xong (10/10/1954) thì Thủ Tướng Ngô Đình Diệm gửi tôi qua bộ Tài chánh để giúp Bộ trưởng Trần Hữu Phương, cũng là bạn thân của tôi từ khi còn ở Paris, làm Công cán ủy viên, để hằng ngày theo dõi diễn tiến Hiệp định Paris, mới hợp lại để thay thế Hiệp ước Pau, cũng có nghĩa là phủ định tất cả những ký kết của Hiệp ước nầy. Nhờ đường lối dứt khoát của thủ tướng Mendès-France như ở Hội nghị Genève (20/7/1954), trong một thời gian kỷ lục hội nghị Paris kết thúc, ký kết giữa 4 nước đêm 30/12/1954: Pháp nhìn nhận toàn vẹn chủ quyền tài chánh và tiền tệ (hối đoái) của 3 nước Việt-Miên-Lào và cho thi hành việc bàn giao ngay trong vòng 3 ngày, tức là ngày 2/1/1955.

Từ rày viện trợ quân sự, kinh tế, nhân đạo của Mỹ và các nước sẽ đi thẳng vào tay VN, không phải qua tay Pháp nữa. Nhờ theo dõi diễn tiến của hội nghị Paris rất sát - ngày 23 hay 24/12/1954, Bộ Tài chánh nhận được điện tín của phái đoàn VN do ông Dương Tấn Tài cầm đầu, đại khái "hoàn toàn thắng lợi và sẽ kết thúc trong vòng 7 ngày", và ông Bộ trưởng Tài chánh dành cho tôi cái danh dự được mang điện tín nầy vào trình Thủ Tướng, cùng giải thích cho Thủ Tướng biết rõ những kết quả tốt đẹp của Hiệp định Tài chánh & Tiền tệ ở Paris) - nên trước đó năm bảy ngày Bộ Tài chánh, do đề nghị của tôi đã giữ lại được một ngân phiếu 15 triệu đô của Bộ Ngoại giao Mỹ viện trợ chương trình di cư Bắc Kỳ, chờ qua mươi ngày sau bỏ vào trương mục VN ở một ngân hàng Mỹ Bộ Tài chánh tự do chọn lấy, hơn là phải bỏ vào trương mục VN ở Pháp quốc Ngân hàng (Banque de France) như trước kia. Độc lập tài chánh và nhứt là tiền tệ (hối đoái) là từ đây. Từ đây chánh phủ VN được toàn quyền tổ chức cũng như quản lý tài chánh và tiền tệ của mình.

Trước đây Pháp đã viện trợ cho các giáo phái xây dựng lực lượng quân sự tất cả trên dưới 20 ngàn quân, không phải chỉ có khí giới thôi mà còn có một số tiền mặt khá quan trọng khác nữa. Từ đầu năm 1955, Pháp sẽ ngưng viện trợ và các giáo phái cần viện trợ phải đến với chính phủ Ngô Đình Diệm. Chính yếu tố tiền ở đây, dù không phải là yếu tố duy nhứt, nhưng là yếu tố quan trọng nhứt đã định đoạt lấy thái độ các giáo phái đối với chính phủ Ngô Đình Diệm và giúp chính phủ Ngô Đình Diệm thống nhứt Quân Đội Quốc Gia VN, chấm dứt tình trạng sứ quân do thực dân Pháp cấu tạo từ 9 năm qua.(2)

(2) Ngày 14/1, Đại Tá Ng. Văn Huệ, TM Trưởng của Tướng Trần Văn Soái, Hòa Hảo đem 3.500 về Với Quân Đội Quốc Gia. Ngày 13/2/1955, Tướng Trịnh Minh Thế, Lực lượng Kháng chiến Liên Minh Quốc gia Cao Đài dẫn 5.000 quân về với Thủ Tướng Ngô Đình Diệm. Ngày 10/3/1955 Thiếu Tá Nguyễn Văn Đầy, Lực lượng Hòa Hảo Quốc gia đem 5.000 quân và ngày 31/3/1955 Tướng Nguyễn Thành Phương, Tổng tư lệnh Quân đội Cao Đài đem toàn quân lực của mình về theo Thủ Tướng Ngô Đình Diệm. Tướng Nguyễn Giác Ngộ, Lực lượng Dân Xã Hòa Hảo, từ 23/2 đã hứa đem 8.000 quân về, nhưng phải đợi qua tháng 5, khi Thủ Tướng Ngô Đình Diệm dẹp xong lực lượng Bình Xuyên mới chịu thi hành lời hứa.

(b) Tiền

Trên đây là hậu quả tích cực xây dựng uy tín và củng cố quyền hành của Thủ Tướng. Thủ Tướng Ngô Đình Diệm khởi sự được các giáo phái ủng hộ, mà sau lưng các Giáo phái là cả một khối dân chúng miền Nam. Để rồi qua ngày 1/1/1955, Thủ Tướng ký nghị định chấm dứt đặc quyền Đại thế giới (cờ bạc) và Bình Khang (đĩ điếm) của Bình Xuyên, tức là trực tiếp phá vỡ ngay nguồn tài chánh khổng lồ, nếu không nói là duy nhứt của lực lượng Bình Xuyên. Gián tiếp nguồn tài chánh của Quốc Trưởng Bảo Đại ngày một ngày hai phải cạn kiệt: trước đây mỗi ngày Bình Xuyên phải đóng hụi chết cho Quốc Trưởng Bảo Đại đúng 1 triệu đồng, theo hối xuất thời đó là trên 28.500 Mỹ kim *(Từ lâu Quốc*

Trưởng Bảo Đại đã có một đời sống vương giả kiêm Playboy tại lâu đài Thorenc ở Cannes; Nam Phương Hoàng Hậu có tàu 'Yatch', Bảo Đại có mấy xe Sport hiệu Ý). Có phải đây là một yếu tố trong nhiều yếu tố tiêu cực bắt buộc Quốc Trưởng Bảo Đại nghĩ đến chuyện cất chức Ngô Đình Diệm, để cho bảy Viễn lên thay???

(Nói về tiền, tôi muốn nhắc đến một trường hợp ghê gớm hơn. Sau tuần lễ vàng năm 1945, HCM dùng một số vàng lớn, dưới mọi hình thức, để mua chuộc hai Tướng Tàu là Lư Hán và Tiêu Văn - do Thống chế Tưởng Giới Thạch sai qua VN để giải giới quân Nhựt cùng một lúc hậu thuẫn các lực lượng quốc gia như VNQD đảng, Đại Việt Cách Mạng... - để hoàn toàn bỏ rơi các đảng phái quốc gia, cho Việt Minh lấy thế thượng phong và sát hại các đảng phái quốc gia, cướp lấy chính nghĩa giải phóng dân tộc, độc quyền yêu nước, độc quyền kháng Pháp).

3. Cương vị thứ ba: *(Bí thư Liên kỳ bộ Cần Lao Nhân Vị CM đảng).*

Sau khi giải quyết khủng hoảng Tướng Hinh xong và được tin tranh thủ thắng lợi dành được Chủ quyền tài chánh và tiền tệ, Thủ Tướng Ngô Đình Diệm mừng lễ Giáng sinh rất vui vẻ và lạc quan hơn. Tôi được Thủ Tướng gọi đến tham dự lễ Giáng sinh, nửa đêm ngày 24/12/1954, được tổ chức ngoài sân sau Dinh Độc Lập. Và nhứt là vinh dự được Thủ Tướng đích thân chỉ định tôi ngồi hàng ghế đầu, ngay sau lưng của ông. Sau đó còn cho riêng tôi một món quà Giáng sinh đáng giá nữa. Biết đâu ông đã nghĩ đến chuyện giao cho tôi quyền điều hành Viện Hối Đoái Quốc gia từ giữa đêm hôm đó? Trong 4 tháng đầu năm 1955, ngoài Viện Hối Đoái, phần lớn tôi để thì giờ và tâm trí vào công trình văn hóa của anh em chúng tôi, là trường Bách khoa

Bình dân, khai giảng ngày 15/11/1954. Vừa điều hành một trường sở có trên 1.200 học sinh, vừa giảng dạy 2 lớp tối, từ 6:30 giờ đến 9:00 giờ, tôi không trực tiếp liên hệ với những biến cố hay sự kiện lịch sử xảy ra cho VN lúc đó nữa. Tuy nhiên, dù không chứng kiến, tôi vẫn theo dõi luôn và được biết rõ những chuyện sau đây.

- Ngày 12/1/1955 thương cảng Sàigòn được giao trả cho chánh phủ Ngô Đình Diệm.

- Cùng ngày 12//1955, Tướng Agostini Pháp bàn giao toàn quyền quản lý Quân Đội VN cho Tướng Lê Văn Tỵ.

Đến đây thì Thủ Tướng Ngô Đình Diệm xuất hiện rõ ràng như là một nhận vật có đủ khả năng tranh thủ độc lập toàn vẹn cho Quốc gia. Nhưng thực dân Pháp và tay sai chưa chịu bỏ cuộc. Bất hạnh là chính Quốc Trưởng Bảo Đại lại để cho chúng lợi dụng, nếu không nói là đồng lõa với chúng. Nên Bảo Đại và Pháp thúc đẩy Mặt trận Thống nhứt Toàn lực Quốc gia ra đời, là ngày 3/3/1955: ngoài Cao Đài, Hòa Hảo, Bình Xuyên còn có BS Nguyễn Tôn Hoàn, Đại Việt Miền Nam, Phan Quang Đán, đảng Dân Chủ, Hồ Hữu Tường... Hộ pháp Phạm Công Tắc được Bảo Đại mời lãnh đạo Mặt trận. Phản ứng của Hoa Thịnh Đốn: *Không thể Mỹ chi tiền mà để Pháp thao túng chánh trường VN,* nên ngày 8/3/1955 TT Eisenhower tái xác nhận ủng hộ Ngô Đình Diệm và bản sao gửi Bảo Đại, gián tiếp khuyến cáo đừng thọc gậy bánh xe, gây khó khăn cho Ngô Đình Diệm nữa và khuyên Thủ Tướng Ngô Đình Diệm chống lại đòi hỏi của Mặt trận và bảo các các giáo phái nên rút khỏi Mặt trận. Nhưng bị áp lực của Bình Xuyên và Bảo Đại các giáo phái không nghe theo liền.

Ngày 21/3/1955, Mặt trận gửi tối hậu thơ cho Thủ Tướng Ngô Đình Diệm: trong vòng 5 ngày, phải cải tổ nội các theo mô hình nhân sự của Mặt trận. Thủ Tướng Ngô Đình Diệm mời vào hội với ông, nhưng ông dứt khoát từ chối. Sáu ngày sau (27/3/1955) ông còn cho lệnh Đại Tá Đỗ Cao Trí đánh chiếm Bộ chỉ huy Công an Cảnh sát do Bình Xuyên nắm giữ. Thế là chiến tranh giữa Thủ Tướng Ngô Đình Diệm có quân lực Quốc gia ủng hộ và Bình Xuyên có Pháp hậu thuẫn đã khởi sự và hai bên có cả một tháng để chuẩn bị đánh lớn, cũng gọi là hưu chiến.

Cũng là lúc, ngoài cái nợ văn hóa (trường Bách khoa Bình dân) và cái nợ chuyên môn (Viện Hối đoái Quốc gia) tôi mang thêm cái nợ chánh trị nữa. Đầu tháng 4/1955, ông Ngô Đình Nhu, Tổng Bí thư Cần Lao Nhân Vị Cách Mạng đảng (CLNVCM) đã giao hay là nhờ tôi đứng ra phát triển đảng Cần Lao trong Nam và tôi đã nhận lãnh, một cách tự nguyện, nhưng hết lòng theo truyền thống của gia đình *"là làm cái gì phải làm đến nơi đến chốn, không làm thì thôi"* và tôi đã khởi sự ngay, là thành lập Liên kỳ bộ Nam Bắc Việt, bí thư là Chí nguyện.

Đến lúc cuộc khủng hoảng Bình Xuyên đến hồi gây cấn nhất, nghĩa là có đánh nhau, có đổ máu... là cơ hội thử lửa (Baptême du Feu) cho Liên Kỳ bộ Nam Bắc Việt vừa mới thành lập với một tiểu tổ cơ bản và đầu não, gồm 8 thành viên. Nhưng với bao nhiêu đó Liên kỳ đã tích cực ủng hộ chiến dịch đánh Bình Xuyên, bất chấp thiết quân luật Liên kỳ đã đi rải khắp các nẻo đường Sàigòn/Chợ lớn/ Gia Định cả ngàn tờ "hịch" tố cáo tội ác của Bình Xuyên trong 8 năm qua *(Toàn là sự thật, không một chút tuyên truyền láo)*.

Và như chúng ta biết, biến cố Bình Xuyên lại kéo theo sau sự kiện truất phế Quốc Trưởng Bảo Đại. Lại thêm một cơ hội nữa cho Liên kỳ tập sự nhún tay vào chính trị, là giúp củng cố chính quyền Ngô Đình Diệm và giúp công xây dựng nền móng cho tòa nhà Đệ Nhứt Cộng Hòa của miền Nam VN, luôn luôn không quên những cán bộ CS để lại Miền Nam (*Vì thế mà Liên kỳ vội bỏ đô thành Sàigòn/Chợ Lớn để trọng tâm vào các tỉnh miền Tây*).

Trên đây là hai biến cố hết sức quan trọng mà với sự hạn hẹp của một con người, cá nhân tôi ở cương vị bí thư Liên kỳ bộ Nam Bắc Việt, dù muốn dù không cũng đã trở thành chứng nhân như nhiều nhân chứng khác, nếu không nói là trực tiếp tham gia vào những biến cố lịch sử VN trong khoảng thời gian đó.

Tiếp tục chủ trương triệt hạ quyền lực Bình Xuyên, sau khi cải tổ Nội các (24/4/1955) có sự tham gia của Hòa Hảo (Trung Tướng Trần Văn Soái và ông Lương Trọng Tường) và Cao Đài (Thiếu Tướng Nguyễn Thành Phương), ngày 25/4/1955, Thủ Tướng Ngô Đình Diệm ra sắc lệnh cách chức Lại Văn Sang, Tổng Giám đốc CS Quốc gia. Như thế tức là tấn Bình Xuyên vào vách tường. Cũng là lúc Đặc Sứ Collins vì quá bất mãn với Thủ Tướng Ngô Đình Diệm nên đi về Washington để ráo riết vận động cho cả Chánh phủ Mỹ chuyển hướng 180 độ, tức là "must go" cho kỳ được, và lần nầy ông thành công.

Rõ ràng tòa Đại sứ Mỹ ở Sàigòn đứng về phe Thực dân Pháp là tướng Ely, Bảy Viễn... hơn là phe Quốc gia của Thủ Tướng Ngô Đình Diệm.

Ba ngày sau là ngày 28/4/1955, Bình Xuyên:

a) Khai chiến, pháo kích vào Dinh Độc Lập.

b) Cùng một lúc, Bảo Đại gửi điện tín triệu ông Diệm và Tướng Tỵ qua Pháp để tường trình về tình hình trong nước.

c) Và bổ nhiệm Thiếu Tướng Nguyễn Văn Vỹ, Tư lệnh Ngự lâm quân Đà Lạt làm Tổng tư lệnh quân đội Quốc gia

VN thay thế Tướng Nguyễn Văn Hinh, được toàn quyền sử dụng mọi phương tiện cần thiết để giải quyết cuộc tranh chấp giữa Thủ Tướng Diệm và các giáo phái.

Lưu ý: Ba sự kiện a, b, c ghi trên hoàn toàn ăn khớp với nhau. Cùng ăn khớp với vận động thành công của tướng Collins ở Wahington, "Diệm must go".

Đặc biệt lưu ý đến chi tiết nầy: Thay thế Tướng Hinh, tức là hoàn toàn phủ nhận quyền hành của Thủ Tướng, coi chuyện Thủ Tướng Ngô Đình Diệm bổ nhiệm tướng Tỵ như "ne pas". Như thế chẳng hóa ra là cất chức Thủ Tướng rồi còn gì nữa? Chuyện triệu Thủ Tướng qua Pháp, không với ai khác mà là với Tướng Tỵ, vừa được Thủ Tướng bổ nhiệm TTM Quân đội Quốc gia VN. Đúng là một tiểu xảo chánh trị bất xứng. Được lệnh của Quốc Trưởng Bảo Đại, Thủ Tướng Diệm đã khôn ngoan, tìm được một lực lượng vô song để đương đầu với Quốc Trưởng, không còn là Quốc Trưởng của một nước, của Quốc dân nữa mà là đại diện cho một tập đoàn Thực dân rất hùng hậu. Lực lượng vô song nói ở đây là Quốc dân. Một điều cần nói ở đây là khi Thủ Tướng đi tìm một lực lượng vô song đó không phải là không có cố vấn của CLNVCM đảng, lúc đó là ai? Là Ngô Đình Nhu, là Trần Quốc Bửu, Trần Trung Dung, Trần Chánh Thành, có cả bác sĩ Bùi Kiện Tín và ai ai nữa... cả nhóm Tinh thần, trong đó có bác sĩ Huỳnh Kim Hữu. Biết rằng tất cả những nhân vật nầy không một ai gia nhập Cần Lao, nhưng đều chấp nhận chủ trương của ông Ngô Đình Nhu và do ông Nhu chi phối theo đường hướng Cần LAO của ông. Vì đó mà Thủ Tướng Ngô Đình Diệm cấp tốc triệu tập các Chánh đảng và Nhân sĩ Quốc gia, ngày hôm sau là ngày 29/4/ 1955, để xin ý kiến: **Nên tuân lệnh Quốc Trưởng Bảo Đại triệu qua Pháp hay không?** Như thế tức là muốn đặt Hội nghị trước một sự chọn lựa dứt khoát: Bảo

Đại hay là Ngô Đình Diệm? Ở đây tôi muốn nói đến tính cách đại diện bao quát của Hội nghị, chưa bao giờ miền Nam có một Hội nghị gồm đại diện của những 18 đoàn thể nếu không nói là chính đảng và có những 34 nhân sĩ tên tuổi. (3)

(3) 18 chánh đảng là: - Mặt trận Quốc gia Kháng chiến VN - VN Phục quốc hội - Thanh niên Quốc dân Xã VN - VN Dân chủ Xã hội - Phong trào tranh thủ Độc lập VN - Phụ nữ Quốc dân xã VN - VN Cần Lao Nhân Vị Cách mạng đảng - Tịnh độ Phật giáo đồ VN - Tổng Liên đoàn Lao công VN - Phong trào Dân chúng Liên hiệp VN - Phong trào Cách mạng Quốc gia - Tập đoàn Công dân - Nhóm Tinh thần - Xã hội Công giáo - Thanh niên Dân chủ VN - Cựu Chiến sĩ Kháng chiến VN - Nghiệp đoàn Ký giả VN - Hội tương trợ Đồng bào Nghệ Tĩnh /Bình. Rất tiếc là không còn đâu có danh sách 29 nhân sĩ. Trong số những nhân sĩ nầy tôi quen thân với BS Huỳnh Kim Hữu và ông Huỳnh Minh Y, bố vợ anh Huỳnh Sanh Thông và anh Dư Phước Long và năm ba nhân sĩ nữa, toàn là người Nam Kỳ.

Như thế có thể khẳng định tính cách đại diện bao quát của dân miền Nam. Dù biết rằng có những đảng chính trị chỉ có vài ba chục đảng viên và không có một cây súng trong tay để đánh Pháp và chống CS Việt Minh. Tuy nhiên cũng được cả năm bảy đoàn thể chánh trị có thực lực, nghĩa là có cả ngàn nếu không nói là mấy chục ngàn đảng viên và có năm bảy ngàn cây súng. Đó là VN Dân xã đảng Hòa Hảo do bí thư Nguyễn Bảo Toàn (Nguyễn Giác Ngộ) đại diện, VN Phục quốc hội Cao Đài do Đại Tá Hồ Hán Sơn (Nguyễn Thành Phương) đại diện và Mặt trận Quốc gia Kháng chiến VN do Nhị Lang (Trình Minh Thế) đại diện và Tịnh độ cư sĩ do Đoàn Trung Còn đại diện. Đặc biệt là có những đoàn thể thanh niên, phụ nữ và trí thức. Nói được là gần toàn dân miền Nam có đại diện chánh thức đến phó hội. Cũng có vài gương mặt Bắc Kỳ di cư, nhưng thiết nghĩ không có đại diện cho di cư Bắc Kỳ vì khi đó Bắc Kỳ di cư chưa định cư. Ngày 29/4/1955, đúng10 giờ hôi nghị gồm đúng 52 đại diện cho 18 đảng phái và 34 nhân sĩ khai mạc tại phòng khánh tiết dinh Độc Lập. Thủ Tướng Ngô Đình Diệm từ trên lầu đi xuống và có mấy lời: *Cám ơn và nêu lý do mời đến hội, để rồi xin rút lui để tất cả hôi viên tự do thảo luận.* Nói xong vài câu Thủ Tướng Ngô Đình Diệm bỏ lên lầu, không muốn ở lại, e có thể gây ảnh hưởng thế nầy hay thế nọ.

Hội nghị bắt đầu làm việc ngay là bầu. Chủ tọa đoàn: ông Nguyễn Bảo Toàn, bí thư Dân xã đảng, Hòa Hảo. Thư ký: ông Phạm Việt Tuyền, nhà báo. Và họ đã nghiêm chỉnh làm việc (**Sáng ngày hôm đó còn có 3 trái pháo kích Bình Xuyên bắn vào Dinh Độc Lập, có một trái nổ ngay đúng lúc Hội nghị bắt đầu làm việc**).

Nhưng đang khi các hội viên yên lặng chăm chú đọc chương trình nghị sự, thì ông Nhị Lang đứng lên tuyên bố:

"Thưa quý vị, tôi được chỉ thị đoàn thể chúng tôi là Mặt trận Quốc gia Kháng chiến VN đến đây gặp quý vị không phải để nói chuyện về việc Thủ Tướng Ngô Đình Diệm có bổn phận hay không bổn phận thi hành lệnh của Bảo Đại. Mà là trái lại, tôi xin thẳng thắn đặt vấn đề là đã đến lúc chúng ta cần trút bỏ quyền hành của ông Quốc Trưởng vô dụng kia đi. Là vì ông ta đang làm một việc trái với nguyên tắc lãnh đạo quốc gia. Thử hỏi, thành phố Sài gòn đang có biến, dân chúng đang xôn xao lo sợ, tại sao ông Bảo Đại lại chọn ngay lúc nầy để bắt

buộc Thủ Tướng phải bỏ nước sang bên Pháp xa xôi kia, để 'tham khảo ý kiến?'. Tham khảo cái gì? Phải chăng đây là mưu kế để nhắm lật đổ Chính phủ nầy? Vậy tôi xin tuyên bố dứt khoát, nếu quý vị bằng lòng thảo luận việc truất phế Bảo Đại ngay bây giờ, thì tôi ở lại. Bằng không, tôi xin phép ra khỏi phòng hội nầy ngay!''.

Lúc bấy giờ cả cử tọa sửng sốt hay bàng hoàng trước đề nghị quá táo bạo của Nhị Lang, cũng vừa lúc Đại Tá Hồ Hán Sơn, đại diện Tướng Cao Đài Nguyễn Thành Phương đứng lên và tuyên bố tiếp:

"Nhân danh VN Phục Quốc Hội, chúng tôi đồng ý với mặt trận Quốc gia Kháng chiến, yêu cầu quý vị đừng bận tâm tới lệnh triệu thỉnh vô lý của Bảo Đại nữa, mà hãy đồng tâm làm một cuộc cách mạng, chấm dứt ngay vai trò của ông Quốc Trưởng Bảo Đại kia đi cho xong. Nếu ý kiến nầy không được hưởng ứng, tôi cũng xin rút lui ngay tức khắc!''.

Đến đây thì toàn thể cử tọa không còn rụt rè nữa, nhứt là khi chủ tọa đoàn Nguyễn Bảo Toàn cũng đứng lên tuyên bố hoàn toàn ủng hộ sáng kiến của hai ông Nhị Lang và Hồ Hán Sơn, nên đều hoan hô lên, trăm người như một, có người còn la lên đã đảo Bảo Đại và có người cởi giày ném vào mặt bức hình Bảo Đại treo cao giữa phòng. Ông Vũ Văn Mẫu, một giáo sư Bắc Kỳ, với một nhân sĩ nữa chạy lại công kênh Nhị Lang lên vai và bảo đứng lên gỡ bức ảnh đi. Ông Nhị Lang cực khổ lắm mới hạ được bức ảnh đồ sộ của Quốc Trưởng và ném xuống đất. Sau mươi phút sôi nổi, ồn ào... hội nghị ngồi lại để bầu ra một Ủy ban Cách mạng Quốc gia, gồm 3 nhân vật đầu não là Nguyễn Bảo Toàn, Chủ tịch, Hồ Hán Sơn, Phó chủ tịch, Nhị Lang làm Tổng thư ký. Với sự đóng góp của nhiều cố vấn, một giờ sau Ủy ban đã thảo xong một bản Kiến nghị. Và sau khi nghe Chủ tịch Nguyễn Bảo Toàn đọc hai lần, tất cả hội viên là 52 người đều chấp nhận và ký tên. Xong rồi thì các hội viên yêu cầu Chủ tịch đi lên lầu mời Thủ Tướng Ngô Đình Diệm xuống để nghe kết quả của nghị hội.

Thủ Tướng Ngô Đình Diệm xuống lầu, tất cả mọi người đều đứng lên, ông đứng trước cử tọa, mặt sầm xuống, vẻ buồn buồn hơn là lo âu, bầu không khí bỗng chốc trở nên yên lặng lạ thường...

Chủ tịch Ủy ban vừa cảm động vừa quả quyết đọc lớn cho mọi người đều nghe:

Thay mặt cho toàn thể Hội nghị, tôi xin trình Thủ Tướng kết quả của Hội nghị là bản Kiến nghị gồm 3 điểm nầy. Kiến nghị:

1.- Truất phế Quốc Trưởng Bảo Đại.

2.- Giải tán Chính phủ Ngô Đình Diệm

3.- Ủy nhiệm chí sĩ Ngô Đình Diệm thành lập chính phủ mới để trừng trị bọn phiến loạn Bình Xuyên, thu hồi chủ quyền quốc gia, yêu cầu triệt thoái quân đội viễn chinh Pháp và tổ chức bầu cử quốc dân đại hội.

Làm ngày 29/4/1955.

Đại diện 18 chánh đảng và đoàn thể cùng 34 nhân sĩ ký tên.

Vừa nghe Truất phế Quốc Trưởng Bảo Đại, mọi người đều thấy mặt Thủ Tướng đỏ lên rồi lần lần biến sắc. Ông hoàn toàn bị cú sốc. Nghe xong thấy ông lặng người, tay nhận lấy bản kiến nghị và cố gắng lấy lại bình tĩnh, hết sức chậm rãi trả lời gần như từng chữ một: *Xin quý ngài cho tôi... được có thì giờ... suy nghĩ kỹ... về vấn đề trọng đại nầy! Xin cám ơn quý ngài!* Sau đó các hội viên lần lượt im lặng đến bắt tay từ giã Thủ Tướng, thấy vẻ mặt ông âu lo rõ ràng... Lúc đó là 5 giờ chiều. Hội nghị đã kết thúc và giải tán.

Đến đây thì cuộc Cách mạng kể như là xong và Thủ Tướng Diệm bị đặt trước một sự đã rồi. Vốn Thủ Tướng Ngô Đình Diệm chỉ muốn dẫn vào nhà một con tuấn mã để nhờ giúp qua suối, không dè nhìn lại là một con bạch hổ, ông không cỡi thì nó sẽ thịt ông, nhưng nếu ông dám leo lên lưng nó, thì chỉ một cái nhảy vọt nó đưa ông lên tới đỉnh núi cao vời vợi. Thật ra khi đến giai đoạn nầy Thủ Tướng Ngô Đình Diệm vẫn còn nghĩ đến một chế độ Quân chủ lập hiến, chưa nghĩ đến một chế độ Cộng Hòa, cái đó là chắc. Thành ra khi biết chuyện Truất phế là sự đã rồi, ông không tái mặt làm sao được!

Chiều tối lại, lúc 8 giờ đài phát thanh Sàigòn đưa tin cho toàn quốc và Thế giới biết ở Miền Nam VN đã xảy ra cuộc cách mạng Truất phế Quốc Trưởng Bảo Đại. Cùng một lúc Ủy ban Cách mạng Quốc gia kêu mời các nhân sĩ và đồng bào ngày hôm sau đến hội tại tòa Đô chánh Sàigòn để nghe Ủy ban thuyết trình về biến cố lịch sử vừa xảy ra. Và ngày hôm sau, từ sớm các giới nhân sĩ, các đại diện các chánh đảng, thanh niên sinh viên phụ nữ, báo chí... phấn khởi tụ tập đầy nghẹt phòng khánh tiết tòa Đô chánh Sàigòn. Ông Nguyễn Bảo Toàn, Hồ Hán Sơn và Nhị Lang thuyết trình về Cuộc Cách Mạng Truất phế Bảo Đại ngày hôm trước, tất cả cử tọa đều nhiệt liệt hoan hô, triệt để ủng hộ. Và thêm một màn hạ bệ Bảo Đại một lần nữa, có người bắc thang leo lên gỡ bức ảnh to tướng hình Quốc Trưởng Bảo Đại treo trước cửa tòa nhà và ném xuống đất, rồi có những thanh niên nhảy lên dậm đạp cho nát bét *(Tôi đã chứng kiến màn hạ bệ do anh bạn ĐTC điều khiển)*. Đang khi đó ba Tướng Nguyễn Giác Ngộ (Hòa Hảo), Nguyễn Thành Phương (Cao Đài) và Trịnh Minh Thế (Mặt trận Quốc gia

Kháng chiến) được Ủy ban Cách mạng giới thiệu, đứng ra trình diện để công chúng hoan hô, như là những anh hùng đã tạo ra thời thế. Và chúng tôi đã nghĩ vậy, vì sau lưng của Ủy ban Cách mạng đã có ba Tướng nầy cho ý kiến, nếu không nói là cho chỉ thị, nên ba ông đại diện Nguyễn Bảo Toàn, Hồ Hán Sơn và Nhị Lang đã hành động, đã lên tiếng hết sức đồng nhịp với nhau (synchroni-zed) và nhờ vậy mà lôi kéo tất cả Hội nghị một cách dễ dàng, nhứt là khi các thành phần hội nghị đã sẵn có tiềm thức phản hoàng rồi.(5)

(5) *Vốn cái ý phức phản hoàng nầy có trong Nam từ thời vua Tự Đức tức là gần cuối thế kỷ 19 khi vua Tự Đức nhượng cho Thực dân Pháp 3 tỉnh miền Đông, rồi 3 tỉnh miền Tây Nam Kỳ lục tỉnh một cách dễ dàng quá. Rồi đến khi phong trào Kháng Pháp trong Nam, như của Thủ Khoa Huân, của Trương Công Định, của Thiên Hộ Dương, của Cố quản Trần Văn Thành... lại bị triều đình nhà Nguyễn bỏ rơi gần như hoàn toàn. Để rồi qua đầu thế kỷ 20, phong trào Tây học, như các nhà cách mạng Đệ tứ Nguyễn An Ninh, Nguyễn Văn Nguyễn, Tạ Thu Thâu, Hồ Hữu Tường và nhứt là Phan Chu Trinh đã gieo rắc trong Nam nhất là trong giới trí thức ý thức Phản Hoàng hay Cộng Hòa. Ngoài ra chế độ thuộc địa Pháp là chế độ thuộc địa có văn hóa Cộng Hòa hơn là Quân Chủ, cho dù nó phát xuất từ thời Napoleon III...*

Đến đây thì cuộc Cách mạng đã được chánh thức hóa bằng một văn kiện có rất nhiều chữ ký rất nặng giá vì đại diện cho nhiều đoàn thể chánh trị hay quần chúng và công khai hóa bằng đài phát thanh, bằng sự xác nhận trước công chúng của thủ đô Sàigòn/Chợ Lớn. Như thế phải nhìn nhận là cuộc Cách mạng này đã thành tựu một cách tuyệt đối rồi (Period, Point final). Và theo tôi cuộc Cách mạng nầy là biến cố lịch sử quan trọng nhứt từ ngày Việt Minh cướp chánh quyền trên tay Chính phủ Bảo Đại/Trần Trọng Kim tại Sàigòn ngày 23/8/1945 (ở Hà Nội là ngày 19/8/1945) 10 năm trước, vì nó có tính cách quyết định, dù chỉ là đập đổ, san bằng. Nhưng muốn xây dựng cái gì thì phải đập đổ và san bằng trước cái đã. Đó là một lẽ tất nhiên. Còn chuyện xây dựng là chuyện của hồi sau.

Cuộc Cách mạng Truất phế Quốc Trưởng Bảo Đại này là tác động của dân miền Nam nói chung, trong đó quần chúng Nam Kỳ lục tỉnh qua các đại diện của họ đã đóng một vai trò chủ động, không ai có thể chối cãi điều đó. Dù là tiêu cực hay là đập đổ và san bằng, nhưng tích cực là nó đã dọn đường cho sự hình thành ra Đệ Nhất Cộng Hòa, vì ngay lúc đó chính Thủ Tướng Ngô Đình Diệm còn nghĩ tới chế độ Quân chủ Lập hiến... Nhưng tai hại vô cùng, chỉ năm năm sau cũng chính quần chúng Nam Kỳ lục tỉnh (không quơ đũa cả nắm) qua Mặt trận Giải phóng Miền Nam đã đóng một vai trò quá ư quan trọng, dù không phải là chủ động đã khởi sự tàn phá, không phải chỉ Đệ Nhất Cộng Hòa mà cả Đệ Nhị Cộng Hòa nữa. Sau 15 năm dọn đường, đúng hơn là làm cỗ sẵn cho CS Miền Bắc thôn tính hoàn toàn, đúng hơn là thuộc địa hóa miền Nam, cho đến bao giờ? Truất phế Bảo Đại là một tác động Cách mạng sáng suốt hợp tình hợp lý bao nhiêu, thì tác động gọi là MTGPMN, là một cái sai lầm ghê gớm, nếu không nói là ngu xuẩn tày đình bấy nhiêu, như lịch sử 34 năm qua đã chứng minh quá hùng hồn, vì hệ lụy tai hại vô cùng, cho quyền lợi, cho cả quyền làm người của dân miền Nam nói chung và dân Nam Kỳ lục tỉnh nói riêng... Tuy nhiên, tôi còn hy vọng, dù mong manh đi nữa, sẽ có ngày quần chúng Miền Nam nói chung và Nam Kỳ lục tỉnh nói riêng sẽ đứng lên làm một cuộc Cách mạng nữa. Và lần nầy là một cuộc Cách mạng vô cùng thiết yếu cho sự sống còn của cả một dân tộc VN, không riêng gì cho miền Nam hay Nam Kỳ lục tỉnh. Đó là sứ mạng của lịch sử giao phó cho dân Miền Nam, không riêng gì người trong nước hay ở hải ngoại.

(Ở đây cũng nên nhắc lại những biến cố rất quan trọng sau đây, nhưng tôi kể là bên lề vì nó không có tính cách quyết định, nó như là mấy màn của một tấn bi hài kịch lịch sử mà các diễn viên, từ những tên lưu manh hạng nặng, những nhà ngoại giao ngu ngơ, cho đến những chính trị gia lỗi lạc phi thường, những anh hùng rất thông minh và can trường... mà vai nào cũng đặc sắc cả, đặc sắc ở đây không có nghĩa là vai trò nào cũng tốt đẹp đáng vỗ tay. Đầu tiên là chuyện của một ông Tướng Nguyễn Văn Vỹ, Tư lệnh Ngự lâm quân, Đà Lạt, được Quốc Trưởng Bảo Đại bổ nhiệm ngày 28/4 - cùng một lúc triệu Thủ Tướng Diệm và TTM Lê Văn Ty qua Pháp - làm TTM Quân Đội Quốc Gia VN thay thế Tướng Hinh được toàn quyền hành động. Được bổ nhiệm xong, Tướng Vỹ vội kéo Ngự lâm quân về ngay Tổng tham mưu bắt tướng Ty, kéo vào dinh Gia Long toan lật đổ chính phủ Ngô Đình Diệm. Lúc đó là 6 giờ chiều. Nhưng ngẫu nhiên Ủy ban Cách mạng, sau khi trình diện ở tòa Đô chánh đã đổi tên là Hội Đồng Nhân dân Cách mạng Quốc gia kéo nhau vào dinh Độc Lập và một lần nữa Nhị Lang lại là người táo bạo nhất dám dùng một khẩu súng tay (chưa chắc đã lên đạn), bắt Tướng Vỹ phải đưa tay lên đầu hàng, nghĩa là cuộc phản đảo chánh của Tướng Vỹ bỗng chốc hóa ra mây khói... Đến đây đúng là trò hề, vì mới năm phút trước Tướng Vỹ áp lực Thủ Tướng Ngô Đình Diệm từ chức, bây giờ ông phải nhờ Thủ Tướng che chở cho ông khỏi mất mạng. Để rồi đầu hàng Cách mạng, ký cả hai tay giấy cam kết trở lại hợp tác với Thủ

Tướng. Nhưng hai ba giờ sau lại phản phé, muốn lật ngược lại thế cờ. Song đến chừng đó thì không còn một ma nào coi ông có chút gì nghiêm chỉnh cả, nên mọi người đều bỏ rơi ông, bắt buộc ông phải cuốn gói rút quân chạy về Đà Lạt, lúc đó đã 3 giờ sáng.

Chuyện thứ hai là chuyện một ông Đặc Sứ Collins của TT Eisenhower. Sau khi không chinh phục được Thủ Tướng Diệm theo đề nghị ngu ngơ cải tổ chánh phủ của mình, ông tự cho mình bị khinh bạc, mất mặt với bạn bè chi binh, biết đâu lại không có miệng lưỡi của một mụ đàn bà xúi bậy vào... ông vội bỏ VN trở về Mỹ hai ngày trước khi Bình Xuyên khởi chiến. Ông về Mỹ ráo riết vận động với Quốc hội, với Bộ Ngoại giao, với Hội đồng An ninh Quốc gia và triệt để khai thác tình tự bạn chi binh với chính TT Eisewhower. Sau 5 ngày vận động không ngừng nghỉ, ông thành công: TT Eisenhower gửi tối hậu thư tuyên bố "Diệm must go" để ông Đặc Sứ mang về Sàigòn, phổ biến cho các đảng phái liên hệ, cũng có thể như là món quà đáng giá triệu đô cho bạn chi binh của ông là Tướng Ely và nhất là cho Bảy Viễn.

Nhưng không ai dè, chính trong thời gian ông ở Mỹ Thủ Tướng Ngô Đình Diệm đã ký sắc lệnh mở chiến dịch Hoàng Diệu do Đại Tá Dương Văn Minh làm tư lệnh, để phản công Bình Xuyên và ngày một ngày hai Quân Đội Quốc Gia VN đã đánh bật hai trung đoàn Bình Xuyên ra khỏi địa bàn Sàigòn/Chợ Lớn, tàn quân Bình Xuyên rút chạy vào Rừng Sát, hoàn toàn tan rã và chiến dịch đã kết thúc trong vòng mươi ngày và ngày mùng 8/5 Đại Tá Dương Văn Minh kéo quân khải hoàn về. Quân Đội Quốc Gia tổn thất vài mươi sinh mạng. Chẳng may lại mất một tướng tài, cũng là một nhà chính trị đầy hứa hẹn. Sáng ngày 2/5/1955 Tướng Trịnh Minh Thế kéo quân qua cầu Tân Thuận để truy kích quân binh Bình Xuyên, một người lính Pháp trong tàn quân Bình Xuyên bắn sẻ từ bên kia cầu, Tướng Thế chết ngay trên "command car". (Sau nầy người Pháp có bắn tin là đã trả được thù cho Tướng Chanson và Thái Lập Thành, tay chơn của Pháp, vì hai nhân vật nầy đã bị quân của Tướng Thế ám sát chết ở Sadec năm bảy năm trước).

Sau khi thành công xoay chuyển Wahington hơn 180 độ, Tướng Collins hớn hở bay về VN. Trên con đường bay về Sàigòn thì Washington được tin Thủ Tướng NĐĐ với quân đội Quốc gia trung thành, như vũ như bão phản công Bình Xuyên mà chiến thắng ở trong tầm tay của Thủ Tướng rõ ràng. Đánh Bình Xuyên để chứng minh Thủ Tướng có đủ bản lãnh và tài ba để ổn định tình thế, bất chấp những mưu mô lươn lẹo của thực dân Pháp và cố chấp ngu ngơ của Tướng Collins. Cho nên Washington lập tức phải trở lại ủng hộ Thủ Tướng Ngô Đình Diệm còn hơn trước (statu quo ante) và đã vội vã đánh một điện văn khác để thủ tiêu bức thơ của Collins đang cầm tay. Cho nên khi ông Đặc Sứ vừa xuống phi trường TSN thì cũng vừa lúc một nhân viên tòa đại sứ chạy đến trình cho ông một điện văn hỏa tốc. Ông phải mở ra xem liền, tôi không thấy gương mặt của ông Đặc Sứ Collins lúc bấy giờ, nhưng tôi chắc là ông phải đổ mồ hôi hột, dù trời Sàigòn tháng 5 không nóng lắm, nhưng có thể ông cảm tưởng là đã tới tháng 8 rồi! Tội nghiệp cho ông Đặc Sứ, quá nhiều ego (tự ái), làm mất sáng suốt!

Đến đây thì phải nhìn nhận là trên thực tế chế độ quân chủ của nhà Nguyễn với 13 triều đại (1802-1954) đã thật sự cáo chung, sau một thời gian 9 năm (1945-1954) hấp hối. Vốn độc lập của VN do quân đội Nhựt ban cho (9/3/1945), không do tranh đấu, do hy sinh mà được, tất nhiên không giá trị bao nhiêu, nên Nguyên thủ quốc gia phung phí một cách vô ý thức là phải.Tuy nhiên trong mấy tháng độc lập quốc gia (9/3/1945 đến 24/8/1945), chánh phủ Trần Trọng Kim cũng làm được một việc cho quốc dân là Cải tổ hệ thống giáo dục quốc gia theo định hướng dân tộc. Nhưng cùng một lúc làm một việc vô cùng tai hại cho quốc dân nhứt là ở miền Nam Kỳ lục tỉnh. Vốn ngày 2/5/ 1945, Hoàng Đế Bảo Đại đã ký sắc luật phóng thích tất cả tù nhân chánh trị, mà trong đó 90$^{\%}$ là cán bộ CS, bị Pháp giam giữ ở Côn Đảo từ phong trào Sô Viết-Nghệ Tĩnh (1929-1930) và cuộc nổi dậy trong Nam (1939-1940) của Đệ tam Quốc tế, mà tổng số lên đến trên 10.000. Nhờ đó mà ngày một ngày2 (tháng 6, tháng 7/1945) cả mấy ngàn cán bộ CS *(trong đó có Lê Duẩn, Tôn Đức Thắng, Phạm Hùng, Lê Văn Lương... toàn là cán bộ cao cấp)*, sau nhiều năm tôi luyện vừa lý thuyết vừa kỹ thuật hành động được đón tiếp nhiệt liệt trở về Cần Thơ, Sóc Trăng, Trà Vinh... để rồi làm ung thối chính trường miền Nam, đưa Việt Minh nắm lấy thế thượng phong, đàn áp các Giáo phái, giết hại các nhà ái quốc chân chính, cướp lấy chính nghĩa quốc gia, thầu công cuộc kháng Pháp cho đến Điện Biên Phủ, tháng 5/1954.

4. Cương vị thứ tư là một cương vị hỗn hợp.

Khi tôi vừa điều khiển Viện Hối Đoái, các trường Bách Khoa Bình Dân và Hội Văn hóa Bình dân, với chức vụ Bí thư Liên kỳ bộ Nam Bắc Việt, tôi đã trở thành một cố vấn đa dạng (tiện tệ, văn hóa và an ninh) của Thủ Tướng Ngô Đình Diệm. Ở đây tôi không nói tôi đã làm những gì, tôi chỉ nói đến những gì tôi thấy tôi nghe, cũng là chứng nhân cho những biến cố lịch sử kể ra sau đây. Thật ra từ đây vai trò của Cần Lao Nhân Vị Cách Mạng đảng càng ngày càng trở nên quan trọng và rõ ràng hơn. Nói đến Cần Lao trong giai đoạn nầy, ngoài lý thuyết Nhân Vị, không phải chỉ là những

thành viên đầu não của nó là Ngô Đình Nhu, Trần Quốc
Bửu, Trần Chánh Thành, Trần Trung Dung..., và trong
chừng mực hạn hẹp của nó là Liên kỳ bộ Nam Bắc
Việt *(thành lập từ đầu tháng 4/1955 và giải tán đầu năm
1958)*, mà còn phải kể những đoàn thể do Cần Lao lãnh
đạo, như Tập đoàn Công dân, Phong trào Cách mạng Quốc
gia... Tất cả đều nhìn nhận Thủ Tướng sau là TT Ngô Đình
Diệm làm lãnh tụ tối cao, biểu tượng cho chính nghĩa Quốc
gia hay Dân tộc, chống lại Hồ Chí Minh, biểu tượng cho
chủ nghĩa Quốc tế Mác-Lêninít (4)

(4) *(Cũng lạ là trong những cuộc khủng hoảng vừa kể
trên những người cận kề bên ông Diệm nhất toàn là
người Trung hay người Bắc, chỉ có một mình tôi là người
Nam, mà cuộc Cách mạng Truất phế Bảo Đại lại hoàn
toàn là do tác động của người miền Nam. Có phải vì thế
mà Thủ Tướng Diệm phải suy nghĩ cả 2 tháng mới khởi
sự hành động một cách dứt khoát với Bảo Đại).*

Và thành tích cụ thể và rực rỡ nhất của Cần Lao, là cuộc
Trưng cầu Dân ý, kéo theo là Quốc hội lập hiến với Hiến

pháp 1956 của nó, cũng là cái ID (lai lịch) của Đệ Nhất Cộng Hòa của Miền Nam (1956-1963).

a- Trưng cầu dân ý.

Ngày 22/10, Thủ Tướng Ngô Đình Diệm qua hệ thống truyền thanh đã kêu gọi quốc dân ngày hôm sau nên dùng cái quyền tự do của mình, cũng là nhiệm vụ của người công dân, phải đi đầu phiếu để chọn lựa giữa Quốc trưởng Bảo Đại và ông, tức là chọn một thể chế Quân Chủ hay Cộng Hòa. Và ngày 23/10/1954 quốc dân miền Nam đã nhiệt liệt hưởng ứng lời kêu gọi của Thủ Tướng Ngô Đình Diệm, náo nức kéo nhau đi đầu phiếu và kết quả hết sức tốt đẹp cho Thủ Tướng Ngô Đình Diệm:

- 5.838.907 cử tri đi bầu.

- 5.721.735 lá phiếu truất phế Quốc Trưởng Bảo Đại và bầu Ngô Đình Diệm lên thay thế làm Quốc Trưởng VN.

Như thế Thủ Tướng Ngô Đình Diệm thu về cho mình gần 98$^{\%}$ số phiếu đi bầu. Thật ra thì Thủ Tướng Diệm không cần đến một phân xuất cao đến thế. Vì ai ai cũng đinh ninh ông thắng và thắng lớn.

(Ai nói gì thì nói theo tôi kết quả hay những con số nầy hoàn toàn trung thực với ý người dân, nếu có một hai thùng phiếu không hợp lệ vì nhân viên chánh quyền quá sốt sắng đến chỗ ngu xuẩn, thì chỉ là một con số quá nhỏ, không đáng kể).

Như thế Quốc dân miền Nam muốn chấm dứt chế độ Quân chủ và ủy nhiệm cho ông Ngô Đình Diệm nhiệm vụ thiết lập chế độ Cộng Hòa Dân Chủ. Cho nên cách nầy hay cách nọ Truất phế Quốc trưởng Bảo Đại như là mẹ đẻ ra các biến cố lịch sử kế tiếp, như là một quá trình tiến hóa chánh trị bất di bất dịch của lịch sử. Ngày 26/10/1955, Thủ Tướng Ngô Đình Diệm tuyên bố Hiến chương tạm thời, theo đó từ rày VN là một nước Cộng Hòa, người lãnh đạo là Quốc Trưởng kiêm luôn chức Thủ Tướng, tức là Tổng Thống nước VNCH. Đến đây thì uy tín của Thủ Tướng lên đến tuyệt đỉnh, trong nước cũng như trên thế giới, vì tuyệt đại đa số Quốc dân ủng hộ ông. Nhờ đó mà ông giải quyết tất cả các vấn đề tồn kho với Pháp để hoàn thành độc lập Quốc gia trọn vẹn:

a) Pháp phải giao trả lại cho VN hoàn toàn chủ quyền tiền tệ tài chánh (VN không còn phải ở trong khu vực đồng quan Pháp nữa).

b) Chủ quyền Ngoại giao (Cao ủy Pháp được giải tán, từ rày Tướng Ely chi là một Đại Sứ, Bộ Ngoại giao VN giao thiệp thẳng với Bộ Ngoại giao Pháp).

c) Chủ quyền Quốc phòng, quân đội Pháp lục tục rút quân cho hết trong vòng 6 tháng.

b- Xây dựng chế độ Cộng Hòa.

- Ngày 23/1/1956, Thủ Tướng ký nghị định tổ chức bầu Quốc hội Lập hiến.

- Ngày 4/3/1956, Quốc dân miền Nam nhiệt liệt hứng khởi đi đầu phiếu, bầu 123 dân biểu cho Quốc hội Lập hiến.

- Ngày 26/10/1956 tân Hiến pháp được công bố.

Nước VNCH ra đời, Thủ Tướng Ngô Đình Diệm được xác nhận là Nguyên thủ Quốc gia, dưới danh xưng là Tổng Thống, kiêm chức vụ Thủ Tướng, với 2 nhiệm kỳ là tối đa, mỗi nhiệm kỳ là 5 năm.

TÁM

NHÀ THƠ TRÌNH XUYÊN NÓI VỀ BỮA CƠM CỦA TT NGÔ ĐÌNH DIỆM

... Ngoài chuyện thơ văn, chúng tôi hay được dịp trao đổi với cụ về chuyện nhân sinh, cuộc sống con người. Chúng tôi được biết cụ sống rất phóng khoáng, rất thẳng thắn, không sợ sệt! Thời Đệ Nhất Cộng Hòa, cụ từng coi nhiều đoàn thanh niên. Có ông Tổng Giám Đốc nọ muốn ép cụ sáp nhập đoàn thành niên vào Đoàn Thanh Niên Cộng Hòa, cụ không đồng ý và cho rằng chưa nên. Trong thời làm việc ở ngành Hỏa Xa ở Miền Trung, cụ gặp TT Ngô Đình Diệm và được hỏi chuyện nhiều về tình thế. Cụ Trình Xuyên bảo: "Cụ Diệm sống đơn sơ lắm. Quả thật là một con người đạo đức. Bữa cơm cụ ăn chỉ có vài cái con cá bống kho mặn với đĩa dưa. Chính mắt tôi chứng kiến". Nghe cụ Trình Xuyên nói thế, tôi nhớ đoạn lịch sử ghi lại cuộc đảo chính 1/11/ 1963, có mấy anh lính phe đảo chính chiếm Dinh Gia Long khi vào đến phòng cụ Diệm ngủ thấy cái giường gỗ ọp ẹp đã thốt lên một câu chửi thề nghe tức cười: "ĐM. Tổng Thống gì mà ngủ cái giường như thế này?". Cụ Trình Xuyên lại cho biết, sau cuộc đảo chính, ông Tướng Nguyễn Chánh Thi đã ra lệnh bắt cụ và đòi chuộc mạng vì ông Thi nghi ngờ cụ là Cần Lao, giữ tiền cho Cần Lao. Cụ thẳng thắn trả lời là cụ chẳng có đảng phái nào cả, Cụ chỉ làm việc phục vụ đồng bào về ngành hỏa xa, có bấy nhiêu thôi. Ông Tướng Nguyễn Chánh Thi thấy không ăn được đành phải thả cụ ra. Ông Tướng này xem ra cũng kỳ cục lắm.

Ghi nhận thêm của PQT: Cựu Thiếu Tá Phạm Văn Nghĩa, định cư tại Kansas City, cựu sĩ quan an ninh của cố TT Ngô Đình Diệm có nói cho tôi (PQT) biết khi tôi mới qua Hoa Kỳ (1983):

- Ngày 11/11/1960, nhóm Vương Văn Đông, Hoàng Cơ Thụy lợi dụng SD/ND để làm cuộc đảo chánh, Tướng Nguyễn Chánh Thi lúc ấy còn là Đại Tá, bị nhóm này bắt giữ cùng với tôi tại ngay nhà thờ Đức Bà. Ông bị nhóm này kề dao găm vào đít bắt đọc bản Nhật Lệnh của Hội Đồng Cách Mạng. Cuộc đảo chánh thất bại, ông Thi bị nhóm đó bắt qua Nam Vang. Còn tôi được thả về tiếp tục làm việc tại Dinh Gia Long với nhiệm vụ cũ là sĩ quan an ninh của Tổng Thống. Có lần tôi nghe TT Ngô Đình Diệm nói: *"Tội nghiệp thằng Thi, sang Nam Vang thì lấy gì mà sống!"*.

Vậy mà sau khi cuộc đảo chính 1/11/1963 xảy ra, Tướng Nguyễn Chánh Thi lại tuyên bố là chủ chốt cuộc đảo chính 11/11/1960. Cũng chính ông Tướng này, theo lời cựu Thiếu Tá Đỗ Đức Hạnh, đã cho Tướng Tôn Thất Đính mấy cái bợp tai trong cuộc chỉnh lý 30/1/1964! Thật đúng đời là thế!!!

(Trích bài viết của Phạm Quang Trình về cụ Trình Xuyên làm trong ngành hỏa xa 10/10/1996).

TT Ngô Đình Diệm nghỉ trưa trên chiếc sạp tre mong manh ngày ông đi kinh lý ở Buôn Mê Thuột

Tổng Thống Ngô Đình Diệm

CHƯƠNG 2

CÔNG TRÌNH XÂY DỰNG CHẾ ĐỘ CỘNG HÒA NHÂN VỊ Ở MIỀN NAM

****

"Tôi không phải là thần thánh, tôi chỉ là một người bình thường, tôi chỉ biết thức khuya, dậy sớm làm việc, một lòng hiến dâng đời tôi cho đất nước...".

Lời TT Ngô Đình Diệm

Chính phủ Ngô Đình Diệm đã làm những gì kể từ khi chấp chánh?

Trước hết, chính phủ Ngô Đình Diệm lo việc ổn định tình hình, thống nhất các lực lượng bằng việc kêu gọi các Giáo phái về hợp tác với chính phủ để xây dựng một Quân Đội Quốc Gia thống nhất. Tiếp đến, dựa trên Bản Hiến Ước Lâm Thời ngày 26/10/1955, tổ chức bầu cử Quốc Hội Lập Hiến qua dụ số 8 ngày 23/1/1956, soạn thảo và ban hành Hiến Pháp ngày 26/10/1956. Từ đây, nền Cộng Hòa Việt Nam với TT Ngô Đình Diệm đã ổn định được tình hình, xây dựng Miền Nam thành một quốc gia trù phú, gây ảnh hưởng lớn lao trên trường quốc tế, lấn át cả bộ mặt lem luốc của Hồ Chí Minh và đồng bọn ở Miền Bắc vừa bị dư luận lên án nặng nề về cuộc Cải Cách Ruộng Đất và Đấu Tố Địa Chủ gây biết bao tang tóc cho dân tộc.

Nói tóm lại, trong hai năm trời (1954-1956), Miền Nam Quốc Gia dưới sự lãnh đạo của TT Ngô Đình Diệm đã làm được những việc phi thường: đưa được gần một triệu đồng bào di cư từ Bắc vào Nam, giúp đỡ cho có nơi ăn chốn ở, tạo công ăn việc làm, ổn định cuộc sống, dẹp tan các giáo phái, thống nhất lực lượng quốc gia, thành lập chế độ Cộng Hòa, đẩy mạnh Phong Trào Tố Cộng, khởi sự xây dựng các Khu Trù Mật và Dinh Điền làm cho đời sống nhân dân Miền Nam vững mạnh và sung túc. Công trình xây dựng cụ thể của Đệ Nhất Cộng Hòa gồm có:

- Sau khi ổn định tình hình, chính phủ lo xây dựng các cơ chế dân chủ từ thượng tầng trung ương đến hạ tầng địa phương xã ấp. Đây là cuộc cách mạng toàn diện về mọi lãnh vực: chính trị, quân sự, hành chánh, kinh tế, xã hội, giáo dục, nông nghiệp, giao thôn v.v...

- Tại Trung ương, Quốc Hội Lập Hiến được dân chúng bầu ra, đã thảo luận và biểu quyết bản dự thảo Hiến Pháp. Dự thảo chung quyết được chuyển qua Tổng Thống để ban hành ngày 26/10/1956. Theo quy định của Hiến Pháp, Quốc Hội Lập Hiến trở thành Quốc Hội Lập Pháp.

- Sau Quốc Hội là đến việc thành lập Viện Bảo Hiến.

- Phía Hành Pháp, ngoài Tổng Thống Phủ, còn các bộ sở quan trong mọi ngành hoạt động của chính phủ: Quốc Phòng, Ngoại Giao, Thông Tin, Công Dân Vụ, Kinh Tế, Thương Mại, Giao Thông Công Chánh, Giáo Dục, Canh Nông, Tư Pháp, Lao Động v.v...

- Về quân sự, dưới Bộ Quốc Phòng có Bộ TTM Quân Đội VNCH. Lãnh thổ được chia ra các Vùng chiến thuật, Khu chiến thuật, Tiểu Khu, Chi Khu... Các trường quân sự lần lượt được thành lập hoặc được cải tiến, nâng cấp. Các trường nổi tiếng như Trường Võ Bị Liên Quân Đà Lạt, Trường Võ Khoa Thủ Đức, Trường Hạ Sĩ Quan Nha Trang. Các quân binh chủng Hải, Lục, Không quân đều có

Bộ Tư Lệnh riêng, có trường huấn luyện đào tại Sĩ quan, Hạ sĩ quan riêng. Trung Tâm huấn luyện lớn nhất là Trung Tâm Huấn Luyện Quang Trung. Các Vùng chiến thuật còn có các Trung Tâm Huấn Luyện địa phương v.v.... Ngoài chủ lực quân tức là các Sư Đoàn Bộ Binh, còn có lực lượng Tổng Trừ Bị (Nhầy Dù, Biệt Động Quân, Thủy Quân Lục Chiến), còn có Bảo An Đoàn (sau này là Địa Phương Quân) và Dân Vệ Đoàn (sau này đổi là Nghĩa Quân) lo an ninh diện địa.

- Về Ngoại Giao, VNCH đã được hơn 100 quốc gia thừa nhận, có đặt Tòa Đại Sứ và Tổng Lãnh Sự. Đặc biệt TT Ngô Đình Diệm đã được Chính phủ Hoa Kỳ do TT Eisenhower mời sang thăm viếng và đọc diễn văn trước Quốc Hội Lưỡng Viện ngày 8/5/1957. Đây là điều chưa từng có cho bất cứ vị lãnh đạo nào của VN. TT Ngô Đình Diệm còn đi thăm viếng nhiều quốc gia tại Vùng Đông Nam Á, gặp gỡ các lãnh tụ nổi tiếng như Thủ Tướng Nehru Ấn Độ, TT Trung Hoa Dân Quốc Tưởng Giới Thạch, TT Hàn Quốc Lý Thừa Vãn, Quốc Vương Thái Lan Phumi-phon Adunyadet, TT Phi Luật Tân Carlos Garcia v.v... Các lãnh tụ thế giới vừa kể cũng đã nhận lời mời của TT Ngô Đình Diệm đến thăm xã giao VNCH... Ngoài ra trước khó khăn của nhân dân Tây Tạng, Chính phủ VNCH dưới quyền TT Ngô Đình Diệm đã giúp đỡ gạo và nhận được lời cám ơn của Đức Đạt Lai Lạ Ma về sự giúp đỡ của Chính Phủ VN CH sau khi Đức Đạt Lai Lạt Ma cùng với 60.000 người Tây Tạng vượt núi Hymalayas sang ty nạn ở Ấn Độ vào năm 1959 sau khi Trung Cộng xâm chiếm Tây Tạng như sau:

"Các tổ chức cứu trợ thiện nguyện ở nhiều nước đã giúp đỡ tiền bạc, hay thực phẩm, áo quần, hay thuốc men. Chính phủ các nước Anh, Mỹ, Úc, và Tân Tây Lan đã gởi quà để

giúp chúng tôi giáo dục trẻ em, và chính phủ Nam Việt Nam đã gởi cho chúng tôi gạo. Chúng tôi rất cảm ơn tất cả những tấm lòng nhân ái này" **(Nguồn: My Land and My People, Memoirs of the Dalai Lama of Tibet, Potala Corporation, New York 1962, trang 225 - New York 1977 - trang 187).**

- Về Giáo Dục, từ cấp Tiểu học lên đến Trung học và Đại học đều được mở mang, phát triển. Có trường Công Lập, trường Tư Thục và các trường Bán Công, từ Trung ương đến các Tỉnh, Quận, Xã... Tại Miền Nam đã có 3 Viện Đại Học và một số trường Cao Đẳng chuyên môn, sư phạm. Viện Đại Học Sài gòn được tổ chức quy mô và lớn nhất, có đủ các Phân Khoa. Tiếp theo là Viện Đại Học Huế được thành lập dành cho các sinh viên cư ngụ tại Miền Trung. Và sau cùng là Viện Đại Học Đà Lạt. Chính phủ đã dành nhiều ngân khoản cho các sinh viên ưu tú có cơ hội du học các ngành quan trọng để mở mang kiến thức, đậu bằng cấp cao, trở về nước lo xây dựng nền giáo dục đang được mở mang.

- Về Hành Chánh, có Học Viện Quốc Gia Hành Chánh nhằm đào luyện các Khóa Đốc Sự và Tham Sự đáp ứng nhu cầu nhân sự cho bộ máy hành chánh.

- Về nông nghiệp là hoạt động chính để sản xuất lúa gạo nuôi sống mọi tầng lớp nhân dân. Chính phủ đã thực hiện công cuộc cải cách điền địa, bằng việc truất hữu những đại điền chủ có trên 100 hectares (100 mẫu tây) để lấy số ruộng đó trao lại cho các nông dân nghèo, chưa có ruộng hay có ít để đủ canh tác. Nông dân chỉ được sở hữu tối đa 100 mẫu, số còn dư chính phủ mua lại và cấp cho nông dân nghèo. Nhờ vậy nông nghiệp được phát triển mạnh, năng xuất lúa gạo tăng nhanh, dư giả, còn đem xuất cảng sang các nước. Các chương trình mở mang Khu Trù

Mật và Dinh Điền, suốt từ cao nguyên xuống Miền Tây được đẩy mạnh. Đặc biệt công trình khai khẩn đất hoang vùng Cái Sắn ở miền Tây là công trình lớn lao có một không hai trong ngành nông nghiệp ở Miền Nam, chạy suốt từ Long Xuyên đến Rạch Giá trên 70 cây số đủ nuôi hàng triệu đồng bào.

- Về mặt xã hội, chính phủ chủ trương triệt để bài trừ tệ đoan xã hội, cờ bạc, mãi dâm... đề cao đạo lý gia đình, nâng cao và quảng bá quyền công dân.

- Giao thông vận tải, đường xá được mở mang và tu bổ. Năm 1961, khởi sự xây xa lộ Sàigòn-Biên Hòa là công trình giao thông độc đáo vào thời điểm đó. Đập thủy điện Đa Nhim qua quỹ bồi thường chiến tranh của Nhật Bản đã được tiến hành ngoạn mục đủ cung cấp điện lực cho cả Miền Nam.

- Ngành Y Tế được chăm lo đặc biệt, các trường Y, Dược, Nha được mở mang từ cấp cao đến các trường cấp dưới (cấp Cán sự, Nữ hộ sinh) lo đào luyện các bác sĩ, nhân viên y tế đủ ngành. Một số bác sĩ được đi du học hoặc được gửi đi tu nghiệp ở ngoại quốc, tốt nghiệp thành chuyên viên cao cấp về lo giảng dạy các trường Đại Học Y, Nha và Dược trong nước v.v... và v.v...

Một cách tổng quát là như vậy. Đây là những nỗ lực chưa từng thấy trong thời thuộc địa. Chính quyền do TT Ngô Đình Diệm lãnh đạo là chính quyền lo mở mang, xây dựng với tầm vóc quy mô gần như toàn diện, đặt nền móng cho mọi ngành hoạt động mà thời Pháp thuộc và ngay cả tại miền Bắc do CS thống trị cũng không có được. Chín năm trời (1954-1963) tuy ngắn ngủi, nhưng là một bước nhảy dài của một đôi hia ngàn dặm khiến cho thế giới phải nể phục.

- Trong 9 năm cầm quyền, công cuộc dựng xây quả là vĩ đại, chưa từng thấy. Nhưng công cuộc đấu tranh chống làn sóng Đỏ CS cũng không phải là nhỏ, nều biết rằng VNCH là tiền đồn chống Cộng của Thế Giới Tự Do ở vùng Đông Nam Á. Không phải chỉ chống CS Bắc Việt mà là phải đương đầu với cả Khối CS Quốc tế, Nga Sô và Trung Cộng luôn đứng sau lưng Việt gian CS Hồ Chí Minh. Quốc sách Ấp Chiến Lược là công trình có một không hai trên thế giới, được đánh giá cao và là mối nguy cho CS Bắc Việt.

- Sau khi TT Ngô Đình Diệm và Đệ Nhất Cộng Hòa bị lật đổ do âm mưu của chính quyền thực dân Kennedy thì những gì mà nền Đệ Nhị Cộng Hòa thực hiện chỉ là sự kế tục cái nền móng mà TT Ngô Đình Diệm và nền Đệ Nhất Cộng Hòa đã dựng xây. Nền Đệ Nhị Cộng Hòa quả tình có mở mang thêm về số lượng, nhưng mặt khác, mặt an ninh và đạo đức xã hội bắt đầu xuống thấp. An ninh trật tự kém cỏi, tham nhũng tràn lan, giới lãnh đạo chẳng những thiếu khả năng mà chỉ lo ăn chơi vơ vét. Cho nên dù Quân Đội có mạnh, đánh giặc giỏi, an ninh tình báo có tinh vi cũng không đối lại được sự xâm nhập phá hoại của Việt gian CS và quan thầy Nga Tầu của chúng! Bởi đó, dù thành công trong vụ đảo chánh 1/11/1963, giới lãnh đạo Đệ Nhị Cộng Hòa đã thất bại trong việc đương đầu với cuộc xâm lăng của CS. Suốt trên 9 năm cầm quyền và một phần của năm 1964 (1954-1964) dưới thời TT Ngô Đình Diệm, quân đội Hoa Kỳ ở Miền Nam chỉ hy sinh có 401 người. Nhưng 11 năm kế tiếp (1964-1975), quân đội Hoa Kỳ đã hy sinh đến trên 58,000 binh sĩ! Đó là cái giá quá mắc, quá lớn mà Hoa Kỳ phải trả chưa kể những thiệt hại khác (chiến cụ, chiến phí, vật liệu...) do quyết định sai lầm của chính quyền Kennedy qua cuộc đảo chánh 1/11/1963.

Những văn kiện pháp lý căn bản của nền Đệ I Cộng Hòa

I

Hiến Ước Lâm Thời ngày 26/10/1955

1. Việt Nam là một nước Cộng Hòa.

2. Quốc Trưởng lấy danh hiệu là Tổng Thống VNCH.

3. Một Ủy Ban được thiết lập để soạn thảo dự án Hiến Pháp.

4. Một Quốc Dân Đại Hội dân cử sẽ xét định về Hiến Pháp.

5. Các luật lệ hiện hành vẫn tạm giữ nguyên.

II

Bản Tuyên Cáo của Quốc Trưởng Việt Nam thành lập chế độ Cộng Hòa (26/10/1955)

Quốc dân đồng bào,

Một năm trước đây, giữa lúc nhân tâm xao xuyến lo âu, nào ai trong chúng ta có thể đinh ninh rằng một ngày không xa, chúng ta ra khỏi được một tình trạng khốn đốn hầu như tuyệt vọng.

Nhưng trong những giờ đen tối nhất của lịch sử, dân tộc ta đã luôn luôn vùng dậy, muôn người như một, phá vòng vây khốn, để mở lấy con đường độc lập và tự do.

Từ hơn một năm nay, nam, nữ, quân, dân đã phải gian lao chiến đấu với bao kẻ thù bên trong và bên ngoài. Chính nhờ mối đồng tâm nhất trí của toàn dân, mà chúng ta đã thanh toán được chế độ lỗi thời, khiến miền Nam trở thành một trung tâm quốc gia được mọi người chú ý và tin tưởng rằng tại đây tương lai con người sẽ tốt đẹp hơn. Chính sự chuyển hướng ấy đã lôi cuốn cả triệu đồng bào di cư Bắc vào Nam, làm cho mối tin tưởng nơi chính nghĩa càng thêm vững chắc.

Quốc dân đồng bào,

Cuộc trưng cầu dân ý mà đồng bào đã nhiệt liệt tham gia ngày 23 tháng 10, chứng tỏ đồng bào công nhận đường lối chính trị của tôi là đúng, đồng thời, mở một kỷ nguyên mới cho tương lai xứ sở.

Đồng bào vừa giao phó cho tôi trọng trách thiết lập nền dân chủ cho Tổ Quốc thân yêu, trách vụ ấy nặng nề thay!

Quả thế, kiến tạo dân chủ không phải chỉ soạn thảo và ban hành văn kiện và luật lệ là đủ. Dân chủ chính là một trạng thái tinh thần, một lề lối sinh hoạt trong sự tôn trọng nhân vị, ngay ở bản thân mình cũng như ở kẻ khác. Mỗi người phải tự rèn luyện hàng ngày, thực hành châu đáo. Dân chủ là cả một nghệ thuật linh hoạt, một cố gắng không ngừng để dung hòa phối hiệp những quan niệm dị đồng cần có và những mối phức tạp không tránh được trên thực tế. Chế độ dân chủ đòi hỏi mỗi người chúng ta trau dồi trí đức hơn bất cứ chế độ nào khác.

Tôi tin tưởng nơi mối đồng tâm mà đồng bào đã chứng tỏ trong những thời kỳ nghiêm trọng chúng ta đã vượt qua; tôi tin tưởng nơi sức mạnh thiêng liêng của dân tộc, nơi tinh anh chí khí của giống nòi đã từng hấp thụ những nền văn minh cao quý nhất của nhân loại. Tôi chắc chắn rằng, cùng nhau chúng ta sẽ tiêu diệt mọi hình thức áp bức độc tài, cùng nhau thực hiện lý tưởng tập thể trên phương diện chính trị và kinh tế mà toàn dân thiết tha mong đợi.

Quốc dân đồng bào,

Việc soạn thảo Hiến Pháp nước nhà, cũng như cuộc bầu cử Quốc Hội nay mai, sẽ căn cứ theo tinh thần ấy.

Khai nguyên nền dân chủ thật sự cho nước nhà, chúng ta hãy xin Ơn Trên phù hộ Tổ Quốc, hãy kính cẩn nghiêng

Tổng Thống Ngô Đình Diệm

mình trước anh linh bao nhiêu con dân đất nước, từ xưa đến nay, đã hy sinh tính mệnh, để chúng ta được tự do và độc lập.

Chúng ta biết ơn các nước bạn vẫn tin tưởng chúng ta, tin tưởng cuộc thắng lợi cuối cùng của dân ta, cả trong những giờ phút chiến đấu nguy kịch nhất.

Đoàn kết và cương quyết, thì nhất định chính nghĩa cao cả của nước Việt Nam thống nhất, tự do và phú cường sẽ toàn thắng.

Với niềm tin tưởng ấy, hợp với ý chí toàn dân đã chứng tỏ trong cuộc đầu phiếu ngày 23/10, tôi long trọng tuyên bố QUỐC GIA VIỆT NAM là một nước CỘNG HÒA.

VIỆT NAM CỘNG HÒA MUÔN NĂM!
DÂN TỘC VIỆT NAM MUÔN NĂM!

III

Hiến Pháp Việt Nam Cộng Hòa 1956

MỞ ĐẦU

Tin tưởng ở tương lai huy hoàng bất diệt của Quốc gia và Dân tộc Việt Nam mà lịch sử tranh đấu oai hùng của tổ tiên và ý chí quật cường của toàn dân đảm bảo;

Tin tưởng ở sự trường tồn của nền văn minh Việt Nam, căn cứ trên nền tảng duy linh mà toàn dân đều có nhiệm vụ phát huy;

Tin tưởng ở giá trị siêu việt của con người mà sự phát triển tự do, điều hòa và đầy đủ trong cương vị cá nhân cũng như trong đời sống tập thể phải là mục đích của mọi hoạt động Quốc gia;

Chúng tôi, Dân biểu Quốc hội Lập hiến:

Ý thức rằng Hiến pháp phải thực hiện nguyện vọng của nhân dân, từ Mũi Cà Mâu đến Ải Nam Quan;

Nguyện vọng ấy là:

- Củng cố Độc lập chống mọi hình thức xâm lăng thống trị;

- Bảo vệ tự do cho mỗi người và cho dân tộc;

- Xây dựng dân chủ về chính trị, kinh tế, xã hội, văn hóa cho toàn dân trong sự tôn trọng nhân vị;

Ý thức rằng quyền hưởng tự do chỉ được bảo toàn khi năng lực phục tùng lý trí và đạo đức, khi nền an ninh tập thể được bảo vệ và những quyền chính đáng của con người được tôn trọng;

Ý thức rằng nước ta ở trên con đường giao thông và di dân quốc tế, dân tộc ta sẵn sàng tiếp nhận các trào lưu tư tưởng tiến bộ để hoàn thành sứ mạng trước đấng Tạo hóa và trước nhân loại là xây dựng một nền văn minh và nhân bản bảo vệ phát triển con người toàn diện.

Sau khi thảo luận, chấp nhận bản Hiến pháp sau đây:

THIÊN THỨ NHẤT
Điều khoản căn bản

Điều 1

Việt Nam là một nước Cộng Hòa, Độc Lập, Thống Nhất, lãnh thổ bất khả phân.

Điều 2

Chủ quyền thuộc về toàn dân.

Điều 3

Quốc dân ủy nhiệm vụ hành pháp cho Tổng Thống dân cử, và nhiệm vụ lập pháp cho Quốc hội cũng do dân cử.

Sự phân nhiệm giữa hành pháp và lập pháp phải rõ rệt. Hoạt động của các cơ quan hành pháp và lập pháp phải được điều hòa.

Tổng Thống lãnh đạo Quốc dân.

Điều 4

Hành pháp, lập pháp, tư pháp có nhiệm vụ bảo vệ Tự do, Dân chủ, chính thể Cộng Hòa, và trật tự công cộng. Tư pháp phải có một quy chế bảo đảm tính cách độc lập.

Điều 5

Mọi người dân không phân biệt nam nữ sinh ra bình đẳng về phẩm cách, quyền lợi, và nhiệm vụ, và phải đối xử với nhau theo tinh thần tương thân tương trợ.

Quốc gia công nhận và bảo đảm những quyền căn bản của con người trong cương vị cá nhân, hay trong cương vị tập thể.

Quốc gia cố gắng tạo cho mọi người những cơ hội đồng đều và những điều kiện cần thiết để thụ hưởng quyền lợi và thực hành nhiệm vụ.

Quốc gia tán trợ sự khuếch trương kinh tế, phát huy văn hóa, khai triển khoa học và kỹ thuật.

Điều 6

Người dân có những nhiệm vụ đối với tổ quốc, với đồng bào, mục đích là để thực hiện sự phát triển điều hòa và đầy đủ nhân cách của mọi người.

Điều 7

Những hành vi có mục đích phổ biến hoặc thực hiện một cách trực tiếp hay gián tiếp chủ nghĩa cộng sản dưới mọi hình thái đều trái với các nguyên tắc ghi trong Hiến pháp.

Điều 8

Nước VNCH chấp nhận những nguyên tắc quốc tế pháp không trái với sự thực hiện chủ quyền Quốc gia và sự bình đẳng giữa các dân tộc.

Quốc gia cố gắng góp phần xây dựng và bảo vệ nền an ninh và hòa bình quốc tế cùng duy trì và phát triển sự liên lạc thân hữu giữa các dân tộc trên căn bản tự do và bình đẳng.

THIÊN THỨ HAI

Quyền lợi và nhiệm vụ người Dân

Điều 9

Mọi người dân đều có quyền sinh sống tự do và an toàn.

Điều 10

Không ai có thể bị bắt bớ, giam giữ tù đày, một cách trái phép.

Trừ trường hợp phạm pháp quả tang, chỉ có thể bắt giam khi có câu phiếu của cơ quan có thẩm quyền, trong trường hợp và theo hình thức luật định. Theo thể thức luật định các bị can về tội đại hình hoặc tiểu hình có quyền lựa chọn hoặc yêu cầu chỉ định người biện minh cho mình.

Điều 11

Không ai có thể bị tra tấn hoặc chịu những hình phạt hay những cách đối xử tàn bạo, bất nhân, hoặc làm mất phẩm cách.

Điều 12

Đời tư, gia đình, nhà cửa, phẩm giá, và thanh danh của mọi người dân phải được tôn trọng.

Tổng Thống Ngô Đình Diệm

Tánh cách riêng tư của thư tín không thể bị xâm phạm, trừ khi có lệnh của tòa án hoặc khi bảo vệ an ninh công cộng hay duy trì trật tự chung.

Ai cũng có quyền được luật pháp bảo vệ chống lại những đe dọa hoặc xâm phạm trái phép.

Điều 13

Mọi người dân có quyền tự do đi lại và cư trú trên lãnh thổ Quốc gia, ngoại trừ trường hợp luật pháp ngăn cấm vì duyên cớ vệ sinh hay an ninh công cộng.

Mọi người dân có quyền tự do xuất ngoại trừ trường hợp luật pháp hạn chế vì lý do an ninh quốc phòng, kinh tế, tài chánh hay lợi ích công cộng.

Điều 14

Mọi người dân đều có quyền và có bổn phận làm việc. Việc làm như nhau, tiền công bằng nhau.

Người làm việc có quyền hưởng thù lao xứng đáng đủ để bảo đảm cho bản thân và cho gia đình một đời sống hợp với nhân phẩm.

Điều 15

Mọi người dân đều có quyền tự do tư tưởng và trong khuôn khổ luật định, có quyền tự do hội họp và lập hội.

Điều 16

Mọi người dân có quyền tự do ngôn luận. Quyền này không được dùng để vu cáo, phỉ báng, xâm phạm đến nền đạo lý công cộng, hô hào nổi loạn, hoặc lật đổ chính thể Cộng Hòa.

Mọi người dân đều được hưởng quyền tự do báo chí để tạo thành một dư luận xác thực và xây dựng mà Quốc gia có nhiệm vụ bảo vệ chống lại mọi hành vi xuyên tạc sự thực.

Điều 17

Mọi người dân đều có quyền tự do tín ngưỡng, tự do hành giáo, và tự do truyền giáo, miễn là sử dụng quyền ấy không trái với luân lý và thuần phong mỹ tục.

Điều 18

Theo thể thức và điều kiện luật định, mọi người dân đều có quyền bầu cử, ứng cử, tham gia điều khiển việc công hoặc trực tiếp, hoặc do những đại diện của mình.

Điều 19

Mọi người dân đều có quyền tham gia công vụ tùy theo năng lực trên căn bản bình đẳng.

Điều 20

Quốc gia công nhận và bảo đảm quyền tư hữu. Luật pháp ấn định thể thức thủ đắc và hưởng thụ để ai ai cũng có thể trở thành sở hữu chủ và để bảo đảm cho con người đời sống xứng đáng và tự do, đồng thời xây dựng nền thịnh vượng xã hội.

Trong những trường hợp luật định và với điều kiện có bồi thường, Quốc gia có thể trưng thu tài sản vì công ích.

Điều 21

Quốc gia tán trợ việc nhân dân sử dụng của để dành để thủ đắc nhà ở, ruộng cày, và cổ phần trong các xí nghiệp.

Điều 22

Mọi người dân đều có quyền tổ chức những hợp tác kinh tế, miễn là không có mục đích chiếm trái phép để đầu cơ và thao túng kinh tế.

Tổng Thống Ngô Đình Diệm

Quốc gia khuyến khích và tán trợ sự hợp tác có tính cách tương trợ và không có mục đích đầu cơ.

Quốc gia không thừa nhận chế độ độc quyền kinh doanh hoặc độc chiếm, ngoại trừ những trường hợp luật định vì nhu cầu quốc phòng, an ninh, hay vì lợi ích công cộng.

Điều 23

Quyền tự do nghiệp đoàn và quyền đình công được công nhận và sử dụng theo thể thức và điều kiện luật định.

Công chức không có quyền đình công.

Quyền đình công không được thừa nhận đối với nhân viên và công nhân trong các ngành hoạt động liên quan đến quốc phòng, an ninh công cộng, hoặc các nhu cầu cần thiết của đời sống tập thể.

Một đạo luật sẽ ấn định những ngành hoạt động kể trên và đảm bảo cho nhân viên và công nhân các ngành này một quy chế đặc biệt, mục đích là để bảo vệ các nhân viên và công nhân trong các ngành ấy.

Điều 24

Trong giới hạn của khả năng và sự phát triển kinh tế Quốc gia sẽ ấn định những biện pháp cứu trợ hữu hiệu trong các trường hợp thất nghiệp, già yếu, bệnh tật, thiên tai hoặc những cảnh hoạn nạn khác.

Điều 25

Quốc gia công nhận gia đình là nền tảng của xã hội. Quốc gia khuyến khích, nâng đỡ sự thành lập gia đình, sự thực hiện sứ mạng gia đình, nhất là trong sự thai nghén, sinh đẻ, dưỡng dục hài nhi.

Quốc gia tán trợ sự thuần nhứt của gia đình.

Điều 26

Quốc gia cố gắng cho mọi người dân một nền giáo dục cơ bản có tính cách bắt buộc và miễn phí.

Mọi người dân có quyền theo đuổi học vấn.

Những người có khả năng mà không có phương tiện riêng sẽ được nâng đỡ để theo đuổi học vấn.

Quốc gia thừa nhận phụ huynh có quyền chọn trường cho con em, các đoàn thể và tư nhân có quyền mở trường theo điều kiện luật định.

Quốc gia có thể công nhận các trường tư thục đại học và cao đẳng chuyên nghiệp hội đủ điều kiện luật định. Văn bằng do những trường ấy cấp phát có thể được Quốc gia thừa nhận.

Điều 27

Mọi người đều có quyền tham gia hoạt động văn hóa và khoa học, cùng hưởng thụ nghệ thuật và lợi ích của những tiến bộ kỹ thuật.

Tác giả được pháp luật bảo vệ những quyền lợi tinh thần và vật chất liên quan tới mọi phát minh khoa học, sáng tác văn chương hoặc nghệ thuật.

Điều 28

Quyền của mỗi người dân được sử dụng theo những thể thức và điều kiện luật định.

Quyền của mỗi người dân chỉ chịu những sự hạn chế do luật định để tôn trọng quyền của những người khác cùng là thỏa mãn những đòi hỏi đích đáng của sự an toàn chung, nền đạo lý, trật tự công cộng, quốc phòng.

Ai lạm dụng các quyền được công nhận trong Hiến pháp để phá hoại chánh thể Cộng Hòa, chế độ Dân chủ,

Tự do và nền Độc lập, Thống nhứt Quốc gia sẽ bị truất quyền.

Điều 29

Mọi người dân đều có nhiệm vụ tôn trọng và bảo vệ Hiến pháp và Luật pháp.

Mọi người dân đều có nhiệm vụ bảo vệ Tổ quốc, chính thể Cộng Hòa, nền tự do, dân chủ.

Ai ai cũng phải làm tròn nhiệm vụ quân dịch theo thể thức và trong giới hạn luật định.

Mọi người dân đều có nhiệm vụ góp phần vào sự chi tiêu công cộng tùy theo khả năng đóng góp của mình.

THIÊN THỨ BA
Tổng Thống

Điều 30

TT được bầu theo lối đầu phiếu phổ thông trực tiếp và kín, trong một cuộc tuyển cử mà cử tri toàn quốc được tham gia. Một đạo luật sẽ quy định thể thức bầu cử TT.

Phó TT được bầu 1 lần với TT chung một danh sách.

Điều 31

Có quyền ứng cử TT và Phó TT những công dân hội đủ các điều kiện sau đây:

Sinh trên lãnh thổ VN và có quốc tịch VN liên tục từ khi mới sinh, hoặc đã hồi phục Việt tịch trước ngày ban hành Hiến pháp.

Cư ngụ trên lãnh thổ Quốc gia một cách liên tục hay không trong một thời gian ít nhất 15 năm.

Đủ 40 tuổi.

Hưởng các quyền công dân.

Chức vụ TT và Phó TT không thể kiêm nhiệm với bất cứ một hoạt động nào trong lãnh vực tư dù có thù lao hay không.

Điều 32

Nhiệm kỳ TT và Phó TT là 5 năm. TT và Phó TT có thể được tái cử hai lần nữa.

Điều 33

Nhiệm kỳ TT và Phó TT chấm dứt đúng 12 giờ trưa ngày cuối cùng tháng thứ sáu mươi kể từ ngày tựu chức và nhiệm kỳ của Tân TT và Tân Phó TT bắt đầu lúc ấy.

Nhiệm vụ TT và Phó TT có thể chấm dứt trước kỳ hạn, trong những trường hợp sau đây:

Mệnh chung.

Vì bịnh tật trầm trọng và kéo dài, không còn năng lực để chấp chưởng quyền hành và làm tròn nhiệm vụ. Sự mất năng lực này phải được Quốc hội xác nhận với đa số 4/5 tổng số Dân biểu sau các cuộc giám định và phản giám định y khoa.

Từ chức, và sự từ chức này phải được thông đạt cho Quốc hội.

Bị truất quyền do quyết định của Đặc biệt Pháp viện chiếu Điều 81.

Điều 34

Cuộc bầu cử Tân TT và Tân Phó TT sẽ cử hành vào ngày chủ nhật, ba tuần lễ trước khi nhiệm kỳ của TT tại chức chấm dứt.

Trong trường hợp nhiệm vụ Tổng Thống chấm dứt trước kỳ hạn, Phó Tổng Thống sẽ đảm nhiệm chức vụ Tổng Thống cho đến hết nhiệm kỳ.

Trong trường hợp dự liệu ở đoạn trên, nếu không có Phó Tổng Thống, hoặc nếu Phó Tổng Thống, vì một lý do gì, không thể đảm đương nhiệm vụ, Chủ tịch Quốc hội tạm thời đảm nhiệm chức vụ Tổng Thống để xử lý thường vụ và tổ chức một cuộc bầu cử Tân Tổng Thống và Tân Phó Tổng Thống trong thời hạn tối đa hai tháng. Trong trường hợp này, đệ nhất Phó Chủ tịch Quốc hội quyền nhiếp chức vụ Chủ tịch Quốc hội.

Điều 35

Tổng Thống ký kết, và sau khi được Quốc hội chấp thuận, phê chuẩn các điều ước và hiệp định quốc tế.

Tổng Thống bổ nhiệm các sứ thần, tiếp nhận ủy nhiệm thư của các đại diện ngoại giao, thay mặt Quốc gia trong việc giao thiệp với ngoại quốc.

Điều 36

Với sự thỏa thuận của một nửa tổng số Dân biểu Quốc hội, Tổng Thống tuyên chiến hoặc phê chuẩn hòa ước.

Điều 37

Tổng Thống bổ nhiệm và cách chức tất cả các công chức dân sự và quân sự theo thủ tục luật định, ngoại trừ những trường hợp mà Hiến pháp ấn định một thủ tục đặc biệt.

Tổng Thống là Tổng Tư Lệnh tối cao của các lực lượng quân sự.

Tổng Thống ban các loại huy chương.

Tổng Thống sử dụng quyền ân xá, ân giảm, hoán cải hình phạt, và huyền án.

Điều 38

Trong trường hợp chiến tranh hoặc nội loạn, những chức vụ dân cử định trong Hiến pháp sẽ đương nhiên được gia hạn khi mãn nhiệm kỳ.

Trong trường hợp một đơn vị bầu cử bị đặt trong tình trạng khẩn cấp, báo động, hoặc giới nghiêm, Tổng Thống có thể gia hạn nhiệm kỳ dân biểu đơn vị ấy.

Tuy nhiên, cuộc bầu cử toàn bộ hay cục bộ phải được tổ chức chậm nhất là sáu tháng sau khi những tình trạng đặc biệt kể ở hai đoạn trên chấm dứt.

Điều 39

Tổng Thống tiếp xúc với Quốc hội bằng thông điệp.

Tổng Thống có thể dự các phiên họp Quốc hội và tuyên bố trước Quốc hội.

Mỗi năm vào đầu khóa họp thường lệ thứ nhì và mỗi khi thấy cần, Tổng Thống thông báo cho Quốc hội biết tình hình Quốc gia và chánh sách đối nội, đối ngoại của Chính phủ.

Điều 40

Với sự thỏa thuận của Quốc hội, Tổng Thống có thể tổ chức trưng cầu dân ý. Kết quả cuộc trưng cầu dân ý phải được Tổng thống và Quốc hội tôn trọng.

Điều 41

Giữa hai khóa họp Quốc hội, Tổng Thống vì lý do khẩn cấp có thể ký sắc luật. Các sắc luật này phải được chuyển đến Văn phòng Quốc hội ngay sau khi ấy.

Trong khóa họp thường lệ tiếp cận, nếu Quốc hội không bác bỏ, các sắc luật ấy sẽ được coi hẳn như những đạo luật.

Điều 42

Trong tình trạng khẩn cấp, chiến tranh, nội loạn, khủng hoảng kinh tế hoặc tài chính, Quốc hội có thể biểu quyết một đạo luật ủy cho Tổng Thống, trong một thời gian, với những hạn định rõ, quyền ký các sắc luật để thực hiện chánh sách mà Quốc hội ấn định trong đạo luật ủy quyền. Các sắc luật phải được chuyển đến Văn phòng Quốc hội ngay sau khi ký. 30 ngày sau khi mãn thời hạn đã ấn định trong đạo luật ủy quyền, nếu Quốc hội không bác bỏ, các sắc luật ấy sẽ được coi hẳn như những đạo luật.

Điều 43

Trong trường hợp ngân sách không được Quốc hội chung quyết trong thời hạn ấn định ở Điều 60, Tổng Thống có thể ký sắc luật ngân sách cho tài khóa sau.

Mỗi tam cá nguyệt Tổng Thống có thể thi hành một phần tư của ngân sách cho đến khi Quốc hội chung quyết xong đạo luật ngân sách.

Trong đạo luật ngân sách, Quốc hội phải giải quyết các hậu quả gây nên do việc bác bỏ hoặc sửa đổi những điều khoản của sắc luật ngân sách.

Điều 44

Tổng Thống có thể ký sắc lệnh tuyên bố tình trạng khẩn cấp, báo động hoặc giới nghiêm trong một hay nhiều vùng; các sắc lệnh này có thể tạm đình chỉ sự áp dụng một hoặc nhiều đạo luật tại những vùng đó.

Điều 45

Khi nhậm chức, Tổng Thống tuyên thệ như sau:

Tôi long trọng tuyên thệ:

Tận lực cố gắng làm tròn nhiệm vụ Tổng thống.

Tôn trọng giữ gìn và bảo vệ Hiến pháp.

Trung thành phụng sự Tổ quốc và hết lòng phục vụ lợi ích công cộng.

Điều 46

Tổng Thống, có Phó Tổng Thống, các Bộ trưởng và Thứ trưởng phụ tá. Các Bộ trưởng do Tổng Thống bổ nhiệm và chịu trách nhiệm trước Tổng Thống.

Điều 47

Các Bộ trưởng và Thứ trưởng có thể hội kiến với Chủ tịch, Phó Chủ tịch Quốc hội, và các Chủ tịch Ủy ban để giải thích về các vấn đề liên hệ với lập pháp.

THIÊN THỨ TƯ
Quốc Hội

○ **Chương Một** - *Dân biểu*

Điều 48

Đạo luật tuyển cử ấn định số Dân biểu Quốc hội và các đơn vị bầu cử.

Điều 49

Dân biểu được bầu cử theo lối đầu phiếu phổ thông, trực tiếp và kín, theo những thể thức và điều kiện do đạo luật tuyển cử quy định.

Điều 50

Có quyền ứng cử Dân biểu những người:

Có quốc tịch Việt Nam liên tục từ khi mới sinh, hoặc đã nhập Việt tịch ít nhất năm năm, hoặc đã hồi phục Việt tịch ít nhất ba năm trừ những người đã hồi phục Việt tịch trước ngày ban hành Hiến pháp;

Hưởng các quyền công dân;

Đủ 25 tuổi tới ngày đầu phiếu;

Hội đủ các điều kiện khác dự liệu trong đạo luật tuyển cử.

Tuy nhiên, trong trường hợp đặc biệt những người nhập Việt tịch có công trạng với Tổ quốc hoặc những người hồi phục Việt tịch có thể được Tổng Thống ký sắc lệnh giảm thời hạn năm hoặc ba năm ghi trên.

Điều 51

Nhiệm kỳ Dân biểu là ba năm. Các Dân biểu có thể được tái cử.

Cuộc bầu cử Quốc hội mới sẽ cử hành một tháng trước khi pháp nhiệm chấm dứt.

Điều 52

Khi một Dân biểu từ chức, mệnh chung, hoặc chấm dứt nhiệm vụ vì bất cứ một nguyên nhân nào, cuộc bầu cử Dân biểu thay thế sẽ được cử hành trong hạn ba tháng.

Sẽ không bầu Dân biểu thay thế, nếu sự khống khuyết xẩy ra không đầy sáu tháng trước khi mãn pháp nhiệm.

Điều 53

Nhiệm vụ dân biểu không thể kiêm nhiệm với một công vụ được trả lương hay nhiệm vụ dân cử khác. Công chức đắc cử phải nghỉ giả hạn, quân nhân đắc cử phải giải ngũ.

Nhiệm vụ Dân biểu không thể kiêm nhiệm với những chức vụ Bộ trưởng và Thứ trưởng.

Tuy nhiên, Dân biểu có thể đảm nhận những công vụ đặc biệt liên tục không quá (12) mười hai tháng và thời gian đảm nhận công vụ tổng cộng không quá nửa thời kỳ pháp nhiệm. Trong thời gian đảm nhận công vụ, Dân biểu không có quyền thảo luận và biểu quyết tại Quốc hội hoặc tại các Ủy ban của Quốc hội.

Dân biểu có thể phụ trách giảng huấn tại các trường cấp bậc đại học và kỹ thuật cao đẳng.

Trong bất kỳ trường hợp nào, Dân biểu không thể tham dự những cuộc đấu thầu hoặc ký hợp đồng với các cơ quan chính quyền.

Điều 54

Không thể truy tố, tầm nã, bắt giam hay kết án một Dân biểu vì những lời nói hoặc vì những sự biểu quyết tại Quốc hội hoặc tại các Ủy ban Quốc hội.

Ngoại trừ trường hợp phản quốc, xâm phạm an ninh Quốc gia hoặc đương trường phạm pháp, không thể truy tố, tầm nã, bắt giam hay xét xử một Dân biểu trong suốt thời gian các khóa họp Quốc hội, kể cả thời gian đi họp và họp về.

○ **Chương Hai - *Quyền hành của Quốc hội***

Điều 55

Quốc hội biểu quyết các đạo luật. Quốc hội chấp thuận các điều ước và các hiệp định quốc tế.

○ **Chương Ba - *Thủ tục Lập pháp***

Điều 56

Dân biểu có thể đưa ra Quốc hội xét các dự án luật, Tổng Thống có thể đưa ra Quốc hội xét các dự thảo luật.

Điều 57

Các dự án và dự thảo luật được Quốc hội chấp thuận sẽ chuyển đến Tổng Thống trong thời hạn bảy ngày tròn.

Tổng Thống phải ban hành các đạo luật trong thời hạn ba mươi ngày tròn kể từ ngày tiếp nhận. Trong trường hợp khẩn cấp do Quốc hội tuyên bố, thời hạn ban hành sẽ rút ngắn còn bảy ngày tròn.

Điều 58

Trong thời hạn ban hành, Tổng Thống có thể gởi thông điệp viện dẫn lý do yêu cầu Quốc hội phúc nghị một hay nhiều điều khoản đã được chấp thuận.

Khi phúc nghị, nếu Quốc hội không đồng ý sửa đổi theo thông điệp Tổng Thống thì Quốc hội sẽ chung quyết bằng một cuộc minh danh đầu phiếu với đa số ba phần tư tổng số Dân biểu Quốc hội.

Điều 59

Trong thời hạn ấn định ở Điều 57, nếu Tổng Thống không ban hành hoặc không chuyển hoàn bản văn mà Quốc hội đã thông qua, bản văn ấy sẽ đương nhiên thành luật.

Điều 60

Dự thảo ngân sách phải gởi tới Văn phòng Quốc hội trước ngày ba mươi tháng Chín. Ngân sách phải được chung quyết trước ngày ba mươi mốt tháng Chạp.

Điều 61

Dân biểu có quyền đề khởi các khoản chi mới, nhưng đồng thời phải đề nghị các khoản thu tương đương.

○ **Chương Tư** - *Điều hành Quốc hội*

Điều 62

Quốc hội nhóm họp những khóa thường lệ hoặc bất thường.

Điều 63

Hằng năm có hai khóa họp thường lệ: một khóa đương nhiên bắt đầu ngày thứ hai đầu tiên trong tháng tư dương lịch, và một khóa đương nhiên bắt đầu ngày thứ Hai đầu tiên trong tháng Mười dương lịch. Mỗi khóa họp thường lệ không lâu quá ba tháng.

Điều 64

Quốc hội phải được triệu tập nhóm họp các khóa bất thường nếu có sự yêu cầu của TổngThống hoặc quá nửa tổng số Dân biểu Quốc hội.

Trong trường hợp Tổng Thống yêu cầu triệu tập, nghị trình khóa họp bất thường do Tổng Thống ấn định.

Trong trường hợp Dân biểu yêu cầu triệu tập, nghị trình khóa họp bất thường do Văn phòng Quốc hội ấn định.

Thời gian mỗi khóa họp bất thường của Quốc hội không được quá ba mươi ngày.

Điều 65

Quốc hội nhóm họp công khai. Tuy nhiên, Quốc hội họp kín nếu quá nửa số Dân biểu hiện diện hoặc Tổng Thống yêu cầu.

Các bản tường thuật y nguyên cuộc thảo luận và các tài liệu xuất trình tại Quốc hội sẽ được đăng trong Công báo, ngoại trừ trường hợp Quốc hội họp kín.

Điều 66

Để kiểm soát tánh cách hợp thức cuộc bầu cử các Dân biểu, Quốc hội sẽ chỉ định một Ủy ban kiểm soát để phụ trách việc phúc trình về vấn đề này.

Quốc hội có trọn quyền định đoạt.

Điều 67

Quốc hội bầu Văn phòng gồm có Chủ tịch, 2 Phó Chủ tịch, 1 Tổng Thơ ký, 3 Phó Tổng Thơ ký, và một số nhân viên cần thiết.

Quốc hội chỉ định các Ủy ban.

Điều 68

Quốc hội ấn định nội quy, nhất là các vấn đề sau:

Tổ chức nội bộ Quốc hội và Văn phòng.

Thủ tục Quốc hội và quyền hạn Văn phòng.

Kỷ luật trong Quốc hội và các sự chế tài về kỷ luật.

Thành phần và quyền hạn các Ủy ban.

Điều 69

Một dự án hoặc dự thảo luật được Quốc hội chấp thuận chỉ có giá trị nếu hội đủ đa số 1/3 tổng số Dân biểu.

THIÊN THỨ NĂM
Thẩm phán

Điều 70

Để thi hành nhiệm vụ ấn định ở Điều 4, Tư pháp được tổ chức theo nguyên tắc bình đẳng của mọi người trước pháp luật và nguyên tắc độc lập của Thẩm phán xử án.

Điều 71

Thẩm phán xử án quyết định theo lương tâm mình, trong sự tôn trọng luật pháp và quyền lợi Quốc gia.

Điều 72

Dưới sự kiểm soát của Bộ Tư pháp, Thẩm phán công tố, trông coi, và theo dõi sự áp dụng luật pháp, sự tôn trọng đạo lý và trật tự công cộng.

Điều 73

Sẽ thiết lập một Thượng Hội đồng Thẩm phán có nhiệm vụ góp phần trông coi sự áp dụng quy chế Thẩm phán xử án. Tổ chức, điều hành, và quyền hạn của Thượng Hội đồng sẽ do luật định.

THIÊN THỨ SÁU
Đặc biệt Pháp viện

Điều 74

Đặc biệt Pháp viện là một tòa án đặc biệt có thẩm quyền xét xử Tổng Thống, Phó Tổng Thống, Chánh án Tòa Phá án, và Chủ tịch Viện Bảo hiến, trong trường hợp can tội phản quốc và các trọng tội.

Điều 75

Đặc biệt Pháp viện gồm có:

Chánh án Tòa Phá án, *Chánh án.*

Mười lăm Dân biểu do Quốc hội bầu ra mỗi nhiệm kỳ, *Hội thẩm.*

Khi Chánh án Tòa Phá án là bị can, Chủ tịch Viện Bảo hiến sẽ ngồi ghế Chánh án.

Điều 76

Ban Điều tra của Đặc biệt Pháp viện gồm năm Dân biểu do Quốc hội bầu ra mỗi nhiệm kỳ.

Điều 77

Sự khởi tố theo các điều kiện sau:

a/ Phải có một bản đề nghị viện dẫn lý do, được ba phần năm tổng số Dân biểu Quốc hội ký tên, nạp tại Văn phòng Quốc hội mười lăm ngày trước khi thảo luận.

b/ Đề nghị đó phải được 2/3 tổng số Dân biểu Quốc hội chấp thuận.

174   Tổng Thống Ngô Đình Diệm

c/ Các Dân biểu trong Đặc biệt Pháp viện và trong Ban Điều tra không được quyền đề nghị khởi tố và biểu quyết về đề nghị này.

Điều 78

Nhiệm vụ của đương sự bị đình chỉ từ khi Quốc hội biểu quyết truy tố đến khi Đặc biệt Pháp viện phán quyết. Trong thời gian này sự quyền nhiếp sẽ theo thể thức định ở Điều 34, đoạn 2 và 3.

Điều 79

Ban Điều tra có quyền đòi hỏi nhân chứng và đòi các cơ quan liên hệ xuất trình các hồ sơ và tài liệu mật. Ban Điều tra sẽ làm tờ trình trong thời hạn hai tháng trước khi được Đặc biệt Pháp viện triển hạn một tháng nữa.

Điều 80

Đặc biệt Pháp viện họp để nghe Ban Điều tra và đương sự trình bày và phán quyết theo đa số 3/4 tổng số nhân viên.

Điều 81

Nếu xét đương sự phạm tội, Đặc biệt Pháp viện sẽ tuyên bố truất quyền. Phán quyết này có hiệu lực ngay.

THIÊN THỨ BẢY
Hội đồng Kinh tế Quốc gia

Điều 82

Hội đồng Kinh tế Quốc gia có nhiệm vụ trình bày sáng kiến và phát biểu ý kiến về các dự thảo, dự án kinh tế.

Hội viên Hội đồng Kinh tế Quốc gia lựa trong các nghiệp đoàn và các ngành hoạt động kinh tế, các tổ chức hoạt động xã hội liên hệ với kinh tế và các nhà kinh tế học.

Chức vụ hội viên Hội đồng Kinh tế Quốc gia không thể kiêm nhiệm với nhiệm vụ Dân biểu Quốc hội.

Điều 83

Phó Tổng Thống là Chủ tịch Hội đồng Kinh tế Quốc gia.

Điều 84

Một đạo luật sẽ ấn định cách tổ chức và điều hành của Hội đồng Kinh tế Quốc gia.

THIÊN THỨ TÁM
Viện Bảo hiến

Điều 85

Viện Bảo hiến phán quyết về tánh cách hợp hiến của các đạo luật, sắc luật, và quy tắc hành chánh.

Điều 86

Viện Bảo hiến, về mỗi nhiệm kỳ Quốc hội, gồm có:

- Một Chủ tịch cho Tổng Thống cử với thỏa hiệp của Quốc hội.

- 4 Thẩm phán cao cấp hay luật gia do Tổng Thống cử;

- 4 Dân biểu do Quốc hội cử.

Điều 87

Viện Bảo hiến thụ lý các đơn xin phán quyết về tánh cách hợp hiến của các đạo luật, sắc luật, và quy tắc hành chánh do các Tòa án nạp trình.

Phán quyết của Viện Bảo hiến có hiệu lực đình chỉ sự thi hành các điều khoản bất hợp hiến kể từ ngày phán quyết ấy được đăng trong Công báo.

Điều 88

Một đạo luật sẽ quy định cách tổ chức và điều hành của Viện Bảo hiến cùng thủ tục áp dụng trước cơ quan ấy.

THIÊN THỨ CHÍN
Sửa đổi Hiến pháp

Điều 89

Không thể sửa đổi hoặc hủy bỏ các Điều 1, 2, 3, 4, và điều này của Hiến pháp.

Điều 90

Tổng Thống hay 2/3 tổng số Dân biểu có thể đề nghị sửa Hiến pháp.

Đề nghị sửa Hiến pháp có viện dẫn lý do phải đủ chữ ký và nạp tại Văn phòng Quốc hội.

Điều 91

Sau khi nhận được đề nghị hợp lệ sửa đổi Hiến pháp, Văn phòng Quốc hội sẽ triệu tập một phiên họp đặc biệt của Quốc hội để cử một Ủy ban gồm ít nhứt mười lăm người có nhiệm vụ nghiên cứu đề nghị này, tham khảo ý kiến của Viện Bảo hiến và của Tổng Thống.

Trong thời hạn tối đa sáu mươi ngày, Ủy ban sẽ thuyết trình trước Quốc hội trong phiên họp đặc biệt.

Điều 92

Đề nghị sửa đổi Hiến pháp chỉ được chấp thuận nếu 3/4 tổng số Dân biểu tán thành trong một cuộc minh danh và đích thân đầu phiếu.

Điều 93

Đề nghị được chấp thuận sẽ ban hành theo thủ tục ghi ở các Điều 57, 58, 59.

Nếu có phúc nghị, Quốc hội sẽ chung quyết bằng một cuộc minh danh và đích thân đầu phiếu với đa số ba phần tư tổng số Dân biểu.

THIÊN THỨ MƯỜI
Các điều khoản Chung

Điều 94

Hiến pháp sẽ ban hành ngày 26/10/1956.

Điều 95

Quốc hội dân cử ngày 4/3/1956 sẽ là Quốc hội Lập pháp đầu tiên theo Hiến pháp Việt Nam Cộng Hòa.

Nhiệm kỳ Quốc hội Lập pháp bắt đầu từ ngày ban hành Hiến pháp và chấm dứt ngày 30/9/1959.

Điều 96

Đương kim Tổng Thống được nhân dân ủy nhiệm thiết lập nền Dân chủ do cuộc trưng cầu dân ý ngày 23/10/1955, sẽ là Tổng Thống đầu tiên theo Hiến pháp Việt Nam Cộng Hòa.

Nhiệm kỳ Tổng Thống bắt đầu từ ngày ban hành hiến pháp và chấm dứt 30/4/1961.

Điều 97

Trong khóa họp thứ nhứt của Quốc hội Lập pháp đầu tiên, đương kim Tổng Thống sẽ chỉ định Phó Tổng Thống đầu tiên. Sự chỉ định này sẽ thành nhứt định nếu được Quốc hội chấp thuận.

Nếu có sự thay thế, sự chỉ định Phó Tổng Thống mới cũng theo theo thủ tục đó trong suốt nhiệm kỳ Tổng Thống đầu tiên.

Điều 98

Trong nhiệm kỳ Lập pháp đầu tiên, Tổng Thống có thể tạm đình chỉ sự sử dụng những quyền tự do đi lại và cư ngụ, tự do ngôn luận và báo chí, tự do hội họp và lập hội,

　　　　Tổng Thống Ngô Đình Diệm

tự do nghiệp đoàn và đình công để thỏa mãn những đòi hỏi đích đáng của an toàn chung, trật tự công cộng và quốc phòng.

VIỆT NAM CỘNG HÒA

Tổng Thống Việt Nam Cộng Hòa

số 60:

Chiếu kết quả cuộc Trưng Cầu Dân Ý ngày 23/10/1955;

Chiếu Hiến ước tạm thời số 1 ngày 26/10/1955;

Chiếu dụ số 8 ngày 23/1/1956 thiết lập Quốc Hội Lập hiến,

TUYÊN BỐ:

Nay ban hành Hiến Pháp Việt Nam Cộng Hòa, do Quốc Hội Lập Hiến biểu quyết ngày 20/10/1956.

Sàigòn ngày 26/10/1956

Ký tên: NGÔ ĐÌNH DIỆM

BÀI ĐỌC THÊM

Những bài đọc thêm dưới đây cho thấy TT Ngô Đình Diệm là người yêu nước thương dân, luôn quan tâm đến đời sống của dân chúng. Tổng Thống coi trọng vấn đề dân sinh, làm sao cho dân chúng sớm được hưởng cuộc sống tự do hạnh phúc, đơn giản là được cơm no áo ấm, có mái nhà che thân. Từ an ninh trật tự đến miếng cơm manh áo. Từ đời sống tinh thần đến cuộc sống vật chất. Cho nên các trường học được chính quyền ráo riết lập nên từ thành thị đến nông thôn để mở mang dân trí. Các khu Dinh điền và các Khu trù mật được mở mang, khai thác để giúp dân chúng có phương tiện làm ăn, sinh sống. Phải nói thật rằng từ thời còn dưới ách thực dân thuộc địa Pháp đến Hiệp định Genève 1954, VN chưa khi nào có chương trình dân sinh quy mô như thời Đệ Nhất Cộng Hòa. TT Ngô Đình

Diệm thường nói đến cái nồi cơm của dân. Phải lo cho dân được ăn no mặc ấm mới nói lên được quan tâm của chính quyền về mặt dân sinh.

Những bài đọc thêm dưới đây của các tác giả nổi tiếng sẽ giúp cho độc giả hiểu rõ sự quan tâm của chính quyền dưới sự lãnh đạo của TT Ngô Đình Diệm. Cả đời Tổng Thống là lo cho dân cho nước. Cuộc sống cá nhân của TT Ngô Đình Diệm là một đời tu hành, độc thân, nhiệm nhặt, đạo đức, không xa hoa lãng phí, khác hẳn các lãnh tụ khác trên thế giới. Tất cả là vì dân, vì nước.

MỘT

ÔNG DIỆM VÀ VĂN HÓA GIÁO DỤC

Lm. Cao Văn Luận

Từ một quốc gia vừa thoát cảnh chiến tranh, các trường trung tiểu học còn thiếu thốn, ông Diệm đã nỗ lực giải quyết vấn đề giáo dục, và trong thời gian từ 1955 đến 1958 người ta thấy các trường trung tiểu học công tư mọc lên khắp nơi. Đại học Sàigòn phát triển mạnh mẽ, và đặc biệt ông Diệm đã hoàn toàn đồng ý và tích cực nhúng tay vào việc thành lập Đại học Huế.

Tại Sàigòn, ngay từ đầu, nghĩa là từ 1959, khi đã ổn định tình hình chính trị, ông Diệm đã nghĩ đến việc đưa Đại học Sàigòn lên khu Đại học Thủ Đức. Ông cũng nghĩ đến việc thành lập Đại học Huế, và trong những câu chuyện giữa ông Diệm và tôi nhiều lúc ông có nhắc đến dự cần thiết phải thành lập một Đại học Huế.

Vào ngày mồng 3 Tết năm 1957, hình như cuối tháng giêng năm 1957, theo thường lệ ông Diệm ra Huế dự lễ giỗ cụ Khả. Tôi đến chào ông tại nhà ông Cẩn, và ngay đầu câu chuyện ông Diệm nói:

- Này cha, tôi thấy cần phải thành lập tại Huế một viện Đại học lớn, vì hai lý do chính. Thứ nhất là Huế từ trước đã là một trung tâm văn hóa của nước ta. Ở Huế đã có những truyền thống văn hóa sâu đậm, có những cơ sở văn hóa lâu đời, như trường Quốc Tử Giám, các cuộc thi cử Hán học. Dân miền Trung lại hiếu học mà nghèo, có bao nhiêu thanh niên ưu tú muốn lên Đại học mà không thể vào Sài gòn học tiếp. Thứ hai là hiện nay dân chúng xôn xao đồn đại rằng chính phủ một ngày nào đó có thể bỏ Huế, vì hiện nay Huế không quan trọng lắm về phương diện chính trị, kinh tế. Vậy lập Viện Đại học Huế là chứng minh cách cụ thể với dân chúng, với quốc tế cũng như với bên kia rằng chính phủ nhất định bảo vệ Huế. Huế chỉ cách vĩ tuyến 17 khoảng 100 cây số, lập ở đây một Đại học lớn chẳng khác nào thách đố với bọn CS. Nếu bây giờ tôi quyết định lập Đại học Huế, cha có bằng lòng giúp tôi không?

Tôi vui mừng thật tình. Tôi cũng đã từng nghĩ như ông Diệm, nhưng tôi lưu ý đến vấn đề văn hóa và tình trạng của dân miền Trung hơn là về các lý do chính trị.

- Thưa cụ, nếu tôi có thể làm được việc gì để góp công vào việc thành lập một Đại học ở Huế, thì cụ có thể tin rằng tôi không ngần ngại chút nào.

Ông Diệm thấy tôi nhận lời thì có vẻ mừng, gật gù:

- Vậy thì ít hôm nữa tôi sẽ sai một phái đoàn ra đây để gặp cha, để thảo luận và nghiên cứu các chi tiết cụ thể.

Hôm đó câu chuyện tại nhà ông Cẩn xoay quanh việc thành lập Đại học Huế. Trước mặt ông Diệm những người có mặt tỏ vẻ đồng ý phải thành lập gấp một Đại học tại Huế. Tin này đồn ra ngoài, nhất là trong giới học sinh trung học các năm cuối và giới trí thức, chính trị ở Huế. Ai cũng tỏ vẻ hân hoan chờ đợi. Nhiều người đến gặp tôi và thúc giục tôi xúc tiến việc đó nhanh chóng để làm sao cho đầu niên khóa tới con em họ có thể vào Đại học ngay tại Huế. Tôi cũng bị lôi cuốn trong bầu không khí phấn khởi đó.

Khoảng một tháng sau, hình như vào cuối tháng giêng, một phái đoàn từ Sài gòn ra gặp tôi có các ông Ngô Đình Nhu, Bộ trưởng giáo dục Nguyễn Dương Đôn, Viện trưởng Đại học Sài gòn Nguyễn Quang Trình và những giáo sư, chuyên viên khác.

Một cuộc họp được tổ chức tại tòa tỉnh Thừa Thiên có tỉnh trưởng và một số trí thức thân hào nhân sĩ địa phương tham dự. Tôi trình bày với mọi người những lý do mà ông Diệm đã đưa ra kèm thêm những lý do thực tế của tôi. Hội nghị thảo luận và đi đến quyết định là vì những hoàn cảnh đặc biệt, những khó khăn trong ngành giáo dục, chưa nên làm việc vội vàng hấp tấp quá. Họ nói rằng ở Huế chỉ nên lập một chi nhánh của Viện Đại học Sài gòn tùy thuộc hoàn cảnh vào Viện Đại học Sài gòn và Bộ Quốc gia giáo dục. Như vậy Đại học Huế sẽ không thành một đơn vị độc lập mà chỉ là một số các phân khoa đặt dưới quyền Viện Đại học Sài gòn mà thôi. Tôi được cử làm đại diện cho ông Viện trưởng Viện Đại học Sài gòn Nguyễn Quang Trình để tổ chức. Tôi không đồng ý nhưng đành khuất phục trước quyết định của đa số.

Mấy hôm lưu lại Huế, phái đoàn đi xem những cơ sở đất đai có thể dùng làm Đại học Huế, như tòa Đại biểu chính phủ, khách sạn Morin, ngân hàng Đông Dương vừa được chính phủ mua lại. Phái đoàn về Sài gòn được mấy hôm thì có nghị định thành lập Đại học Huế, nhưng với các điều khoản đặt Đại học Huế lệ thuộc Viện Đại học Sài gòn. Sau hai tháng hoạt động mỗi ngày tôi thấy thêm nhiều khó khăn chỉ vì Huế thì xa Sàigòn, tôi lại không có đủ thẩm quyền quyết định bất cứ việc gì mà phải phúc trình về Viện trưởng Đại học Sàigòn, về Bộ Quốc gia giáo dục, rồi lên ông Nhu, ông Diệm. Các thủ tục đó làm cho công việc chậm trễ, làm cả tôi và những người góp sức lúc đầu chán nản dần. Tôi vào Sàigòn trình bày các khó khăn đó thẳng cho ông Diệm. Tôi nói với ông Diệm rằng ý kiến đầu của ông Diệm là muốn có một Đại học Huế độc lập, lớn, quan trọng để thành một chứng minh và thách đố với thế giới và bên kia, nếu cứ phải chạy quấn trong những thủ tục giấy tờ rắc rối và những hành lang của giới giáo dục Sàigòn, thì không thể đi đến kết quả tốt được. Tôi yêu cầu ông Diệm cho Đại học Huế quy chế riêng biệt và độc lập, và tôi có quyền quyết định mọi việc trong phạm vi ích lợi cho Đại học Huế. Tôi ngỏ ý nếu không được như vậy thì xin ông Diệm chọn người khác, và tôi nhận thấy không thể làm việc trong các điều kiện quá rắc rối như vậy được. Tôi không phải là người có thể đi vòng vo qua bao nhiêu hành lang các bộ sở được mãi. Ông Diệm đồng ý:

- Cha yên tâm. Tôi đồng ý với cha về những điều đó, và sẽ có nghị định thành lập Viện Đại học Huế tự trị ngay cho cha, và tôi xin mời cha làm Viện trưởng đầu tiên Viện Đại học Huế.

Tôi trở về Huế ít hôm thì có nghị định thành lập Viện Đại học Huế, đồng thời với sắc lệnh cử tôi làm Viện trưởng. Bấy giờ tôi xúc tiến nhanh việc tìm trụ sở, lớp học, địa điểm, đồng thời mời các giáo sư ở Huế, Sàigòn và ngoại quốc về hợp tác. Trong giai đoạn đầu ban giáo sư gồm có mấy người tôi còn nhớ là Lê Tuyên, Lê Khắc Phò, Nguyễn Văn Trung, Nguyễn Văn Trường. Vài tháng sau thêm Lê Thanh Minh Châu và vợ là Tăng Thị Thành Trai. Ngay niên khóa 1957, Đại học Huế mở các chứng chỉ dự bị như

Năng lực Luật khoa, Văn khoa, Khoa học. Ngoài nhận thấy việc đào tạo giáo sư trung học và giáo viên tiểu học rất cần thiết cho tình trạng phát triển giáo dục mạnh mẽ hiện nay và tương lai, tôi chú trọng đặc biệt vào Đại học Sư phạm. Thấy công việc tạm yên, sau khi các lớp đầu mở được một vài tháng cuối năm 1957, tôi và Lê Thanh Minh Châu đi ngoại quốc, với chủ ý nghiên cứu cách thức tổ chức Đại học đồng thời vận động sự giúp đỡ của các quốc gia Đồng minh. Trước hết tôi đến Âu châu, rồi sang Mỹ và Canada.

Tại Mỹ tôi nhận được nhiều sự giúp đỡ thiết thực và tích cực của một vài tổ chức. Tổ chức IRC (Intallectual Rescue Commity) giúp đỡ đầu tiên và nhiều nhất bằng cách cấp cho Đại học Huế một khoản tiền mặt đủ để tăng thêm lương cho mỗi giáo sư 5.000 đồng mỗi tháng. Nhờ đó công việc mời giáo sư giảng dạy tại Đại học Huế được dễ dàng hơn. Tôi đánh điện về nước báo tin vui, và nói với các anh em ở nhà dựa theo tiêu chuẩn lương bổng mới mà mời thêm giáo sư.

Cơ quan thứ hai giúp đỡ quan trọng cho Đại học Huế là Asia Foundation. Ngoài những ngân khoản dùng để xây cất cư xá sinh viên, tổ chức thể thao, cơ quan này còn cấp nhiều học bổng cho các sinh viên Đại học Huế, và nhờ đó khuyến khích các sinh viên cũng như tăng uy tín cho Đại học Huế. Một tổ chức thứ ba tuy nhỏ nhưng tích cực giúp đỡ Viện Đại học Huế, là tổ chức New Land Foundation, do giáo sư Burtinguer làm chủ tịch. Ngay trong lần gặp gỡ đầu, giáo sư đã tỏ ra sốt sắng giúp đỡ, và hứa giúp mỗi năm 5.000 Mỹ kim tiền mặt, và sau hai năm tổ chức này tăng lên 7.000 Mỹ kim mỗi năm.

Tôi cũng đến thăm vài Viện Đại học Hoa Kỳ và ở đây tôi cũng nhận được những sự khuyến khích nồng hậu của họ. Hầu hết đều hứa hẹn dành cho Đại học Huế một vài học bổng, và nếu cần gì trong khả năng và quyền hạn của họ thì tôi cứ liên lạc sau, họ sẽ cố gắng giúp đỡ.

Tôi trở về Sàigòn và vào gặp TT Diệm trình bày kết quả chuyến đi. Tổng Thống rất lưu ý đến Đại học Huế cho nên khi hay tin thêm nhiều tổ chức có thiện cảm và giúp đỡ cụ thể Đại học Huế ông mừng lắm. Riêng ông rất tích cực trong việc mở mang Đại học Huế.

Cần đến điều gì, tôi thường vào Sàigòn trình bày thẳng với ông và trong hầu hết các trường hợp đều được ông chấp thuận, đôi khi quá mức hy vọng của tôi. Lúc đầu một vài người đưa ý kiến tìm một khu đất rộng ở ngoại ô để lập một khu Đại học Huế thật rộng rãi xứng đáng. Tôi thấy ý kiến này có điều hay, nhưng chỉ ngại tình hình an ninh không được bảo đảm, sẽ làm hỏng tất cả mọi việc, nên đề nghị chọn một vài khu đất rộng còn trống trong thành phố thì hơn. Do đó các cơ sở mới của Đại học Huế được xây cất trên khu đất trống của tòa Khâm Sứ cũ, hoặc trên đất Hồ Đắc Trung trước tòa Đại biểu cũ.

Các họa đồ đều do Ngô Viết Thu vẽ rồi trình thẳng lên ông Diệm duyệt. Tôi nhớ một hôm tôi về Sàigòn, ông Diệm đưa tôi xem họa đồ khu cư xá giáo sư do Ngô Viết Thu vẽ vừa đưa lên. Ngô Viết Thụ khi đó cũng có mặt trong phòng. Ông Diệm chăm chú nhìn vào họa đồ, rồi hỏi Ngô Viết Thụ:

- Phải có chỗ để phơi quần áo chớ. Chẳng lẽ bắt người ta phơi quần áo đầu giường sao?

Tôi và Ngô Viết Thụ đều có vẻ ngạc nhiên, vì không nghĩ ra ông Diệm có thể chú ý đến những việc nhỏ bé như vậy. Điều này chứng tỏ ông Diệm lưu tâm đến đại học Huế chừng nào, và cũng chứng tỏ rằng trong nhiều vấn đề, ông

Diệm rất hết sức tỉ mỉ, không hàm hồ như nhiều người chê trách sau này. Ngô Viết Thụ phải sửa sơ lại họa đồ, và thêm phòng phơi quần áo cho cư xá giáo sư. Mỗi lần ra Huế, ông Diệm đều đến thăm đại học Huế, và bàn thêm với tôi về những cách thức củng cố và mở mang đại học Huế. Điều này có lúc gây ra đôi chút đố kỵ từ giới Đại học và giáo dục ở Sài gòn thời bấy giờ, mà tôi sẽ trình bày trong việc thành lập đại học Y khoa Huế.

Hết năm 1958, Viện đại học Huế có thể gọi là đã trưởng thành về mọi mặt. Các phân khoa hoạt động đều đặn. Bấy giờ tôi bắt đầu nghĩ đến việc mở thêm đại học Y khoa, tôi cho rằng đại học Huế có Y khoa thì mới gọi là đầy đủ được. Tôi từng đọc những bản thống kê về con số bác sĩ trên thế giới, thì thấy rằng tính theo dân số, tỉ lệ các bác sĩ Việt Nam còn lém hơn Phi châu. Ở Việt Nam cứ 30.000 người dân một bác sĩ, trong lúc ở Phi châu, chỉ trên 20.000 dân đã có một bác sĩ. Một tình trạng khan hiếm bác sĩ trong một quốc gia đang mở mang tai hại đến nhiều thế hệ về sau. Tại nông thôn tình trạng khan hiếm bác sĩ càng rõ rệt. Ở Huế những quận lớn và đông dân cư như Hương Thủy, Cầu Hai không có được một bác sĩ dân sự nào, mặc dầu có những người địa phương tốt nghiệp bác sĩ. Các bác sĩ quy tụ cả vào Sài gòn và những thành phố lớn. Riêng trong thành phố Huế, con số bác sĩ dân y và những bác sĩ quân y mở phòng mạch riêng ngoài phố cũng không đủ so với dân số Huế.

Tôi đã lưu tâm đến vấn đề khan hiếm bác sĩ, cán sự y tế từ khi về nước. Tôi còn nhớ lúc làm cha xứ Đan Sa ở Quảng Bình tôi đã chứng kiến sự khốn khổ của người dân thiếu hiểu biết y tế, thiếu bác sĩ là như thế nào, vì đó ngay từ khi mới mở Đại học Huế, tôi đã cố gắng thêm những khóa cán sự điều dưỡng và nữ hộ sinh quốc gia, nhưng không ai có thể thay thế được những bác sĩ có khả năng, giàu lương tâm chức nghiệp. Với tất cả những ưu tư đó, vào cuối năm 1958, tôi vào Sài gòn gặp ông Diệm để trình bày về sự cần thiết phải mở đại học Y khoa Huế. Tôi đưa ra mọi lý lẽ để thuyết phục ông Diệm.

- Thưa cụ, giữa thời đại văn minh này, nhiều làng mạc, thôn xóm Việt Nam, nhiều người Việt Nam vẫn chữa bệnh theo lối đồng bóng phù thủy, cầu thánh. Người ta đã chỉ trích cái tinh thần mê tín dị đoan của dân Việt Nam, nhưng không ai chịu bứng cái gốc của sự mê tín dị đoan đó, là vì Việt Nam thiếu hiểu biết về vệ sinh y tế, và thiếu bác sĩ ở nông thôn. Miền Trung vừa nghèo vừa đông dân cư, tình trạng thiếu bác sĩ càng trầm trọng hơn bất cứ nơi nào khác. Tôi thấy cần phải mở đại học Y khoa Huế để đào tạo những sinh viên Huế có khả năng và ham thích Y khoa trở thành những bác sĩ. Hẳn cụ cũng biết hằng năm đại học Y khoa Sài gòn chỉ đào tạo được vài chục bác sĩ, trong số đó một phần đã phải vào ngành quân y. Hằng năm có đến hàng ngàn sinh viên thi vào Y khoa, nhưng đều bị loại không phải vì họ thiếu khả năng, không đúng tiêu chuẩn nhưng chỉ vì mức thu nhận của đại học Y khoa Sài gòn quá ít ỏi. Bây giờ dù có mở thêm đại học Y khoa Huế chúng ta cũng không sợ thiếu sinh viên, hay ứ đọng bác sĩ…

Cụ Diệm có vẻ hết sức lưu tâm đến vấn đề. Cụ đồng ý với những lập luận của tôi, gật gù hứa hẹn:

- Cha nói đúng. Nước mình thiếu bác sĩ một cách trầm trọng. Tôi đã lưu ý đến tình trạng này từ lâu, nhưng vấn đề hết sức quan trọng, lại nặng tính cách chuyên môn quá nhiều nên tôi không thể đơn phương quyết định được. Tôi hứa với cha sẽ đưa vấn đề ra thảo luận trong một hội đồng nội các gần nhất. Riêng tôi, hoàn toàn ủng hộ đề nghị của cha.

Tôi ra về, có vài phần tin tưởng. Ba tuần sau chẳng thấy tin tức gì, tôi lại vào Sài gòn và đến gặp Tổng Thống. Tổng Thống cho biết rằng vấn đề đã được đưa ra một hội đồng nội các cách đây 10 hôm, nhưng các ông bộ trưởng đều bác bỏ, sau khi tham khảo giới đại học Y khoa Sài gòn.

- Thưa cụ, họ viện ra những lý do gì để bác bỏ?

- Tôi cũng thấy những lý do họ đưa ra không vững vàng chi lắm, nhưng nó chứng tỏ rằng họ không muốn có thêm một đại học Y khoa. Họ nói rằng cả nước Việt Nam chỉ cần có một đại học Y khoa là đủ lắm rồi.

Tôi bực tức hết sức:

- Thế nào gọi là đủ được, thưa cụ. Phi châu cứ 20.000 dân đã có một bác sĩ, trong lúc Việt Nam tự hào có bốn ngàn năm văn hiến, cụ lại đương có dự tính làm cho nước Việt Nam đóng vai lãnh tụ Đông Nam Á mà trên 30.000 dân mới có được một bác sĩ, thì gọi là đủ làm sao được. Hơn nữa như cụ hiểu hơn ai hết, các bác sĩ phần lớn đều quy tụ vào các thành phố lớn, còn ở nông thôn có khi cách hàng chục cây số chưa tìm ra được một bác sĩ. Ngày xưa dân chúng còn chữa trị bằng thuốc bắc, thuốc nam được là nhờ các cụ đồ nho tham khảo sách Tàu được, nay lớp người đó đã quy tiên, lớp trẻ lớn lên không hiểu chữ Nho, những thầy thuốc Bắc ngày nay càng ngày càng suy đồi về nghề nghiệp, chỉ còn giữ được vài phương thuốc gia truyền. Nhiều khi họ chữa trị bậy bạ, làm hại cho sức khỏe của dân chúng hơn là làm lợi.

Ông Diệm có vẻ thông cảm với sự bực tức của tôi, bình tĩnh giải thích:

- Ngoài lý do trên đây, họ còn viện lẽ rằng hiện nay số bác sĩ giảng viên Y khoa của Việt Nam rất thiếu, may lắm vừa đủ cung ứng cho đại học Y khoa Sàigòn, mà không thể nào cung ứng thêm cho một đại học Y khoa thứ hai nào khác. Nếu mở đại học Y khoa Huế, chả lấy đâu ra bác sĩ giáo sư.

- Thưa cụ, tôi đồng ý là chúng ta thiếu giáo sư, không những về Y khoa, mà về mọi ngành đại học khác. Nhưng không lẽ vì thấy thiếu rồi chúng ta không làm gì cả, không mở đại học kỹ thuật, đại học khoa học v.v...? Chúng ta phải tìm cách để giải quyết những khó khăn đó. Chẳng hạn chúng ta có thể yêu cầu những quốc gia Đồng Minh giúp cho chúng ta một số giáo sư Y khoa...

Ông Diệm có vẻ đồng ý hơn với tôi:

- Cha ngồi chờ một lát tôi gọi ông Bộ trưởng Quốc gia Giáo dục và hỏi qua ý kiến một chút.

Ông Diệm nhắc điện thoại gọi ông Trần Hữu Thế, lúc bấy giờ vừa thay Nguyễn Dương Đôn làm Bộ trưởng giáo dục. Chỉ vài phút sau thì ông Thế vào. Ông Thế không có thêm ý kiến mới lạ nào, ngoài những điều đã đưa ra trong hội đồng nội các mười hôm trước nhằm bác bỏ việc thành lập đại học Y khoa Huế. Ông Diệm nói:

- Sau khi bàn với cha Luận, tôi thấy có thể mở đại học Y khoa Huế, và đã quyết định thành lập đại học Y khoa. Ông Bộ trưởng cho thảo sắc lệnh mai đem lên tôi ký.

Ba người ngồi lại thảo luận thêm một chút. Ông Diệm hỏi tôi:

- Bây giờ cha đã có sắc lệnh rồi, cha làm cách nào mở được đại học Y khoa Huế?

Ông Thế có vẻ cũng muốn hiểu điều đó. Tôi đã có chủ ý rồi.

- Thưa cụ, hôm nay có sắc lệnh, không phải là ngày mai có liền một đại học Y khoa. Nhưng sắc lệnh đó cho tôi một căn bản để hoạt động, kêu gọi các tòa Đại sứ, các nước Đồng Minh, các Viện đại học Y khoa lớn trên thế giới giúp đỡ mình, cũng như để có căn bản mời những bác sĩ giáo sư Việt Nam ở ngoại quốc về nước. Có thể là hôm nay có sắc lệnh, nhưng năm sau hay lâu hơn nữa mới có thể mở được. Nhưng nếu hôm nay không có sắc lệnh còn nói chi đến chuyện có một Viện đại học Y khoa Huế. Ông Diệm và Trần Hữu Thế có vẻ đồng ý điều đó. Ông Diệm gật đầu:

- Được rồi ngày mai cha sẽ có sắc lệnh.

Quả thực ngày mai vào phòng ông Diệm, tôi đã thấy sắc lệnh thành lập đại học Y khoa Huế để trên bàn làm việc của ông Diệm. Ông Diệm trịnh trọng cầm sắc lệnh trao cho tôi, nhìn tôi một lúc lâu:

- Tôi đặt hết tin tưởng vào nơi cha, nhưng tôi lo sợ cha làm không thành thì bọn trí thức Sàigòn, nhất là giới Y khoa ở đây, chẳng những cười cha mà còn chê tôi nữa. Cầu chúc cha thành công.

- Tôi sẽ cố gắng hết sức mình, và tin rằng sẽ thành công, nhưng mọi việc còn nhờ cụ nhiều lắm.

Tiễn tôi ra cửa, ông Diệm còn căn dặn:

- Những gì trong phạm vi khả năng của tôi, chắc chắn là tôi không từ chối đâu, nhưng tôi thấy công việc thật là khó khăn.

Đã có sắc lệnh trong tay, tôi đi gặp các tòa Đại sứ, phần nhiều được các tham vụ văn hóa các tòa Đại sứ này đón tiếp nồng hậu, ghi nhận sự thông báo và yêu cầu của tôi, và nơi nào cũng hứa sẽ nghiên cứu rồi tìm cách giúp đỡ sau. Người thứ nhất mà tôi đến tìm gặp là ông Costler, Phó

Giám đốc cơ quan Viện trợ Hoa Kỳ. Ông tỏ vẻ hiểu biết, cho tôi biết rằng Hoa Kỳ có thể giúp đỡ Việt Nam rất nhiều về mặt khoa học kỹ thuật nhưng không thể giúp gì cho Y khoa được. Từ ba năm nay Hoa Kỳ cũng rất muốn giúp đỡ Y khoa Việt Nam phát triển nhưng vì sự cạnh tranh giữa hai khuynh hướng Pháp và Mỹ nên đành bó tay. Tôi hứa với ông là trong đại học Y khoa Huế tương lai vấn đề cạnh tranh ảnh hưởng giữa Pháp và Mỹ sẽ không được đặt thành. Ông hứa sẽ nghiên cứu sự yêu cầu giúp đỡ của tôi và sẽ thông báo kết quả cho tôi sau.

Nơi thứ hai mà tôi tìm đến là tòa Đại sứ Pháp. Ông tham vụ văn hóa tòa Đại sứ Pháp trả lời cho tôi biết rằng Pháp hiện đã dốc các nỗ lực giúp cho đại học Y khoa Sài gòn, và thấy khó có thể giúp thêm cho đại học Y khoa Huế, vì vậy không thể hứa điều gì ngay lúc này, nhưng sẽ nghiên cứu và cho biết sau. Tôi đến tòa Đại sứ Tây Đức, và được ông Đại sứ là ông Von Wenland tiếp cách nồng hậu, niềm nở. Ông Đại sứ cho biết rằng vấn đề khó khăn, tế nhị vì ở Đức quyền các tiểu bang khá lớn, và quy chế tự trị đại học có tính cách gần như tuyệt đối. Chính phủ liên bang dù muốn làm việc gì cũng phải được sự đồng ý của tiểu bang và của các Đại học. Tuy nhiên ông hứa sẽ tìm mọi cách giúp đỡ tôi trong việc thành lập đại học Y khoa Huế. Ông cho biết tuần sau ông sẽ cử một cố vấn văn hóa ra Huế xem xét và nghiên cứu. Tôi về Huế được một tuần thì ông bác sĩ Jacob cố vấn văn hóa tòa Đại sứ Đức ra thăm tôi và thảo luận về những chi tiết thành lập đại học Y khoa. Ngoài ra tôi cũng dẫn ông đến quan sát bệnh viện trung ương Huế. Lúc tôi trở vào Sài gòn, ông hỏi tôi:

- Tôi rất thiện cảm với chương trình của cha nhưng xin cha cho biết việc đầu tiên mà nước tôi có thể giúp cha là việc gì?

- Tôi đã có sắc lệnh, nhưng chính tôi cũng chưa biết phải làm gì, bắt đầu từ chỗ nào. Vậy việc đầu tiên và dễ dàng mà tôi yêu cầu tòa Đại sứ Đức giúp cho là phái sang đây một giáo sư đứng tuổi, nhiều kinh nghiệm giảng dạy và tổ chức đại học Y khoa. Ông sẽ sống ở đây với tôi vài tháng, để quan sát và nghiên cứu rồi phúc trình về tòa Đại sứ và về nước Đức, đồng thời ông có thể làm cố vấn cho tôi.

Bác sĩ Jacob đồng ý, và cho rằng việc đó có lẽ không khó khăn lắm và sẽ được chấp thuận dễ dàng.

Hai tháng sau, bác sĩ Krainick, giáo sư thạc sĩ đứng tuổi, từng giảng dạy tại đại học đường Y khoa Freiburg, được chính phủ và Bộ ngoại giao Đức phái đến Huế. Ông lưu lại Huế 2 tháng hơn, làm việc tại bệnh viện Trung ương Huế và nhận định rằng bệnh viện này đủ điều kiện cung cấp những phương tiện nghiên cứu cho một đại học Y khoa. Ông làm phúc trình lên tòa Đại sứ Đức, với đề nghị là Đức nên giúp đỡ VN thành lập đại học Y khoa Huế. Các nhận định của ông trong bản phúc trình hết sức thuận lợi. Ông đề nghị với tôi là sau khi ông về nước Đức vài tháng, tôi nên sang Đức, đi vận động các tiểu bang và các Đại học, vì ông cho tôi biết như Đại sứ Đức đã nói, quyền các tiểu bang và các đại học ở Đức rất lớn.

Tôi vào Sàigòn trình bày những kết quả và đề nghị là có thể xúc tiến ngay công việc xây cất trường sở. Tôi xin một ngân khoản 5, hay 6 triệu đồng để mở những cơ sở đầu tiên, chuẩn bị mở lớp thứ nhất vào năm học tới. Ông Diệm đồng ý nhưng nói rằng hiện nay không còn một ngân khoản nào có thể rút ra được để bỏ vào đại học Y khoa Huế. Tôi đề nghị cho tôi lấy tiền lời xổ số kiến thiết liên tiếp 8 kỳ. Ông Diệm đồng ý và số lời 8 kỳ xổ số kiến thiết được khoảng 6 triệu. Tôi có thể bắt đầu xây cất những cơ sở đầu tiên ngay.

Công việc được giao cho nhà thầu, xây theo họa đồ của Ngô Viết Thụ. Tôi và Lê Khắc Quyến đi Đức rồi sang Ba-Lê sau. Đại sứ Việt Nam tại Bonn là Hà Vĩnh Phương hết sức hăng hái giúp đỡ tôi, đích thân trông nom việc tổ chức thăm viếng các nơi.

Trước hết tôi đến gặp ông Giám đốc viện trợ hải ngoại, nằm trong Bộ ngoại giao Đức. Bộ này phụ trách mọi công việc viện trợ ngoại quốc. Ông này cho biết Bộ ngoại giao và chính phủ Đức đã nhận được phúc trình của giáo sư Krainick, và hết sức sẵn lòng giúp đỡ tôi trong việc thành lập đại học Y khoa Huế, nhưng cho tôi biết rằng chính phủ liên bang không thể bổ nhiệm các giáo sư y khoa, vì các giáo sư Y khoa nằm trong quyền điều động của các đại học tự trị. Ông khuyên tôi đến thăm các đại học lớn ở Đức, và thuyết phục các đại học này bảo trợ cho đại học Y khoa Huế. Ông còn cho biết rằng bất cứ giáo sư Y khoa nào đồng ý sang giảng dạy ở Huế, sẽ được chính phủ trung ương đài thọ lương bổng và mọi đề nghị của họ về việc trang bị dụng cụ y khoa sẽ được chính phủ thỏa mãn. Trước hết tôi đi thăm Cologne và đại học Y khoa ở đó. Tôi được Viện trưởng tiếp đãi niềm nở, nhưng cho biết rằng đại học Cologne nhỏ bé, lại đã bảo trợ cho một đại học ở Phi châu, vì nơi đó là cựu thuộc địa của Đức, nên chỉ có thể giúp đỡ một cách khiêm tốn là cấp học bổng cho các bác sĩ Việt Nam nào muốn làm giáo sư.

Tôi sang thăm đại học Tự Do Bá Linh ở Tây Bá Linh, gặp Viện trưởng và Khoa trưởng Y khoa, nhưng ở đây họ cũng trình bày các lý do tương tự như ở Cologne và cũng đề nghị cách giúp đỡ tương tự. Tại Heidenburg, Stugrat người ta cũng nói tương tự như vậy. Tôi chỉ còn trông cậy vào đại học Freiburg, là nơi giáo sư Krainick làm giáo sư. Ở đây tôi được đón tiếp đặc biệt, vì đã được giáo sư Krainick về trước mấy tháng vận động cho. Tôi được hướng dẫn đến gặp Thủ tướng tiểu ban là ông Keisinger (sau này làm Thủ Tướng Tây Đức). Freiburg thuộc tiểu bang Baden Baden. Ông Keisinger hứa sẽ giúp đỡ Đại học Y khoa Huế.

Có một chi tiết đáng nhớ là trong cuộc tiếp xúc chúng tôi nói chuyện qua một thông ngôn, nhưng sau, trong một buổi tiệc, ông Keisinger nói chuyện bằng tiếng Pháp và nói rất giỏi. Tôi hỏi lý do thì được biết rằng sở dĩ trong cuộc tiếp xúc chính thức, ông sử dụng thông ngôn là vì vấn đề nghi lễ, thủ tục. Tôi đến gặp TGM Freiburg, vì biết rằng ở đây Đức TGM có ảnh hưởng lớn trong giới đại học. Tại đại học đường Freiburg có phân khoa thần học, đều do các linh mục dạy và các linh mục này đều được TGM đề cử. Viện trưởng vừa từ chức là một linh mục, và hiện vẫn còn có nhiều ảnh hưởng trong giới đại học.

Đức TGM rất thiện cảm với những nỗ lực của tôi và hứa sẽ hết sức giúp đỡ trong phạm vị khả năng và ảnh hưởng của ngài.

Riêng đại học Y khoa Freiburg thì Viện trưởng và Khoa trưởng đồng ý để đại học Y khoa Freiburg bảo trợ cho đại học Y khoa Huế, trong năm đầu sẽ cung cấp 3 giáo sư, và để khích lệ giáo sư, những năm giảng dạy ở Huế cũng vẫn được tính vào thâm niên công vụ như là dạy ở Freiburg vậy. Ngoài ra đại học Freiburg sẵn sàng huấn luyện cho các bác sĩ trở thành giáo sư Y khoa.

Tôi có ghé Thụy Sĩ và thăm đại học Công giáo nhưng không được sự giúp đỡ nào đáng kể.

Như thế chuyến thăm Đức của tôi có thể coi như thành công. Tôi đi Ba-Lê với ý định tìm một bác sĩ giáo sư người Việt Nam có tiếng, có tài để về làm khoa trưởng Y khoa đầu tiên của đại học Y khoa Huế. Tôi có biết bác sĩ Lê Tấn

Vĩnh, một giáo sư thạc sĩ nổi tiếng hiện làm trong phòng nghiên cứu của giáo sư Lelong tại đại học Y khoa Ba-Lê. Tôi trình bày với ông mọi dự tính của tôi và cố gắng thuyết phục ông. Ông Vĩnh đồng ý nhưng cho biết rằng ông bận những công việc nghiên cứu quan trọng ở Pháp và không thể mất cơ hội hiện có này, nên chỉ có thể về VN mỗi năm 6 tháng mà thôi.

Ông Vĩnh nói rằng muốn cho ông có thể về nước được thì tôi phải gặp và thuyết phục giáo sư Lelong. Tôi đến gặp giáo sư Lelong, trình bày mọi việc khẩn khoản mời giáo sư Vĩnh, ông Lelong tỏ ra hết sức quý mến ông Vĩnh, và cho tôi biết rằng VN có một người như ông Vĩnh, nhưng nếu ông Vĩnh từ bỏ những công cuộc nghiên cứu hiện ông đang theo đuổi thì chẳng những thiệt hại cho Việt Nam mà thiệt hại cả cho thế giới. Tuy nhiên ông cũng đồng ý để cho ông Vĩnh về VN mỗi năm sáu tháng.

Tôi về VN, và vẫn tiếp tục liên lạc thường xuyên với đại học Freiburg và bác sĩ Lê Tấn Vĩnh. Vài tháng sau bác sĩ Vĩnh về Huế và giữ chức khoa trưởng Y khoa đầu tiên. Ngày nay sở dĩ ít ai nhớ đến ông Vĩnh là vì ông làm khoa trưởng Y khoa được vài tháng thì bị bệnh, phải trở sang Pháp để chữa trị. Thực ra bên trong còn nhiều uẩn khúc, mà tôi ngần ngại không muốn nói ra, sợ làm mất lòng một số người. Nhưng tôi thiết nghĩ cần phải nói lên, để lưu ý những người có trách nhiệm về sau. Quả thực ông Vĩnh bị bệnh, nhưng đó không phải là nguyên nhân chính buộc ông từ bỏ đại học Y khoa Huế vĩnh viễn.

Sau mấy tháng làm khoa trưởng, ông Vĩnh cố gắng hết sức, nhưng gặp phải sự đố kỵ của giới Y khoa Sàigòn, làm cho ông buồn bực, chán nản. Ông tưởng rằng về nước với tất cả thiện chí, ông có thể giúp ích cho nước nhà, và ít nhất cũng được các đồng nghiệp hiểu cho điều đó, không ngờ chỉ gặp sự đố ky, ghen ghét, ty hiềm. Tính ông không muốn rơi vào những mưu mô, những vận động đen tối, nên nhân có bệnh, ông rời Huế và về sau báo tin cho tôi biết ông quyết định từ chức, yêu cầu tôi chọn người thay thế.

Niên khóa 1959 lớp dự bị Y khoa đầu tiên của đại học Y khoa Huế khai giảng. Các giáo sư đã tạm đủ để phụ trách lớp này nhưng trường sở còn thiếu nhiều lắm. 6 triệu tiền lời xổ số kiến thiết chưa đủ vào đâu. Tôi vào Sài gòn trình bày cho ông Diệm, và được cấp thêm 10 triệu, nhưng khi tính vào các khoản vẫn thấy thiếu.

Tôi đến gặp ông Seabern, Đại Sứ trưởng phái bộ Gia Nã Đại trong Ủy hội kiểm soát đình chiến. Ông Seabern mừng rỡ cho tôi biết rằng tôi đến thật đúng dịp may, Gia Nã Đại vừa cấp 30 triệu đồng Việt Nam trong khoản thặng dư tiền bán lúa mỳ năm nay nhưng chưa sử dụng vào việc gì. Ông cho biết thêm rằng Đức cha Ngô Đình Thục có xin được cấp ngân khoản đó để dùng vào đại học Đà Lạt, nhưng chính phủ Gia Nã Đại cho rằng đại học Đà Lạt là một đại học tư thục Công giáo, nước ông lại là nước vừa Công giáo, vừa Tin lành, cho nên chính phủ không muốn mắc tiếng là thiên vị tôn giáo nào. Ông sẵn sàng cấp 25 triệu cho đại học Y khoa Huế và 6 triệu cho đại học Khoa học để xây một giảng đường lớn. Tôi cũng muốn nhắc lại là mặc dù từ lúc đầu phái bộ viện trợ Mỹ hứa giúp đỡ, nhưng trên thực tế mãi hai năm sau khi đại học Y khoa hoạt động, Mỹ mới bắt đầu giúp đỡ, trang bị các phòng thí nghiệm và cấp 60 triệu xây cất thêm trường đại học Sư phạm và trường trung học kiểu mẫu.

Kết thúc phần trình bày sự thành lập đại học Huế tôi nhận định rằng trong những năm 1957-1962, đại học Huế đã phát triển mạnh và ổn định chính trị ở VN làm cho các nước Đồng Minh tin tưởng vào tương lai VN, nên sẵn sàng giúp đỡ cho VN mà không sợ phí.

Yếu tố thứ hai, là ông Diệm đặc biệt chú ý đến việc thành lập củng cố và phát triển đại học Huế. Trong phạm vi phương tiện và khả năng của ông, tôi nhận thấy ông Diệm đã không ngần ngại một việc gì để giúp cho đại học Huế lớn mạnh. Ông có thể sai lầm về chính trị, nhưng những nỗ lực phát triển văn hóa, điển hình là thành lập và mở mang đại học Huế, thì tôi thấy cần phải công tâm và nhận định rằng ông Diệm đã có công đáng kể. Biết bao nhiêu người quyền hành trong tay dã không làm được như ông Diệm.

Những năm 1956-1961 là những năm cực thịnh của chế độ Ngô Đình Diệm. Lúc bấy giờ Việt Cộng chỉ bắt đầu khuấy phá một vài nơi, và phần lớn chỉ là những sự phá hoại, giật mìn, đánh lén những đồn bót hẻo lánh. Tuy nhiên lúc này ông Diệm đã chú ý đến mối đe dọa của CS, cho nên một mặt ông tung ra phong trào tố Cộng, mặt khác bắt đầu thực hiện kế hoạch ấp chiến lược.

(Trích "Bên Dòng Lịch Sử" hồi ký của LM Cao Văn Luận)

HAI

CÓ BAO NHIÊU NGÔI CHÙA Ở VIỆT NAM DƯỚI THỜI TỔNG THỐNG NGÔ ĐÌNH DIỆM?

(Our Vietnam Nightmare by Marguerite Higgins, page 45, Saigon Sept 1965)

Từ khi chính quyền Hoa Kỳ dưới thời TT John F. Kennedy có âm mưu lật đổ chính quyền VNCH thời TT Ngô Đình Diệm thời họ liền tung ra luận điệu tuyên truyền là chính quyền Ngô Đình Diệm kỳ thị tôn giáo, đàn áp Phật giáo. CIA đã móc nối nhóm sư sãi miền Trung và xúi giục để hành động với những hứa hẹn. Móc nối với bọn ma tăng Ấn Quang chưa đủ, họ còn mua chuộc các phần tử bất mãn và bọn phản tướng tiếp hay rêu rao phỉ báng, xuyên tạc chính phủ Ngô Đình Diệm. Việc Hòa Thượng Thích Quảng Đức tự thiêu là nằm trong âm mưu đó, nghĩa là xúi giục, dàn dựng, tuyên truyền, phổ biến trên các cơ quan truyền thông tay sai để bôi lọ chính quyền Ngô Đình Diệm.

Sau khi lật đổ được TT Ngô Đình Diệm rồi, khi đã nắm quyền chủ động chiến tranh với các ý đồ, mục tiêu chiến lược là có một chính quyền dễ sai bảo chỉ vì tham hèn ngu thì họ đã bỏ rơi bọn ma tăng Ấn Quang không thương tiếc. Bọn ma tăng Ấn Quang (Thích Trí Quang, Thích Thiện Hoa, Thích Thiện Minh...) làm loạn ở Miền Trung, đem bàn thờ Phật xuống đường làm rào cản, thời Mỹ đã để mặc cho Nguyễn Văn Thiệu, Nguyễn Cao Kỳ, Nguyễn Ngọc Loan thẳng tay đàn áp. Tham vọng thống nhất Phật Giáo dưới quyền "nhất thống" của Thích Trí Quang thất bại hoàn toàn như Hòa Thượng Thích Tâm Châu viết trong Bạch Thư và người ta mới nhận ra sự thật của bọn Ma Tăng Ấn Quang này. Đây là bọn đội lốt Phật giáo, đội lốt nhà tu, làm tay sai cho cả CIA lẫn CS để phá hoại đất nước.

Sau khi CS Bắc Việt được Mỹ cho tự do tấn chiếm Miền Nam, đặt cả nước dưới chế độ độc tài đảng trị thời cả bọn đã bị chúng đàn áp dã man, mất cả chì lẫn chài. Tất cả chùa chiền, sư sãi bị CS lùa vào Phật Giáo Quốc Doanh không tên nào dám kêu ca, lên tiếng, biểu tình như thời Cộng Hòa. Thích Trí Quang biết thân phận làm con chó sủa nay ngậm tăm. Thích Thiện Minh ương ngạnh thì bị nhốt vô tù và bị sát hại. Thật chưa có cái ngu dại nào như cái ngu dại của bọn Ma Tăng Ấn Quang, làm đầy tớ cho CIA và CS, nay bị ném vào sọt rác!

Cả nước bây giờ mới nhận ra rằng Phật Giáo Việt Nam đã được mở mang phát triển mạnh nhất trong thời chính quyền Ngô Đình Diệm. Thành quả đó đã được các học giả uy tín ghi lại dưới đây. Trong khi chính quyền Ngô Đình Diệm làm ơn lại bị trả oán. Còn bọn ma Tăng Ấn Quang cơm không ăn lại đi ăn cám! Thật đáng đời!

Theo bà Marguerite Higgins qua cuốn "Our Vietnam Nightmare (Saigon, Sept. 1965) viết dưới thời chính quyền Ngô Đình Diệm, Phật Giáo đã xây dựng được 1.275 ngôi chùa; có 1.295 ngôi chùa được tái thiết hơn bất cứ thời nào trong lịch sử VN. Tác giả có cảm tưởng rằng các vị lãnh đạo Phật Giáo rất tự hào về sự phục hưng của Phật giáo dưới thời TT Ngô Đình Diệm. Năm 1963, có tất cả 4.776 ngôi chùa đang hoạt động so sánh với 2.206 ngôi chùa vào năm 1954 khi TT Ngô Đình Diệm về chấp chính. Nguyên văn tiếng Anh trong tác phẩm:

"... For exemple, in the Diem years at least 1,275 new Buddist pagodas were built and 1,295 were restored, more than any time in modern Vietnamese history. Would a man intent on "forced conversion" have permitted, and indeed in many cases partially financed, building of new Buddist pagodas? I have always thought it significant can that Buddist leaders of Vietnam in their writings of Diem period * boasted that a "renaissance od Buddism" was taking place. By 1963 there were 4,776 active pagodas, as compared with 2,206 in 1954, the years of Diem's take-over.

Further, the record show that the Vietnamese govern-ment contrubuted nine million Vietnamese piastres to various Buddhist organizations to help in construction and recon-struction of pagodas (Chính quyền VNCH đã cấp 9 triệu tiến VN cho các tổ chức Phật giáo khác nhau nhằm giúp họ giúp xây hoặc tái thiết các chùa chiền).

Professor Bernard Fall, a Frenchman who was always shared his countrymen's historic averson to Diem, attempts in his book The Two Vietnams to *"lay to rest once and for all the myth that Diem never persecuted the Buddists"* (*Giáo sư Bernard Fall khẳng định Diệm không bao giờ ngược đãi Phật tử*).

- "Buddhism in Vietnam" by Dr. Mai Tho Truyen

Tác giả Đoàn Thêm **"Hai Mươi Năm Qua 1945 -1964"** trang 350 đã ghi như sau:

Ngày 10/6/1963: Theo các tài liệu chính thức, trong số chùa toàn quốc 4.776, có 1.275 chùa mới xây từ 1954 và 1.295 chùa đã trùng tu từ năm ấy.

BA

QUỐC SÁCH DINH ĐIỀN

Hai bài đọc thêm dưới đây do tác giả Lạp Chúc Nguyễn Huy, giáo sư Đại Học Văn Khoa Sàigòn biên soạn rất công phu về Quốc sách Dinh Điền và Khu Trù Mật dưới thời TT Ngô Đình Diệm.

Chúng tôi xin phép Giáo sư được in lại trong tập tài liệu này để nói lên những nỗ lực của chính quyền và Tổng Thống Ngô Đình Diệm trong chủ trương đẩy mạnh chương trình Dân sinh. Thành thật cám ơn Giáo sư.

Phạm Quang Trình

*****

VIỆT NAM CỘNG HÒA
Quốc sách Dinh điền

Lạp Chúc Nguyễn Huy

LTG. *Bài này là tư liệu của tác giả trong giáo trình cư trú nông thôn tại Đại Học Văn Khoa Sài Gòn trước năm 1975.*

Năm 1957, sau khi đi thị sát miền rừng núi cao nguyên và vùng sình lầy bỏ hoang trên đồng bằng Cửu Long, TT Diệm quyết định hoạch định chính sách Dinh điền để tiếp tục công cuộc doanh điền (mở rộng thêm ruộng) và tiếp tục chính sách đồn điền của triều Nguyễn.

Sắc lệnh số 103 TTP ngày 23/4/1957 và nghị định số 1502 và 1503 TTP ngày 25/9/1957 thiết lập bốn vùng dinh điền Cao nguyên trung phần, Đồng Tháp Mười, Ba Xuyên và Cái Sắn. Chính sách dinh điền được nâng lên hàng quốc sách được điều hành bởi Phủ Tổng ủy Dinh Điền, tiếp nối chính sách cư dân tỵ nạn sau hiệp định Genève.

Mục đích: Ngày Quốc Khánh song thất (7/7/1958), trong thông điệp gởi đồng bào, TT Diệm nói rõ mục đích chính sách dinh điền: *"Võ trang vật chất cho dân theo đúng* *chính sách thăng tiến cần lao, đồng tiến xã hội. Chính phủ chủ trương hữu sản hóa dân vô sản, trái với chủ trương của cộng sản là vô sản hóa nhân dân. Chính phủ chủ trương mỗi người dân được làm chủ một tư sản cơ bản cụ thể cho đời sống tự do cho mình và gia đình đồng thời là cái vốn để tiến tới một đời sống mới ngày thêm sung túc"*. Ngoài ra, chính sách dinh điền còn theo đuổi các mục đích sau:

- Mở rộng đất canh tác trên những cánh đồng bỏ hoang vì chiến tranh, khẩn hoang vùng đất phèn sinh lầy miền Đồng Tháp, khai phá lau lác, rừng sát miền Hậu Giang, phá rừng làm rẫy và trồng cây kỹ nghệ miền Đông và cao nguyên...

- Định cư các đồng bào vô sản địa phương, binh sĩ giải ngũ, đồng bào nghèo miền Trung đi tìm một tương lai sáng lạn hơn.

- Gia tăng sản xuất lúa gạo để xuất cảng.

- Quy dân thành những xã lớn cho tiện thiết lập các cơ sở cộng đồng (trường học, bệnh xá...) cải tiến dân sinh (1).

Thực hiện: Tại mỗi vùng dinh điền, các địa điểm dinh điền được tuần tự thành lập theo cách "vết dầu loang" đã được nhà Nguyễn áp dụng trước đây. Sự hình thành địa điểm dinh điền trải qua nhiều giai đoạn. Khởi đầu, Phủ Tổng Ủy Dinh Điền lo các công việc chính sau với sự hỗ trợ kỹ thuật, tài chánh của chính phủ:

- Điều nghiên địa thế của khu cư trú đối với hệ thống giao thông, dẫn thủy, đặc tính thổ nhưỡng khả canh.

- Trù liệu đồ án: phân lô đất canh tác và đất dựng nhà vườn, phác họa đường xá, vị trí các cơ sở cộng đồng (trường học, bệnh xá, chợ, trụ sở ban quản trị, chùa hoặc thánh đường, ước tính phí tổn ngân sách...

- Kế hoạch cư dân: trợ cấp cất nhà, ngưu canh điền khí, gạo đủ ăn từ 5 đến 9 tháng.

- Vận động di dân và lập danh sách các gia đình xin định cư; theo nguyên tắc, mỗi gia đình phải gồm có 1 đàn ông và 2 người trưởng thành khỏe mạnh để có thể canh tác đất cấp phát (3 đến 5^{Ha}) và thu ngắn thời gian lệ thuộc chính phủ.

- Chuyên chở di dân đến địa điểm dinh điền.

- Định cư: chia lô đất (cất nhà, làm ruộng hay rẫy), tổ chức cất nhà, cơ sở cộng đồng, tôn giáo, cấp bằng khoán, hướng dẫn canh tác, đào kênh, xẻ mương, đào đìa cá...

Trợ cấp của chính phủ:

Mỗi địa điểm dinh điền gồm độ 200 gia đình (khoảng 1.000 người), chính phủ dự trù hai loại trợ cấp: trợ cấp trực tiếp cho mỗi cá nhân và trợ cấp xây dựng địa điểm. Trợ cấp trực tiếp cho mỗi cá nhân thành niên.

Tiền trợ cấp xây dựng cơ sở cộng đồng dự chi cho một địa điểm dinh điền 200 gia đình gồm khoảng 2.000 người.

Trước khi dân đến định cư, Quốc Gia nông cụ cơ giới cuộc đến khai hoang và cày bừa. Cơ quan này được trang bị 234 máy kéo, 168 máy ủi, 393 máy cày bừa.

Trong trường hợp một địa điểm dinh điền gặp khó khăn như mất mùa, cây khó mọc vì đất xấu... chính phủ viện trợ thêm cho ngân sách và gia tăng thêm thời hạn trợ cấp cho tới 12 hay 18 tháng với mục đích giúp dân tự túc và hội nhập mau chóng vào môi sinh mới.

Quản trị hành chánh:

Mỗi địa điểm dinh điền đặt dưới sự điều khiển của một ban quản trị gồm 5 người: chủ tịch địa điểm, thư ký, y tá, bà mụ, ủy viên canh nông. Năm địa điểm dinh điền nằm gần nhau sẽ trở thành một tiểu khu dinh điền đặt dưới quyền một sĩ quan quân đội với hai phụ tá lo về kỹ thuật máy móc nông cụ. Một khi đã tự túc được, địa điểm sẽ mất quy chế dinh điền và trở thành một ấp hay xã.

Thành quả:

Năm 1963, theo tài liệu của phủ Tổng Ủy Dinh Điền, các địa điểm dinh điền đã canh tác 119.788^{Ha} ruộng, trồng 28.678^{Ha} cây cao su, 1.208^{Ha} cây cacao, kenaf và cây sơn. Chính phủ đã làm được 1.313^{Km} đường lộ nối với hệ thống giao thông cũ, đào 66 giếng nước đào tay và 970 giếng đào máy, xẻ 37^{Km} kênh đào, bắc 1.678^m cầu, dựng 25. 990 căn nhà, 14 kho chứa đồ, 26 trạm y tế và hộ sanh, 37 trường học.

Từ năm 1957 đến năm chấm dứt chính sách dinh điền (1963), tổng cộng chính phủ đã thành lập 192 địa điểm dinh điền, định cư 50.931 gia đình (khoảng 289.790 người).

Bảng phân phối số địa điểm dinh điền theo vùng và tỉnh năm 1963:

Bảng phân tích quê quán, tuổi, tín ngưỡng và nghề nghiệp của 289.720 dân định cư tại dinh điền.

Các bảng thống kê trên cho chúng ta những nhận xét sau:

- Từ 1961, số di dân và địa điểm dinh điền giảm dần vì chính phủ ưu tiên cho chính sách ấp chiến lược,

- Trên tổng số dân dinh điền, gốc ở miền trung chiếm 61$^%$ tổng số, làm nghề nông 93.2$^%$.

Để có một cái nhìn chi tiết về chính sách dinh điền, chúng tôi mô tả sự định cư ở hai địa điểm dinh điền Cái Sắn và Tư Hiền mà chúng tôi có dịp tìm hiểu tại chỗ.

A. Dinh điền Cái Sắn

Tháng 3 năm 1958, Phủ Tổng Ủy Dinh Điền nhận đơn xin định cư ở dinh điền Cái Sắn 2 nằm trong tỉnh Kiên Giang. Địa điểm dinh điền rộng khoảng 4.000^{Ha} gồm 1515^{Ha} ruộng truất hữu do luật cải cách điền địa số 57, diện tích còn lại là ruộng của chính phủ mua lại của điền chủ pháp theo thỏa ước Việt-Pháp ký năm 1956. Rút được kinh nghiệm và thành công của khu định cư tỵ nạn Cái Sắn 1, dinh điền Cái Sắn 2 dập theo đồ án chia lô của Cái Sắn 1. Đất dinh điền được chia thành 1.304 lô, mỗi lô rộng 3^{Ha}, phân chia như sau:

- 276 lô nằm đầu kênh cạnh tỉnh lộ dành cho các chủ điền bị truất hữu.

- 28 lô dùng để xây cơ sở cộng đồng: công sở, trường học, nhà hộ sanh, giáo đường...

- 1.000 lô còn lại phát cho 1.000 gia đình (đa số là người tỵ nạn gốc Bùi Chu, Nam Định).

Cái Sắn 2 chia thành hai xứ đạo, thánh đường do tín đồ góp công xây cất. Hình thức cư trú giống như Cái Sắn 1. Nhà nhìn ra kênh, ruộng sau nhà, lô này nằm sát lô kia chạy dài hai bên bờ hai kênh mới đào xong. Kênh số 7 dài 11,2 cây số, rộng 9^m, sâu 2^m, tập trung 441 gia đình. Kênh số 8 dài 10,7^{km} tụ tập 559 gia đình. Hai kênh này nối với 2 kênh chính Cái Sắn, Chương Bàu, nằm cách nhau 2.000^m. Trước khi di dân đến, Quốc Gia Nông Giới Cuộc đã cho cày bừa đất sẵn sàng chờ vụ mùa tới. Sau khi đã chọn lô đất, mỗi gia đình nhận được một sườn nhà, một tam bản, mùng mền chiếu, hạt giống, gạo đủ ăn trong 3 tháng...

Nhờ kinh nghiệm của Cái Sắn 1, sự ổn định định cư chỉ kéo dài 6 tháng. Cuối năm 1958, dinh điền Cái Sắn 2 được sát nhập vào xã Thạnh Đông tỉnh Kiên Giang.

Địa điểm dinh điền Cái Sắn 3: Sau thành công của Cái Sắn 2, Tổng Ủy Dinh Điền cho thành lập dinh điền Cái Sắn 3 nằm kế bên Cái Sắn 2 với dự tính:

- Định cư 1.500 gia đình khoảng 75.000 người.

- Gia cư và ruộng vườn chạy dài dọc theo 3 kênh đào (số 6, 9,10) trên một diện tích 12.000^{Ha}.

Xây dựng địa điểm dinh điền này bỏ dở coi như bị thất bại vì không giải quyết được vấn đề bồi thường cho các điền chủ cũ. Sau khi địa phương hóa, các khu định cư Cái Sắn được sát nhập vào 3 xã địa phương:

- Xã Thạnh An, quận Thốt Nốt, tỉnh An Giang.

- Xã Thạnh Đông, quận Kiên Tân, tỉnh Kiên Giang.

- Xã Tân Hiệp, quận Kiên Tân, tỉnh Kiên Giang.

B. Dinh điền Tư Hiền

Năm 1956, TT Diệm quyết định cho thành lập tỉnh Phước Long để thu hút di dân khai thác cây kỹ nghệ giữa miền rừng hoang vu ở miền đông Nam Phần. Việc cư dân mở rộng đất canh tác dựa vào chính sách dinh điền. Năm 1957, Tổng Ủy Dinh Điền cho thành lập thí điểm dinh điền tiền phong: địa điểm Phước Quả nằm gần tỉnh ly và địa điểm Vĩnh Thiện cạnh QL14. Tiếp theo các địa điểm khác được thiết lập tuần tự dựa vào kinh nghiệm của hai thí điểm trên. Đến 1963, tỉnh Phước Long xây dựng được   25 điểm dinh điền chia ra làm hai khu vực.

Khu vực dinh điền 1 gồm các địa điểm sau: Phước Quả, Phước Tín, Bà Rạt, Đức Bổn, Hiếu Phong, Lễ An, Thuần Kiệm, An Lương, Phong Thuận, Thuần Kiên 4, Vi Thiện, Vĩnh Thiện, Văn Đức, Trạch Thiện, Thuận Đáo, Rạch Cát.

Khu vực dinh điền 2: Nhơn Lý, Phú Văn, Đức Hạnh, Tư Hiền, Khiêm Chung, Tùng Thiện, Khắc Hoang, Hòa Kỉnh,

Phú Nghĩa.

Để có một ý niệm về các địa điểm dinh điền ở Phước Long, chúng tôi chọn địa điểm dinh điền Tư Hiền làm thí dụ. Tháng 4/1962, trong dịp đi kinh lý tỉnh Phước Long, TT Diệm đặt lại tên địa điểm Trúc Sơn là Tư Hiền vì đa số dân quê quán xã Tư Hiền, tỉnh Thừa Thiên. Địa điểm dinh điền được thành lập năm 1961, cách tỉnh ly 2 cây số. Đợt di dân đầu tiên đến Tư Hiền gồm 50 gia đình, 305 người. Đợt thứ hai gồm 40 gia đình, 262 người. Ngay khi đến, 65 gia đình nhận được 65 căn nhà đã dựng sẵn, mỗi gia đình còn lại nhận được 1.300$ VN để dựng nhà. Cũng như các địa điểm khác, đất khả canh đã được khai hoang, phân thành lô. Mỗi gia đình chiếm một lô $30^m/50^m$ và có thể mở rộng sâu vào trong tùy theo khả năng tài chánh và nhân công của mỗi gia đình. Trong 6 tháng đầu định cư, mỗi người lãnh trợ cấp hàng tháng là $360^{\$}$ VN, 15^{kg} gạo (trẻ em dưới 15 tuổi lãnh $180^{\$}$ VN, 9^{kg} gạo). Số trợ cấp sẽ giảm đi một nửa trong 5 tháng tiếp theo.

Sau khi định cư rồi, các di dân lo trồng cây ăn trái quanh nhà, soạn đất trồng đậu phộng, khoai lang, khoai mì, lúa mọi... Vì là đất rẫy trên phù sa cổ, nghèo nàn, thiếu nước tưới nên năng xuất thấp, nhất là cấy lúa mọi. Từ năm 1973, các địa điểm dinh điền ở Phước Long tan rã trước sức tấn công của CS. Dân dinh điền phải di tản về Bình Dương.

---

(1) Chính sách dinh điền, cải cách điền địa, nông tín, Văn Hữu
    Á Châu xuất bản, Sàigòn 1959, tr.12,13.

BỐN

KHU TRÙ MẬT

Năm 1971, chúng tôi cùng với các GS Trần Đăng Đại và Sơn Hồng Đức thuộc Đại Học Văn Khoa Sàigòn dẫn sinh viên đi du khảo di chỉ Óc Eo và vùng trù mật Ba Thê nằm trong xã Vọng Thê (quận Huệ Đức, tỉnh An Giang. Nay viết bài này để nhắc lại kỷ niệm với các sinh viên Văn Khoa xưa kia và cũng để cho nhân dân nhìn thấy thành quả hiện nay của chính sách phát triển nông thôn thời Đệ Nhất Cộng Hòa.

Ngày Quốc Khánh Song Thất 1959, trong bài diễn văn gởi toàn dân, TT Diệm tuyên bố: *"Năm nay, tôi đề ra công tác lập khu trù mật tại thôn quê, ở những nơi giao thông thuận lợi, hợp vệ sinh, có những tiện nghi tối thiểu, để tập hợp những người nông dân sống lẻ tẻ thiếu thốn...".*

Bắt đầu năm 1960, quốc sách khu trù mật được thực hiện một cách long trọng nhằm quy tụ dân địa phương thành những vùng cư trú mang sắc thái thành thị để trở thành quận lỵ hay tỉnh lỵ. Tính cách quan trọng của quốc sách được đánh dấu bởi chính TT Diệm cũng tham dự vào lựa chọn địa điểm khu trù mật. Nhân ngày khánh thành long trọng khu trù mật Vị Thanh - Hỏa Lựu (12/3/1960), TT Diệm tuyên bố nhấn mạnh đến lợi ích của quốc sách khu trù mật như sau:

"Ý nghĩa khu trù mật là xây dựng một xã hội mới để thực hiện công bằng, bác ái, đồng tiến xã hội với phương tiện của một nước kém mở mang, thiếu tiền, cán bộ...".

Lý do thiết lập khu trù mật

Rất nhiều tài liệu chính phủ điều nghiên nhân sinh, kinh tế, chính trị, an ninh đã thúc đẩy sự hình thành quốc sách khu trù mật [11] với những mục tiêu sau:

1) Các nông dân sống lẻ loi, thấp kém ở sâu trong vùng hoang vắng cần được tập hợp lại để chính phủ có thể cải thiện đời sống tăm tối của họ.

      Tổng Thống Ngô Đình Diệm

2) Giải tỏa các khu cư trú ổ chuột, lụp xụp, thiếu vệ sinh bên bờ sông, kênh rạch để đưa họ đến sống trong khu trù mật với các tiện nghi bảo đảm cho đời sống,

3) Biến khu trù mật thành động cơ giúp các vùng nông thôn lân cận cải tiến dân sinh và phát triển kinh tế;

4) Tạo một đời sống mới trong mỗi khu trù mật về phương diện:

- Xã hội với nhà hộ sanh, trường học, ký nhi viện...

- Kinh tế bằng mở đường giao thông thương mại với quận, tỉnh ly, xây chợ, phát triển công nghệ, điện khí hóa,

- An ninh như tránh nạn cường hào ác bá.

Theo đuổi những mục đích trên, các khu trù mật đều được thiết lập ở địa điểm thích nghi về phương diện an ninh, kinh tế, giao thông.

Giai đoạn thực hiện

Với kinh nghiệm rút tỉa từ những khu định cư dân ty nạn và dinh điền, chính phủ có sáng kiến kêu gọi người dân đích thân tham dự vào công tác xây dựng khu trù mật mà họ sẽ sống để tránh sai lầm của chính sách dinh điền. Sai lầm này là vì chính phủ trợ cấp tất cả chi phí định cư cho nên người dân lợi dụng kéo dài trợ cấp cá nhân, ù lì, ăn bám trợ cấp... Với chính sách khu trù mật, chính phủ chỉ cung cấp phương tiện vật chất như chuyên chở, chi phí dựng nhà, dự trữ lương thực trong một thời gian ngắn.

Công việc của chính phủ là lo xây dựng hạ tầng cơ sở, dịch vụ cộng đồng và cho khu trù mật vay dài hạn để cất chợ, trường học, nhà hộ sanh, cơ xưởng công nghệ... Trợ cấp của chính phủ cho mỗi khu trù mật là 1.000.000$ VN và việc thiết lập chia ra từng giai đoạn.

Giai đoạn 1: *Chọn địa điểm*

Với sự cộng tác của chính quyền địa phương, một ủy ban chuyên viên đi tìm kiếm địa điểm phù hợp với điều kiện thành lập khu trù mật, rồi đề nghị lên chính phủ. Mục đích chính của chính sách là thành thị hóa khu trù mật nên sự lựa chọn địa điểm dựa trên các dữ kiện sau:

- Điều kiện giao thông có thể nối khu trù mật với tỉnh lỵ gần bên,

- Có khả năng phát triển thương mại, công nghiệp và nông nghiệp,

- Được bảo vệ an ninh bởi quân đội.

Giai đoạn 2: *Phác họa dự án*

Ban giám đốc xây cất chịu trách nhiệm vẽ đồ án khu trù mật dựa trên tài liệu phúc trình của ủy ban chuyên viên. Sau khi dự án được chấp thuận, chính phủ cho xây cất hạ tầng cơ sở (đường xá, cầu cống...) và bổ nhiệm một ban quản trị.

Giai đoạn 3: *Định cư và dựng nhà*

Công việc này được thực hiện dưới hình thức tương trợ và làm việc tập thể với nguyên tắc là tất cả dân đều tham dự vào xây dựng khu trù mật. Mọi người dân đều cùng chung góp sức vào việc dựng nhà, đắp nền, dọn đất vườn... và tham dự vào công việc chung xây dựng khu trù mật.

Hình thức cư trú

Khác với địa điểm dinh điền, hình ảnh cư trú khu trù mật có đặc điểm thành thị và nông thôn cổ truyền. Cư trú có hoạch định, tập trung, phân lô, đường lộ kẻ thẳng góc. Đồ án khu trù mật gồm ba khu hoạt động rõ rệt:

- Khu hành chánh (văn phòng ban quản trị, chùa, thánh đường, trường học, nhà hộ sanh, trạm y tế).
- Khu công thương (tiệm buôn, tiệm tạp hóa) quanh chợ, sát lộ, sông, kênh đào.
- Khu cư trú và canh tác cũng được chia thành lô vuông vắn làm nhà, trồng rau cây trái, chăn nuôi, đào ao nuôi cá, cấy ruộng sau nhà; trong khi đó, mỗi nông dân vẫn tiếp tục canh tác ruộng cũ.
- Số dân cư đông khoảng 10.000 người (theo lý thuyết).
- Quê quán là người dân địa phương lân cận hành nghề thương mại, công nghệ, nông nghiệp...

Thành quả

Tính từ ngày 7/7/1959 đến ngày 30/6/1963, chính phủ đã thành lập 26 khu trù mật và 10 ấp trù mật, định cư 9.127 gia đình, khai thác 6.706^{Ha} đất. Dưới đây là bảng phân phối khu và ấp trù mật trong các tỉnh trên đồng bằng Cửu Long

Tỉnh	Khu trù mật	Ấp trù mật
An Xuyên	Khai Quang, Khánh Bình	
Ba Xuyên	Hòa Tú, Cái Trầu	
Chương Thiện	Vị Thanh, Hỏa Lựu, Phước Long, Ngọc Hà	
Kiên Giang	Thanh Hòa	Mỹ Phú, Sơn Hà
An Giang	An Long, Hạc Phong, Thạch Lâu	
Vĩnh Bình	An Trường, Long Vĩnh	Ngã Ba
Vĩnh Long	Cái Sơn, Tân Lược	
Kiến Hòa	Thành Thới, Thới Thuận, Hàm Long, An Hiệp	
Định Tường	Hậu Mỹ, Mỹ Phước Tây	Phú Mỹ
Kiến Tường	Bình Thành Thôn, Thụy Đông	
Long An	Đức Huệ	
Biên Hòa	Hang Nai	
Kiến Phong		An Long, Phú Thạnh, Bè Ngàn, Gò Mười Tải, Vườn Tải, Vườn Tràm

Một số khu trù trở thành quận lỵ như khu Thanh Hòa (Kiên Giang), khu Thụy Đông (nay là quận lỵ Tuyên Nhơn, Kiến Tường), thành tỉnh lỵ như khu Vị Thanh (Chương Thiện).

Tuy địa điểm các khu dinh điền được lựa chọn ở vị trí tiện giao thông, thương mại, canh tác để cải tiến dân sinh, nhưng vì nhu cầu chiến lược cấp bách nên đa số chiếm vị trí tiền đồn đối diện với vùng hoang vắng và xâm nhập CS. Đơn cử vài thí dụ sau:

Khu trù mật núi Ba Thê, núi Trọi (An Giang) án ngữ hành lang xâm nhập cộng sản từ mật khu Thất Sơn về vựa lúa An Giang, Kiên Giang.

Khu trù mật Cái Sơn (Vĩnh Long) chặn đường xâm nhập CS từ mật khu Vĩnh Bình vào Vĩnh Long.

Khu trù mật Vị Thanh - Hỏa Lựu kiểm soát thủy lộ chánh từ Cà Mau đi Cần Thơ và đối diện với cả khu rừng tràm, rừng sát của U Minh.

Khu trù mật Thụy Đông (Kiến Tường) tập hợp dân các ấp Nước Trong, Ngã Cây, Xóm Mới, Bến Kè nhằm kiểm soát giao thông thượng lưu sông Vàm Cỏ Tây, đầu kênh Lagrange và Trà Cú Thượng.

Khu trù mật Mỹ Phước Tây (xã Mỹ Phước Tây, quận Khiêm Ích, Định Tường) nằm giữa kênh Tổng Đốc Lộc và kênh Cái Chuối, bảo vệ lộ trình từ Đồng Tháp về quận lỵ Khiêm Ích, Cai Lậy và QL4.

Vì vậy, sau 1963, có khu trù mật như khu trù mật Đức Huệ (Long An), nhất là các ấp trù mật bị chiếm đóng và phá hủy bởi CS, thí dụ như ấp trù mật Phú Mỹ (Định Tường), được thiết lập để cô lập hóa CS vùng ven biên Đồng Tháp bằng cách quy tụ vào ấp các nông dân sống hẻo lánh dọc theo rạch Láng Cò, Láng Cát.

A. Khu trù mật Vị Thanh

Chính TT Diệm tham dự lựa chọn địa điểm và có sáng kiến xây dựng khu trù mật Vị Thanh để biểu lộ quyết tâm thành thị hóa nông thôn của Tổng Thống. Ngày 12/3/1960, Tổng Thống đích thân đến khánh thành khu trù mật.

Tại sao chọn địa điểm Vị Thanh?

Xã Vị Thanh là giao điểm của một hệ thống giao thông quan trọng nối các tỉnh miền Hậu Giang. Vị Thanh nằm trên:

- Tỉnh lộ 31 chạy ngang qua tỉnh Kiên Giang, Phong Dinh, Ba Xuyên.

- Kênh lớn thương mại Xà No nối Cà Mau, Phong Dinh và Chợ Lớn. Nhờ có kênh Xà No, Cái Nhum, Ông Cai, người dân ở Vị Thanh có thể lui tới được các vùng bán đảo Cà Mau và đặc biệt với vùng sình lầy U Minh.

Vì vị trí giao thông, thương mại và chiến lược ngăn chận xâm lăng Cộng Sản mà địa điểm Vị Thanh được chọn để sẽ trở thành một tỉnh ly kiểm soát kinh tế, chính trị trên bán đảo Cà Mau.

Thành lập

Sau khi quyết định chọn Vị Thanh, đầu năm 1960, chính phủ phái đến Vị Thanh mấy trăm công chức và thanh niên tự nguyện làm công việc lên đất nền nhà, đào mương rãnh dẫn nước, khai hoang cỏ dại, vét sình lầy, chia lô đất... Đồng thời chính phủ trợ cấp 1.100.000$ VN để hoàn tất dự án sau:

- 100.000$VN: Thiết kế đồ án khu trù mật.

- 100.000$VN: Mua thuốc men và tổ chức công tác cộng đồng.

- 600. 000$ VN: Xây trường học, một bệnh xá, nhà hộ sanh.

- 300. 000$ VN: Máy phát điện, đào giếng bằng khoan máy.

A   B

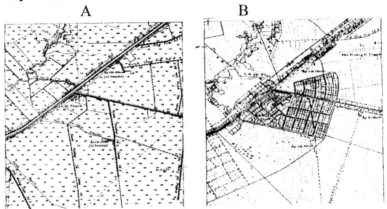

Bản đồ xã Vị Thanh A (trước) và (B) sau khi thành lập

Ngoài ra chính phủ cho vay dài hạn số tiền 400.000$ VN để xây cơ sở hành chánh và chợ.

Sau khi xây dựng xong hạ tầng cơ sở, chia lô... chính phủ khuyến khích các nông dân sống rải rác ở sâu trong vùng sình lầy nước đọng miền rừng sát đến định cư tại khu trù mật.

Quyết tâm của TT Diệm

Ngày 12/3/1960, TT Diệm đích thân đến khai mạc khu trù mật. Từ ngày đó, CS gây áp lực bằng pháo kích, khiến một số dân bỏ đi. Để tỏ quyết tâm thực hiện quốc sách trù mật, ngày 24/12/1961, Tổng Thống ký sắc lệnh số 244 NV thành lập tỉnh Chương Thiện, tỉnh lỵ là khu trù mật Vị Thanh. Tiếp theo, Tổng Thống chỉ thị BCH Sư Đoàn BB đồn trú thường trực tại đó. Hai biện pháp trên khiến an ninh trở lại, dân chúng an tâm ở lại làm ăn và thúc đẩy phát triển kinh tế, thương mại một cách nhanh chóng. Theo thống kê của tỉnh, năm 1972 dân số đã tăng lên 24.391 so với 18.824 người năm 1961, hoạt động kỹ nghệ có 15 nhà máy xay lúa, 2 máy in, 4 máy sản xuất nước đá, 1 lò gạch...

Khó khăn chính yếu của khu trù mật là hệ thống thoát thủy (kênh, rạch, cống rãnh nghẹt vì bùn) nên gây ra bệnh sốt rét. Năm 1969, chính quyền xây cất bệnh viện Lê Hữu Sanh trang bị một phòng thí nghiệm nghiên cứu ngừa bệnh sốt rét và tiêu diệt muỗi anophèles.

B. Vùng trù mật Ba Thê

Năm 1959, xã Vọng Thê (quận Huệ Đức, tỉnh An Giang) được chọn làm địa điểm vùng trù mật Ba Thê gồm 3 khu trù mật: khu trù mật An Long bao dưới chân núi Ba Thê, khu trù mật Hạc Phong bao quanh núi Tượng và khu trù mật Thạch Lâu bọc núi Chóc.

Địa thế thiên nhiên và cơ cấu điền địa

Xã Vọng Thê nằm trong vùng trũng thấp, đất phèn, cấy lúa nổi. Mùa nước lớn, mực nước dâng cao đến 3^m có thể làm thiệt hại vụ mùa lúa nổi. Mùa nắng khô ráo, nước giụt, cỏ vàng khô cháy, lác đác trâu tìm bóng mát bên gốc cây gáo sơ rơ, đất sét nứt nẻ và mao dẫn chất phèn lên mặt đất làm hại vụ mùa.

Bốn ngọn núi nhỏ : núi Ba thê, núi Tượng, núi Trọi và núi Chóc trấn giữ vùng trù mật Ba Thê. Núi Ba Thê gồm Ba Thê lớn cao 210^m, dưới chân có chợ của An Long và Ba Thê nhỏ nơi đồn trú văn phòng quận Huệ Đức (1959).

Xã Ba Thê rộng 21.347^{Ha} gồm:

- Đất truất hữu theo dụ số 57: 2.292^{Ha}.
- Đất thuộc điền chủ pháp Noblet: 446^{Ha}.

- Công điền: 2.286^{Ha}.

- Công thổ: 14.093^{Ha}.

- Thổ cư: 122^{Ha}.

- Diện tích còn lại là rừng tràm.

Để cung cấp đất ruộng cho vùng trù mật, chính phủ trưng dụng:

- 270^{Ha} công thổ và đất tư nhân cải bộ thành công sản quốc gia.

- 250^{Ha} của 90 chủ điền Miên và Việt.

Kênh đào

Dưới triều nhà Nguyễn, năm 1818, quan Thoại Ngọc Hầu cho đào kênh Thoại Hà (từ núi Sập đến Rạch Giá) và kênh Mướp Văn. Thời Pháp cho đào kênh Ba Thê chạy qua Ba Thê (12 cây số) và nối với kênh Thoại Hà và kênh Mướp Văn ở chợ An Long. Công trình dẫn nước rửa phèn, mở rộng thủy lộ đã thu hút nông dân và các điền chủ trồng cấy lúa nổi.

Chung quanh núi Ba Thê, một kênh đào tay để rút nước vào mùa mưa nhưng khô cạn vào mùa nắng khô.

Kênh núi Chóc nối với kênh Ba Thê tới Ba Dầu trước đào tay rồi được nha Thủy Nông xoáy vét.

Kênh núi Tượng (6 cây số) đào năm 1959 gồm kênh vòng đai từ kênh Ba Thê bọc quanh núi Tượng rồi đâm trổ ra chợ Ba Thê.

Kênh núi Trọi do điền chủ đào xưa kia để thoát thủy và chuyên chở lúa.

Khi bắt đầu lập khu trù mật, chính phủ cho đào tay rồi xáng vét lại các kênh nhỏ trong lòng khu trù mật dài 1500^{m}.

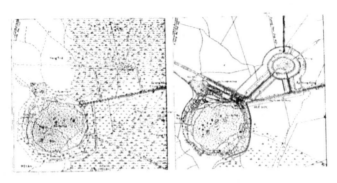

Xã Vọng Thê trước (A) và sau (B) khi thành lập vùng trù mật

Lý do chọn Xã Vọng Thê

Lý do kinh tế và quân sự đã đưa đến quyết định chọn địa điểm vùng trù mật Ba Thê.

Trong thời kỳ chiến tranh (1945-1954), các đại điền và nhiều đất ruộng bỏ hoang, không thoát thủy vì phù sa bít kênh rạch nên một lớp phèn dày phủ trên mặt đất. Chính phủ muốn tập trung dân để tái canh, khẩn hoang rừng tràm và biến nơi hẻo lánh này thành một thị tứ giống như khu trù mật Vị Thanh.

Mục đích quân sự là chiếm cứ các ngọn núi nhỏ làm pháo đài kiểm soát cả một vùng sình lầy rộng lớn và nơi trú ẩn Cộng Sản trong khu rừng tràm.

Thành lập

Tháng 10/1959, sau khi đã mở rộng đường giao thông thủy bộ, dự án vùng trù mật Ba Thê được thực hiện gồm ba khu trù mật: An Long, Hạc Phong và Thạch Lâu.

Khu trù mật An Long. Đây là khu trù mật lớn nhất trong vùng tập trung:

- 508 lô đất làm nhà (mỗi lô rộng 40/60^m), bọc tựa vào chân núi Ba Thê.

- Công sở, trường học, công trường, hồ nước, 10 giếng đào, ký nhi viện, vườn ươm cây, máy phát điện...

Khu trù mật Hạc Phong có 192 lô nhà bọc quanh núi Tượng và 101 lô nằm dưới chân núi Trọi. Mỗi lô rộng 40/75^m.

Khu trù mật Thạch Lâu, nằm trong ấp Vọng Đông, có 106 lô đất (mỗi lô rộng 25/60^m) bọc quanh núi Chóc.

Năm 1969, vùng trù mật Ba Thê sát nhập với xã Vọng Thê và trở lại quyền kiểm soát quân đội quốc gia nên chúng tôi có thống kê năm 1973 của xã Vọng Thê như sau:

- Dân số: ấp Vân Hiệp A chỗ chợ An Long có 553 nhà, 3.665 dân; ấp Trung Sơn: 168 nhà, 976 dân; ấp Tân Tây: 458 nhà, 2622 dân.

- Giáo dục : một trường trung học, ấp Tân Hiệp A (1 sơ cấp), ấp Tân Tây (1 tiểu học, 2 sơ cấp), ấp Trung Sơn (2 sơ cấp), Vọng Đông (4 sơ cấp), Hạc Phong (2 sơ cấp), Hai Trân (1 sơ cấp).

- Y tế: 1 tiểu bệnh xá, 2 trạm hộ sanh, 2 trạm dự trữ thuốc tây.

- Kinh tế: dân chuyên sống về nông nghiệp sạ lúa nổi vào mùa mưa, đào mương lên líp cao 2^m làm vườn trồng rau cây trái, mùa khô vào rừng tràm khai thác gỗ, đi làm công, cày gặt, lời lúa vì diện tích đất khả canh do chính phủ phát quá nhỏ.

Khó khăn

Khác với khu trù mật Vị Thanh, vùng trù mật Ba thê gặp rất nhiều khó khăn về kinh tế, khác biệt sắc dân, tôn giáo...

Diện tích khu gia cư và canh tác quá nhỏ (0,24^{Ha} ở Ba Thê, 0,3^{Ha} ở núi Tượng), đất thấp không phát triển được vườn rau, cây trái, mỗi năm chỉ làm một mùa lúa nổi, năng xuất thất thường, không có thủ công nghệ, mùa khô thất nghiệp thì vào rừng tràm lấy gỗ, đào đỉa bắt cá lại bị Cộng Sản ngăn cản.

Về tín ngưỡng, thành phần dân số nhiều dị biệt chính trị và va chạm tôn giáo. Năm 1973, xã Vọng Thê có 4 chùa Việt dưới chân núi Ba Thê (2894 tín đồ), một chùa Miên tên Kalbobruk, một trụ sở Phật giáo Hòa Hảo (7.995 tín đồ), một thánh thất Cao Đài (584 tín hữu), một giáo đường (865 tín đồ), đạo ông bà (470 người).

Chính phủ không tôn trọng được nguyên tắc thành lập khu trù mật. Trước khi thành lập vùng trù mật, năm 1959, 5.700 dân sống ở xã Vọng Thê. Chính phủ muốn tăng dân số lên 30.000 người để đáp ứng việc thành thị hóa. Vì đa số dân chúng địa phương sống nghèo nàn hẻo lánh không chịu về định cư tại khu trù mật, từ 1959-1961, chính phủ phải bỏ nguyên tắc căn bản của quốc sách khu trù mật bằng cách đưa 8.500 di dân quê quán miền Trung, 2.900 dân di cư miền Bắc đến định cư ở khu trù mật và áp dụng trợ cấp như trong chính sách dinh điền (mỗi gia đình nhận một lô đất đã đắp nền sẵn, 5.000$^{\$}$ VN làm nhà, dự trữ gạo, muối mắm cho 6 tháng).

Vì mục đích tối hậu là thành thị hóa vùng trù mật nên đồ án hoạch định đường xá, kênh đào, nhà cửa theo đường thẳng. Vì vậy, đồ án đã lấn chiếm ruộng đất tư nhân của dân địa phương và gây nhiều bất mãn dù được bồi thường.

Năm 1959, quận lỵ Huệ Đức đặt dưới chân núi Ba Thê nhưng phải rút lui từ 1963-1969 vì vấn đề giao thông tiếp viện và địa bàn cô lập giữa vùng sình lầy rừng tràm, dân thưa thớt. Một số dân chúng đã rời bỏ vì vấn đề an ninh.

C. Ấp trù mật

Thành lập ấp trù mật trong trường hợp dân số tập trung không đủ cho một khu trù mật. Trên thực tế, ấp trù mật nhằm đáp ứng nhu cầu cấp bách của tình hình chiến sự và hoàn toàn không theo tiêu chuẩn quốc sách khu trù mật. Ấp trù mật nằm ở những vị trí chiến lược, tập trung dân rải rác sống ở những vùng hẻo lánh về sống trong một vòng đai của ấp dưới sự bảo vệ của quân đội quốc gia để cô lập hóa CS tập trung trong vùng sình lầy, lau sậy. Chúng tôi lấy ấp trù mật Phú Mỹ làm thí dụ. Xã Phú Mỹ thuộc quận Bến Tranh, tỉnh Định Tường nằm giữa con đường huyết mạch của đồng bằng Cửu Long (QL4) và cánh đồng lau sậy bát ngát, nơi đây là mật khu cộng sản huấn luyện cán bộ, dự trữ binh khí lương thực trong thời kỳ 1945-1954. Sau hiệp định Genève 1954, sự lựa chọn xã Phú Mỹ làm nơi tập kết cán binh CS lui về Bắc Việt đủ nói nên tầm quan trọng vị trí chiến lược của xã Phú Mỹ và lập ấp trù mật Phú Mỹ dưới thời Đệ Nhất Cộng Hòa.

Năm 1959, ấp trù mật Phú Mỹ được thực hiện trong ấp Phú Xuân (xã Phú Mỹ) ở hạ lưu rạch Láng Cát. Ấp tập trung 285 người sống rải rác dọc theo rạch Láng Cát, Láng Cò và ven cánh đồng lau sậy sình lầy. Mỗi gia đình nhận một lô đất (10/20^m), một số tiền 8.000$^\$$VN để làm nhà, một số thuốc men cần thiết và lương thực gạo mắm. Chính phủ cất văn phòng quản trị và một trường sơ cấp (3 lớp học). Dân chúng được quyền ban ngày trở về nhà cũ để bắt cá, gặt mùa, nhưng đến chiều tối phải trở về nghỉ trong ấp trù mật được phòng thủ bởi một vòng đai đất cắm chông, gài mìn và dây kẽm gai. Sau 1963, CS phá ấp trù mật, giải tán dân.

Tiếp theo Ấp trù mật là quốc sách ấp chiến lược nặng tính cách quân sự nên chỉ được đề cập sơ qua.

D. Ấp chiến lược

Ấp Chiến Lược có hàng rào bao quanh
để giữ gìn an ninh cho đồng bào

Trước nguy cơ xâm lăng của CS miền Bắc và để đối phó với tình hình chiến sự, TT Diệm tuyên bố tổ quốc lâm nguy (1961) và ký sắc lệnh số 11 TTP ngày 3/3/1962 phát động quốc sách ấp chiến lược [2]. Bốn Bộ (Nội vụ, Quốc phòng, Giáo dục và Cải Tiến nông thôn) được phối hợp chặt chẽ nhằm xây dựng quốc sách ấp chiến lược dưới chỉ thị của Tổng Thống.

Mục đích

Ấp chiến lược theo đuổi mục đích quân sự, kinh tế và cải tiến dân sinh nông thôn. Tuy nhiên, áp lực xâm lăng cộng sản ngày một tăng khiến mục đích chính của ấp chiến lược là quân sự nhằm tạo nên một trường thành ấp chiến lược võ trang chống lại CS.

Quân sự

Áp dụng đường lối "tát nước bắt cá", chống bao vây thành thị, dành thế chủ động, bắt dân chọn chiến tuyến.

- Dành thế chủ động bằng thúc đẩy đến chiến tranh có giới tuyến [3].

- Phá thế nhân dân của Cộng Sản, và dồn họ vào thế thụ động tập trung bị bao vây bởi phòng tuyến ấp chiến lược rồi bị tiêu bởi quân đội chính qui, biệt kích quốc gia.

- Ép dân chọn phòng tuyến chống Cộng và tránh tiếp súc tuyên truyền giả dối.

Chính trị

Hướng dẫn dân làm quen với thể chế dân chủ bằng cách để dân tự bầu ban trị sự ấp, lập hương ước dựa vào tập tục, lệ làng mà dân muốn [4].

Xã hội

Thực hiện bình đẳng của mọi công dân trước pháp luật không phân biệt giai cấp xã hội. Tạo điều kiện thuận lợi cho ấp chiến lược cải thiện và thăng tiến xã hội. Trên bình diện xã hội, tôn trọng và ưu tiên tinh thần cộng đồng và định chế xã ấp xưa.

Kinh tế

Giúp cho ấp chiến lược tiến đến tự phòng, tự quản, tự túc tạo thành một sợi dây xích vững chắc, tạo điều kiện thuận lợi cho quân đội quốc gia rảnh tay chống xâm lăng.

Sau khi các mục tiêu được ấn định, quân, dân, chính học tập chính trị, đường lối của ấp chiến lược để phổ biến và giải thích cho công chúng nhất là cho nông dân. Đồng thời chính phủ tổ chức các nhóm dân tình nguyện đi thực hiện các ấp chiến lược ở nông thôn và kêu gọi dân thành thị cũng như nông thôn hợp tác với chính sách.

Thực hiện

Chính sách ấp chiến lược được tiến hành nhanh chóng là vì cơ cấu của ấp:

- Dân của ấp là dân sống tại chỗ.

- Địa bàn của ấp có thể là một ấp cũ, nhiều ấp tụ lại, nguyên một xã cũ nếu có thể quy tụ lại trong một hàng rào phòng thủ.

Công việc thực hiện trải qua 3 giai đoạn.

Giai đoạn 1: Tổ chức hệ thống phòng thủ chiến đấu từ 21 đến 45 ngày. Thực hiện các công tác sau:

- Đắp một bờ lũy bằng đất, bên ngoài là đào hào cắm tre nhọn, giăng dây kẽm gai và hầm chông.

- Mở một cổng ra vào dưới sự kiểm soát của dân tự vệ võ trang.

- Đặt hệ thống báo động trang bị bằng còi tu huýt, thùng hộp sắt trống phát tiếng báo động.

- Kiểm tra và thanh lọc dân theo tuổi, tín ngưỡng, khuynh hướng chính trị.

- Đoàn ngũ hóa và tập quân sự dân từ 18 đến 45 tuổi để bảo vệ ấp.

- Bầu ban trị sự ấp và lập hương ước trong vòng 45 ngày.

Giai đoạn 2: Võ trang tinh thần nhằm kiện toàn dân sự. Huấn luyện chủ nghĩa nhân vị tóm tắt trong ba khẩu hiệu sau:

- Tam túc: Hướng dẫn dân ý thức tự túc quản trị hành chánh, tự túc tổ chức kỹ thuật, tự túc tư tưởng về đời sống.

- Tam giác: Mỗi người dân tự cảnh giác về sức khỏe, đạo đức và óc sáng kiến.

- Tam nhân: Phát triển con người toàn diện về bề sâu (thân tâm), bề rộng (nghĩa vụ và quyền lợi đối với cộng đồng) và bề cao (tâm linh hướng thượng).

Giai đoạn 3: Kiện toàn áp dụng chính sách ấp chiến lược từ trung ương xuống đến địa phương.

Thành quả

Theo tài liệu của Bộ Nội vụ, đến tháng 10/1963, chính phủ đã thực hiện được:

- 11.847 ấp chiến lược [5] trong số đó 8.679 ấp đã bầu ban quản trị và 8.200 ấp đã lập hương ước.

- 8.972.524 dân trong 8.371 ấp sẵn sàng chiến đấu chống xâm lăng.

Tiếc rằng chính sách ấp chiến lược hoàn toàn bị hủy bỏ sau năm 1963.

Thiên nhiên và quốc sách

Đồng bằng Cửu Long bao gồm các vùng đất phù sa cổ và phù sa mới do hệ thống sông Cửu Long - Đồng Nai bồi đắp. Chính quyền cũng như dân chúng thường chia đồng bằng làm hai miền: miền Đông (từ Tiền Giang về các tỉnh miền Đông), miền Tây từ Tiền Giang đến vịnh Thái Lan). Đồng bằng gồm năm vùng đất lớn ảnh hưởng sâu đậm đến công trình cư dân khẩn hoang lập ấp dưới thời nhà Nguyễn và Đệ Nhất Cộng Hòa. Vùng đất cao miền đông Cửu Long thuộc các thềm phù sa cổ rộng và cao ráo nằm trong tỉnh Gia Định, Biên Hòa, Bình Dương, Hậu Nghĩa, Tây Ninh.

Các vùng trũng đất phèn (Đồng Tháp, Cà Mau).

Vùng trũng đất hữu cơ (U Minh, Cà Mau).

Số khu tỵ nạn miền Bắc	Số khu dinh	Số khu trù mật
Phù sa cổ miền Đông		
Sài Gòn	20	
Gia Định	12	
Biên Hòa	37	1
Bình Dương	56	
Tây Ninh	14	
Phước Tuy	20	
Vùng đất phèn		
Kiến Tường	11	2
Kiến Phong	8	
Châu Đốc		
An Giang	15	3
Chương Thiện		4
Vùng đất hữu cơ		
An Giang	7	2
Kiên Giang	4	1
Phù sa nước ngọt		
Định Tường	10	2
Sa Đéc		
Phong Dinh	3	
Vĩnh Long	6	2
Phù sa nước lỡ, mặn		
Long An	9	1
Kiến Hòa	11	4
Vĩnh Bình		
Ba Xuyên	1	1	2
Bạc Liêu		2

Miền phù sa nước ngọt dọc hai bên sông Tiền, Hậu. Vùng đất giồng duyên hải từ tỉnh Gò Công qua Kiến Hòa, Trà Vinh, Ba Xuyên và chấm dứt ở Bạc Liêu cách sông

Gành Hào 3^{Km}, chịu ảnh hưởng nước mặn. Giồng là giải duyên hải xưa cũ nằm gần song song với bờ biển [6].

Bảng tóm tắt địa điểm các trung tâm định cư trên các vùng đất trên cho ta một ý niệm về lý do chọn lựa các khu định cư của quốc sách thời Đệ Nhất Cộng Hòa.

Nhà và nông địa

Ngày xưa, với quan niệm "nông dã thiên hạ chi đại bản" [7] cho nên mỗi năm vào đầu mùa xuân, vua cày ba luống (tam thôi) ruộng "tịch điền" mở đầu mùa lúa cho dân. Và mỗi người dân đều ước mơ sở hữu một vuông vườn, một manh ruộng để có lúa đóng thuế cho vua, có tiền dư dã thờ cúng tổ tiên, có đất chia cho con cháu phụng dưỡng mình sau này. Ruộng lúa mang nặng sắc thái tinh thần cũng như vật chất như vậy nên ưu tư của thôn dân và chính quyền là mở mang nông địa ruộng lúa.Nhà và nông địa (vườn và ruộng) tượng trưng cho thôn dân tự túc, tự cường, biểu hiệu cho phát triển khẩn hoang lập ấp và định ranh giới cho quốc gia. Đối với nông dân, "ruộng là da, nhà là xương" nên sự lựa chọn cảnh trí cho nhà và nông địa rất quan trọng cho định cư trường tồn.

Tổng quát, khi đến định cư ở bất cứ vùng đất nào, nông dân cũng chọn thế đất cao dựng nhà, lên vườn, có nước ngọt tưới bón rau cải, cây trái. Khởi đầu, cư trú xã ấp đều uốn lượn theo những thế đất cao như các giồng ở miền duyên hải, các mảng phù sa cổ cao ráo ở miền Đông, từ bờ sông vàm rạch đổ vào sâu trong đất bưng và ngọn rạch (từ xóm vàm vào đến xóm ngọn)...

Nông địa bao gồm tất cả các vùng đất đai được sử dụng nhằm phục vụ đời sống vật chất của thôn dân. Nông địa gồm hai loại: nông địa nhân tạo (ruộng, vườn), nông địa thiên nhiên (rừng tràm, rừng sát, lung địa...).

Nông địa nhân tạo gồm:

- Vườn cây trái, vườn rẫy trồng rau, cải trên đất cao tự nhiên có sa cấu cát dễ cày bừa, thoát thủy hay vun mô, lên líp. Còn ở vùng phù sa thấp ngập nước, lên vườn trồng cây trái đòi hỏi nhiều công phu hơn; phải đào mương lấy đất lên líp, đánh vồng nhằm hạ thủy cấp, xa chân nước phèn hay mặn để tránh úng thủy và mao dẫn các khoáng chất độc hại. Cặp theo sông, rạch và kênh đào nước ngọt, thôn dân phải đào cái xẻo hay mương nhỏ dẫn nước sông rạch thông thương với mương vườn, mương cá qua hệ thống "bọng" điều hòa mực nước. Trái lại, xuống vùng nước lỡ, mặn, lên vườn phải vào sâu trong rạch, xa sông lớn để giảm ảnh hưởng của độ mặn.

- Ruộng: loại ruộng phân biệt theo địa thế và cao độ. Thí dụ ở miền Đông, ruộng gò, ruộng rẫy nằm trên mảng phù sa cổ cao ráo, ruộng triền uốn theo triền mảng phù sa, ruộng sâu hay ruộng bưng trải trên đất phù sa nhiều sét, ngập nước chỉ cấy lúa vào mùa mưa vì vấn đề thoát thủy, rửa phèn, muối. Từ nông địa căn bản đó, nông dân mở rộng nông địa phụ (trồng khoai, sắn, bắp...) lên vùng đất cao sa cấu cát nghèo nàn của mảng phù sa cổ hoặc tiến xuống vùng trũng khai mương rạch đắp bờ cho thoát thủy, hạ độ phèn, muối để nới rộng diện tích ruộng lúa. Bành trướng nông địa trồng lúa thường bị ngăn chặn bởi đất ngậm nước có nồng độ phèn pH dưới 3 và độ mặn trên 4^g/lít nước.

Nông địa thiên nhiên là sông, rạch cung cấp cá tôm, rừng tràm (gỗ, củi, nung than, gác cây lấy mật, sáp ong, hái lá làm dầu tràm), "động" dừa nước cho lá lợp nhà.

Phù sa cổ miền đông,

Vào thế kỷ XVII, triều đình đã lập trấn Gia Định, các cựu thần nhà Minh đã đến cư trú ở Mỹ Tho, gần tỉnh lỵ

Long An. Khi các lưu dân đầu tiên đến miền đông thì một phần lớn đất đai ở đây còn hoang dã và rất ít người Miên sống thưa thớt và bỏ đi về miền dưới như Trịnh Hoài Đức viết "Người Cao Miên khâm phục oai đức của triều đình đem nhượng hết đất rồi tránh ở chỗ khác, không dám tranh trở chuyện gì" [8]. Cỏ um tùm dưới thấp ngập nước, rừng cây dã thú hùng cứ trên cao mảng phù sa cổ. Cho đến năm 1904, số dã thú bị giết là 38 con cọp, 19 con báo, 6 con voi [9].

Miền đông, dân Việt đến Biên Hòa - Gia Định, hướng dần theo các triền của từng mảnh phù sa cổ đất xám hướng lên phía Thủ Dầu Một và Tây Ninh. Khi di dân đến đây, việc đầu tiên là định cư trên mảng phù sa cổ cao ráo dễ thoát nước, phá rừng lấy gỗ làm nhà, cành làm củi, lấy đất làm vườn, đào giếng lấy nước ngọt. Tiếp theo dựng nhà, lên vườn là khai thác nông địa trồng lúa trên các loại ruộng gò, triền, bưng theo truyền thống: *Thượng gia, hạ điền.*

Ruộng gò (ruộng rẫy) trên phù sa cổ, sa cấu cát không giữ nước lâu lại chóng bốc hơi nên dễ mất mùa, đất xấu nhưng đa dụng. Mùa mưa, cấy lúa sớm, bắt mạ cho ruộng bưng, mùa khô làm rẫy trồng hoa màu phụ như đậu phộng, khoai, sắn, bầu bí, thuốc lá.

Ruộng triền nằm suôi theo triền mảng phù sa cổ, có sa cấu sét pha cát, được bao quanh bởi bờ mẫu cao giữ nước, cấy lúa (mùa mưa) trồng hoa màu phụ (đậu phộng, khoai sắn, thuốc lá...) mùa nắng. Nhiều mảnh ruộng triền có thể canh tác suốt năm thí dụ như trồng đậu phộng có thể tỉa mỗi năm ba lần: hai mùa thuận và một mùa nghịch (bắt đầu mùa khô).

Ruộng bưng hay ruộng sâu [10] dưới triền phù sa cổ, trên phù sa mới pha nhiều đất sét ngập nước, chứa nhiều chất hữu cơ, thường ẩm ướt chứa phèn hay muối do mao dẫn, thôn dân canh tác ruộng bưng (ruộng sâu) vào mùa mưa như lời dạy:

Ra đi cha mẹ dặn dò,
Ruộng sâu thì cấy, ruộng gò thì gieo.

Ngoài ra, thôn dân còn có thể khai thác rừng sau ấp, bắt cá dưới rạch sâu trong trảng.

Sau khi nhà đã dựng, lúa đã mọc, lưu dân mở rộng nông địa bằng:

- Gia tăng đất trồng lúa. Nông dân xuống bưng, bàu, trảng phạt cỏ, xẻ mương, đắp bờ khẩn thêm ruộng trên dải phù sa mới dưới thấp trũng nước làm vụ lúa mùa mưa, hoặc phá rừng thưa trên đất podzolic xám nghèo nàn để làm rẫy,

- Khai thác nông địa thiên nhiên bằng nghề làm rừng kiếm củi, chặt gỗ làm than...

Từ thế kỷ XVIII, sau khi đã tận dụng nông địa trồng lúa, nông dân miền Đông di dân xuống miệt vườn, sông sâu nước chảy. Sự kiện đó cho thấy rằng:

- Các trung tâm tỵ nạn quan trọng ở miền đông đều bám vào các thành thị.

- Tại sao vắng bóng khu trù mật.

- Chỉ có những khu dinh điền nhỏ thưa dân nằm trên những mảng đất xám nghèo nàn, thiếu đất ruộng canh tác, thôn dân phải trồng rẫy, vào rừng xẻ gỗ bán hoặc làm than, kiếm củi... Thí dụ định cư tại dinh điền Văn Hữu để giải thích điều đó. 214 gia đình tỵ nạn gốc Thanh Hóa Nghệ Tĩnh đến định cư ở Bình Giã (Quận Đức Thanh,

Phước Tuy), được chuyển đến dinh điền Văn Hữu (Quận Châu Thành, Bình Long) [1]. Năm 1960, chính phủ cho ủi rừng cây để giúp dân có nông địa sau:

- Trồng bắp, khoai, lúa rãy đầu mùa mưa (du canh kiểu người Thượng) bằng đào lỗ cách nhau khoảng 30^{cm} rồi bỏ năm, bảy hột vào mỗi lỗ.

- Mỗi gia đình trồng được 100 cây cao su tháp giống Mã Lai.

Còn nông địa thiên nhiên, thôn dân cưa cây lớn bán cho xe be còn cây nhỏ hầm than bán về Sàigòn.

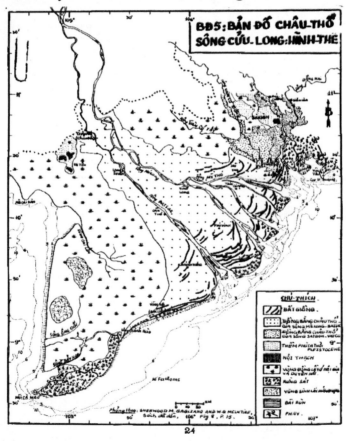

Vùng trũng đất phèn

Phân tích bảng phân phối các trung tâm định cư của quốc sách cư dân cho ta nhận xét sau: Hầu hết các trung tâm quan trọng (về dân số và kinh tế) của định cư dân tỵ nạn miền Bắc, dinh điền, khu trù mật đều nằm trong vùng đất phèn. Lý do chính là đất có nồng độ phèn cao, thiếu phương tiện thủy nông rửa phèn giúp cây lúa mọc đã ngăn chận bành trướng nông địa theo phương tiện cổ truyền. Vì vậy, diện tích đất phèn hoang dã mênh mông vẫn nằm chờ đợi quốc sách của Đệ Nhất Cộng Hòa.

Trên đồng bằng Cửu Long, đất phèn bao phủ khoảng một triệu Ha trong các vùng trũng ngập nước nguyên là biển hay đầm cô lập xưa như Đồng Tháp.

Dưới thời nhà Nguyễn, đất phèn là cản trở lớn cho mở rộng nông địa và di dân. Phải đợi đến khi người Pháp đào kênh quy mô rửa phèn, nông địa trồng lúa mới mở rộng được dọc theo các kênh dẫn nước ngọt từ sông Cửu đổ vào. Tuy nhiên, đất phèn vẫn còn hoang dã trên nhiều vùng rộng lớn và chờ đợi quốc sách dinh điền, khu trù mật và định cư dân tỵ nạn đến khẩn hoang khai thác. Chính vùng đất phèn hoang dã này đã đánh dấu thành công quốc sách dinh điền của Đệ Nhất Cộng Hòa vì đa số các khu tỵ nạn miền Bắc, khu dinh điền lớn và khu trù mật đều nằm trong vùng đất phèn có nồng độ pH dưới 3 ở Đồng Tháp, U Minh, Kiên Giang. Nhằm giúp người đọc hiểu rõ hơn những khó khăn thành lập địa điểm dinh điền và của người dân sống trong đó. Chúng tôi mô tả lại cư trú và nông địa của người dân sống tự túc trên đất phèn để cho thấy nếu không có sự trợ giúp qui mô về tài chánh, kỹ thuật của chính quyền thì quốc sách định cư khẩn hoang không thực hiện được.

Đặc điểm đất phèn.

Loại đất quá phèn (nồng độ pH dưới 3) có sa cấu sét, bùn lầy không thấm nước, bị úng thủy ngập nước mùa mưa, khô ráo nứt nẻ mùa nắng khiến chất pyrite bị oxyt hóa cho SO4H2 nên pH dưới 3. Nước phèn độc hại cho nước uống và cây lúa vì chứa sulfate d'alumine Al2 (SO4)3 và sulfate sắt Fe2(SO4)3. Vì vậy, cư trú xưa kia không tiến sâu vào Đồng Tháp và bị giới hạn bởi nồng độ phèn cao làm hại cây lúa.

Cư trú.

Giữa vùng đất phèn, nổi lên những gò sót cao sa cấu thịt pha cát sỏi, những đồi thấp (núi Ba Thê, núi Trọi, núi Tượng...) là những nơi cư trú hoặc len trâu vào mùa nước lớn trong vùng trũng đất phèn. Riêng Đồng Tháp có nhiều gò đất cao giữa đầm lầy. Gò nhỏ thì thu hút cư trú thành thôn ấp (gò Ba Cảnh, gò Truông Óp, xã Tân Thạnh, Kiến Phong). Gò lớn nhất là gò Bắc Chiên làm tỉnh ly Mộc Hóa. Trên đất phèn ngập nước này, quốc sách khu trù mật đã chọn núi Ba Thê làm địa điểm trung tâm của vùng trù mật Ba Thê, cho đào kênh thoát nước và dẫn nước ngọt vào rửa phèn, nước uống trông cậy vào nước mưa trữ trong lu, hũ, khạp nên cư trú của di dân có thể thích ứng được với địa thế ngập đọng nước phèn. Quan Trịnh Hoài Đức thời nhà Nguyễn tả Ba Thê như sau: *"Cao 3 trượng, nơi đây 3 ngọn núi trùng điệp, xanh tốt có nhiều cổ thụ rườm rà... dân cao miên ở theo triền núi và đường rừng, rạch, đã sinh nghiệp về sự săn bắn, lại theo việc bủa lưới thả câu ở trong ao đầm thâu hoạch được hai mối lợi..."* [12].

Nông địa.

Để nói nên những nỗi khó khăn và vất vả muôn chiều của di dân đến vùng này dù với hỗ trợ vật chất của quốc sách, chúng tôi nêu vài thí dụ cụ thể của nông dân bành trướng nông địa theo phương thức cổ truyền với nỗi lo sợ quanh năm: mùa mưa sợ nước dâng mau, mùa nắng sợ "phèn dậy" quá nhiều.

Ruộng lúa sạ được chia thành "cơi" hay "thiên" (thiên một, thiên hai...). Mỗi thiên dài 1.000^m. Từ bờ sông đổ vào sâu bên trong, thiên một tính từ ranh vườn vào sâu 1.000^m, tiếp đến là thiên hai...Ranh giới ruộng là những trụ đá, gốc cây bên đường, bờ rạch, tầm mắt quen thuộc... vì quanh năm đất ruộng lúa sạ là một tấm thảm liên tục mút tầm con mắt. Trên những mảnh đất phèn không cư trú, các người dân sống ở những vàm rạch gần đó chờ mưa vào tháng lụt lội dưới nước sông Cửu làm giảm phèn mới đến cấy lúa nổi được. Năm hạn hán hoặc tiểu hạn kéo dài, chất phèn ít loãng, mùa thất bát. Dễ mất mùa vì nạn chuột và "chim lá rụng" cả đàn sa xuống vụt lên là hết lúa.

Tuy nhiên, vùng đất phèn rộng lớn đó không có cùng một độ acid nghĩa là mỗi cuộc đất lớn có nhiều độ pH khác nhau nằm xen kẽ nên có chỗ trồng được lúa, chỗ bỏ hoang cho cỏ lát, cỏ ống mọc như ở khu Tư dọc kênh Đồng Tiến ở Đồng Tháp. Năm 1970, xã Nhơn Ninh (quận Kiến Bình, Kiến Tường) rộng 7.520^{Ha}, chỉ trồng lúa trên 980^{Ha} còn lại bỏ hoang vì độ phèn cao, sâu rầy, chim chuột đầy đồng cỏ.

Muốn chiếm canh một nông địa trồng lúa trên một "vạc" đất độ phèn thấp, nông dân phải tốn rất nhiều sức lao động. Thí dụ ở xã Thạnh Trung (quận Chợ Mới, An Giang), thôn dân đào mương rửa phèn, vớt lục bình bón vào đất trũng, trồng cây điên điển đầy rễ giữ phù sa làm cứng đất và giảm phèn. Sau vài năm đất thuần rồi mới được cấy lúa mà không sợ thất.

Theo kinh nghiệm, thôn dân khẩn những "vạc đất" mọc nhiều cỏ bông, lau sậy dấu hiệu đất đã cứng, cao ráo có thể cấy lúa được ngay. Từ đầu tháng giêng đến tháng ba, vào đốt đồng cỏ, chờ sa mưa dẫn trâu vào cày và dùng bừa chĩa bừa cho tróc gốc cỏ rồi sạ lúa. Thôn dân nghèo thì dùng dùi "tỉa lỗ" gieo lúa rồi lấy chà tre gai lấp các lỗ vừa gieo hạt để tránh chim, chuột phá hoại, trồng cây điên điển sau nhà để rễ hạ phèn, cành làm củi.

Trong thời gian cày bừa gặt hái, thôn dân cất căn chòi nhỏ (trại ruộng) tạm trú lúc làm việc đồng áng, hoặc cầm trâu lại nuôi, chăn một đàn vịt, bẫy chim cò cuốc, le le, dí chuột, đào địa, dăng câu, thả ấu sen trong lung, láng... Sau mùa lúa chín, cảm thấy vững bụng sống được, thôn dân bắt đầu xẻ mương lên líp lập vườn, đắp nền dựng nhà cư trú thường xuyên chăm sóc ruộng đất, lung, địa.

Nông địa thiên nhiên.

Sống trong vùng trũng đồng chua nước mặn ở Đồng Tháp, Cà Mau, rừng tràm, địa cá thường mang lại lợi tức quan trọng cho nông dân.

Từ xưa, ngoài việc trồng lúa nổi, dân địa phương sống cạnh vùng trù mật Ba thê còn sống về khai thác rừng tràm gần đó. Ở quận Kiến Bình (Kiến Tường), các khoảnh đất có độ phèn cao dành để trồng cây tràm (bán cây làm nhà, lá làm dầu tràm, gác sào nuôi ong lấy mật). Bóng cây tràm thu hút cá lóc, rô, trê... cho chài lưới, tát địa.

Ngoài rừng tràm, nông địa thiên nhiên địa cá là mối lợi lớn của nông dân. Địa là những nơi trũng, kín đáo mà cá hay tới lui trú ẩn, tìm mồi. Đến mùa nước đổ (từ tháng bảy âm lịch), nước từ Kampuchia đổ xuống tràn đồng cuốn theo cá trôi dạt lên đồng ruộng sanh sống cho tới mùa "nước dựt" (15/8 đến 15/11 âm lịch) là tháng cá xuống, lội ngược về xứ chùa Tháp. Một số cá tìm vào đìa sanh sống. Đến mùa khô, nông dân tát đìa bắt cá bằng gầu hoặc chụp đìa bằng lưới cho cá ngộp thở, nổi lên rồi túm lưới lại bắt cá.

Có hai loại đìa chính:

- Đìa bưng là những vũng nước sâu tự nhiên được dân đắp bờ, xẻ họng đìa đón cá.

- Đìa đào có đìa lung nằm cạnh lung[113], đìa đồng đào ở một góc ruộng bao quanh bởi bờ mẫu cao giữ nước cho cá. Lòng đìa được cắm chà tre gai, me keo, châm bầu, lá dừa nước và thả rong, lục bình, cỏ ngựa cho cá được mát. Đìa đào có kích thước trung bình $6^m/12^m$ sâu 2,5m và một họng đìa quay ra mương ruộng hay phía trũng của đường cá vô đìa.

Dân ở xã Tân Lập (Kiến Tường) ngoài nghề tát đìa, giăng câu, đặt mọp ở bệ cỏ, còn sống nghề cắt cỏ bàng mọc đầy đồng nước phèn. Cỏ bàng được neo thành bó đem về giã cho thẳng sợi rồi đương thành từng đôi đệm $2^m/2^m$. Những lúc rảnh hơn, bơi xuồng đi vào giữa đám lúa trời[114], cầm hai thanh tre đập ngọn lúa vào be xuồng cho lúa rụng vào khoang, móc củ sen, bẫy chích, bắt rùa, dí chuột dùng đinh ba nhỏ đâm cá...

Vùng đất hữu cơ[115]

Tại U Minh Cà Mau, đất hữu cơ bao phủ khoảng 150.000^{Ha}, tạo nên "cảnh tối tối, sáng sáng", nổi tiếng với "muỗi kêu như sáo thổi, đỉa lềnh bềnh như bánh canh". Loại đất này có thể dày tới 4m, được cấu tạo bởi sự tích tụ cây cỏ của rừng sát xưa, thường nằm trên lớp đất phèn hay hải vật sò hến. Các khu đất có tỷ lệ hữu cơ cao (than bùn) đều bỏ hoang. Đất xốp chuồi, năm 1957, chính phủ cho hai xáng nhỏ đào sâu thêm hai kênh Ranh Hạt nhưng phải bỏ dở vì đào đằng trước thì đằng sau đất xốp chuồi lấp cạn ngay. Vì lý do đó mà thiếu bóng khu dinh điền cũng như khu trù mật trên đất hữu cơ dù diện tích hoang dã rộng lớn.

Cư trú và nông địa.

Sau rừng tràm, là khu hậu rừng sát của cây choai, ràng dai tiếp theo là vùng cỏ sậy, cỏ năng, thủy cấp gần mặt đất, phải đào mương thoát thủy mới cư trú canh tác được. Nói chung, các thôn dân chọn vùng đất đã cứng cát có lớp mùn mỏng và cây ráng mọc; đầu mùa nắng cắt cây ráng để khô héo trong nửa tháng, nổi lửa nương gió mạnh để tiêu diệt cây ráng lấy đấy làm ruộng đầu mùa mưa. Lửa sẽ làm cháy lớp mùn xốp tích trữ nước mưa nhưng cho tro tốt cấy lúa.

Lấy một thí dụ mở nông địa theo lối cổ truyền tại làng Đông Thái, Rạch Giá. Một nhóm người từ Long Xuyên xuống men theo bờ biển vào rạch, băng qua rừng cây mắm, vùng cỏ thấp mọc trên đất phù sa mặn đắng, rồi đến khu rừng tràm trầm thủy nằm gần U Minh. Đến rừng tràm, thôn dân đốn cây dựng nhà và lấy đất trồng lúa, đào mương dẫn nước, lấy đất đắp nền nhà. Mùa mưa, nước đổ từ U Minh ra biển nên đủ nước ngọt để dùng, nhưng đến mùa hạn phải đắp đập chận nước mặn [16]...

Rừng tràm là nguồn tài nguyên phong phú cung cấp sáp và mật ong, cây gỗ (cao từ 15^m - 20^m) để làm nhà hoặc chở đi bán, cành làm củi, lá đem lọc làm dầu tràm (gomenol), nước ngọt mang màu đỏ, nhiều mùi vị nhưng uống được. Các địa điểm này đã mang lại cho dân một đời sống thoải mái như M. Gérard mô tả: *"Tại Cà Mau, đời sống thoải mái, dễ dàng, rừng ngay bên cạnh, những cây dừa nước*

*cao lớn mọc hai bên bờ sông rạch; đào ao nuôi cá thật quá
dễ. Nhiều rừng thưa rộng lớn, đất lại dễ cầy cấy. Lúc rảnh
đồng áng, vào rừng săn ong lấy mật, sáp hay chặt cây lấy
củi làm than đem bán, hoặc đến mùa thì chèo mướn...*" [117].

Một thí dụ khác đi tìm nông địa như thôn dân làng
Long Trị (Rạch Giá) lập xã ấp đầu tiên. Sơn Nam mô tả
như sau: "*Một đoàn người từ vùng cao dùng 4, 5 chiếc ghe
xuống đem theo dao, búa, cưa, nồi, chó, lúa... đến sông Cái
Lớn là đất cao, không ngập nước nên rừng gừa mọc dày bịt
cùng với cây bàng, mù u, vẹt, bần... Họ vào vàm rạch nhỏ,
đi quá 600^m hay 700^m cây rừng thưa dần; vào sâu gần ngọn
rạch là đến vùng sậy để, đất thấp hơn ngoài ven sông cái...
vùng trong ngọn thuận tiện định cư canh tác nhờ đất thấp
nên mùa mưa đủ nước làm ruộng, và mùa nắng đắp đập
giữ nước ngọt lại, sậy để dễ dọn, cứ đốt trước rồi chặt gốc*

còn lại... vào rừng đốn củi kiếm mật, sáp ong đem đổi lấy đồ gia dụng".

Những thí dụ trên đủ nói nên khó khăn áp dụng quốc sách dinh điền tại đây. Dưới thời TT Diệm, các khu dinh điền như U Minh, Khánh Lâm thiết lập trên đồng cỏ bao quanh đất hữu cơ Cà Mau là nhờ chọn địa điểm cư trú trên các dải đất đã cứng cát, dễ khai phá, ít ảnh hưởng nước mặn, gần rừng để có thêm lợi tức, cạnh rạch để dễ thông thương và nhất là có thể lên vườn trồng cây ăn trái.

Vùng nước ngọt (miệt vườn)

Trong vùng nước ngọt "sông sâu, nước chảy" (Phong Dinh, Sa Đéc, Vĩnh Long, Định Tường), dân cư đông đúc, đất đai gần như tận khai nên không còn mảnh đất phù hợp cho dinh điền. Chỉ tiến gần đến nước mặn, đất cù lao hoang vắng ẩm thấp, nhiều bùn non, dừa nước, bần, lác mọc um tùm. Muốn khai phá, nông dân phải tốn rất nhiều công sức. Theo lệ thì trong tường hợp cù lao "mọc" cách bờ không quá 10 sải bơi thì thuộc quyền sở hữu của các nhà đối diện bên bờ rồi mới đến người khác; nếu quá 10 sải, mọi người đều có quyền đến cắm cây phân ranh.

Thí dụ năm 1920, làng Tân Thạch (Kiến Hòa) cho phép mỗi người dân khẩn 5 công (3.600^{m2}) theo chiều ngang "dây đất ngang" và tự do khẩn "dây đất suôi" vào xâu bên trong gần lung, láng, sẽ đóng thuế điền sau 12 năm. Công việc đầu là dọn dẹp cây cối, trồng thêm lác cho đất thuần, mau cứng cát và bán lác dệt chiếu. Tiếp theo, thôn dân đắp bờ bao ngạn dọc theo bờ cù lao để ngăn nước sông tràn vào. Lúc nước ròng, đẩy xuống ra lòng sông phía bờ bồi, móc đất rồi chờ nước lớn kéo xuống đầy đất vào bờ. Đất ướt đem phơi khô, dẻ lại mới đem đắp bao ngạn. Nhằm tránh đất lở, dùng một vỉ tre kẹp sát vào bờ bao mới đắp, đóng sâu những cây cừ sát vào vỉ tre. Bờ bao ngạn cứng cát rồi sẽ thành đường giao thông chạy bọc cù lao. Con đường sẽ được bảo vệ bởi hàng dừa nước, bần trồng ven sông. Sau cùng, thôn dân dọn "dây đất suôi" sâu vào bên trong để đắp nền nhà, lên líp vườn, xẻ mương thoát thủy làm ruộng lúa.

Phù sa nước lỡ và mặn

Vùng phù sa nước lỡ [118] gần duyên hải, chỉ lác đác có 20 trung tâm tỵ nạn miền Bắc (Long An, Kiến Hòa) một địa điểm dinh điền tại Ba xuyên và vài khu trù mật nhỏ như thôn ấp. Lý do chính là đường nước mặn xâm nhập nội địa, khắp nơi trên giồng đất cao có chứa nước ngọt đều đã được chiếm cư, và đất trồng lúa dưới thấp đã được chiếm canh. Muốn mở mang nông địa trồng lúa thì phải đắp đê, xây cống ngăn nước biển như người Pháp đã làm tại Gò Công.

Cư trú và nông địa.

Thôn dân cư trú trên giồng, cặp theo kênh rạch nước ngọt hay phân tán trong vùng nước lỡ trồng dừa ở Kiến Hòa, Bến Tre (xứ dừa) hay trên ruộng cấn giai ở Long An. Xuống đến Long An, sự định cư chi phối bởi đường xâm nhập của nước mặn, sa cấu có chứa nước ngọt. Vào mùa khô cuối tháng 3, độ mặn trên 4^g/lít tràn vào sâu là vì:

- Sức nóng mặt trời làm đất khô ráo tạo thẩm thấu của chân nước mặn tiến sâu vào trong.

- Lưu lượng hai sông Vàm Cỏ giảm, gió và thủy triều đẩy nước mặn vào tràn ngập các địa thế thấp như ruộng biển dọc theo sông rạch.

Ở phía đông đường Liên tỉnh 14, vì vấn đề nước mặn, nhà cửa lưu dân đầu tiên phân tán trên vùng ruộng cấn giai cao chứa nước ngọt, xa đường nước mặn, có thể đào hào, ao ngay cạnh nhà. Nhà nào cũng phải có hàng lu mái chứa nước mưa xếp hàng sau hè. Ra đến gần duyên hải, cư trú tập trung trên các giồng (hình thoi, hình cánh cung, hình tàu lá dừa nước...). Trung bình giồng rộng khoảng 200^m, cao từ 3^m - 4^m, dài 1^{Km} - 2^{Km}. Giồng ở sâu nhất trong nội địa cách bờ biển 70 cây số, là giồng Nhị Quí và Cai Lậy (Định Tường) [19]. Giồng biển ở Bạc Liêu dài đến 20 cây số, tại Kiến Hòa, Ba Xuyên, nhiều giồng nhỏ dài từ 50^m - 100^m gọi là "gò chạy" sa cấu cát nghèo nàn.

Sự chọn lựa giồng làm nơi dựng nhà lập ấp còn bị ảnh hưởng của khoa phong thủy vì giồng có chứa nước ngọt (thủy tụ), thế đất cao (dương), dài coi như long mạch còn gò là "cù dậy" "cù nổi" là đất phát dương rất tốt cho dựng nhà, xã ấp. Thí dụ trên đất giồng Gò Công, giồng Nâu và Vạn Thắng là mình rồng, đầu rồng ở xóm Kiểng, hai chân trước ở xóm Tre và xóm Đập, hai chân sau ở xóm Bưng và xóm Dinh.

Ở Bạc Liêu, người Tiều gọi giồng nhãn (giồng biển) là lếng (long) là long mạch đầu ở hướng bắc, đuôi hướng nam. Nhiều người tiều mang hài cốt cha ông bên Tàu đem về mai táng.

Nông địa.

Nông địa chính là vườn và ruộng lúa. Trên các giồng, nhờ cao độ và sa cấu nhiều cát, dễ thoát nước, lên vườn trồng hoa màu phụ (rau cải, dưa, bắp, sắn...), đào ao chứa nước ngọt, trồng được cây trái đa niên (mãng cầu, nhãn trên giồng biển Bạc Liêu). Tại xã Mỹ Hòa quận Cầu Ngan (Vĩnh Bình), thôn dân đào giếng cạn vì nếu đào sâu quá 15m sẽ gặp nước mặn. Trên đất "rộc" (đất thấp nhiều sét), thôn dân đào nhiều bào lớn dài tới 500^m để trữ nước ngọt và trồng rẫy (dưa hấu) vào mùa khô.

Dọc theo sông rạch là loại ruộng biển thấp sinh lầy thường bị thủy triều tràn vào nên chỉ trồng được lúa vào mùa mưa.

Sau cùng, dọc theo duyên hải thôn dân chỉ sống nghề hạ bạc:

Chồng chài vợ lưới con câu
Chàng rể đi xúc, con dâu đi nò.

Thôn ấp tập trung ở vàm sông như xóm Đèn Đỏ, xã Vàm Láng (cửa sông Soài Rạp), ở mỗi vàm rạch lớn nhỏ dọc duyên hải Cà Mau là trại tôm, xóm lưới, xóm chài, trại nò, trại đáy.

☑ giồng duyên hải

[1] Khu trù mật, Văn Hữu Á Châu xuất bản, Sàigòn 1960.

[2] - Phỏng theo kinh nghiệm của Mã Lai trong thời gian 1945-1960.

[3] Sách lược Cộng Sản là thế giằng co không giới tuyến, tránh mạnh đánh yếu, không đánh trực diện, tập trung kỹ, tấn công đúng, phân tán mau…

[4] Xưa kia, hương ước là lời giao kết giữa dân làng chép lại thành văn kiện.

[5] Không kể 211 buôn chiến lược trên cao nguyên và các ấp chiến đấu ở vùng xôi đậu.

[6] Thái Công Tụng, Hiện trạng và triển vọng sự sử dụng đất đai tại miền nam VN, Sở thông tin quảng bá nông nghiệp, tr.1.

[7] Nông nghiệp là nền tảng kinh tế xã hội.

[8] Trịnh Hoài Đức, Gia Định Thành… Quyển trung, sđd, tr.7.

[9] État de la Cochinchine française pendant l'année 1904, imprimerie commerciale et Reuf, Saigon, 1905, tr.7.

[10] Ruộng này còn gọi là đất phát hay trạch điền vì cỏ mọc um tùm phải dùng phản, cù lèo mà phát cỏ.

[11] Trước kia gọi là Ông Cháy. Căm xe vì toàn là rừng.

[12] Trịnh Hoài Đức, Gia Định Thành Thông chí, Nha Văn Hóa,, Phủ quốc vụ khanh dịch,xuất bản 1972, tập thượng, tr.71.

[13] Lung là một đoạn rạch sình lầy, nước cạn vào mùa khô.

[14] Lúa trời cao 4^m, bông ít hột,vỏ đỏ, hột có lông dài 1^{cm}, hột rụng xuống không thúi, mùa sau mọc lại.

[15] Danh từ địa phương : đất mật cật, đất cháy.

[16] Sơn Nam, Tìm hiểu đất Hậu Giang, Phù Sa, Sàigòn 1959, tr.82-86.

[17] M. Gérard, La région de Cà-Mau vers 1898, BSEI, 3e trimestre, tr.242.

[18] Còn gọi là nước pha chè, nước chát, nước hại.

[19] H, Fontaine, trace d'un ancien rivage marin à Cai Lay (Sud VN) VNDCKL no13, fasc.2 Saigon 1970.

NĂM

NĂM BẮC KỲ DI CƯ 1954

Lạp Chúc Nguyễn Huy
Posted on September 21, 2021 by Lê Thy
(nguồn: http://viethocjournal.com)

Sau hiệp định Genève 1954, sự chia đôi nước Việt thành hai quốc gia đã tạo nên luồng sóng chạy trốn cộng sản vào miền Nam đi tìm tự do. Cuộc di cư lịch sử này có thời hạn là 300 ngày. Sự giám sát thực thi hiệp định được trao cho Uỷ hội Quốc tế Kiểm soát Đình chiến được thành lập theo điều 34 của hiệp định với đại diện của ba nước Ấn Độ, Ba Lan, và Canada.

Để tiếp nhận và định cư Bắc Kỳ di cư tỵ nạn, chính phủ Quốc Gia miền Nam tổ chức ngay:

• Các phương tiện chuyên chở người tỵ nạn vào Nam bằng đường thủy và hàng không.

• Lập ủy ban đón tiếp và hướng dẫn dân tỵ nạn đến tạm cư tại các trạm cư trú rải rác tại Sài gòn và Gia Định.

• Thành lập cơ quan lo tái định cư như Phủ Tổng Ủy Di Cư Tỵ Nạn hoạch định một chính sách thành lập các khu định cư thường trực, lo chuyên chở nông dân và ngư dân đến định cư, giúp đỡ tiền bạc, thực phẩm và vật liệu xây cất trong thời gian đầu chưa ổn định. Các thành phần tư sản, trí thức, công tư chức và thương gia tự túc định cư tại các thành phố. Riêng các nông dân và ngư dân thì phải trông cậy vào kế hoạch định cư và trợ giúp tài chánh của chính phủ. Đến tháng 8/1955, làn sóng di cư vào miền Nam tự do đã lên tới 887.917 người **[1]**.

THỜI HẠN RÚT QUÂN VÀ DI CƯ

Điều 14, đoạn b, của Hiệp Định Genève được ký kết ngày 20/7/1954 quy định: *"Trong thời gian kể từ khi hiệp định này bắt đầu có hiệu lực đến ngày hoàn thành việc chuyển quân, nếu có những thường dân ở một khu thuộc quyền kiểm soát của bên này mà muốn sang ở vùng giao cho bên kia, thì nhà chức trách của khu trên phải cho phép và giúp đỡ sự di chuyển ấy"*.

Sự chuyên chở người tỵ nạn hầu hết do hải quân Hoa Kỳ và Pháp phụ trách. Với trợ giúp tài chánh của Hoa Kỳ, chính phủ Ngô Đình Diệm tổ chức di cư như sau:

Thời hạn quân đội Liên Hiệp Pháp rút khỏi Bắc Việt trùng hợp với di cư là 300 ngày chia làm 3 thời hạn:

- Khu Hà Nội: 80 ngày.

- Khu Hải Dương: 100 ngày.

- Khu Hải Phòng: 300 ngày.

Công việc tiếp cư tại Hải Phòng kéo dài như thế cho đến ngày 19/5/1955, nhưng vì số người di cư quá đông, Cao uỷ

Pháp đã xin gia hạn thêm ba tháng và phía Hà Nội đã thoả thuận nên ngày cuối cùng thay vì là ngày 19/5 được đổi thành ngày 19/8. Trong thời gian gia hạn, có thêm 3.945 người đã vượt tuyến vào Nam.

PHƯƠNG TIỆN CHUYÊN CHỞ NGƯỜI TỴ NẠN

Vì không có đủ phương tiện cho những người di cư vào Nam nên chính quyền Pháp và Việt Nam phải kêu gọi các nước khác giúp chuyên chở và định cư. Các chính phủ Anh, Tây Đức, Hoa Kỳ, Nhật, Trung Hoa Dân Quốc, Úc hưởng ứng cùng các tổ chức quốc tế (UNICEF, Hồng Thập Tự, Catholic Relief Services (CRS), Church World Services (CWS), Mennonite Central Committee (MCC), International Rescue Committee (IRC), CARE).

TT Eisenhower hưởng ứng lời kêu gọi của Thủ Tướng Diệm đã ra lệnh cho chủ lực 90 của Đệ thất hạm đội Mỹ đến Việt Nam giúp đỡ việc chuyên chở người di cư.

Các người tỵ nạn Cộng Sản dùng đủ mọi phương tiện di chuyển để đến địa điểm tập trung di tản, thí dụ như người tỵ nạn đi từ cửa Cồn Thoi ra Hải Phòng trên những mảnh bè tre nứa ghép lại một cách vội vã (xem hình). Đa số đi bằng đường thủy và đường hàng không để di cư vào miền tự do.

Đường thủy:

Tàu thủy Pháp chở được 338 chuyến, tàu Mỹ 109 chuyến, tàu Anh 2 chuyến, tàu Trung Hoa, 2 chuyến, tàu Ba Lan 4 chuyến, tổng cộng là 555.037 người. Hầu hết các tầu thủy đều cặp bến Sàigòn.

Đường hàng không:

Theo tài liệu trong *Cuộc Di Cư Lịch Sử*, máy bay Pháp chở được 4.280 chuyến, tổng cộng 213.635 người. Bên cạnh máy bay của Pháp còn có các hãng máy bay tư giúp sức như Air France, Air-Việt Nam, Autrex, Aigle-Azur, Air-Outremer, Cat, Cosara và U.A.T. Đó là cây cầu hàng không lớn nhất nối liền giữa Hà Nội, Hải Phòng - Sàigòn, dài 1.174 cây số. Và một số người đi bằng phương tiện riêng là 102.861 người.

Cộng chung tất cả là 871.553. Một con số được coi là khá chính xác so với tài liệu chính thức trong trang 120 của cuốn *"Cuộc Di Cư Lịch Sử"* của Phủ Tổng Ủy di cư.

KHU TIẾP CƯ

Việc chỉ có 300 ngày để di cư trong khi số lượng người di cư rất lớn khiến chính quyền Ngô Đình Diệm phải xây 42 trung tâm tạm cư. Các trạm này sử dụng các công trình công cộng có sẵn như trại lính Pháp, nhà thờ, một số trường dòng. Hàng ngàn người đã ở trong các lều tạm ở sân bay Tân Sơn Nhất và trường đua Phú Thọ.

Sàigòn có 10 trung tâm tiếp cư chính là: Phú Thọ, Xuân Trường (Thủ Đức), Nhị Thiên Đường, Bình Đông 1, Bình Đông 2, Bình Đông 3, Bảo Hưng Thái, Rạch Rừa, Bình Trị Đông và Bình Thới. Ngoài ra còn có những trung tâm tiếp cư lẻ tẻ như Bệnh viện Bình Dân, Nhà Kiếng, Tân Sơn Nhất, Dạ Lữ Viện, Rạch Dừa và các trường học ở Sàigòn, Chợ Lớn, Gia Định, Thủ Đầu Một hay ở Gò Vấp như các trường Tôn Thọ Tường, Nguyễn Tấn Nghiệm, Pétrus Ký, Cây Gỗ lớn, Cây Gỗ nhỏ, Đỗ Hữu Phương, Phú Thọ, Đa-kao, Khánh Hội và các trạm cứu hỏa đường Trần Hưng Đạo, tỉnh Gia Định và trại tiếp cư Hòa Khánh ở Chợ Lớn v.v... Các thành phần như sinh viên, học sinh, nhất là phái nữ thì được ưu tiên tạm trú tại trường Gia Long, trường Pétrus Ký và 2.000 người tạm trú tại các trường học ở Gia Định vì lúc đó các trường đang nghỉ hè.

Đặc biệt là trại tạm cư Phú Thọ còn được gọi là Phú Thọ "lều", vì ở trong các lều. Các lều này được chuyên chở từ Nhật về trong các kho dự trữ của chính phủ Mỹ ngày 31/7/1954. Đợt đầu tiên là 2.000 căn lều bạt đã tới Sài gòn và trù liệu chỗ trú ẩn cho 40.000 dân di cư. Tức khoảng 4 gia đình với trung bình 4 người trong một nhà lều.

CƠ QUAN ĐẶC TRÁCH DI CƯ

Ngày 9/8/1954: Miền Nam lập phủ "Tổng ủy phụ trách đồng bào ty nạn" theo NĐ 111TTP-VP, ông Nguyễn Văn Thoại làm Tổng Ủy trưởng di cư, phụ tá là kỹ sư Đinh Quang Chiêu.

Năm 1955, thành lập Phủ Tổng Ủy Di Cư Ty Nạn để hoạch định chương trình định cư dân ty nạn đặc biệt là các nông dân trên đồng bằng Cửu Long. Phụ trách là ông Mai Văn Hàm, Bùi Văn Lương. Ngoài ra còn có bốn vị đã lần lượt trông coi, chăm sóc cho người di cư là: bác sĩ Phạm Hữu Chương, ông Ngô Ngọc Đối, bác sĩ Phạm Văn Huyến và bên cạnh đó, có Đức cha Phạm Ngọc Chi được chỉ định làm Chủ tịch Ủy ban hỗ trợ định cư. Tại Hà Nội. Phủ Tổng Ủy Di Cư đặt một Nha Di Cư gồm ba người đảm nhiệm (Bác sĩ Hoàng Cơ Bình và ông Trần Trung Dung lo về dân sự và Thiếu Tướng Nguyễn Văn Vận lo chuyển vận quân đội vào Nam).

KẾ HOẠCH ĐỊNH CƯ

Kế hoạch định cư được thực hiện theo ba giai đoạn:

Giai đoạn 1: *Từ tháng 10-12/1954.*

Phủ Tổng Ủy Di Cư cố gắng giải quyết các vấn đề cấp bách trong các trại tạm cư như:

- Cung cấp lều tạm trú, thực phẩm (gạo, mắm muối, cá khô…).

- Tìm kiếm đất cho các khu định cư.

Trong thời gian này, đời sống của dân ty nạn rất là khó khăn: sống chui rúc dưới lều vải, chia nhau từng giọt nước uống cung cấp bởi các "camion citerne", làm bếp dưới nắng cháy da, muỗi, ruồi, bệnh tật quấy nhiễu ngày đêm. Thêm vào khổ ải đó là nhàn rỗi, nhớ thôn xóm xưa, lo lắng đến một tương lai bất định…Vì vậy một số di dân sanh ra bất mãn, phiền trách sự chậm chạp tìm đất định cư cho họ.

Giai đoạn 2: *Định cư từ tháng 1-6/1955.*

Đây là thời kỳ thành lập các trung tâm định cư. Với sự giúp đỡ của chính quyền địa phương, Phủ Tổng Ủy Di Cư quyết định chọn lựa các khu định cư, hoạch định đồ án xây cất (làm đất, chia lô...), ước tính kinh phí của chính phủ... rồi phổ biến tin tức đó trong các trại tạm cư. Sau đó một đại diện dân chính hoặc cha xứ của khu định cư tương lai sẽ đi quan sát khu định cư để lấy quyết định thay cho di dân. Tiếp theo, chính phủ sẽ lo việc chuyên chở, giúp đỡ tài chánh, thực phẩm, đồ gia dụng thiết yếu như mùng mền, đũa chén...

Giai đoạn 3: *Kiện toàn định cư từ tháng 6/1956.*

Sau khi di dân đã sống trong các khu định cư rồi, Phủ Tổng Ủy Di Cư làm nhiệm vụ cuối cùng là kiểm điểm và hoàn thiện một cách khoa học và hợp lý như tìm địa điểm, tài nguyên thích hợp cho từng nghề nghiệp cho từng loại dân di cư. Thí dụ, trước số di dân quá đông đảo, lại thiếu nhân viên phụ trách, Phủ Tổng Ủy Di Cư phạm một số sai lầm trong việc lựa chọn địa điểm định cư và phân chia di dân theo nghề nghiệp.

Năm 1955, chính phủ thành lập một Ủy Ban Cao Cấp gồm các chuyên viên nha định cư, nha kỹ thuật và phái đoàn viện trợ Mỹ. Ủy ban này duyệt xét lại các trung tâm định cư về mặt kỹ thuật và phối trí di dân theo ba nghề (nông, ngư, thủ công) cho phù hợp với mỗi trung tâm.

Theo tài liệu năm 1955 của Tổng Ủy Di Cư, số dân ty nạn do chính phủ trợ giúp được phân phối theo nghề nghiệp như sau: nông dân chiếm $80^{\%}$ trên tổng số, còn công nghiệp $10^{\%}$ và ngư nghiệp $10^{\%}$ được phân phối trong các trung tâm sau:

Tỉnh	Trung tâm định cư ty nạn công nghệ
Sài Gòn	Thủ Trí, Phú Bình
Gia Định	Xóm Mới, Đông Hòa Xa, Giồng Ông Tố, Suối Lồ Ô
Biên Hòa	Hố Nai, Tân mai, Hòa Bình, Thanh Bình
Tỉnh duyên hải	Trung tâm định cư ngư dân ty nạn
Bến Tre (Kiến Hòa)	Cồn Hựu, Khâu Băng
Phước Tuy	Phước Tỉnh, Tân Phước, Cù My
Vũng Tàu (Phước Tuy)	Thạnh Thới, Rạch Dừa A, Rạch Dừa B

THÀNH QUẢ

Cuối năm 1955, Phủ Tổng Ủy Di Cư đã định cư trên đồng bằng Cửu Long 393.354 di dân trên tổng số 508.949 thôn dân di cư (*Nguồn: Phủ Tổng Ủy Di Cư Ty Nạn*).

Số di dân đã định cư được phân phối như sau:

Theo bảng phân phối trên, hai phần ba dân ty nạn sống tiếp cận Sàigòn-Gia Định để hành nghề thủ công, dịch vụ... Riêng tỉnh Biên Hòa có 56 trung tâm định cư với 107.947 dân ty nạn sống nghề khai thác gỗ rừng và canh tác trên các mảng phù sa cổ. Từ 1955, các trung tâm định cư ở Gia Định và Biên Hòa giữ vai trò điều hòa dân số ty nạn như vừa cung cấp di dân cho các khu dinh điền và khu trù mật, vừa là nơi rút lui của những di dân gặp khó khăn về kinh tế cũng như an ninh do cộng sản gây ra.

KHẢO CỨU THỰC ĐỊA
MỘT KHU ĐỊNH CƯ: Cái Sắn

Năm 1955, nhằm đi tìm đất định cư dân ty nạn, chính phủ thành lập một phái đoàn gồm các chuyên viên Hoa kỳ, Tây Đức và đại diện bộ canh nông và cải cách điền địa. Phái đoàn trình lên chính phủ dự án Cái Sắn tổn phí 228.607.252$VN (1/4 ngân khoản Mỹ viện trợ cho 129 dự án định cư). Dự án Cái Sắn 1 (số 15), gồm bốn dự án định cư khoảng 100.000 dân ty nạn trên 77.000^{Ha} đất bỏ hoang. Dự án chính là đào kênh và ba dự án phụ là cất nhà, mua nông cụ, thực phẩm và tiền trợ cấp cho di dân trong năm đầu.

Cái Sắn hội đủ các điều kiện về đất đai phì nhiêu, lý tưởng của một trại định cư kiểu mẫu và trù phú. Thủ Tướng Ngô Đình Diệm gọi vùng đất này là để *"dành cho con người, để nối liền Long Xuyên với Rạch Giá và qua Rạch Giá, mảnh đất đem lại yên hàn và trật tự cho vùng này"*.

Còn đối với người Mỹ thì như nhận xét sau đây trong Passing the Torch: *Cái Sắn was hailed by the US as a symbol of South Viet Nam's determination to shelter people who linked their future with that of the free government* [2] *(Cái Sắn được chính quyền Mỹ chào đón như biểu tượng về lòng quyết tâm của miền Nam Việt Nam để che chở những ai đặt tương lai của họ vào tương lai của một chính quyền tự do).*

Nha định cư đã đưa tất cả 42.145 đồng bào tới định cư ở Cái Sắn, gồm 15 trại định cư và 8.325 căn nhà.

250   *Tổng Thống Ngô Đình Diệm*

Giải đất hình chữ nhật, rộng đến 270.000 ngàn mẫu tây, chiều dài kênh Cái Sắn là 25 dặm, chiều ngang 16 dặm, được tưới tiêu bằng con kênh Rạch Sỏi, chạy dọc theo trại và đổ ra dòng sông Bassac. Kênh đó nay được gọi là kênh Cái Sắn, một trong những vùng đất lý tưởng nhất cho việc định cư. Phía Bắc có 14 con kênh đào, phía Nam có 3 kênh. Thêm vào đó là 13 kênh nhỏ với chiều dài tổng cộng là 159^{km}. Những con kênh này, bề ngang rộng 6^m và sâu 4^m, chiều sâu ở giữa kênh và bờ kênh thì sâu 1.50^m. Bên mỗi bờ kênh, sâu vào 20^m là những căn nhà ở của dân chúng. Đất đào ở các con kênh thì dùng để đắp nền nhà. Việc đào kênh đều làm bằng tay mà trung bình một người đào được khoảng 7^{m^3}/ngày.

Các kênh được gọi là kênh 1, kênh 2, kênh 3, kênh 4, kênh 5 rồi kênh Tân Hiệp và sau đó tiếp theo là các kênh A, B, C, D, E, F, G, và H. Cộng chung tất cả các kênh gồm 8.086 lô đất. Mỗi lô đất dành cho một gia đình là 3 mẫu tây vừa là nhà ở và đất để trồng trọt. Mỗi lô đất rộng 30^m tây chiều ngang và 1.000^m chiều dài.

Nhưng để đất có thể trồng trọt được, cơ quan USOM đã dùng 110 máy ủi đất để cào xới đất, sau đó dùng máy cày san đất. Tính chung là $1.800.000^{m^2}$ đất đã được ủi và cào xới. Chính quyền có cấp phát cho các gia đình trâu để cày ruộng. Trâu mua từ Thái Lan về. Đã có 2.148 con trâu đã được cấp phát cho các trại di cư ở Nam Phần và 40 con ở Trung Phần.

Riêng ở Cái Sắn, cứ 4, 5 gia đình chung nhau một con trâu để cày ruộng. Sau này, nhiều người có tiền thì có thể mỗi nhà có một con trâu để lo việc cày bừa ruộng.

Trên toàn thể các trại di cư, chính phủ đã giúp đào được 5.405 cái giếng và phân phối khoảng 400 tấn phân bón.

Đồng thời phân phối khoảng 60 ngàn cuốc xẻng. Chính phủ cũng cho nông dân đi định cư vay một số tiền là 118.217.200 triệu đồng.

Hầu hết diện tích 270.000 mẫu tây dành cho người di cư và một phần dành cho người dân địa phương chưa có nhà cửa. Những cư dân địa phương, khoảng 20.000 ngàn người thì được ở khu vực kênh Tân Hiệp vốn đã có sẵn từ trước.

Chính phủ Hoa Kỳ còn cung cấp cho dân định cư, lúc đầu là 50.000 người, dự trù thêm 50.000 nữa, một số tiền là 400 triệu đồng cùng với tất cả các dụng cụ nông nghiệp mà số tiền tính ra khoảng 1 triệu Mỹ kim.

Mùa gặt đầu tiên ở Cái Sắn đã thu về được 4.000 tấn gạo mà phần lớn từ mùa thu hoạch "lúa xả, hay floating rice".

Cái Sắn là một tiêu biểu cho sự thành công của người di cư tỵ nạn CS.

THỰC HIỆN

TT Diệm ký sự vụ văn thư 133 TTP/KH ngày 17/1/ 1956 bổ nhiệm bảy công chức cao cấp trách nhiệm thực hiện dự án Cái Sắn:

- Tổng Ủy trưởng Di Cư Tỵ Nạn và đại biểu chính phủ tại Nam Phần theo dõi thi hành huấn lệnh của Tổng Thống.

- Tổng giám đốc kế hoạch lo phối trí kế hoạch và thanh toán viên ngân sách.

- Đổng lý văn phòng bộ Cải Cách Điền Địa lo việc cày đất và bảo trì nông cụ.

- Giám đốc định cư thuộc Tổng Ủy trông nom việc chuyên chở di dân.

- Tổng thư ký bộ công chánh phụ trách đào vét kênh.

- Giám đốc nha canh nông phát lúa giống, cày cuốc...

Từ tháng 3/1956, bộ Công Chánh đã vét hai kênh đào cũ nối với kênh Rạch Sỏi - Bắc Sắc và kênh Rạch Giá - Long Xuyên và đào 17 kênh mới song song với nhau, cách nhau từ 2^{km} - 2,5 ^{km} và thẳng góc với hai kênh trên. Mỗi kênh mới dài 12^{km}, rộng 8^m, sâu $1,5^m$. Công việc đào kênh kết thúc vào tháng 5/1956. Ngày 14/1/1956, báo chí loan tin dự án Cái Sắn. Một tuần lễ sau, Tổng Ủy Di Cư nhận được 42.850 đơn xin định cư. Trung tâm Cái Sắn 1 được chính thức thành lập ngày 27/1/1956 tại xã Thạnh Quới trên một diện tích 27. 153^{Ha} (16. 337^{Ha} nằm trong địa phận tỉnh An Giang và 10. 816^{Ha} thuộc tỉnh Kiên Giang). Trên lý thuyết, trung tâm Cái Sắn dự liệu định cư 9.000 gia đình gồm khoảng 45. 000 người trong giai đoạn đầu tiên. Việc thu mua ruộng đất để cấp phát cho di dân thì dựa vào dụ số 7 và 57 của luật Cải Cách Điền Địa:

- Dụ số 7 (ngày 5/2/1955) quy định dân tái canh ruộng hoang với tư cách tá điền. Chủ điền khai báo ruộng bỏ hoang và ruộng xin giữ lại, phần còn lại bán cho chính phủ cấp lại cho dân ty nạn nhưng việc thi hành dụ số 7 gặp rất nhiều khó khăn. Tổng kết ruộng Cái Sắn cấp phát cho dân qua dụ số 7 là 15.387^{Ha}.

- Dụ số 57 (ngày 22/10/1956). Chủ điền chỉ giữ lại 100^{Ha} và bán số Ha còn lại cho chính phủ. Tổng cộng 4.845^{Ha} (qua thỏa ước Việt Pháp) và 6.252^{Ha} công điền, công thổ đã được cấp phát theo dụ số 57.

ĐÓN TIẾP DI DÂN

Khi tới Cái Sắn, dân di cư ty nạn sống tạm dưới lều nhà binh hoặc trong những lán lợp lá dừa nước cất tạm bên lộ đường. Mỗi lán dài 20^m và rộng 9^m, mỗi gia đình ở một căn (9^{m2}) trong lán. Chính phủ trù liệu ngân khoản 45.360. $000^{\$}$VN để giúp đỡ di dân trong những ngày khó khăn đầu tiên trên vùng đất bỏ hoang từ 10 năm nay.

Mỗi người di dân trên 18 tuổi nhận được trợ cấp như sau:

- $244^{\$}$VN để đầu tư lúc đầu vào việc định cư.

- Lãnh $4^{\$}$VN mỗi ngày trong 9 tháng kể từ ngày định cư.

- 15 giạ (300 lít) hạt giống lúa, một bao lớn đựng túi hạt giống bắp, đậu, cà chua.

Về thực phẩm hàng ngày, di dân được cung cấp gạo, bột bắp, nước mắm, muối, cá khô và thỉnh thoảng có bơ, sữa bột của chương trình viện trợ hoa kỳ dưới nhãn hiệu "Food for freedom".

Chính phủ cung cấp cho mỗi gia đình:

- Một chiếc ghe tam bản (dài $2,5^{m}$ trên $0,5^{m}$) để di chuyển.

- Cưa, liềm gặt lúa, dao phát cỏ, cuốc và hai thùng phuy đựng nước uống rất hiếm trong vùng này.

Trong chương trình y tế, chính phủ cho xây trường học và bệnh xá, mua 6.730 chiếc mùng đơn trị giá $750.000^{\$}$ VN và 6.730 mùng đôi phí tổn $740.000^{\$}$VN.

THIẾT KẾ VÀ QUẢN TRỊ

Trung tâm định cư được chia thành lô rộng 30^{m}, dài 1.000^{m}, chạy dài theo kênh đào tạo nên hình ảnh cư trú được hoạch định gồm những hàng nhà song song dọc theo hai bên bờ kênh và đâu mặt với nhau. Mỗi kênh dài 12^{km}, ngang 8^{m}, sâu $1,5^{m}$ gồm hai xứ đạo, mỗi xứ có một giáo đường xây dựng trên 3 hoặc 6 lô đất, ở cây số thứ 3 và 8 để cho tiện giáo dân di chuyển.

Sau khi bốc thăm chọn lô đất, mỗi chủ gia đình được phát 800$VN để làm nền nhà và một số vật liệu kiến trúc để dân tự cất, mướn, đổi công đắp nền. Ngoài ra chủ gia đình phải tham dự đắp đường làng trải dài theo bờ kênh và vui lòng đóng góp công sức vào việc xây cất giáo đường của xứ.

Về việc điều hành hành chánh, các nhà dọc theo kênh tập hợp thành nhiều trại. Mỗi trại có một ban quản trị gồm ba người (chủ tịch do Tổng Ủy bổ, thư ký và ủy viên tài chánh do dân của trại bầu). Tất cả các ủy ban quản trị đặt dưới sự điều hành của ủy ban định cư do tỉnh trưởng làmchủ tịch quản trị nội bộ, thi hành dự án. Về an ninh, 100 nhà cử 20 người vào ban tự vệ do quận trưởng điều động. Trên thực tế, các cha xứ là người nắm giữ nhiều quyền hành, nhất là về ổn định đời sống tinh thần và vật chất của di dân.

KHÓ KHĂN

Việc định cư gặp rất nhiều khó khăn trong những năm đầu.

Khó khăn thứ nhất là sự bất mãn của 636 điền chủ bị truất hữu hoặc không hưởng được tiền bồi thường vì không cung cấp được cho chính quyền giấy tờ chứng minh sở hữu và thừa kế.

Khó khăn tiếp là vấn đề kỹ thuật và tổ chức. Để sửa soạn cho mùa lúa 1956-1957, bộ Canh Nông gởi 200 máy cày, máy ủi và trâu đến cày 12.000^{Ha}. Vì thiếu kinh nghiệm kỹ thuật (ráp nhầm, máy hư, thiếu người lái...) nên chỉ có 63 máy cày hoạt động được. Công việc cày rất là gian khổ vì đất bỏ hoang từ 10 năm nay, đất lún, nhiều mô đất cao, cỏ dại khó ủi mọc lại ngay sau một tháng. Đến tháng 7 chỉ cày được 9.126^{Ha} cho mùa 1956. Đầu tháng 7/1957, chính phủ gởi đến 466 con trâu mua của Thái Lan (dự trù 2.400 con mới đủ một con cho bốn gia đình) nhưng trâu này nghịch phá, không thuần như trâu Việt. Tiếp theo, chính phủ cung cấp thêm 650 cày tay mua của Đài Loan nhưng cày tay loại này quá yếu ớt nên gãy dễ dàng khi gặp đất thịt cứng.

Trong mùa lúa đầu, chính phủ cung cấp cho mỗi gia đình: 15 giạ thóc giống (Một giạ bằng khoảng 20 lít), 1 bao hạt giống (bắp, đậu, bí, cà chua...), cào cỏ, liềm, xẻng, cuốc bản, bình xịt thuốc. Ban quản trị và cha xứ hết sức đôn thúc dân làm tập thể vụ mùa 1956 nhưng vì nạn chuột và cỏ dại nên chỉ thu hoạch được 7.882 tấn lúa.

TIẾN ĐẾN THÀNH CÔNG

Trước khi chính thức thành lập khu định cư Cái Sắn, nhờ thông tin của chính phủ cùng với phóng sự báo chí rất là lạc quan về tương lai của miền đất hứa nên rất nhiều đơn xin đi định cư. Sau vài tháng thu hoạch thất bại vụ mùa 1956, dân ty nạn mất tin tưởng và ảnh hưởng đến tinh thần định cư tại Cái Sắn.

Các ban quản trị và các cha xứ cố gắng đốc thúc dân cải thiện điều kiện canh tác cho mùa lúa 1957 như xử dụng máy cày, vét kênh rút nước, san bằng đất gồ ghề, chăm phạt cỏ giết chuột. Kết quả sự thâu hoạch vụ mùa 1957 tăng lên 13.400 tấn lúa. Tương đối tổng số thâu hoạch chưa đủ thỏa mãn nhu cầu thực phẩm của dân chúng nhưng cũng đủ để dân chúng an tâm cho thu hoạch vụ mùa tới nếu chịu cải thiện điều kiện canh tác. Cuối năm 1957, Cái Sắn được địa phương hóa.

Tháng 2/1958, Tổng Ủy Dinh Điền loan báo Cái Sắn phải tự túc cho những vụ mùa tới và thu lại đoàn máy cày của Quốc Gia Nông Cụ Cơ Giới Cuộc. Sợ dân bỏ đất hoang vì tiền thuê máy cày và trả công rất cao ($550^\$$/Ha), cha xứ kênh D (Linh mục Nguyễn Đức Do) được Quốc Gia Nông Tín Cuộc cho vay $1.090.000^\$$VN mua 4 máy cày Fiat, $350.000^\$$VN mua hạt giống, $510.000^\$$VN bảo trì máy cày. Nhờ vậy mà dân hăng hái ra đồng làm việc và dân đã bỏ đi thì trở lại. Tới tháng 6, dân đã cày đủ 21. 000^{Ha} ruộng. Theo gương đó, kênh G (230 gia đình) cũng góp mua được 2 máy cày. Các kênh khác cũng được Quốc Gia Nông Tín Cuộc cho vay để mướn cày máy cho kịp vụ mùa. Các biện pháp tự túc trên làm cho khu định cư nhộn nhịp trở lại với đầy tin tưởng vào tương lai.

Vụ mùa 1958 đã nâng số sản xuất lên 21.500 tấn lúa, tăng thêm đất canh tác, trồng thêm nhiều loại hoa màu mới (thuốc lá, bắp, rau cải...) và số lượng sản xuất nông phẩm tăng đều mỗi năm.

Để kết luận bài khảo cứu thực địa, tôi mượn vài vần thơ nhớ về Cái Sắn của thi sĩ Thanh Huyền trong *Hồi Ký Không Trọn Vẹn* dưới đây.

NGƯỢC GIÒNG (Di Cư 1954 - Cái Sắn)
January 24, 2016

Từ vàm Cái Sắn Hậu Giang
Đổ về Rạch giá đếm bằng đầu kênh...
Cuối kênh thì giáp Thoại Giang
Thông thương đường thủy dọc ngang toàn vùng...
Di cư từ Bắc mới vào
Kinh qua các trại, trại nào cũng vui
Nhưng vì lối sống đã quen
Ruộng đồng cấy hái hợp hơn miền rừng

Nồi niêu gạo thóc cá khô
Lương thực đầy đủ phát cho từng nhà
Tới khi hoàn tất kinh đào
Thì theo thứ tự cùng vào định cư
Ruộng chia ba mẫu một lô
Ba năm cầy cấy giúp cho không hòan
Vật liệu một bộ nhà tràm
Phương tiện đầy đủ như là "ra riêng"!
Ruộng sâu dầy đặc cá tôm
Lúa mùa căng sữa chĩu bông mộng vàng
Được mùa khu xóm rộn ràng
Nhà trục nhà cắt nhịp nhàng gom thu
Không lâu đã trở nên quen
Vào mùa nước nổi chúng em đua thuyền
Khi đi chèo vội đến trường
Lúc về chia toán nhận xuồng của nhau.

** Chú thích:

1. *Phủ Tổng Ủy Di Cư Tỵ Nạn, Cuộc di cư lịch sử tại Việt Nam, Sàigòn 1958, tr.7*

2. *Nguyễn Văn Lục, trích Passing the Torch, trang 141.*

(Hình ảnh ban đầu của khu định cư Cái Sắn)

SÁU

TỔNG THỐNG NGÔ ĐÌNH DIỆM ĐI KINH LÝ QUA LÀNG RẠCH BẮP, QUẬN BẾN CÁT, TỈNH BÌNH DƯƠNG

Một kỷ niệm không bao giờ quên

Mùa hè năm 1957, tôi về Rạch Bắp nghỉ ngơi đồng thời giúp thầy mẹ tôi như mọi năm: cuốc vườn, xẻ gỗ, đánh lò rèn, kín nước, nấu cơm v.v... Ba giờ sáng, dậy sớm đi nhà thờ Làng Ba dự Thánh lễ do cha Vũ Thiện Để cử hành. Lễ về, ăn sáng, ra vườn hay vào rừng chặt gốc cây vừa đốt cho sạch đất để trồng lúa khô. Gần trưa về nấu cơm. Cơm trưa xong, sang xưởng mộc xẻ gỗ hay đánh lò rèn với thầy tôi.

Cha Để, người gốc làng Trà Cổ ngoài miền Bắc, một linh mục hiền lành, dễ thương, ai cũng quý mến. Ngoài công việc mục vụ chăm sóc giáo dân, cha làm công việc lao động như mọi người: cuốc vườn, trồng rau, nuôi heo, nuôi gà vịt để mưu sinh không làm phiền ai. Cả vùng Rạch Bắp, quận Bến Cát ai cũng nghe tiếng cha. Nhiều giáo dân ở làng bên cạnh hay đến dự thánh Lễ do cha cử hành. Nhất là ngày Chúa Nhật, tôi thấy nhiều dân làng Một hay là Năm đạp xe đến dự lễ rất sớm. Sau Thánh Lễ Chúa Nhật hôm đó, Cha thông báo cho giáo dân biết:

- Hôm nay TT Ngô Đình Diệm sẽ đến thăm vùng này theo lời thông báo của ông Quận Trưởng Bến Cát. Vậy bà con nhớ ra đường đón Tổng Thống.

Đã nhiều lần đi đón Tổng Thống, được đứng gần người nhân dịp Lễ Kỷ Niệm 2 Năm Di Cư ở Hố Nai, khi người dẫn Thủ Tướng Unu của Miến Điện đi thăm phong cảnh Miền Nam hoặc Ngày Trồng Cây Toàn Quốc ở Trảng Bom, nên tôi cũng đã quen, không háo hức lắm. Nhưng dân cư Rạch Bắp, trong đó có thầy tôi thì rất muốn được thấy Tổng Thống như thế nào.

Đi lễ về, tôi loay hoay ngồi chơi ở hiên nhà. Thầy tôi lấy ghế xích đu ra nằm nghỉ, chờ đợi rồi lơ mơ ngủ. Bỗng nghe thấy tiếng còi xe Môtô Bình Bịch kêu inh ỏi từ phía làng Năm Rạch Bắp tiến lại gần Sở Cao Su, tôi lên tiếng gọi:

- Thầy ơi. Hình như xe Tổng Thống sắp chạy tới kia kìa.

Thầy tôi vội lấy cái áo chùng thâm khoác vào, vừa cài cúc vừa đi ra phía đường lộ thì đoàn xe Tổng Thống đã tới. Mấy cái xe Mô Tô bật còi kêu a ả dừng lại ở phía trước thời xe chở Tổng Thống màu đen có cắm cờ Quốc gia ngừng lại ngay trước mặt thầy tôi đang đứng ở lề đường bên này. Tổng Thống cho sĩ quan Tùy viên sang gặp thầy tôi nói:

- Tổng Thống mời cụ ra nói chuyện.

Thầy tôi sang qua đường gặp Tổng Thống. Cửa xe sau đã mở, Tổng Thống ngồi để hai chân ra ngoài, nói với thầy tôi:

- Chào cụ. Cụ bao nhiêu tuổi?

- Thưa Tổng Thống, tôi sáu mươi tuổi.

- Cụ ở đây bao lâu rồi?

- Dạ thưa Tổng Thống, tôi ở đây được hơn hai năm, từ khi vào Nam.

- Cuộc sống ở đây thế nào? Dân chúng làm ăn ra sao? Có được trợ cấp gì không?

- Dạ thưa Tổng Thống, mới đầu khi dân di cư tới đây đã được chính phủ trợ cấp tiền bạc, gạo nước đầy đủ. Hiện nay đã tới giai đoạn địa phương hóa, dân chúng có thể làm ăn tự túc, không còn sự trợ giúp của chính phủ nữa.

- Giếng nước ở đây có sâu lắm không?

- Dạ thưa Tổng Thống, giếng nước ở đây phải đào sâu khoảng 7 hay 8 thước mới có nước vì về mùa nắng hơi cạn. Nhưng mùa mưa thì dồi dào.

- Dân chúng làm nghề gì?

- Thưa Tổng Thống, dân chúng ở đây làm nghề nông, trồng lúa lốc cũng gọi là lúa khô, trồng cây ăn trái và nhiều loại rau. Ở đàng sau mỗi nhà có khoảng đất làm vườn trồng rau, cây ăn trái và nhiều loại hoa màu.

- Dân trồng lúa ở đâu?

- Thưa lúa khô trồng ở trong rừng. Chính phủ cho dân phá rừng trồng lúa. Mỗi gia đình tùy theo khả năng, chừng một mẫu, hay nửa mẫu, đủ gạo ăn quanh năm.

- Phá rừng như vậy có hại không?

- Dạ thưa Tổng Thống, chỉ phá đủ để canh tác thôi, nên không ảnh hưởng gì.

- Nhà Thờ của xứ nào mà xây đẹp thế. Có tháp chuông cao dưới kia...

- Dạ đó là nhà thờ Làng Năm Rạch Bắp do Cha già Nguyên xây hơn năm nay.

- Cám ơn cụ.

Trong lúc Tổng Thống hỏi chuyện thầy tôi thì dân chúng trong nhà thờ Làng Ba chạy túa ra mỗi lúc một đông hướng về phía xe đoàn xe Kinh Lý của Tổng Thống. Dân chúng đứng xa xa theo lệnh của Hiến Binh. Ông giáo Minh là người làm việc ở dưới quận Bến Cát giơ tay hô to nhiều lần:

- Ngô Tổng Thống Muôn Năm!

Dân chúng đáp lại: Muôn năm! Muôn năm! Muôn năm!

Rồi sau khi đoàn xe Kinh Lý của Tổng Thống rời địa điểm di chuyển về hướng Bến Súc thì một lần nữa, ông giáo Minh lại giơ tay hô to:

- Ngô Tổng Thống Muôn Năm!

Dân chúng đáp lại: Muôn năm! Muôn năm! Muôn năm! Vang dội cả khu rừng cao su.

Dân chúng ra về vỗ tay vui vẻ.

Thầy tôi vào nhà. Một số đông người đến thăm hỏi, xem Tổng Thống nói gì? Thầy tôi tường thuật đầy đủ cho họ nghe. Ai cũng vui. Riêng lão Phiến nhà ở gần đó, chẳng chịu làm gì, chỉ nhờ mấy cô em làm ở Sở Cao su nuôi ăn, lại bảo thầy tôi:

- Sao cụ không nói dân còn thiếu thốn, để xin Chính Phủ giúp đỡ.

Thầy tôi trả lời:

- Cách đây mấy tháng, chính phủ đã tuyên bố Chương Trình Địa Phương Hóa, vì thấy dân đã được trợ cấp, có công ăn việc làm, có thể tự túc, nên tôi nghĩ dân mình đây tương đối làm ăn đã khá hơn thì mình không nên ỉ lại mãi vào chính phủ mà phải làm việc chớ. Vì Chính phủ lo cho dân di cư mình còn hơn bố mẹ cho con ra ở riêng. Vả lại chính phủ còn phải lo cho dân cả nước, nên tôi không dám.

Những người hiện diện trong nhà tôi lên tiếng:

- Cụ xã nói đúng. Mình phải tự túc chứ.

Suốt mấy tuần lễ tiếp theo, nhiều người dân từ Rạch Bắp xuống đến Bến Cát hay đến thăm hỏi thầy tôi về việc Tổng Thống Ngô Đình Diệm mời ra hỏi chuyện. Thầy tôi tiếp đón và kể lại cho nghe đầy đủ. Một hôm Cha già Vũ Thiện Để đến thăm thầy tôi. Cha nói:

- Cụ Xã có phước được gặp Tổng Thống. Còn tôi lúc đó đang làm lễ, giáo dân nghe tin Tổng Thống tới, liền bỏ cả nhà thờ ra đón Tổng Thống. Trong nhà thờ trơ trọi chỉ còn một mình tôi và hai thằng bé giúp lễ ngay giữa lúc chầu Mình Thánh làm tôi cũng nao núng. Muốn ra đón Tổng Thống mà ra không được.

Ai nghe lời của Cha Đễ cũng bật cười. Chuyện có một không hai khi dân chúng nô nức rời nhà thờ Làng 3 ra đón chào TT Ngô Đình Diệm.

Ít ngày sau, Cụ Tổng Thuân, người làng Ninh Củ đến thăm thầy tôi. Và sau khi nghe thầy tôi thuật lại chuyện được gặp Tổng Thống, Cụ Tổng Thuân nói:

- Thời bây giờ là thời Dân Chủ. Tổng Thống là người thương dân mới có được gặp như vậy. Chứ như cái thời quân chủ vua chúa thì làm gì có. Ngày trước dân đi đường gặp mà bất chợt gặp Vua là phải chạy ngay vào lề đường nằm sấp, úp mặt xuống, không được nhìn mặt vua. Nhìn mặt vua tức là "phạm nhan" phải tội bị chém đầu. Nghe người ta kể lại. Ngay cái thời một ông vua gần đây này. Ông vua có thói quen gặp mấy vị quan lớn trong triều đình. Quan phải đến trước và chờ. Một tên bồi được lệnh phải đến trước lo dọn dẹp và chuẩn bị trà nước, bàn đèn cho vua thưởng ngoạn. Có lần hôm đó, lúng túng thế nào mà tên bồi làm vừa xong chưa kịp ra vua thì vua bước vào phòng. Tên bồi sợ quá chạy lui xuống góc phòng nằm sấp lấy cái chiếu đắp trùm lên thân người. Vua ngồi trên ghế hỏi vị quan *"Cái gì ở góc nhà kia?"*. Vị quan trả lời: *"Thưa Hoàng Thượng, hôm nay Ngài đến thì nó chưa chuẩn bị xong nên không ra kịp. Xin Hoàng Thượng tha cho nó"*. Vua vẫy tay, bảo quan tha cho nó ra. Tên bồi nhổm dậy, bái tạ ra về, nhưng vì sợ quá sinh ốm rụng cả tóc đầu.

Chuyện thực hư ai mà biết? Có điều chắc chắn, thầy tôi rất vui và trong một lúc cảm xúc, thầy tôi đã làm một câu đối treo trên tường:

Vách đất, nhà tranh giành Độc Lập
Gạo rừng, nước giếng tiến Văn Minh

Phạm Quang Trình

BẢY

NHỮNG BÀI THƠ NÓI VỀ
CỐ TT NGÔ ĐÌNH DIỆM (1954-1963)
Thái Bá Tân

Học giả Thái Bá Tân, sinh quán ở Nghệ An, được gửi đi du học ở Moscow trong thời kỳ thập niên 60-70. Sau khi trở về, ông sinh sống ở Hà Nội bằng nghề dạy học, viết văn, dịch sách, và làm thơ.

Những bài thơ 5 chữ của ông mang nhiều tính chất nâng cao dân trí. Mỗi bài thơ đều có mang theo vài thông điệp để gửi đến một số đối tượng, với lời lẽ nhẹ nhàng nhưng rất thâm thúy. Hy vọng những đối tượng ấy sẽ nhận ra được và tự điều chỉnh, để xã hội được tốt đẹp hơn.

Ông luôn luôn tự hào: là một "hạt giống đỏ", nảy mầm và lớn lên trong một "ngôi vườn đỏ", nhưng không hề bị nhuộm "đỏ", và chưa bao giờ là một đảng viên của Đảng Cộng Sản.

NGÔ ĐÌNH DIỆM

Thái Bá Tân (Hà Nội)
- 4/2019

Đọc trên mạng, thấy nói
Vào những năm sáu mươi,
Khi Ngô Đình Diệm chết,
Người ta lục trong người

Chỉ thấy chuỗi tràng hạt,
Nửa bao Bastos Xanh.
Loại thuốc rẻ tiền nhất
Của người nghèo Sài Thành.

Các tướng lĩnh đảo chính
Soi tài khoản của ông,
Cả trong và ngoài nước,
Xem có nhiều tiền không.

Cuối cùng, ông Minh Lớn
Thông báo với đồng bào:
Tài khoản của ông Diệm
Không có đồng tiền nào.

***

Trên mạng nghe nói thế,
Không biết đúng hay sai.
Còn đây là sự thật,
Tuyệt đối đúng, không sai.

Trưởng ban tổ chức đảng
Tỉnh Yên Bái vừa qua,
Bị bắn chết, để lại
Một trăm nghìn đô-la.

Cộng thêm một tỉ rưỡi,
Thành gần bốn tỉ đồng.
Số tiền khổng lồ ấy
Được cất ở văn phòng.

Dân, vốn lười suy nghĩ.
Tuy nhiên, qua vụ này
Cũng muốn hỏi nhà nước
Mấy câu hỏi sau đây:

Một - ông Ngô Ngọc Tuấn,
Chết, tiền thế là nhiều.
Thế những năm còn sống,
Trong phòng có bao nhiêu?

Hai - ông Tuấn giàu thật,
Dẫu mới chỉ quan to,
Chưa phải quan to nhất
Đang sống ở thủ đô.

Họ, quan to nhất ấy,
Ngộ nhỡ chết như ông,
Trong phòng họ làm việc
Có bao nhiêu tỉ đồng?

**

Tự nhiên nhớ ông Thiệu
Hồi còn ở Miền Nam:
"Đừng nghe cộng sản nói.
Hãy xem Cộng Sản làm!"

NGÔ ĐÌNH DIỆM - 2

Thời ông Diệm, kinh tế
Của Việt Nam Cộng Hòa
Hơn Hàn Quốc gấp rưỡi.
Thái Lan - gần gấp ba.

Đến ông Lý Quang Diệu
Cũng chỉ mong nước ông
Có ngày sẽ giàu đẹp
Như Hòn Ngọc Viễn Đông.

Nghe nói cả bóng đá
Từng lên đỉnh vinh quang -
SEAP Games năm 59
Dành được Huy Chương Vàng.

Thậm chí đội Nhật Bản,
Lại nghe nói, nhiều lần
Sang Sàigòn tập huấn
Nên mới khá hơn dần.

***

Sau khi ông Diệm chết,
Ngô Đình Thục, anh ông
Sống nghèo đói ở Mỹ
Trong Tu Viện Cộng Đồng.

Bà Nhu thì héo hắt
Trong căn hộ tí hon
Ở thành Rome nước Ý,
Vì nghèo và vì buồn.

Tức là cả ông Diệm
Và người thân của ông,
Khi tại chức, quyền lực,
Không tư túi một đồng.

Nghe người ta nói thế
Về Việt Nam Cộng Hòa.
Sai đúng là một chuyện.
Chuyện khác, buồn cho ta.

NGÔ ĐÌNH DIỆM

"Tôi không phải thần thánh,
Mà là người bình thường.
Tôi thức khuya, dậy sớm,
Vì đất nước, quê hương.

Tôi tiến, mong các bạn
Hãy cùng tiến theo tôi.
Tôi lùi, hãy bắn bỏ.
Tôi chết, nối chí tôi".

NGÔ ĐÌNH DIỆM

Tổng thống Ngô Đình Diệm
Cúng năm trăm nghìn đồng
Và ra lệnh chính phủ
Xuất thêm hai triệu đồng

Để xây chùa Xá Lợi,
Hai nghìn rưởi mét vuông.
Năm Một Chín Năm Sáu
Ngôi chùa ấy xây xong.

Chính ông đã đề nghị
Cấp đất không lấy tiền
Xây một ngôi chùa mới,
Đó là chùa Vĩnh Nghiêm.

Ông cũng cúng toàn bộ
Mười lăm nghìn đô-la
Tiền ông được giải thưởng
Cho Đạt Lai Lạt Ma.

Chùa Nam Thiên Nhất Trụ
Và cả chùa Phổ Quang
Cùng một số chùa khác
Được xây dựng khang trang

Cũng là nhờ ông Diệm,
Một con chiên có lòng.
Tiếc, sau này phật tử
Đã nhiều người chống ông.

---

1. *Chùa Vĩnh Nghiêm xây 1964. Toàn bộ khu đất rộng xây chùa được ông Diệm ký bán, giá tượng trưng một đồng.*
2. *Đức Đạt Lai Lạt Ma lúc ấy là lãnh tụ của Tây Tạng vừa bị Trung Quốc chiếm đóng.*

Chùa Vĩnh Nghiêm Sàigòn

Chùa Xá Lợi Sàigòn

CHƯƠNG 3
CHỐNG BA THỨ GIẶC

TT Ngô Đình Diệm sau ngày chấp chánh (7/7/1954) đã cảnh giác dân chúng về ba thứ giặc: Thực Dân, Phong Kiến và Cộng Sản. Khẩu hiệu "Bài Phong, Đả Thực, Diệt Cộng" là chủ trương mở đầu cho công cuộc xây dựng nền Cộng Hòa Việt Nam trên tinh thần Nhân Vị - Cộng Đồng - Đồng Tiến.

Bài phong là xóa bỏ tàn tích chế độ phong kiến đã lỗi thời để thành lập chế độ Cộng Hòa.

Đả thực: Chính phủ Ngô Đình Diệm yêu cầu quân đội viễn chinh Pháp rút khỏi VN thu hồi lại chủ quyền kinh tế, tài chính, văn hóa, giáo dục, hành chính... Chế độ thực dân Pháp có mặt trên lãnh thổ VN gần 100 năm là vì nhà Nguyễn đã không chịu canh tân xứ sở, kém cỏi trong việc ngoại giao, tạo cơ hội cho giặc Pháp đem quân đến chiếm VN biến thành thuộc địa để khai thác.

Thực dân đàn áp bóc lột, biến dân Việt thành nô lệ, tạo ra muôn vàn bất công là miếng mồi ngon cho CS. Cho nên chủ trương "Bài Phong, Đả Thực, Diệt Cộng" của chính quyền đáp ứng được nguyện vọng của đồng bào. Miền Nam dưới chế độ Cộng Hòa Nhân Vị đã được xây dựng, mở mang về mọi lĩnh vực. Người dân có đời sống ấm êm, thanh bình suốt hơn hai chục năm trời (1954-1975). Có thể nói VN hơn một thế kỷ qua chưa có thời nào dân chúng được sống trong thanh bình no ấm như vậy.

Miền Bắc dưới chế độ độc tài đảng trị qua các đợt Cải Cách Ruộng Đất và đấu tố địa chủ theo lệnh của Nga Sô và Trung Cộng nghiễm nhiên thành nhà tù vĩ đại, dân chúng lầm than cơ cực. Nếu cái đà này tiếp diễn thì một Miền Nam trù phú sẽ là một nguy cơ cho một Miền Bắc đói nghèo lạc hậu! Bởi đó, trong âm mưu nhuộm đỏ toàn đất nước, sau hiệp định Genève 1954, CS Bắc Việt đã gài lại ở miền Nam rất nhiều cán bộ và cơ sở nằm vùng cùng số lượng vũ khí lớn lao được chôn giấu kỹ trong rừng sâu và vùng nông thôn hẻo lánh. Vì biết rõ âm mưu thâm độc của chúng, chính phủ VNCH đã phát động Phong Trào Tố Cộng khiến hầu hết các cơ sở nằm vùng của chúng bị phá vỡ. Hàng mấy chục ngàn cán binh bị bắt và đã có hàng chục ngàn cán binh ra đầu thú xin trở về Chính Nghĩa Quốc Gia.

Trong thế bí cùng cực đó, CS Bắc Việt với sự trợ giúp lớn lao của quan thầy Nga Sô và Trung Cộng, đã phát động chiến tranh xâm lăng Miền Nam qua cái gọi là Mặt Trận Dân Tộc Giải Phóng Miền Nam (MTDTGPMN), công cụ bù nhìn của Hà Nội, do chính chúng dựng nên và trực tiếp chỉ huy qua cái gọi là Trung Ương Cục Miền Nam (Xứ Ủy Miền Nam).

Để đối phó lại âm mưu thâm độc đó, chính phủ VNCH đã phát động và thực thi Quốc Sách Ấp Chiến Lược với chủ trương tiêu diệt ba thứ giặc: Chậm tiến, Chia rẽ và Cộng Sản. Chỉ trong hai thăm thực thi QS/ACL (1961-1963), tình hình Miền Nam đã trở lại khả quan. Theo dự tính, với đà thắng lợi của QS/ACL thì trong vòng hai năm nữa CS sẽ không còn đất đứng ở miền Nam. Rất tiếc, chính quyền Hoa Kỳ do TT Kennedy thuộc Đảng Dân Chủ muốn giành vai trò chỉ đạo và muốn đưa quân vào Miền Nam. Vì VNCH không chấp thuận nên Mỹ đã âm mưu mua chuộc bọn tướng lãnh thực hiện cuộc đảo chánh 1/11/1963, lật đổ chính phủ hợp pháp Ngô Đình Diệm, biến Miền Nam thành miếng mồi ngon cho CS. Sau cuộc đảo chánh 1/11/1963, giới lãnh đạo quân sự dù với sự hỗ trợ tích cực của Mỹ đã chẳng làm nên trò trống gì. Thay vào đó là một vũng lầy không lối thoát.

Đảo chính, chỉnh lý xảy ra liên miên suốt gần 2 năm trời (1963-1965). Bây giờ người ta mới nhận ra rằng lãnh đạo ở một nước đang phải đương đầu với họa CS ở vùng Đông Nam Á như VN không phải dễ. TT Kennedy và nhóm đầu não Bộ Ngoại Giao đã tỏ ra quá chủ quan, đánh giá sai tình hình, quá tin vào khả năng của mình đã đưa Miền Nam vào cảnh hỗn loạn. Cho dù sau khi Miền Nam đã tạm ổn định lại được tình hình thì hệ thống an ninh xã thôn đã bị phá vỡ, niềm tin của dân chúng vào lãnh đạo không còn nữa. Mỹ đã can thiệp vào nội bộ VN làm mất đi ảnh hưởng và uy tín của VNCH mà TT Ngô Đình Diệm và nền Đệ Nhất Cộng Hòa đã dầy công xây dựng. Và dù cho Mỹ có thanh toán được số vũ khí tồn đọng từ Thế Chiến thứ 2, nhưng cái giá phải trả quá mắc: làm mất VNCH cùng với sự hy sinh hàng chục triệu sinh mạng cho cuộc chiến đẫm máu, trong đó có 58 ngàn binh sĩ Hoa Kỳ!

Nhưng vẫn chưa hết, cái ván bài chặt đôi Khối CS của cặp Nixon-Kissinger bằng cách cho Trung Cộng vào Liên Hiệp Quốc thay thế vai trò của Trung Hoa Quốc Gia sau khi TT Tưởng Giới Thạch qua đời tuy có làm thay đổi được chút tình hình trong cuộc chiến tranh lạnh về đoản kỳ nhưng lâu dài tỏ ra bất lợi. Hành động của Nixon-Kissinger đối với Trung Cộng không giúp gì thêm cho việc làm sụp đổ khối CS Quốc Tế (Liên Sô - Đông Âu 1989-1991). Công trình vĩ đại này dưới thời TT Ronald Reagan thực hiện trong cuộc chạy đua vũ trang giữa hai khối CS và Tư Bản khiến nền kinh tế Liên Sô sụp đổ đưa đến sụp đổ chế độ chính trị. Nhưng hành động của Nixon - Kissinger với việc tách rời Nga Tầu ra làm hai đã tạo cơ hội cho con sư tử Tầu đang ngủ bỗng thức dậy. Tháng 1/1974, Trung Cộng xua lực lượng hải quân đánh chiếm Hoàng Sa của VNCH mà Mỹ vẫn thản nhiên đứng nhìn không một lời lên tiếng mặc dầu khi ép chính phủ Nguyễn Văn Thiệu ký vào bản Hiệp Định Paris 1973, Nixon đã viết thư riêng cho TT Thiệu cam kết sẽ bảo vệ VNCH nếu bị CS tấn công. Thật ra đó chỉ là mánh khóe Nixon dùng để đánh lừa TT Thiệu ký vào bàn án tử cho VNCH. Hậu quả là hai chục năm sau, Trung Cộng tuyên bố biển Nam Hải là ao nhà của chúng với đường lưỡi bò chín đoạn, tiếp tục lấn chiếm đảo Trường Sa của VN, đảo đá ngầm Scarborough của Phillippines, bồi đắp các đảo đá ngầm thành đảo nhân tạo, thành lập đơn vị hành chánh Tam Sa, xây dựng phi trường, đặt căn cứ quân sự với vũ khí tối tân, gây trở ngại và đe dọa an ninh trên hải lộ quốc tế thuộc vùng Đông Nam Á.

CS là kẻ thù nguy hiểm nhất cho nhân dân VN cũng như cho toàn thế giới. Chính phủ VNCH đã có cả một kế hoạch quy mô diệt Cộng đó là Quốc Sách Ấp Chiến Lược. Rất tiếc vì sự can thiệp thô bạo của tập đoàn thực dân Kennedy đã phá hỏng qua cuộc đảo chính ngày 1/11/1963, và 12 năm sau, ngày 30/4/1975, Miền Nam đã rơi vào tay CS!

Ngày 30/4/1975, chúng mệnh danh là ngày thống nhất, ngày giải phóng, nhưng đã hơn bốn chục năm qua, VN vẫn không ngóc đầu lên được, vẫn là một trong những nước đòi nghèo lạc hậu nhất thế giới! Từ đây, người ta mới nhìn rõ được ba thứ bệnh **Tham, Hèn, Ngu** đã kềm hãm VN trong cảnh đói nghèo triền miên. Gọi là bệnh, quả thật chưa đúng, mà phải nói đó là giặc! Bởi vì nó đã được manh nha sản sinh ra và bén rễ sâu từ trong tầng lớp lãnh đạo, có khi lại do chính chế độ cai trị gây ra hay do ngoại bang gieo trồng vào tầng lớp tay sai và ngay cả những phần tử được gọi là trí thức cũng không thoát khỏi! Từ ba căn bệnh Tham Hèn Ngu, tạo thêm ra ba thứ bệnh **Mù, Câm, Điếc**. Ba thứ bệnh này đã âm thầm lây lan ngay trong tầng lớp lãnh đạo CS.

Điều đặc biệt là bộ ba sau đây hay cùng đi với nhau:

- Giặc đói, giặc dốt, giặc ngoại xâm
- Thực Dân, Phong Kiến, Cộng Sản
- Chia rẽ, Chậm tiến và Cộng Sản
- Ba căn bệnh: tham, hèn, ngu
- Ba căn bệnh: mù, câm, điếc

Toàn thể lãnh thổ VN bị CS thống trị đã 47 năm (1975 -2022) chỉ vì những thứ giặc nói trên. Thực trạng VN đã cho thấy CS đã là giặc, mà là kết tinh của mọi thứ giặc, mọi thứ tội ác, và mọi sai lầm từ xưa rầy trong lịch sử loài người chưa hề có chế độ nào tệ hại như vậy.

Mỹ nhúng tay vào cuộc đảo chánh 1/11/1963 là một sai lầm lớn lao, một thất bại thê thảm vì sau khi lật đổ được chính quyền của TT Ngô Đình Diệm rồi, Mỹ đã có toàn quyền làm theo ý mình nhưng đã không thể nào giúp VNCH có một khuôn mặt lãnh đạo đủ khả năng và uy tín đương đầu với CS Bắc Việt. Bởi đó, nhiều lãnh tụ trong thế giới Tự Do đã tỏ ra chán ngán và nghi ngại Hoa Kỳ, trong đó có TT Tưởng Giới Thạch. TT Hồi Quốc (Pakistan) đã không ngần ngại nói thẳng với TT Richard Nixon rằng: *"Qua việc đảo chính và sát hại TT Ngô Đình Diệm, chúng tôi thấy làm đồng minh của Mỹ rất khó. Có lẽ làm kẻ thù của Mỹ lại hay hơn"*.

Về đoản kỳ, có thể ván bài của Nixon-Kissinger đã đem lại cho Hoa Kỳ một số lợi lộc, nhưng về trường kỳ thì Mỹ đã vô tình đánh thức con sư tử (Trung Cộng) đó thức dậy. Sau thời gian gần nửa thế kỷ, con sư tử đó cảm thấy đủ sức vùng lên quay lại cắn Hoa Kỳ không chút nể nang. Ông Cố vấn Ngô Đình Nhu từng viết trong Chính Đề Việt Nam: *Không phải tình cờ mà ông Paul Reynaud, cựu Thủ Tướng Pháp trong cuộc viếng thăm nước Nga đã long trọng tuyên bố với Thủ Tướng Khrushchev: "Nếu các ông tiếp tục viện trợ cho nước Tàu, trong vài mươi năm nữa, một tỷ dân Trung Hoa sẽ đè bẹp các ông và Âu Châu".* (CĐVN tr. 222).

Cũng trên 200 năm trước, Napoléon I từng nói: *"Trung Hoa là một con sư tử đang ngủ. Chớ có dại mà đánh thức nó dậy".*

Vậy mà Mỹ đã làm ngược lại những gì tiên liệu của người xưa, cho nên nay đã phải lãnh nhận hậu quả đối đầu đang lên và đáng ngại của Trung Cộng.

Câu hỏi là tại sao CS thống trị đất nước trên 70 năm với chiêu bài "Độc Lập-Tự Do-Hạnh Phúc" mà VN vẫn còn là một trong những nước đói nghèo, lạc hậu nhất thế giới?

Thứ nhất là trên bình diện lý thuyết: chúng hô hào làm cuộc cách mạng vô sản với chủ trương cốt lõi là "chuyên chính vô sản, dân chủ tập trung" thể hiện qua cơ chế: "Đảng lãnh đạo - Nhà nước quản lý - Nhân dân làm chủ". Với cơ chế đó, thì bằng mọi cách phải thực hiện quyết liệt chủ trương "Trí phú địa hào, đào tận gốc trốc tận rễ" nghĩa là diệt hết tiềm năng xây dựng và phát triển đất nước.

Thứ hai trên bình diện thực tế: Để tiêu diệt các thành phần phú trí địa hào, Đảng CS phát động Phong trào Cải

Cách Ruộng Đất và Đấu Tố Địa Chủ" viết tắt là CCRĐ, tự nguyện làm tay sai cho Đế quốc Đỏ Nga Hoa, gây chiến tranh xua quân tấn chiếm Miền Nam, một cuộc chiến đẫm máu, hy sinh hàng chục triệu nhân mạng cho cả nước, thật vôích.

Bởi đó, nhìn vào thực tế sau ngày 30/4/1975, nhân dân VN đã thấy rõ chế độ CS là chế độ phong kiến y hệt chế độ vua chúa ngày xưa, nghĩa là cha truyền con nối, quyền hành tập trung vào Bộ Chính Trị Đảng CS. Thay vì một ông vua như ngày xưa thì nay CS làm vua tập thể: mỗi một Ủy viên trong Bộ Chính Trị là một ông vua! Những ông vua tập thể này luôn kiêm nhiệm hai ba chức vụ: Ủy viên Bộ Chính Trị, Đại Biểu Quốc Hội, và một chức vụ quan trong Chính Phủ. CS là thứ Đế quốc Thực dân mới, đứng đầu là đàn anh Nga Hoa. Ngay từ đầu Nga Sô dành cho mình độc quyền lãnh đạo CS Quốc Tế, các nước khác trong khối chỉ là chư hầu, phải theo lệnh của đàn anh, không tuân phục là chúng dùng xe tăng và xua quân qua đàn áp như Nga Sô từng xua quân qua Ba Lan, Hung Gia Lợi hồi năm 1956. CS cũng là thứ giặc ngoại xâm trá hình: vì bọn CS địa phương đem chủ nghĩa ngoại lai Mác Lê áp đặt trên đầu trên cổ nhân dân và dùng chiêu bài đó thống trị nhân dân theo lệnh của đàn anh Nga Hoa. Áp đặt chủ thuyết ngoại lai trên đầu trên cổ nhân dân, đã vậy còn dùng bạo lực tiêu diệt những gì là tinh hoa đạo lý của dân tộc đi ngược lại chủ thuyết CS. Tóm lại giặc Cộng luôn đi liền với chia rẽ và chậm tiến.

Giặc ngoại xâm phương Bắc

Tuyên bố của TT Ngô Đình Diệm về hiểm họa Tầu Cộng

... Trước khi dứt lời, tôi muốn nhắc lại một lần nữa ý nghĩa sâu xa của chương trình kinh tế mà tôi đã trình bày.

Chúng ta hiện nay đang theo đuổi một cuộc đấu tranh vĩ đại để bảo vệ nền độc lập của non sông và quyền tự do của dân tộc. Hạnh phúc của chúng ta và của con cháu chúng ta sau này sẽ tùy theo kết quả cuộc tranh đấu ấy. Nếu bọn Việt Cộng thắng, thì quốc gia VN cũng sẽ bị tiêu diệt và sẽ biến thành một tỉnh nhỏ của Trung Hoa CS. Hơn nữa, toàn dân sẽ phải sống mãi mãi dưới ách độc tài của bọn vong bản vô gia đình, vô tổ quốc, vô tôn giáo.

Trích diễn văn của Thủ Tướng nhân dịp khánh thành Đập Đồng Cam tại Tuy Hòa (17/9/1955) trang 161 trong Tập san (số 2) Con Đường Chính Nghĩa: Hiệu Triệu và Diễn Văn quan trọng của TT Ngô Đình Diệm. Lúc đó , Tổng Thống mới về chấp chánh được hơn một năm (7/7/ 1954) với danh nghĩa là Thủ Tướng.(Cộng Sản VN là giặc ngoại xâm trá hình vì tự nguyện làm tay sai cho Nga Tầu).

Dịch CS có tên là "dịch Mác-Lê", bùng phát từ Nga biến thành Liên Sô, nhuộm đỏ từ Đông Âu với Đông Đức, Ba Lan, Tiệp khắc, Bulgaria, Nam Tư, tràn qua Á châu biến thành Trung Cộng, Bắc Hàn, Việt Cộng, bay tận sang Châu Mỹ La Tinh với Cuba, Venezuela, tràn xuống Phi Châu v.v... Nhưng sau ba thế hệ hoành hành trên khắp địa cầu (1917-1991), đại dịch CS đã bị loài người dẹp bỏ. Tại Liên Sô, Đông Đức, Ba Lan và cả khối Đông Âu, chủ nghĩa CS đã bị nhân dân các nước quật đổ xuống và ném nó vào sọt rác của lịch sử để xây dựng một chế độ mới, dân chủ, tự do và nhân quyền theo đúng xu thế của thời đại. Chỉ còn lại vài nước cố bám vào lá bùa Mác Lê để bảo vệ quyền lợi phe đảng. Trung Cộng là chủ chốt, luôn coi Việt Cộng và Bắc Hàn là hai con chó gác cổng cho chúng. Trung Cộng kiên quyết duy trì thực hiện chủ nghĩa bá quyền "Đại Hán" qua hai gọng kìm:

- **Gọng Kìm Hán Tộc I**: nhằm thực hiện chủ nghĩa bá quyền với các nước Đông Nam Á. Gọng kìm này có hai càng: Một (1) là Đường lưỡi bò chín đoạn và Hai (2) là Hệ thống đập thủy điện trên sông Mekong gồm 23 đập từ thượng nguồn chảy qua Miến điện, Lào, Thái Lan, Kampuchea và Miền Nam VN. Nước sông Mekong (khi qua VN được gọi là sông Cửu Long vì chia ra thành 9 nhánh chạy ra biển) bị các đập thủy điện ngăn chặn lại tức là làm giảm lượng nước xuống ba nước Đông Dương (Việt Miên Lào) gây hại cho sinh thái 3 nước Lào, Kampuchea và VN. Ruộng đồng, sông ngòi thành khô cằn, khiến nước mặn từ ngoài biển tràn vô.

- **Gọng Kìm Hán Tộc II:** Một vành đai - Một con đường (One Belt - One Road) đối với thế giới, trực tiếp là châu Á, châu Âu và châu Phi. Đó chính là cái bẫy nợ nhằm bành trướng và bá chủ hoàn cầu. Khi đề ra "Một vành đai - Một con đường", Trung Cộng đã tung ra khoảng 1.200 tỷ Dollars để thực hiện mưu đồ của mình bằng tuyên truyền, dụ dỗ các nước tại ba châu lục (Á châu, Âu châu và Phi châu) chấp thuận cho Trung Cộng đứng ra xây dựng các nhà máy, xây dựng hạ tầng cơ sở như xa lộ, các đập thủy điện, các dự án khai thác hầm mỏ, vân vân tùy theo hoàn cảnh và nhu cầu xây dựng và phát triển của mỗi nước. Vốn (tư bản) xây dựng công trình do Trung Cộng ứng ra trước nghĩa là cho vay với lãi xuất rất hạ, hoặc là chấp thuận cho Trung Cộng khai thác (thương mại, thâu thuế...) như cách trả nợ dần sau khi hoàn tất công trình. Về nhân công thời Trung Cộng được quyền đưa các công nhân Tầu qua làm việc, cư trú và dĩ nhiên có thể làm nhiều công việc khác nửa nhằm đem lại lợi nhuận cho Trung Cộng. Số vốn ứng trước để đầu tư xây dựng công trình mà Trung

Cộng bỏ ra là để trả cho các khoản mua vật liệu do Trung Cộng sản xuất và trả tiền nhân công là dân Trung Cộng.

Cách thức tuyên truyền mua chuộc của Trung Cộng là để ra những dự án xem ra có lợi cho các nước và dĩ nhiên với nghệ thuật cao nhất là hối lộ. Giới lãnh đạo các quốc gia và các viên chức cao cấp của chính quyền các nước này vì ham lợi đã dễ dàng bị Trung Cộng mua chuộc. Phương châm hành động tập đoàn bá quyền Bắc Kinh cũng là phương châm cố hữu của Hán Tộc là: "Phóng tài hóa thu nhân tâm. Cái gì không mua được bằng tiền thì mua được bằng nhiều tiền".

Các nước chấp nhận cho Trung Cộng thực hiện các dự án thường là nghèo đói, chậm tiến, không có khả năng tự mình xây dựng nên rất dễ dàng bị Trung Cộng rủ rê. Nhiều nước Tây Âu cũng bị Trung Cộng rủ rê vì giới lãnh đạo tham lợi dễ bị mua chuộc. Thực tế cho biết, chẳng ai dại gì bỏ tiền ra cho không mà không tính toán cái lợi thu về. Dĩ nhiên kẻ bỏ tiền ra như Trung Cộng thì cái lợi đã được tính toán rất kỹ càng, quy mô, khôn khéo. Thứ nhất là có thị trường tiêu thụ vật liệu do mình sản xuất, là nơi để khai thác tài nguyên hầm mỏ cho nhu cầu sản xuất vật liệu, lại đưa được số nhân công ra ngoại quốc để làm việc sinh sống do tình trạng nhân mãn trầm trọng.

Từ hơn bẩy chục năm trước, **Lý Đông A**, trong tập Chu Tri Lục (bàn về sự biết chu toàn) tập 3 (trang 45), đã phân tích và trưng ra những nguy cơ của kế hoạch Đại Hán của Tầu, dù là Tầu Quốc (Quốc Dân Đảng) hay Tầu Cộng (Trung Cộng).

Lý Đông A đã nhìn rõ, từ 1943, sau Đệ nhị Thế chiến, thế giới 1950-2000 sẽ chuyển mình sang chế độ mới, với các liên minh quốc tế. Tại thời điểm 1940, căn bản lập trường dân tộc qua Cương Lĩnh 2, **đối Tầu**, gồm vài điểm quan trọng sau:

1- Quy luật lịch sử Tầu là : Lấy *Tài Hóa Thu Nhân Tâm* (thoát nghĩa Hữu đức giả hữu thổ), *Hưng Hoa diệt Di*, thiên hạ đại đồng theo lối Hán mà vũ khí và thủ đoạn chủ yếu là chủng tộc xâm lược.

2- Tam Dân Chủ Nghĩa của Tôn Văn cũng là một chủ nghĩa đế quốc: Tôn Văn từng nói với cụ Phan Bội Châu: *"Các ông bất tất phải làm, chỉ là một tỉnh của Tầu, chúng tôi làm xong thì xong"*, và sau này Tưởng Giới Thạch cũng nói: *"VN là Tầu, VN để người Tầu làm giúp cho"*.

Tham vọng của Trung Cộng qua gọng kìm Hán Tộc!

Năm 1958, lần đầu tiên Trung Cộng đơn phương tuyên bố chủ quyền trên quần đảo Hoàng Sa và CS Hà Nội qua văn thư của của Phạm Văn Đồng (15/9/1958) đã công khai thừa nhận, khiến người ta đã phải đặt ra nhiều câu hỏi. Những hành động xâm lược ngang ngược của Trung Cộng tại Biển Đông từ hơn chục năm nay đã cho thấy tham vọng bá quyền của Tàu Cộng từ ngàn xưa cho đến nay vẫn không bao giờ thay đổi. Ông Cố vấn Ngô Đình Nhu trong Chính Đề Việt Nam đã lược thuật lại tham vọng của Tàu đồng thời nói lên mối đe dọa thường xuyên đó đối với VN như sau: *"Trong lịch sử bang giao, giữa chúng ta và Trung Hoa, các biến cố xảy ra đều do hai tâm lý đối chọi nhau. Từ năm 972, sau khi đã nhìn nhận độc lập của VN rồi, lúc nào Trung Hoa cũng nghĩ rằng đã mất một phần lãnh thổ quốc gia, và lúc nào cũng khai thác mọi cơ hội đưa đến, để thâu hồi phần đất mà Trung Hoa xem như là của họ. Bên kia, VN lúc nào cũng nỗ lực mang xương máu ra để bảo vệ nền độc lập của mình. Tất cả các sự kiện, xảy ra giữa hai quốc gia, đều do sự khác nhau của hai quan niệm trên.* (Ghi chú thêm: VN từng bị Tầu đô hộ hơn một ngàn năm từ 111 tr TC đến 939 sau TCGS).

Ngay năm 981, nghĩa là vừa ba năm sau khi đã nhìn nhận độc lập của VN, Tống triều thừa lúc nội chính VN có biến, vì Đinh Tiên Hoàng vừa mất, và sự kế vị không giải quyết được, gởi sang VN hai đạo quân, do đường thủy và đường bộ, để đặt lại nền thống trị của Trung Hoa.

Ý cố định của Trung Hoa là đặt lại nền thống trị và không lúc nào Trung Hoa thỏa mãn với sự thần phục và triều cống của chúng ta. *Ngay những lúc mà quân đội chúng ta hùng cường nhất, và chiến thắng quân đội Trung Hoa, thì các nhà lãnh đạo của VN cũng khôn ngoan, tìm cách thỏa thuận với Trung Hoa và tự đặt mình vào chế độ thuộc quốc. Nhưng, điều mà Trung Hoa muốn không phải là VN chỉ thần phục và triều cống. Trung Hoa, suốt gần một ngàn năm lịch sử, lúc nào cũng muốn lấy lại mảnh đất mà Trung Hoa coi như bị tạm mất.*

Trong 900 năm, từ năm 939 đến năm 1840, *khi Tây phương tấn công vào xã hội Đông Á làm cho những mâu thuẫn, nội bộ của xã hội này, tạm ngưng hoạt động,* **Trung Hoa đã bảy lần toan chiếm lại nước VN.** *Hai lần do nhà Tống chủ trương, ba lần nhà Nguyên, một lần nhà Minh và một lần nhà Thanh. Một hành động liên tục như vậy, nhất định có nghĩa là tất cả các triều đại Trung Hoa đều theo đuổi một chính sách, đặt lại nền thống trị trên lãnh thổ VN. Chính sách này do một điều kiện địa dư và kinh tế ấn định: lưu vực sông Hồng Hà là đường thoát ra biển thiên nhiên của các tỉnh Tây Nam của Trung Hoa, và ngược lại cũng là con đường xâm nhập cho các đạo quân chinh phục vào nội địa Trung Hoa. Đã như vậy thì, ngay bây giờ, ý định của Trung Cộng vẫn là muốn thôn tính,*

nếu không phải hết nước VN, thì ít ra cũng Bắc phần.
Cũng chỉ vì lý do này mà, năm 1883, Lý Hồng Chương,
thừa lúc Tự Đức cầu viện để chống Pháp, đã, thay vì gởi
quân sang giúp một nước cùng một văn hóa để chống
ngoại xâm, và thay vì cứu viện một thuộc quốc mà Trung
Hoa đáng lý ra có nhiệm vụ bảo vệ, lại thương thuyết một
kế hoạch chia cắt VN với Pháp, Trung Hoa dành cho mình
các phần đất gồm các vùng bao bọc lưu vực sông Hồng
Hà để lấy đường ra biển. Và ngay Chính phủ Tưởng Giới
Thạch năm 1945, dành phần giải giới quân đội Nhật Bản
từ vĩ tuyến 16 trở lên phía Bắc, cũng vì lý do trên.

Xem thế đủ biết rằng, đối với dân tộc chúng ta, họa
xâm lăng là một mối đe dọa thường xuyên. Do đó, Trung
Hoa của Mao Trạch Đông, cũng như Trung Hoa của các
triều đại Nguyên, Tống, Minh,Thanh là một đe dọa truyền
kiếp (tr.236).

Nhìn vào con đường thực hiện chủ nghĩa bá quyền của
Bắc Kinh hiện nay, người ta thấy VN đã nằm lọt vào trong
cái **"Gọng kìm Hán tộc"**. Gọng kìm đó có hai càng:

(01) Một càng là đường lưỡi bò (9 đoạn) ngoài Biển
Đông để ngăn chặn không cho VN tự do thông ra hành
lang cửa biển của mình.

(02) Một càng đi từ phía trong và chia ra nhiều ngách.
Ngách thì đâm vào cao nguyên để khai thác Bô-Xít.
Ngách thì đâm qua biên giới Việt-Hoa bằng cái chiêu bài
kinh tế: một vòng đai hai hành lang, tuồn đồ lậu vào VN,
được ưu tiên trúng thầu thực hiện các dự án xây dựng điện
lực, kỹ nghệ mà nhân công toàn là Tầu, được phép thuê
mướn đất dài hạn (50 năm) để trồng cây kỹ nghệ, được
phép cưới vợ Việt và ăn ở đi lại tự do như người Việt.

Tóm lại cái càng thứ hai này vô hình, đa dạng và nhiều ngóc ngách, rất nguy hiểm.

Cái gọng kìm Hán Tộc đó đã bao quanh lãnh thổ VN và kềm chế VN đi vào quỹ đạo nô lệ Tầu một cách nhẹ nhàng từ từ, nhưng khó cưỡng lại được. Đó là thủ đoạn xâm lược kiểu mới đầy nham hiểm không cần súng đạn ồn ào nhưng gậm nhấm từ từ để biến VN thành một tỉnh của Trung Quốc.

CSVN: thủ phạm rước giặc vào nhà

Qua những đoạn trích dẫn trên, ông Cố vấn Ngô Đình Nhu đã cho thấy: VN luôn luôn phải đối đầu với giặc ngoại xâm, nhất là giặc phương Bắc.

"Xem thế đủ biết rằng, đối với dân tộc chúng ta, họa xâm lăng là một mối đe dọa thường xuyên. Do đó, Trung Hoa của Mao Trạch Đông, cũng như Trung Hoa của các triều đại Nguyên, Tống, Minh, Thanh là một đe dọa truyền kiếp (tr.236).

Cái nguy không phải là giặc từ ngoài Sông vào mà từ trong lại ra tay đón rước do sự thiển cận, ngu muội và mù quáng của tập đoàn CS Hồ Chí Minh.

Trước hết, Hồ Chí Minh cùng đồng đảng, bọn cái gọi là huyền thoại tìm đường cứu nước, thay vì học hỏi, tìm tòi, nghiên cứu các phương thức đấu tranh hầu tìm một phương thức tốt nhất và thích hợp nhất cho Dân Tộc, lại nhắm mắt lao mình vào âm mưu của CS Quốc Tế. Khuyết điểm này do ngu muội mà ra. Hãy coi lại tất cả những người tiên phong của CSVN từ Hồ Chí Minh đến các tên trong bộ phận lãnh đạo, tức là Bộ Chính Trị thì có tên nào là có trình độ trí thức tối thiểu đâu. Toàn là một lũ vô học, ngoại trừ Võ Nguyên Giáp tuy có học đến bậc Đại Học, nhưng tri thức còn rất giới hạn, vì không được đi đến đâu để có cái nhìn rộng rãi, khoáng đạt và khách quan. Giặc dốt đã nằm sẵn trong lòng tập đoàn CSVN, cho nên chúng không nhìn ra được những sự thật phũ phàng: (01) Chủ nghĩa Mác là một sai lầm tệ hại, phi nhân và phi dân tộc; (02) Ý đồ của CS Quốc Tế (Nga Sô và Trung Cộng) trong việc sử dụng chủ nghĩa Mác như một công cụ để thực hiện phát triển và bành trướng chủ nghĩa Đại Nga, chủ nghĩa Đại Hán. Kết quả, CSVN trở thành chư hầu cho Đế Quốc Đỏ. Và vì đối đấu với Tây Phương mà cụ thể là thực dân Pháp nên CS và thực dân đã đưa đẩy VN đến sự phân chia lãnh thổ. Ông Nhu đã nhận định như sau:

"Chúng ta chưa có một tài liệu hay một triệu chứng nào chứng tỏ rằng các nhà lãnh đạo miền Bắc hiện nay đã nhận thức các điều kiện trên. Ngược lại, các thư lại chính trị của miền Bắc còn đang ca tụng như là những chân lý những giá trị tiêu chuẩn chiến lược và giai đoạn mà Nga Sô đã bỏ. Như thế thì có lẽ dân tộc chúng ta còn phải bất hạnh mục kích các nhà lãnh đạo miền Bắc của chúng ta tôn thờ như một chân lý, một lý thuyết mà Nga Sô và Trung Cộng chỉ dùng làm một phương tiện tranh đấu và Nga Sô bắt đầu sa thải khi mục đích phát triển đã đạt.

Như thế thì, giả sử mà người Pháp có thật sự thi hành một chính sách trả thuộc địa, như người Anh, đối với VN, thì các nhà lãnh đạo miền Bắc cũng chưa chắc đã đưa chúng ta ra được ngoài vòng chi phối trực tiếp của hai khối để khai thác mâu thuẫn mà phát triển dân tộc.

Trong hoàn cảnh mà cuộc tranh chấp giữa Nga Sô và Tây phương chi phối nặng nề hành động chính trị của các quốc gia nhỏ, lập trường CS, lệ thuộc Trung Cộng, của các nhà lãnh đạo miền Bắc, đương nhiên gây phản ứng của Tây phương và sự phân chia lãnh thổ cũng không tránh được.

Như vậy, tư cách CS của các nhà lãnh đạo miền Bắc là một điều kiện thuận lợi giúp cho người Pháp thi hành những toan tính chính trị của họ ở VN. Và lập trường CS lệ thuộc Nga Sô và Trung Cộng là một nguyên nhân của sự phân chia lãnh thổ VN, trong khung cảnh chính trị của thế giới, sau Đại chiến thứ hai, do sự tranh chấp giữa Nga Sô và Tây phương chi phối.

Tóm lại nguyên nhân sâu xa của sự phân chia lãnh thổ VN ngày nay là chính sách thuộc địa của Pháp và lập trường CS lệ thuộc Nga Sô và Trung Cộng của các nhà lãnh đạo miền Bắc (tr.288).

Trong thực tế, sự phân chia đã nảy mầm khi hai quốc gia Tây phương Anh và Mỹ, để dọn đường cho một giải pháp chấm dứt sự bế tắc của Pháp ở VN, nhìn nhận và bắt đầu viện trợ cho quốc gia VN. Tuy nhiên, viện trợ quân sự và kinh tế đều qua tay chính phủ Pháp. Và một phần lớn, đã được sử dụng trực tiếp hay gián tiếp trong công cuộc tái thiết nước Pháp đã bị chiến tranh tàn phá. Thời gian qua, xét kỹ thì thời kỳ này lại là thời kỳ mà những thủ đoạn chính trị của Pháp ở xứ này mang đến nhiều kết quả nhất.

Bên khối CS, Nga và Trung Cộng cũng nhìn nhận Cộng Hòa Dân Chủ VN và cũng bắt đầu viện trợ.

Từ đây, chiến cuộc VN, biến thành một chiến trường quân sự và địa phương của cuộc tranh chấp giữa Nga Sô và Tây phương. Những mâu thuẫn giữa Nga Sô và Tây phương mà, đúng lý ra, phải được dùng để phát triển dân tộc, lại trở thành những khí giới gieo rắc sự chết cho toàn dân. Những yếu tố của một cơ hội phát triển đã biến thành những khí cụ của một tai họa.

Đồng thời, điều này vô cùng quan trọng cho chúng ta, sự chi phối của Trung Hoa, và sau lưng sự chi phối, sự đe dọa xâm lăng của Trung Hoa, mà chúng ta đã biết là vô cùng nặng nề, một cách liên tục, cho chúng ta trong hơn tám trăm năm, tạm thời đình chỉ trong gần một thế kỷ Pháp thuộc, đã bắt đầu hoạt động trở lại dưới các hình thức viện trợ và cố vấn quân sự cho quân đội của VNDC CH.

Chúng ta thừa hiểu rằng sự phát triển của Tàu, là mục đích trước và trên hết trong mọi cuộc Đồng Minh hiện nay của các nhà lãnh đạo Trung Cộng, cũng như sự phát triển của Nga là mục đích trước và trên hết trong mọi cuộc Đồng Minh trước đây của các nhà lãnh đạo Nga (tr. 289).

Vì tin vào chủ nghĩa Mác một cách mù quáng và tự nguyện biến thành chư hầu và công cụ xâm lược cho Nga Sô và Trung Cộng ở Đông Nam Á nên CSVN đã đi từ những sai lầm này đến những sai lầm khác. Lỗi lầm nghiêm trọng hơn nữa là quyết định dùng võ lực để thôn tính miền Nam, dẫn tới việc trực tiếp đụng độ quân sự với Hoa Kỳ, khiến miền Bắc đã khánh tận và kiệt quệ. Suốt cuộc chiến kéo dài 30 năm (1945-1975) mà CS Hà Nội là thủ phạm, biết bao sinh mạng, tài sản và cơ hội của đất nước phải hy sinh. Hàng chục triệu người đã ngã gục cho các mục tiêu hết sức là ngu xuẩn của Hà Nội: chiến tranh, cải cách ruộng đất, tù tội, đấu tố, vượt biên v.v... Tất cả bị thúc đẩy do sự đạo diễn của quan thầy Trung Cộng và Nga Sô. Nhưng đó lại là cơ hội tốt tạo điều kiện thuận lợi cho ý đồ xâm lăng VN của Trung Cộng khi Mỹ rút quân khỏi miền Nam, mặc cho Trung Cộng tự do tung hoành ở Đông

Nam Á. Ngày nay, sau 47 năm tấn chiếm Miền Nam, Hà Nội đã biến VN thành một nhà tù vĩ đại, tiếp tục đói nghèo lạc hậu, vẫn tiếp tục làm tay sai và nô lệ cho quan thầy Trung Cộng. Thật vậy, từ trong nước cho đến hải ngoại, người dân khắp nơi đã nhìn thấy ách nô lệ Trung Cộng đang đè nặng trên thân phận đất nước mà 50 năm trước ông Ngô Đình Nhu đã tiên báo:

Sự lệ thuộc nói trên và sự chia đôi lãnh thổ đã tạo hoàn cảnh cho sự chi phối và sự toan thống trị của nước Tàu đối với VN tái hiện dũng mãnh, sau gần một thế kỷ vắng mặt. Ký ức của những thời kỳ thống trị tàn khốc của Tàu đối với chúng ta còn ghi trong mỗi trang lịch sử của dân tộc và trong mỗi tế bào của thân thể chúng ta.

Các nhà lãnh đạo miền Bắc, khi tự đặt mình vào sự chi phối của Trung Cộng, đã đặt chúng ta trước một viễn ảnh nô lệ kinh khủng. Hành động của họ, nếu có hiệu quả, chẳng những sẽ tiêu diệt mọi cơ hội phát triển của chúng ta, mà lại còn đe dọa đến sự tồn tại của dân tộc.

Sở dĩ, tới ngày nay, sự thống trị của Trung Cộng đối với VN chưa thành hình, là vì hoàn cảnh chính trị thế giới chưa cho phép, và sự tồn tại của miền Nam dưới ảnh hưởng của Tây phương là một trở lực vừa chính trị vừa quân sự cho sự thống trị đó. Giả sử mà Nam Việt bị Bắc Việt thôn tính, thì sự Trung Cộng thôn tính VN chỉ là một vấn đề thời gian.

Trong hoàn cảnh hiện tại, sự tồn tại của miền Nam vừa là một bảo đảm cho dân tộc thoát khỏi ách thống trị của Trung Cộng, vừa là một bảo đảm một lối thoát cho các nhà lãnh đạo CS Bắc Việt, khi họ ý thức nguy cơ họ đang tạo cho dân tộc. Nhưng ngày nào họ vẫn tiếp tục thực hiện ý định xâm chiếm miền Nam thì họ vẫn còn chịu sự chi phối của chính sách chiến tranh xâm lăng của Trung Cộng, thay vì chính sách sống chung hòa bình của Nga Sô.

Vì vậy cho nên, sự mất còn của miền Nam, ngày nay, lại trở thành một sự kiện quyết định sự mất còn trong tương lai của dân tộc. Do đó, tất cả nỗ lực của chúng ta trong giai đoạn này phải dồn vào sự bảo vệ tự do và độc lập, và sự phát triển cho miền Nam để duy trì lối thoát cho miền Bắc và cứu dân tộc khỏi ách trống trị một lần nữa (tr.302).

Làm sao chống ba thứ giặc?

Ông Ngô Đình Nhu hoàn tất cuốn Chính Đề Việt Nam năm 1962, nghĩa là 13 năm trước biến cố 30/4/1975. Cho nên ông đã coi việc bảo vệ Miền Nam là vô cùng hệ trọng để cứu Miền Bắc khỏi ách CS như ông nhận định: *"Sở dĩ, tới ngày nay, sự thống trị của Trung Cộng đối với VN chưa thành hình, là vì hoàn cảnh chính trị thế giới chưa cho phép, và sự tồn tại của miền Nam dưới ảnh hưởng của Tây phương là một trở lực vừa chính trị vừa quân sự cho sự thống trị đó. Giả sử mà Nam Việt bị Bắc Việt thôn tính, thì sự Trung Cộng thôn tính VN chỉ là một vấn đề thời gian".* Nay thì Miền Nam đã bị Bắc Việt đã thôn tính như vậy lời tiên đoán của ông Ngô Đình Nhu đang trở thành hiện thực? Không hẳn là như vậy! Vì biến cố 30/4/1975 đã tạo ra một Cộng Đồng Việt Nam Hải Ngoại (thời điểm năm 2022) với dân số khoảng 4 triệu người trên khắp thế giới. Khối Người Việt Quốc Gia đó hiện diện khắp năm châu mà nhiều nhân vật đã cho một cái tên là Nước Việt Không Biên Cương, có lập trường Quốc gia Dân tộc vững chắc, như một VNCH nối dài với lá Cờ Vàng Ba Sọc Đỏ một điểm hội tụ không ai có thể phủ nhận. Đó là một sức mạnh đối đầu với ngụy quyền CSVN. Sự hiện diện của

Khối Người Việt Quốc Gia là một lực cản làm cho CSVN phải chùn bước, không dám công khai đối đầu. Cho nên nếu như thời điểm 1962 cần phải giữ Miền Nam để cứu Miền Bắc thì nay phải giữ Cộng Đồng VNCH để cứu Quốc Nội. Từ những năm 1989-1991 cả khối CS thi nhau sụp đổ, CSVN trở thành lúng túng, tiến thoái lưỡng nan vội bám đàn anh Trung Cộng để sống còn. Chủ nghĩa CS đã bị loài người vứt vào sọt rác. CSVN trở thành Cộng hưởng, nghĩa là lo vơ vét làm giàu, chuyển tiền ra ngoại quốc, mua nhà, cho con cái du học để hòng khi hữu sự cóđường trốn thoát. Nhân dân cả nước đã biết thực chất CS chỉ là bọn Việt gian, làm đầy tớ cho hai dàn anh Nga Tầu. Giới trẻ đã nhận thức vai trò của mình và mạnh dạn đứng lên tranh đầu đòi quyền Tự Do Dân Chủ, không còn sợ hãi như trước. Đó là dấu hiệu lạc quan cho tương lai của Dân Tộc. Đó mới chỉ là sự thức tỉnh tạo sức mạnh đấu tranh đòi quyền làm người. Điều cần, và quan trọng là phải cho một cuộc cách mạng là phải thay đổi tư duy, dứt khoát dẹp bỏ chế độ CS; xóa bỏ hoàn toàn tàn tích của chủ nghĩa độc tài CS.

William James nói một câu rất hay: *"Khám phá vĩ đại nhất của thế hệ hôm nay là ta có thể thay đổi cuộc sống bằng thay đổi thái độ tinh thần của mình"-"The greatest discovery of any generation is that a human can alter his life by altering his attitude"*. Nghĩa là phải thay đổi tư duy tức là Cách mạng Nhân Sinh quan mới thay đổi chế độ độc tài đảng trị được. Ngoài ra phải chú tâm đến 3 điểm: (01) Học hỏi, đề cao dân tộc tính, (02) Rèn luyện lãnh đạo và (03) Củng cố phát triển Cộng Đồng.

Tóm lại, dân nước Việt khốn khổ đói nghèo là do giặc Cộng mà ra. CS đã là giặc mà còn là kết tinh của mọi thứ giặc: Dốt, đói, ngoại xâm. Thực dân, Mác Lê, Phong kiến.

Tham Hèn Ngu. Mù Câm Điếc! Đường lối cai trị của CS là làm cho dân đới và dân ngu, nghĩa là Ngu dân và bần cùng hóa nhân dân.

Vì ngu si nên khi nắm chính quyền, chúng chỉ dùng bọn ngu si dốt nát để cai trị và đàn áp nhân dân qua chính sách: **NGU DÂN** và **BẦN CÙNG HÓA** nhân dân. Chúng bưng bít nhân dân trong mọi sinh hoạt thông tin của thế giới và như những con cừu chỉ biết nghe nói và làm như Đảng chủ trương. Chúng nắm hầu bao của nhân dân qua cái gọi là "chế độ công an hộ khẩu" để nhân dân không còn phương tiện mà hành động. Nắm được hầu bao hay cái bao tử của dân chúng đồng thời bưng bít không cho dân chúng biết tức là ngu dân thì CS mới dễ. Ngoài Hồ Chí Minh thời Trường Chinh là kẻ tiêu biểu nhất cho sự ngu si đần độn khi Trường Chinh đã viết truyền đơn hô hào bỏ chữ Quốc Ngữ.

Tờ nhật báo **"Tiếng Dội"** số 462, năm thứ 3, 1951, Âm lịch 22 tháng Bảy năm Tân Mão, giá bán 1 đồng, của Chủ nhiệm Trần Chí Thành tự Trần Tấn Quốc, Tòa soạn, Quản lý 216 đường Gia Long, Sàigòn, có bài mang tựa đề "Việt Minh vận động cho VN làm chư hầu Trung Quốc", cho in nguyên văn một tờ truyền đơn do Trường Chinh ký như sau:

ỦY BAN HÀNH CHÍNH KHÁNG CHIẾN
VIỆT NAM DÂN CHỦ CỘNG HÒA - NĂM THỨ VII
TỔNG THƯ KÝ ĐẢNG LAO ĐỘNG VN
SỐ: 284/LĐ ĐỘC LẬP TỰ DO HẠNH PHÚC

Hỡi đồng bào thân mến!

Tại sao lại nhận vào trong nước Việt Nam yêu mến của chúng ta, là một nước biết bao lâu làm chư hầu cho Trung quốc, cái thứ chữ kỳ quặc của bọn da trắng Tư Bản đem vào!

Tại sao ta lại truyền bá trong dân chúng từ ải Nam Quan đến mũi Cà Mau, cách viết chữ dị kỳ của tên thực dân Alexandre de Rhodes đã đem qua xứ mình như thế?

Không, đồng bào của ta nên loại hẳn cách viết theo lối Âu Tây ấy - một cách viết rõ ràng có mau thật đấy - và ta hãy trở về với thứ chữ của ông bà ta ngày trước, là thứ chữ nho của Trung Quốc.

Vả chăng, người Trung Hoa, bạn của ta - mà có lẽ là thầy của chúng ta nữa, ta không hổ thẹn mà nhìn nhận như thế - có phải là dân tộc văn minh trước nhất hoàn cầu không? Còn nói gì đến y khoa của Âu Mỹ: Chúng chỉ cắt, đục, khoét, nạo! Có thế thôi!

Hỡi đồng bào yêu mến! Chúng ta hãy gạt bỏ cách chữa bệnh của bọn Đế quốc phương Tây đem qua xứ ta!

Ta hãy bỏ nhà bảo sanh của chúng, bỏ bệnh viện của chúng, ta hãy dùng thuốc dán của ông cha ta để lại và nhất là dùng thuốc Tàu danh tiếng khắp cả hoàn cầu!!!!

Ta hãy trở về phương pháp này, trước nữa để ủng hộ các bạn Trung Hoa, sau nữa để loại ra khỏi nước VN yêu mến của ta bao nhiêu những đồ nhập cảng thực dân như là khoa học, phát minh v.v...

Ta hãy quét sạch lũ "trí thức" đã xuất thân ở các trường Âu Mỹ, đế quốc và thực dân!

Chúc "Tổng phản công" và "Thi hành mọi phương pháp bài trừ thực dân".

Trường Chinh
Tổng thư ký đảng Lao Động
(Trường Chinh dùng chữ Quốc ngữ viết truyền đơn chửi Giáo sĩ Alexandre de Rhodes hóa ra chửi mình)

Bởi NGU và THAM nên khi thấy Phong Trào CS đi xuống thì tập đoàn CSVN đã không có can đảm nhìn vào sự thật tức là sự thất bại của chủ nghĩa CS trên khắp thế giới để tìm ra lối thoát cho dân tộc VN và cho chính chúng, đó là cái HÈN.

Trước thảm họa sụp đổ trên đầu, tập đoàn CSVN vội vàng chạy qua họp mật với quan thầy ở Thành Đô năm 1991, để làm gì, nếu không phải là "bám vào quan thày" để mong tồn tại. Quan thầy làm gì thì chúng rập khuôn theo quan thầy làm như thế. Trung Cộng đổi mới thì Việt Cộng cũng đổi, thứ đổi mới nửa chừng "đầu Ngô mình Sở" (kinh tế thị trường theo định hướng xã hội chủ nghĩa". Nhưng chính cái quyết định "đầu Ngô mình Sở" này đưa chúng vào thế bí không lối thoát nếu chúng không chịu vứt bỏ chủ nghĩa Mác Lê lỗi thời để tự tìm đường thoát ra cho Dân tộc VN và cho chính chúng bởi vì chúng đã mắc vào ba thứ bệnh mới "mù câm điếc". Nhớ lại năm 1958, sau cuộc CCRĐ làm cho dân chúng miền Bắc khốn khổ, thời có Kim Ngọc là Bí thư Vĩnh Phú (Vĩnh Yên và Phú Thọ) đề nghị cho dân chúng Vĩnh Phú được làm ăn theo hình thức khoán hộ nghĩa là cho dân chúng tự do làm ăn và đóng thuế cho nhà nước. Trường Chinh liền cảnh cáo Kim Ngọc là đi sai chủ trương của Mác Lê. Vậy mà 30 năm sau (1988) khi chế độ bao cấp làm dân cả nước khốn khổ, thời chính Trường Chinh lại thực hiện chủ trương "khoán hộ" mà Kim Ngọc đã đề xuất từ 30 năm trước! Hiển nhiên Trường Chinh và cả tập đoàn chóp bu CSVN là một lũ ngu!

Thật ra không chỉ CSVN mới mắc bệnh NGU mà trên thế giới này, không thiếu gì những kẻ mệnh danh là Trí Thức, những nhân vật nổi tiếng, những triết gia cũng mắc bệnh ngu. Đối với các dân tộc nhược tiểu, chậm tiến, chưa được mở mang thì vị sự ngu dốt, dễ bị CS tuyên truyền mê hoặc là chuyện thường, không có chi đáng trách. Nhưng cái lạ là bao nhiêu trí thức Âu Tây cũng đã bị CS mê hoặc! Bertrand Russel, Jean Paul Sartres, Picasso v.v... và v.v... đã bị CS mê hoặc biết bao năm, không chịu mở mắt. Chẳng những bị mê hoặc, lại còn biến thành công cụ tuyên truyền cho CS thật không có cái ngu nào tệ hại và đáng trách như bọn trí thức lưu manh này. Trước diễn biến của tình hình thế giới, CS Quốc Tế (Nga Tầu) tuyên truyền xúi giục, xâm lăng các quốc gia chậm tiến vậy mà bọn trí thức Âu Tây đó không mở mắt nhìn ra sự thật, lại cắm đầu lên tiếng bênh vực cho hành động xâm lăng của chúng. Điển hình nhất là cuộc chiến tại VN, bọn "trí thức thiên tả" Âu châu đã tự nguyện làm tay sai cho CS Quốc Tế hô hào tổ chức Hội Nghị Hòa Bình đánh phá cuộc đấu tranh chống Cộng đầy chính nghĩa của nhân dân VN. Bọn trí thức này đúng là trí ngủ, mê muội ngu dốt cho đến khi Miền Nam rơi vào tay CS để hàng triệu người phải bỏ nước ra đi chúng mới mở mắt. Thật chưa có cái ngu nào hơn cái ngu của bọn trí thức phải gọi là "thổ tả" Âu Tây này!

Sau biến cố Đông Âu (1989) và Liên Sô (1991) làm cho chủ nghĩa CS sụp đổ khắp nơi trên thế giới, thay vì vứt bỏ chủ nghĩa CS như các nước Đông Âu để mở một chân trời mới cho đất nước, tập đoàn CSVN lại chạy qua Bắc Kinh bám vào đàn anh Trung Cộng. Việc bám víu vào đàn anh và đàn anh coi chúng như chư hầu, tệ hơn nữa là những con chó gác cổng cho chúng. Việt Cộng tiếp tục còn đường độc hại từ 1991 đến nay. Sự lệ thuộc vào Trung Cộng của Việt Cộng để lấy hậu thuẫn và sự yểm trợ nhân vật lực, nhất là thứ vũ khí nào khác chi "đuổi hổ mang ra cửa trước, rước hổ hành vào cửa sau". Hiển nhiên Hồ Chí Minh và tập đoàn CSVN đã tự nguyện tiếp tục làm giặc ngoại xâm trá hình, công khai đưa bè lũ Hán gian vào lãnh thổ dưới những chiêu bài mới, hình thức mới gậm nhấm dần dần VN sớm muộn sẽ biến đất nước thành nô lệ cho Tầu Cộng, một tỉnh của chúng.

Trước thực trạng bi đát đó, tập đoàn CSVN giả ngơ làm điếc, giả mù không nhìn thấy, không muốn nghe tiếng nói yêu nước của nhân dân VN, không dám nói lên nguyện vọng chính đáng của nhân dân. Thủ đoạn cố hữu của chúng là dùng bạo lực để đàn áp mọi tầng lớp nhân dân, quyết tâm bóp nghẹt tiếng nói của đồng bào để mong duy trì quyền lợi và địa vị cho Đảng CS, một đảng tay sai của ngoại bang. Trước những lựa chọn giữa tự do hạnh phúc của nhân dân, giữa quyền lợi và vai trò của Đảng, chúng cam tâm thà mất nước hơn mất Đảng. Theo Mỹ, theo các nước văn minh thì mất Đảng, theo Tầu Cộng thì mất nước. Chúng thà mất Nước hơn mất Đảng. Đó là điều mà mọi tầng lớp dân chúng phải biết để cứu nước. Cái đáng ngại là khi chúng dùng bạo lực để đàn áp nhân dân, tạo cho dân và đặc biệt là giới trí thức một nỗi sợ hãi triền miên, không dám nói, không dám làm những điều có lợi cho đất nước. Chính sách "ngu dân và bần cùng hóa nhân dân" cố hữu của chúng là làm cho dân chúng (kể cả trí thức và thành phần trong guồng máy của chế độ) vì miếng cơm manh áo, vì cuộc sống vật chất mà trở thành "mù câm điếc" không còn dám lên tiếng và hành động vì tổ quốc, tương lai dân tộc. Sự buông xuôi đó, cộng với những mánh khóe ru ngủ của CS sẽ làm cho Dân Tộc VN mất đi bản chất dễ dàng rơi vào âm mưu Hán hóa và nô lệ của Tầu Cộng!

Kết luận:

Trước tình hình nguy hiểm của Đất Nước, chúng ta đừng mong một đồng minh nào như Hoa Kỳ đến giúp ta đánh đổ chế độ CS một khi họ không cùng quyền lợi sinh tử với ta. Cho nên chính chúng ta phải nhận định thức thời và hành động trước. Đừng mong CS sẽ thay đổi. Đừng mong Việt Cộng có thể xa lìa quan thày Trung Cộng mà theo con đường tự do dân của Tây Phương và Hoa Kỳ. Cũng đừng mong Trung Cộng để cho Việt Cộng được tự do đi theo con đường riêng của dân tộc VN. Thày trò Trung Cộng và Việt Cộng phải bám lấy nhau để tồn tại. Thân phận của Bắc Hàn cũng thế, không khi nào sẽ rời xa Trung Cộng và Trung Cộng cũng chẳng bao giờ để cho Bắc Hàn đi riêng rẽ muốn làm gì thì làm. Nói cách khác: Việt Cộng và Bắc Hàn là hai con chó gác cổng cho Trung Cộng.

Vậy thì ta phải làm gì? Người Việt trong cũng như ngoài nước phải quyết liệt đấu tranh ngay từ bây giờ. Trong khi Việt Cộng đang ở thế trên đe dưới búa, chúng ta cần vận dụng tích cực để thành một tổng lực ba mũi giáp công: quốc nội, quốc ngoại và quốc tế đánh đổ chế độ CS ác ôn mà khởi đầu là trị các căn bệnh "tham hèn ngu" "mù câm điếc" rồi đánh thẳng vào thứ giặc ác ôn và nguy hiểm nhất, đó là giặc CS. Hơn thế kỷ trước, các vị tiền bối Nguyễn Trường Tộ, Phan Bội Châu, Phan Chu Trinh đã từng cảnh giác về ba thứ giặc Dốt, giặc Đói và giặc Ngoại Xâm. Giặc Dốt là thứ giặc nội tại nơi chính dân tộc mình không được giáo dục, khai sáng, mở mang để đưa đến đói khổ, yếu hèn làm mồi cho giặc ngoại xâm. Cho nên khởi đầu cho công cuộc đánh CS, Chậm tiến là phải tấn công giặc Dốt nó nằm sẵn trong ba căn bệnh Tham Hèn Ngu. Phải mở mắt ra mà nhìn và nhìn thấy rõ nguy cơ mất nước làm nô lệ cho ngoại bang do chính chính sách "ngu dân và bần cùng hóa nhân dân" của CS. Nếu như TT Nga Yeltsin nói: "CS không thể sửa được mà phải thay thế" thì Nguyễn Chí Thiện đã viết câu thơ đáng cho chúng ta suy nghĩ:

Nếu nhân loại mọi người đều biết
Cộng Sản là gì tự nó sẽ tan đi

Biết để diệt trừ căn bệnh NGU. Và biết là khởi đầu để tiếp tục diệt trừ căn bệnh HÈN tức là làm sao cho mọi người dân không còn biết sợ bạo lực đàn áp nữa thì mới có can đảm đứng lên làm cách mạng đánh đổ chế độ phi nhân. Phải mở mang trí óc cho mọi từng lớp nhân dân để nhìn thấy chính mình, nhìn thấy thế giới, nhìn rõ tâm địa của tập đoàn Cộng Sản Việt gian bán nước Hồ Chí Minh và đồng bọn để từ đó quyết tâm trừ bệnh diệt giặc.

Tóm lại, muốn đất nước tiến bộ, nhân dân hạnh phúc thì phải diệt giặc, diệt thù, diệt các căn bệnh trầm kha đã ăn sâu vào xương tủy. Cộng Sản là kết tinh của mọi thứ tội ác phải tiêu diệt. Còn chúng thì dân Việt ta không thể ngóc đầu lên được.

Tổng Thống Ngô Đình Diệm

BÀI ĐỌC THÊM

MỘT

MỞ HỒ SƠ TỘI ÁC HỒ CHÍ MINH

Nguyễn Minh Cần

* Giới thiệu về tác giả

Ông **Nguyễn Minh Cần** sinh năm 1928 tại Huế. Ông vào đảng CS Đông Dương năm 1946. Từ năm 1954-1962 ông làm Ủy viên thường vụ Thành ủy Hà Nội, Phó Chủ tịch Ủy ban Hành chính thành phố Hà Nội, chủ nhiệm báo Thủ đô Hà Nội.

Năm 1962 ông Nguyễn Minh Cần được đảng Lao động Việt Nam (nay là đảng CS Việt Nam) cử đi học trường Đảng Cao cấp tại Liên Sô.

Trong thời gian này, phe Lê Duẩn và Lê Đức Thọ, lúc đó ngả theo đường lối chống Liên Sô của đảng CS Trung Quốc, đã mở một chiến dịch truy bức quy mô nhằm thanh toán những người mà họ cho là có tư tưởng theo chủ nghĩa xét lại của Liên Sô. Nhiều đảng viên và ngay cả những trí thức không dính dáng gì đến đảng Lao Động VN cũng bị hãm hại một cách để tiện. Trước tình hình đó, ông Nguyễn Minh Cần và một số đảng viên cao cấp khác của đảng Lao động VN đã quyết định xin cư trú chính trị tại Liên Sô. Mặc dù Liên Sô đã từ chối lời yêu cầu của Việt Nam và không giao trả ông cho VN nhưng đã bắt ông không được phép hoạt động chính trị nữa và phải đổi cả tên họ (thành tên Nga) để bảo toàn an ninh. Vợ và các con của ông ở VN bỗng nhiên trở thành nạn nhân của chính sách trả thù hèn hạ của tập đoàn thống trị CSVN. Từ năm 1989 ông Nguyễn Minh Cần đã tham gia tích cực vào *"Phong trào nước Nga*

Dân chủ", một phong trào vận động dân chủ lớn tại Nga. Cùng với người vợ Nga, ông Nguyễn Minh Cần đã tham gia vào chiến dịch bảo vệ Tòa Nhà trắng của Phong trào và phá vỡ cuộc đảo chánh của phe nhóm CS tại Nga vào tháng 8 năm 1991.

Ông Nguyễn Minh Cần hiện đã về hưu. Phần lớn thời giờ ông dành để nghiên cứu Phật học và viết các bài nghiên cứu chính trị. Ông hiện là một nhân sĩ và là một cây bút quen thuộc và được quý mến ở Mỹ và Âu Châu. Quyển sách "Công lý đòi hỏi" (nhà xuất bản Văn Nghệ, California, 1998) là tập hợp những bài viết của ông từ 1992-1998.

Tác phẩm thứ hai sắp được xuất bản tác giả Nguyễn Minh cần là quyển sách "Đảng CSVN qua những biến động trong phong trào CS Quốc Tế". Điểm đặc biệt là quyển sách được viết dựa trên những nhận thức mới, nhờ tác giả được vào tham khảo tại Kho Lưu trữ của Quốc Tế CS tại Moskva, nay là Trung tâm Lưu trữ Văn kiện Lịch sử Hiện đại (RSKHIDNI).

Nguồn: *http://canhsatquocgia.com/toiac1.htm*

Nguyễn Minh Cần và bà vợ người Nga *Inna Malkhanova*

Tổng Thống Ngô Đình Diệm

Xin Đừng Quên! Nửa Thế Kỷ Trước:
Vấy Máu Cải Cách Ruộng Đất

Nhắc lại chuyện đau lòng của thời Cải Cách Ruộng Đất, có thể bạn đọc sẽ trách tôi: trong dịp đầu năm mà nhắc đến chuyện quá buồn. Xin các bạn lượng thứ cho! Nhưng chuyện này không thể không nói đến! Nó cũng khủng khiếp không kém gì chuyện Tết Mậu Thân (1968). Vậy mà chuyện Tết Mậu Thân chúng ta vẫn phải đành lòng nhắc đến trong dịp Tết cơ mà!

Cần phải nhắc đến các tấn bi kịch, các thảm họa dân tộc đã qua và hiện đang còn đang tiếp diễn dưới nền chuyên chính của Đảng CSVN, để mọi người yêu nước thương dân thắp một nén hương cho vong linh biết bao người vô tội đã ngã xuống, để tưởng nhớ đến bao nhiêu người oan ức đã chịu những cực hình man rợ phải ngậm hờn mãi mãi, để nhớ lại biết bao bạo hành của một đảng độc tài đã gây ra trong quá khứ và trong hiện tại, để mọi người hun đúc ý chí đấu tranh cho công cuộc dân chủ hóa đất nước. Âu cũng là việc cần lắm thay! Hơn nữa, ngày nay tập đoàn cầm quyền đang cố xuyên tạc lịch sử, cố làm mọi cách để dân tộc ta quên đi các tội ác tày trời của họ, nhất là để các thế hệ mới lớn lên không hề hay biết gì đến các tội ác đó và những kẻ tội phạm chính danh!

CHUYỆN tôi muốn nói đến hôm nay là cuộc CẢI CÁCH RUỘNG ĐẤT (CCRĐ) đầy kinh hoàng ở miền Bắc VN, thảm họa khủng khiếp chưa từng thấy trong lịch sử dân tộc. Cuộc CCRĐ đã thực tế bắt đầu diễn ra từ năm 1953, đúng 50 năm trước đây, và kết thúc năm 1956. Nhưng dư âm và hậu họa của nó vẫn còn mãi cho đến tận ngày nay. Hồi đó, CCRĐ chẳng khác nào một trận bão táp ác liệt đổ ập xuống miền Bắc VN gây ra biết bao tàn phá khủng khiếp, biết bao đảo lộn kinh người, biết bao tang tóc, đau thương cho người dân lương thiện.

Xuất phát từ đâu mà trận bão táp ghê rợn đó đã tràn đến cái xứ sở đau thương này? Số là trong chuyến đi bí mật của ông Hồ Chí Minh từ chiến khu Việt Bắc (hồi cuối năm 1950) đến Moskva (đầu năm 1951), ông đã gặp Stalin và Mao Trạch Đông (lúc đó đang có mặt tại Moskva). Hai ông này đã nhận xét là Đảng VN coi nhẹ nhiệm vụ phản phong (ý nói hữu khuynh), và chỉ thị phải tiến hành cách mạng phản phong để "bồi dưỡng động lực cách mạng là nông dân lao động", nói cụ thể là phải làm CCRĐ ở các vùng gọi là "giải phóng". Sau khi về nước, ông Hồ đã cùng Thường vụ Trung ương (Bộ chính trị sau này) ĐCS trong hai năm trời bí mật và tích cực chuẩn bị tiến hành CCRĐ. Chuẩn bị cả về mặt tư tưởng, cả về mặt chính sách, đường lối, lẫn về mặt tổ chức. Theo sự phân công của Stalin, Trung Quốc sẽ giúp đỡ cho VN, nên ông Hồ đã mời các đoàn cố vấn Trung Quốc đến miền Bắc VN - tổng cố vấn là La Quý Ba đồng thời là Đại Sứ Bắc Kinh tại VNDCCH. Vi Quốc Thanh đứng đầu đoàn cố vấn quân sự, còn đứng đầu đoàn cố vấn CCRĐ là Kiều Hiểu Quang, vốn là phó bí thư tỉnh uỷ Quảng Tây. Đó là chưa kể đủ loại cố vấn khác, như cố vấn chỉnh huấn, cố vấn công an, cố vấn tổ chức, cố vấn tuyên truyền... Để chuẩn bị về mặt tư tưởng cho cán bộ, đảng viên và quân đội, năm 1952, Bộ chính trị (BCT) Trung ương (TW) Đảng thực hiện "cuộc chỉnh huấn" trong Đảng và "cuộc chỉnh quân" trong quân đội, theo đúng mẫu mã "cuộc chỉnh phong" của ĐCS Trung Quốc, chỉ có cái tên hơi khác một chút mà thôi. Chuẩn bị về mặt tổ chức, Bộ Chính Trị Trung Ương đã thành lập Ủy ban CCRĐ Trung ương gồm có Trường Chinh, Tổng bí thư ĐLĐVN làm chủ nhiệm, hai phó chủ nhiệm là Hoàng Quốc Việt, ủy viên

BCT và Lê Văn Lương, ủy viên BCT, còn ủy viên thường trực là Hồ Viết Thắng, ủy viên TW Đảng. Dưới UBCC RĐ/TW là các đoàn CCRĐ, dưới các đoàn là các đội CCRĐ. Cả một đạo quân hùng hậu để làm "chiến dịch" đánh phong kiến!

ĐCS coi CCRĐ là "một cuộc cách mạng long trời lở đất", cho nên cần phải "phóng tay phát động quần chúng" để thực hiện, có nghĩa là phải làm hết sức mãnh liệt, thẳng tay, không khoan nhượng, không thương xót, cho dù có những hành động quá trớn, quá tả cũng không đáng sợ. Nhiều lãnh tụ cộng sản thường nhấn mạnh ĐCS là đảng cách mạng thì nhất định phải làm CCRĐ theo tinh thần "cách mạng", "cách mạng long trời lở đất"! Họ cao ngạo phê phán các cuộc CCRĐ hòa bình ở nhiều nước là cải lương chủ nghĩa, tư sản và phản cách mạng: vì tại các nước đó, chính quyền hạn định mức ruộng đất tối đa cho điền chủ được có, còn phần thừa thì nhà nước mua lại để chia cho người ít hay không có ruộng đất. Còn khi giải thích cho cán bộ mấy chữ "phóng tay phát động quần chúng" khó hiểu này, ông Hồ đã dùng hình ảnh dễ hiểu sau: khi uốn thanh tre cong cho nó thẳng ra, phải uốn quá đi một lí và giữ lâu lâu, rồi thả tay ra thì nó mới thẳng được. Hình như ông cũng khoái cái lối giải thích hóm hỉnh ấy, không nghĩ rằng cái tinh thần "quá đi một tí" sau này chính là mối họa lớn cho dân ! Các đội, các đoàn CCRĐ được tung về nông thôn. Họ tung hoành gần như với quyền hạn không hạn chế, họ cảm thấy mình nắm trong tay quyền sinh quyền sát. Cấp trên đã "phóng tay" cho họ và họ cũng tự "phóng tay"... Vì thế trong dân gian thường nói "nhất đội, nhì Trời", và các "anh đội" cũng khoái tai khi nghe như thế! Tôi còn nhớ một lần, Thiếu Tướng Vương Thừa Vũ, chủ tịch ủy ban quân quản thành phố Hà Nội, về quê thăm nhà ở làng Tó (Thanh

Oai) thuộc ngoại thành Hà Nội. Ông bị đội CCRĐ bắt giữ cùng với anh cần vụ (lính hầu) và xe ô tô, van xin gì cũng không được thả ra. Về sau do một sự tình cờ, chính quyền Hà Nội biết được mới cho người đến nhận ông về. Đại thần của chế độ mà còn bị như thế huống hồ dân đen! Trong năm 1952, BCT/TW Đảng Lao Động VN tức là Đảng CS khoác tên mới từ năm 1951, cho làm thí điểm CCRĐ ở sáu xã thuộc huyện Đại Từ tỉnh Thái Nguyên. Trong lần thí điểm này có một sự kiện "động trời": tòa án CCRĐ xử tử hình bà Nguyễn Thị Năm, tức là Cát Thành Long, người mà thời trước cách mạng đã từng che giấu, nuôi ăn, giúp đỡ các ông Trường Chinh, Hoàng Quốc Việt, Lê Đức Thọ, Phạm Văn Đồng, Lê Thanh Nghị, Lê Giản... Còn trong Tuần lễ Vàng, gia đình bà đã hiến 100 lạng vàng cho chính quyền mới. Bà đã hoạt động trong Hội Phụ Nữ, lại có con trai đi bộ đội, làm trung đoàn trưởng. Thế mà bà đã bị quy là địa chủ cường hào ác bá, bị đoàn CCRĐ xử án tử hình, UBCCRĐ/TƯ duyệt y và BCT/TƯ/ĐLĐVN cũng chuẩn y! Những người lãnh đạo cộng sản trong BCT và đứng đầu chính phủ đã từng được bà che giấu, nuôi ăn, tặng vàng, nay đang làm Chủ tịch nước, Tổng bí thư, ủy viên BCT, Thủ Tướng, Phó thủ tướng đã lạnh lùng chuẩn y một cái án tử hình như vậy! Phát súng đầu tiên của CCRĐ nổ vào đầu một người phụ nữ yêu nước đã từng giúp đỡ cho những người CS! Phát súng đó tự nó đã nói lên nhiều điều về các lãnh tụ CS! Nó báo hiệu trước những tai họa khôn lường cho toàn dân tộc!

Năm 1953, thực tế là năm bắt đầu tiến hành CCRĐ, năm ĐCS chuẩn bị toàn bộ đường lối, chính sách và "luật pháp hóa" các chính sách của Đảng bằng quyết nghị của Quốc hội, sắc lệnh và nghị định của Chính phủ, thông tư của các bộ. Dựa trên tài liệu chính thức của ĐCS, tôi xin ghi lại những cái mốc lịch sử đau thương của dân tộc ta trong cuộc CCRĐ đẫm máu và nước mắt này : cuối tháng 1/1953 - hội nghị lần thứ tư của TƯ/ĐLĐVN để thông qua bản Dự thảo cương lĩnh Đảng về chính sách ruộng đất. Tại hội nghị, ông Hồ đọc báo cáo đề ra nhiệm vụ triệt để giảm tô, tiến tới CCRĐ.

Đầu tháng 3/1953: Hội đồng Chính phủ họp thảo luận báo cáo của Phó thủ tướng Phạm Văn Đồng về mục đích, phương châm, kế hoạch phát động quần chúng. Hội đồng Chính phủ đã thông qua các văn bản về chính sách ruộng đất và phát động quần chúng, tức là đã "luật pháp hóa" nghị quyết của TƯ Đảng.

1- 5/3/1953: báo Nhân Dân đăng tải bài "Chỉnh đốn chi bộ" của ủy viên Bộ chính trị ĐLĐVN, trưởng ban tổ chức TƯ Lê Văn Lương, người trực tiếp phụ trách cuộc Chỉnh đốn tổ chức trong CCRĐ, và ngày 16/3/1953: Chính phủ VNDCCH ra thông tư về việc chỉnh đốn chính quyền cấp xã qua việc phát động quần chúng. Đây là những hướng dẫn cho việc gắn liền cuộc Chỉnh đốn tổ chức với CCRĐ, với tinh thần "không dựa vào (thực tế là đánh vào - Người viết) tổ chức cũ mà lập nên tổ chức mới" ở nông thôn!

12/4/1953: Chính phủ VNDCCH ra ba sắc lệnh: 1/ Sắc lệnh quy định chính sách ruộng đất, trong đó có việc tịch thu, trưng thu, trưng mua ruộng đất chia cho nông dân. 2/ Sắc lệnh quy định việc thành lập Tòa án nhân dân ở những nơi phát động quần chúng. 3/ Sắc lệnh quy định việc trừng trị những địa chủ ở những nơi phát động quần chúng tiến hành CCRĐ.

1/6/1953: Báo Nhân Dân đăng bài về Chương trình CCRĐ.

Tháng 6/1953: ĐLĐVN tổ chức cái gọi là "đợt chỉnh huấn chính trị" để nâng cao lập trường giai cấp cho cán bộ đảng viên trong cuộc đấu tranh CCRĐ.

14/11/1953: Hội nghị lần thứ năm TƯ và Hội nghị toàn quốc của ĐLĐVN để quyết định tiến hành CCRĐ. Ông Hồ đã phát biểu ý kiến tại hội nghị nhấn mạnh phải "phóng tay phát động quần chúng tiến hành CCRĐ".

1-4/12/1953: Kỳ họp thứ ba của Quốc hội khóa 1, Chủ tịch Hồ Chí Minh đọc báo cáo "Tình hình trước mắt và nhiệm vụ CCRĐ" và ngày 4/12/1953: Quốc hội nhất trí thông qua Luật CCRĐ. Sau đó, Chủ tịch Hồ Chí Minh đã ra sắc lệnh ban hành Luật CCRĐ do Quốc hội thông qua.

Từ đó, bắt đầu các đợt CCRĐ, mà đợt đầu tiến hành ở 47 xã tỉnh Thái Nguyên và 6 xã tỉnh Thanh Hóa, sau đó lan tràn trên khắp miền Bắc, trừ các vùng miền núi. Đợt năm là đợt cuối cùng, phần lớn diễn ra ở các xã đồng bằng Bắc bộ và các vùng bị Pháp chiếm trước đây. May mắn cho đồng bào miền núi, vì ĐLĐVN chủ trương sau khi hoàn thành CCRĐ ở vùng đồng bằng mới làm ở miền núi. Do sự phẫn nộ của quần chúng đã bùng lên dữ dội, nhiều cuộc nổi dậy của nông dân đã nổ ra ở Quỳnh Lưu, Phát Diệm, nên về sau, TƯ/ĐLĐVN chỉ tiến hành cái gọi là "cải cách dân chủ" ở miền núi, nghĩa là dẹp bỏ phong kiến địa phương (tức là các phìa tạo) mà không dùng bạo lực quá mạnh vì sợ dân chúng chạy sang Trung Quốc, Lào.... Còn ở huyện Vĩnh Linh tỉnh Quảng Trị, vì nằm sát giới tuyến, tiếp giáp VNCH, nên cũng được chiếu cố, nghĩa là dùng bạo lực vừa phải "để không gây ảnh hưởng xấu đến miền Nam".

Tháng 9/1956: Hội nghị lần thứ 10 của TƯ/ĐLĐVN kiểm điểm tình hình CCRĐ. Do ảnh hưởng của đại hội lần thứ 20 ĐCS Liên Sô vạch trần những tội ác của Stalin, do sự bất mãn trong dân chúng, cộng thêm sự phản ứng khá mạnh của cán bộ, TƯ Đảng buộc phải thừa nhận những sai lầm nghiêm trọng trong CCRĐ và chủ trương sửa sai. Tại hội nghị, TƯ đã thi hành kỷ luật như sau: Trường Chinh mất chức Tổng bí thư, chỉ còn làm ủy viên BCT, còn Hoàng Quốc Việt và Lê Văn Lương mất chức ủy viên BCT, Hồ Viết Thắng bị đưa ra khỏi TƯ/ĐLĐVN. Ông Hồ Chí Minh kiêm nhiệm Tổng bí thư, còn Lê Duẩn làm bí thư TƯ, thường trực BCT.

29/10/1956: Mít-tinh lớn tại Nhà Hát Nhân Dân Hà Nội, ủy viên BCT Đại Tướng Võ Nguyên Giáp thay mặt Chủ tịch Hồ Chí Minh và TƯ/ĐLĐVN chính thức công nhận những sai lầm nghiêm trọng trong CCRĐ. Nhân đây, xin nói rõ: một vài người viết không đúng là cuộc mít-tinh tổ chức tại sân vận động Hàng Đẫy và ông Hồ đã đến dự và khóc trước dân chúng. Hà Nội được giao cho việc tổ chức mít tinh nên tôi biết rõ. Hồi đó, chúng tôi được giải thích: "Bác đến không tiện", nhưng chúng tôi đều hiểu là ông Hồ muốn đưa ông Giáp ra "chịu trận" thay mình, nên không hề có việc ông Hồ khóc trước dân chúng.

Ở hải ngoại, cho đến nay cũng đang một số tài liệu nói đến những bạo hành, những tội ác trong CCRĐ, cuốn sách nói về đề tài này khá kỹ ra mắt sớm nhất (1964, bằng tiếng Anh) là cuốn "Từ Thực Dân Đến CS" của ông Hoàng Văn Chí. Còn ở trong nước thì đến nay, chưa có một công trình nghiêm túc nào nghiên cứu, chưa ra một tiểu thuyết nào viết riêng về đề tài CCRĐ. Tại sao? Dễ hiểu là sau khi bị bắt buộc phải thừa nhận những sai lầm trong CCRĐ, BCT/TƯ Đảng ra lệnh miệng tuyệt đối cấm không được nói đến đề tài này. Người đầu tiên "vi phạm" tabou thiêng liêng đó là nhà văn Hà Minh Tuân - anh đã viết lướt qua rất nhẹ nhàng đến đề tài cấm kỵ đó trong tác phẩm "Vào Đời".

Tức thì Nguyễn Chí Thanh hô hoán lên là "tư tưởng địa chủ ngóc đầu dậy", và anh bị hành hạ hết nước. Từ đó mọi người ai cũng im re, "lo giữ cái đội nón của mình" (nhóm từ thông dụng hồi đó có nghĩa là giữ đầu mình)... Mãi sau này, chỉ có vài nhà văn rụt rè mon men đến đề tài đó mà thôi. Hy vọng rồi đây sẽ có nhiều nhà văn, nhà nghiên cứu trong nước vượt qua nỗi sợ "truyền kiếp", dám đề cập đến đề tài đau thương này một cách nghiêm túc và toàn diện...

Nếu nói về những tội ác trong CCRĐ, theo tôi, cần nêu bật mấy loại chính sau đây:

Thứ nhất. Tội tàn sát thường dân vô tội - tội ác chống nhân loại.

Người nông dân Việt Nam hiền hòa, chất phác đang làm ăn sinh sống và hết lòng đóng góp vào cuộc kháng chiến chống Pháp, bỗng dưng ĐCS giáng cho họ một đòn chí mạng. ĐCS nói rằng CCRĐ là một cuộc cách mạng để thực hiện ước mơ muôn đời của nông dân: "người cày có ruộng" - nhưng thực tế thì không phải như vậy, thực tế là nông dân bị đánh đòn chí mạng! Tầng lớp năng nổ, giỏi giang biết làm ăn nhất ở nông thôn thì bị quy là địa chủ, phú nông, thậm chí cường hào ác bá, bị triệt hạ hết đường sinh sống, còn một loạt cán bộ ở nông thôn đã từng chịu đựng gian khổ làm nhiệm vụ lãnh đạo kháng chiến, sản xuất thì bỗng nhiên bị quy là phản động, gián điệp, Việt gian v.v... bị trừng trị, nhiều người bị bắn giết vô cùng man rợ. Ngay cả nhiều người trung nông, thậm chí một số bần nông cũng "bị kích lên" làm địa chủ cho đủ cái tỷ lệ quái gở 5$^{\%}$ địa chủ (so với dân số thôn xã!) và họ phải cam chịu cái số phận mà ĐCS dành cho địa chủ.

Cái tỷ lệ quái gở 5$^{\%}$ đó lại kèm thêm những "kết luận" quái đản khác: đã có địa chủ, tất phải có cường hào ác bá!

Thế là người dân chịu chết! Biết bao nỗi oan khuất không thể nào kể hết.

Cái phương châm "thà sai hơn là bỏ sót", cộng thêm với việc "thi đua lập thành tích đánh phong kiến" đã gây ra tình trạng "kích thanh phần", "nống thành tích" cố tìm ra nhiều địa chủ, phản động, xử tử nhiều ác bá... để có được bằng khen, huân chương, để ngoi lên địa vị cao hơn... càng làm cho nỗi khổ đau của người dân tăng lên nhiều gấp bội! Chỉ xin dẫn vài chuyện mà thôi.

Một anh bạn đi làm CCRĐ ở Khu Bốn kể lại. Ở Khu Bốn, hồi đó ai cũng biết danh Chu Văn Biên, Bí thư Khu ủy, và Đặng Thí, Phó bí thư khu ủy, khét tiếng hiếu sát trong CCRĐ, họ đều là trưởng và phó đoàn CCRĐ. Thậm chí trong dân gian lưu truyền bài vè có câu "Giết người nổi tiếng gã Chu Biên". Anh bạn tôi kể chuyện Đặng Thí ký hai án tử hình trên ghi-đông xe đạp! Chuyện như sau: một đội tới làm CCRĐ ở một xã nghèo ở Nghệ An, quê hương của ông Hồ Chí Minh và Hồ Viết Thắng, tìm mãi mà không thể quy ai là địa chủ được (những ai đã từng đến tỉnh này đều biết cảnh nghèo chung của dân chúng ở đây). Đặng Thí "đả thông tư tưởng" là cố vấn Trung Quốc dạy rồi phải có $5^\%$ địa chủ. Đội sợ trên "đì", tính ra cả làng từng này hộ, từng ấy nhân khẩu, thôi thì cũng buộc phải kiếm ra năm địa chủ. Tưởng thế là xong, nào ngờ khi báo cáo lại cho Đặng Thí thì... Liếc mắt qua không thấy có danh sách "lên thớt", bực mình Thí mới xạc cho "anh đội" một trận: "Có địa chủ mà không bắn thằng nào cả à?" và ném cả tập giấy vào mặt đội trưởng. Cuối cùng thì đội cũng lọc ra được "hai địa chủ để bắn" vội chạy lên đoàn báo cáo. Giữa đường gặp Đặng Thí đang đi xe đạp, tay đội trưởng đưa báo cáo và danh sách bắn hai người. Thí còn đang vội, vẫn ngồi trên yên xe, chẳng thèm xem hết nội dung, đặt "đơn đề nghị bắn hai người" lên ghi-đông xe đạp, mở vội xà-cột (sacoche), rút bút ký toẹt vào. Xong rồi Thí đạp xe đi thẳng.

Một ông bạn làm việc ở Viện Khoa Học VN đã đi làm CCRĐ kể lại chuyện thương tâm này. Đội mà ông bạn có chân về một làng nghèo ở Thái Bình, không thể nào tìm đâu ra đủ số địa chủ, và cũng không thể nào tìm ra địa chủ ác bá để bắn. Họ lo lắm. Thế là họ đưa một ông chăn vịt vào danh sách bị bắn! Làng nào cũng thế thôi, mấy ông "gột vịt" (ấp trứng nuôi vịt con) chẳng bao giờ được dân làng ưa cả, vì lùa vịt con xơi thóc lúa của dân, thế mà lại hay to mồm cãi lại, gây gổ. Thế là "đủ yếu tố cấu thành tội", trong đó có tội "bị dân làng ghét cay ghét đắng". Địa chủ bóc lột thóc của nông dân, vịt cũng ăn cướp thóc của nông dân, vịt không thể bắn được thì chủ nó phải chịu thay! Ai cũng vui vẻ cả. Ông bạn biết là sai nhưng không dám mở miệng khi "cỗ máy nghiền thịt" của Đảng đã khởi động rồi!

Cho đến nay, không ai biết số người bị quy oan, bị tù oan và bị giết oan là bao nhiêu vì Đảng CS giấu tịt. Những con số mà nhiều người đưa ra chỉ là ước đoán. Hồi cuối năm 1956, khi tôi được Thành ủy Hà Nội giao cho trách nhiệm sửa sai CCRĐ ở ngoại thành Hà Nội. Vì tính chất quan trọng của việc đó ở thủ đô, nên ông Võ Nguyên Giáp được BCT phân công giúp đỡ việc sửa sai ở Hà Nội. Vì thế, thỉnh thoảng tôi đến nhà ông Giáp làm việc. Đôi khi chúng tôi cũng nói chuyện với nhau về những vấn đề chung. Một hôm tôi hỏi thẳng ông: trong CCRĐ có bao nhiêu người bị oan. Ông Giáp nói hai vạn. Lúc đó tôi không dám hỏi thêm cụ thể hơn - thế thì bao nhiêu người bị chết oan, vì tôi biết là mình đã đụng đến vấn đề cấm kỵ nhất của Đảng. Cho đến nay, tôi không biết con số mà ông Giáp nói với tôi có thật hay không, nhưng hôm đó ông trả lời tôi tức thì, không nghĩ ngợi gì, nên tôi cũng có phần tin. Còn số người bị hành quyết trong CCRĐ và chỉnh đốn tổ chức thì tôi ước đoán là chừng năm, sáu nghìn người. Đó là chưa kể nhiều người bị chết vì các lý do khác, như tự tử trước khi xét xử, chết khi bị tra của hay bị giam cầm ở xã, chết trong tù, người nhà địa chủ chết đói do bị bao vây v.v... Tại cuộc mít-tinh tối 29/10/1956, ông Võ Nguyên Giáp chỉ cho biết con số 12 nghìn cán bộ và đảng viên đã được trả tự do mà thôi! Con số đó đúng hay không, ai mà biết được! Tóm lại, những con số về người bị thiệt mạng trong CCRĐ vẫn chưa xác định được. Dù thế chăng nữa, với những con số ước tính đã cho thấy đây là một tội ác tày trời. Tội ác này chính là tội ác chống nhân loại!

Còn chuyện "sửa sai" thì cũng chỉ là một lối "tung hỏa mù" chủ yếu để làm dịu đi phần nào nỗi công phẫn dữ dội của dân chúng, tránh những cuộc bùng nổ bất lợi cho Đảng mà thôi. Chúng tôi đã từng đi làm sửa sai nên biết khá rõ.

Có nhiều cái sai không thể nào "sửa" được. Bắn giết người ta, làm què quặt thân thể, làm tổn hại tâm thần người ta (có không ít người bị điên, bị mất trí, bị lẩn thẩn), làm gia đình người ta tan vỡ... thì chỉ có Trời mới sửa được! Ngay cả những việc tưởng chừng không khó sửa lắm, nhưng cũng không thể sửa nổi, chẳng hạn, gia đình bị quy là địa chủ, nhà cửa bị tịch thu chia cho mấy hộ nông dân, khi được xét là quy oan phải trả lại nhà cho người chủ cũ. Nhưng, khi biết là phải trả lại nhà, các ông bà nông dân bèn cạy gạch, cạy cửa, dở ngói, rút rui mè, cất giấu hết, phá phách gần như tan nát cả ngôi nhà họ đang ở. Nên cái nhà được trả lại đâu còn nguyên vẹn như trước. Còn các "quả thực" khác khi đã chia rồi thì sửa sai làm sao được! Thóc lúa, nông dân ăn hết, bán hết rồi (hoặc khai như thế), nông cụ bị tiêu tán hết (hoặc khai hư hỏng rồi), thì lấy gì mà trả lại cho người ta. Đó là không nói đến những quan hệ tình cảm đã bị tổn thương, giữa vợ chồng, giữa anh em, giữa họ hàng, giữa thầy trò, giữa hàng xóm, láng giềng thì chẳng làm gì được, ngoài việc khuyên nhủ chung chung.

Trong sửa sai chỉ có việc này làm được là trả tự do cho những người bị tù oan. Còn việc khôi phục lại chức vụ cho một số cán bộ đã bị đấu tố cũng đã thực hiện, nhưng cũng không giản đơn vì quan hệ khá phức tạp giữa cán bộ mới với cán bộ cũ.

Nhân thể cũng xin nói thêm, khi hội nghị lần thứ 10 của TƯ/ĐLĐVN hồi tháng 9/1956, TƯ buộc phải thừa nhận những sai lầm nghiêm trọng trong CCRĐ, người ta cũng đổ lỗi một phần cho cấp dưới đã thi hành sai, chứ TƯ Đảng không nghiêm khắc tự phê phán mình, họ vẫn coi "đường lối của TƯ về cơ bản là đúng", chỉ có "việc tổ chức thực hiện không đúng" mà thôi. Họ vẫn khư khư khẳng định: CCRĐ dù có sai lầm "nhưng về cơ bản vẫn giành được thắng lợi lớn".

Điều đó nói lên sự giả dối, ngụy biện, sự không thực lòng hối hận của họ. Thế thì làm sao mà Đảng sửa sai được?! Còn cái gọi là thi hành kỷ luật với các ông lãnh đạo CCRĐ cũng chỉ là trò hề "giơ cao đánh khẽ" để lừa dối dư luận mà thôi.

Trường Chinh mất ghế Tổng bí thư, nhưng lại vẫn là ủy viên BCT, chuyển sang ngồi ghế Chủ tịch Quốc hội, lại phụ trách công tác tư tưởng, rồi chính ông ta đã cùng Tố Hữu bày ra vụ Nhân Văn - Giai Phẩm đàn áp quyết liệt anh chị em trí thức ưu tú, khao khát tự do, làm bao văn nghệ sĩ tài ba bị tù đày, bị đàn áp, bị treo bút trong hàng mấy chục năm trời, đánh một đòn nặng nề vào nền văn học miền Bắc, làm nó bị thui chột trong nhiều thập niên.

Hoàng Quốc Việt (một người nổi tiếng "ác liệt nhất" chẳng những trong CCRĐ mà trong nhiều vụ trước nữa, chẳng hạn, vụ H122 xảy ra trong kháng chiến chống Pháp, ông phụ trách xét vụ này, đã bắt giam nhiều cán bộ, phần đông là cán bộ quân đội, và làm chết oan nhiều người), bị đưa ra khỏi BCT thì lại trao chức vụ Viện trưởng Viện kiểm sát tối cao là chức vụ nắm quyền sinh quyền sát con người.

Lê Văn Lương chịu trách nhiệm về Chỉnh đốn tổ chức đã làm cho nhiều cán bộ đảng viên ở xã bị bắn giết, bị tù đày, phải ra khỏi BCT thì sau này lại được đưa về làm bí thư Thành ủy Hà Nội, còn Hồ Viết Thắng bị đưa ra khỏi TƯ Đảng thì lại cho làm ủy viên thường trực Ủy ban Kế hoạch nhà nước!

Trái lại, người ngoài Đảng mà dám thẳng thắn phát biểu ý kiến với ĐCS, cho dù nhẹ nhàng chăng nữa, như trường hợp luật sư Nguyễn Mạnh Tường đọc bài tham luận tại hội nghị Mặt trận Tổ quốc phê phán cuộc CCRĐ và đưa ra những đề nghị hợp lý thì Đảng trù dập ông, dồn ông vào cảnh khốn cùng cho đến chết ! Và thử hỏi có bao giờ TƯ Đảng thành thực sám hối về những sai lầm, những tội ác của mình hay không?

Chẳng những không sám hối mà cả cho đến ngày nay, ĐCS vẫn cứ nói lấy được là CCRĐ đã giành được thắng lợi lớn: "thực hiện ước mơ nghìn đời" của nông dân - đem lại ruộng đất cho người cày. Đây là một sự dối trá trắng trợn. Vì ruộng đất nông dân được chia thì một phần đáng kể là của những người bị quy oan, khi sửa sai cuối cùng phải trả lại. Phần ruộng đất chia còn trong tay nông dân, họ chưa kịp được hưởng gì trên mảnh đất được chia đó thì năm 1957-1958, ĐCS đã bắt đầu lùa họ vào hợp tác xã để tập thể hóa nông nghiệp, nghĩa là họ không còn làm chủ ruộng đất của họ! Vả lại, xét cho cùng, "đem lại ruộng đất cho người cày" đâu có phải là mối quan tâm chính yếu hay là mục đích tối hậu của Đảng?

Cho nên đến khi sửa đổi Hiến pháp sau ngày thống nhất đất nước, bằng một điều khoản mới trong Hiến pháp, Đảng đã nhẹ nhàng quốc hữu hóa toàn bộ ruộng đất trong cả nước! Thế thì làm sao có thể nói là Đảng "đem lại ruộng đất cho người cày" được?! Quả thật là người nông dân chịu bao nhiêu đau thương tang tóc cuối cùng chẳng được gì cả!

Thứ hai: Tội phá hoại truyền thống tốt đẹp mấy nghìn năm của dân tộc.

Truyền thống hiếu hòa, thương yêu, đùm bọc lẫn nhau ở nông thôn Việt Nam được dân tộc ta xây dựng hàng nghìn năm đã bị ĐCS phá vỡ trong vòng ba, bốn năm CCRĐ. Nếu ai đã từng sống ở nông thôn Việt Nam trước "cách mạng", trước CCRĐ đều cảm nhận cái tinh thần "đùm bọc nhau", "lá lành đùm lá rách" còn khá đậm đà trong mối quan hệ giữa người với người. Cố nhiên, không ai nói là ở các làng quê không có những kẻ bóc lột, nhưng tinh thần chung ở nông thôn ta là như vậy. Với cái chính sách "phân định thành phần giai cấp", ĐCS chia cư dân nông thôn thành cố nông, bần nông, trung nông (có ba loại, trung nông yếu, trung nông vừa, trung nông cứng), phú nông (có hai loại, phú nông thường, phú nông ngấp nghé địa chủ - đây là "sáng kiến" của người chấp hành để khi cần thì dễ "kích" họ lên địa chủ, chứ trong chính sách thì không chia ra), địa chủ (có mấy loại, địa chủ yêu nước và kháng chiến, địa chủ thường, địa chủ cường hào ác bá, địa chủ phản động). Sự phân chia có vẻ "khoa học" lắm, nhưng khi thực hiện thì tất cả đều do cảm tính chủ quan, do nhu cầu của "đội" (khi trên

312   Tổng Thống Ngô Đình Diệm

bắt phải đủ 5$^\%$ địa chủ, bắt phải có ác bá, phản động để bắn, thì cứ phải "kích" lên cho đủ số), do ý muốn chủ quan của "ông đội" (nhiều khi ý muốn đó rất quái đản, thấy thái độ của đương sự có vẻ ngang bướng thì cứ "kích" lên cho bỏ ghét). Về nguyên tắc, muốn phân định thành phần thì phải "tố khổ", phải "tố" nhau, vạch nhau ra để "xếp" thành phần. Với lối xúi giục, cưỡng ép người dân tố giác lẫn nhau rất phổ biến trong CCRĐ, nên từ đó họ chia rẽ nhau, thù ghét nhau.

Cũng có nhiều người lúc đầu không muốn "tố" ai hết vì không muốn làm trái lương tâm, nhưng ai không chịu "tố" thì bị đội CCRĐ coi là chưa "dứt khoát", "có liên quan", v.v... cuối cùng thì ai cũng tham gia vào cuộc "tố" lẫn nhau để giữ mạng mình. Đây là số đông. Nhưng cũng có không ít những kẻ hoặc vì tư thù, hoặc vì muốn trục lợi, "tố điêu", "tố láo" để ngoi lên làm "rễ", làm "cốt cán", làm cán bộ, để được chia "quả thực" nhiều hơn. Mà thường cái đám người này nghèo túng vì lười biếng, vì rượu chè, cờ bạc, có khi là những phần tử lưu manh, nhưng thường lại được đội coi như là bần cố nông để dựa, o bế, sử dụng nhằm... hoàn thành nhiệm vụ của đội. Một điều kỳ quái cần nói nữa là: mọi lời "tố" của nông dân đều không cần bằng chứng, hơn nữa mọi lời "tố" của họ đều được coi là bằng chứng, đều được ghi vào hồ sơ tội trạng! Không cần có bất cứ một sự kiểm chứng nào hết! "Lý luận" chung hồi đó là "phải tin tưởng ở quần chúng", "nông dân lao động đã nói là đúng". Thế là không còn ai cãi được nữa!

Chính vì thế, khi đội cần "đánh vào" bí thư hay chủ tịch ủy ban kháng chiến trước ở vùng tạm bị chiếm, nay bị coi là tổ chức cũ, mà có một ai đó "tố" là "chúng nó họp Quốc Dân Đảng" thì bị "lên hồ sơ" ngay là "bí thư Quốc Dân Đảng", và anh ta khó tránh khỏi cái án tử hình! Một nông dân "tố" một người bị "kích" lên địa chủ là "hồi kháng chiến, khi máy bay địch tới, tôi thấy hắn nhìn lên trời và chỉ chỏ cái gì đó", tức thì bị quy ngay là "gián điệp" và số phận anh ta coi như là "đi đứt"! Có thể là thế hệ mới lớn lên, nhất là những người đang sống ở các nước dân chủ tiên tiến, thì khó mà tin là đã có những chuyện như thế. Khốn thay đó lại là sự thật đắng cay đã từng xảy ra trong lịch sử nước nhà!

Tóm lại, CCRĐ làm cho nội bộ nông dân chia rẽ trầm trọng, làng xóm đảo lộn lung tung! Đến khi ĐCS tuyên bố sửa sai thì tình hình nông thôn lại cực kỳ hỗn loạn : những vụ ẩu đả, đâm chém, trả thù nhau giữa những người bị "tố oan" với những kẻ "tố điêu", giữa những người bị tước đoạt tài sản với những người được hưởng "quả thực", giữa cán bộ cũ bị quy kết phản động và bị tù tội với cán bộ mới "ngoi lên" trong CCRĐ... Di sản nghìn năm rất đáng quý mà cha ông ta đã để lại là tinh thần đùm bọc, hòa hiếu nhau của người dân nông thôn miền Bắc đã bị phá hủy từ ngày CCRĐ. Lẽ nào đó không phải là một tội ác?

Thứ ba: Tội phá hoại đạo lý, luân thường của dân tộc.

Trong lịch sử dân tộc Việt Nam chưa bao giờ đạo lý làm người bị đảo điên một cách quái đản như trong CCRĐ. Các đội CCRĐ không từ một cách nào hết để "tìm ra địa chủ", "tìm ra phản động", "tìm ra của chìm", họ ép buộc con cái "đấu tố" cha mẹ, con dâu "đấu tố" bố mẹ chồng, con rể "đấu tố" bố mẹ vợ, vợ "đấu tố" chồng, anh em "đấu tố" lẫn nhau, trò "đấu tố" thầy, kẻ hàm ơn "đấu tố" người đã làm ơn, láng giềng hàng xóm "đấu tố" lẫn nhau! (Cũng có trường hợp cha mẹ bấm bụng khuyên con cái "đấu tố" mình để mong cứu mạng cho con cái). Thật là một tấn bi kịch hãi hùng!

Những người bị quy là địa chủ ngay lập tức bị tước mọi quyền làm người, bị hạ nhục, bị chà đạp, ngay lập tức phải thay đổi cách xưng hô trước nông dân, phải cúi đầu lễ phép "thưa các ông, các bà nông dân", phải xưng "con" trước mặt nông dân, dù đó chỉ là một đứa trẻ con. Còn nông dân thì tha hồ gọi người kia là "thằng kia", "mụ kia", "con kia", là "mày", "chúng bây" và tự xưng là "tao", "chúng tao", thậm chí có thể chửi mắng, xỉ vả. Chẳng ai dám làm trái lại cái "lệ mới" đó - đội tuyên bố phải đối xử như thế mới "nâng cao uy thế nông dân", mới "đánh gục giai cấp địa chủ" được! Không làm thế là "bênh địa chủ", "mất lập trường giai cấp", thậm chí "có liên quan với địa chủ"! Ngay cả đứa bé con cũng có thể mắng mỏ, sỉ nhục người lớn đã bị quy là địa chủ. Những người này, dù là thứ bậc thế nào trong họ tộc cũng đều bị bà con họ tộc xa lánh, để không "bị liên quan". Còn khi hành quyết người bị án tử hình thì những người thân thích, ruột thịt của người ấy, từ già cả cho đến trẻ con, đều bắt buộc phải có mặt để chứng kiến tận mắt cảnh tượng đó! Đúng là sự khủng bố tinh thần cực kỳ vô nhân đạo!

Một tình trạng thương tâm nữa là nhiều gia đình ở nông thôn (và cả ở thành phố có liên hệ với nông thôn) đã tan vỡ, con cái bơ vơ, vì khi một trong hai người có gia đình bị quy (hoặc bị kích lên) thành phần địa chủ, bị gán tội phản động, thì bên kia, tức là vợ hay chồng, sợ liên lụy phải bỏ nhau. Nhiều người đi lập gia đình khác, có con hoặc chưa có con với chồng hay vợ mới. Đến sau này thấy sai, người bị bắt đi tù nay được trở về, thế là bao nhiêu chuyện rắc rối xảy ra đến nỗi Bộ tư pháp VNDCCH phải ra thông tư ngày 19/4/1956 để "giải quyết những vụ vợ chồng bỏ nhau". Thật là mỉa mai, người ta cho rằng có thể hàn gắn được tình cảm yêu thương trong gia đình đã bị thương tổn nặng nề bằng một tờ thông tư vô hồn của Bộ tư pháp! Tình yêu của nam nữ cũng bị xâm phạm nghiêm trọng giống hệt như thế - để giữ lập trường giai cấp ai cũng phải cắt đứt với người yêu thuộc thành phần địa chủ, phản động! Đây cũng là một nét về đạo đức nữa cần phải nói đến. Chưa bao giờ sự giả dối trắng trợn được đề cao như trong CCRĐ. Chẳng cần phải nói tới việc các "anh đội", "chị đội" báo cáo láo cho đoàn, vì nó quá thường, mà cái cần vạch ra ở đây chính là người ta ép buộc, khuyến khích người nông dân nói dối, làm láo. Dần dà rồi người nông dân cũng thấy cần phải nói dối, làm láo để "qua khỏi cái đận CCRĐ", họ cũng "tố bậy", "tố điêu" dù trong thâm tâm biết mình đang nói dối, vu khống. Cũng có người cố giữ lương tâm trong sạch, nhưng thường họ phải trả giá đắt cho điều đó. Cho nên cơn dịch dối trá cứ lan tràn. Đội cũng dạy thêm cho nông dân quen làm những việc giả dối, chẳng hạn như dặn họ: khi thấy trên màn ảnh xuất hiện hình địa chủ thì phải hô "đả đảo", hay vừa hô vừa ném đá vào hình địa chủ để tỏ lòng uất hận của mình. Thế là nông dân cũng làm theo. Tất nhiên, cũng không loại trừ cái hiện tượng gọi là "tâm lý đám đông", khi người ta hành động như trong một cơn lên đồng tập thể. Chẳng hạn, mỗi lần chiếu phim "Bạch Mao Nữ" của Trung Quốc, thì có nhiều người khóc nức nở, và khi xuất hiện hình địa chủ là bên dưới ào ào ném đá vào màn ảnh. Chính vì thế, các diễn viên kịch thường từ chối lên sân khấu đóng vai địa chủ vì sợ vỡ đầu sứt trán.

Chủ trương của UB/CCRĐ/TƯ là trong các cuộc đấu địa chủ, nhất là địa chủ cường hào ác bá đều phải chuẩn bị rất chu đáo để ra "đấu trường" không được vấp váp. Thế là trước ngày đấu, mọi "rễ", "chuỗi", dân quân, công an, tòa án, chủ tịch đoàn... đều phải "diễn tập" như thật, ai lên "đấu" trước, ai lên "đấu" sau, "tố" thế nào, xỉa xói ra sao, nói gì, khi nào người "tố" phải cảm động khóc lóc, khi nào người dân phải hô "đả đảo" (khi người bị "tố" không nhận tội...), lúc nào thì bắt địa chủ quỳ (quỳ là biểu hiện của sự "bị đánh gục"!), lúc nào thì "hoan hô" (khi tòa tuyên án tử hình, tịch thu tài sản...). Chủ tịch đoàn những cuộc đấu lớn đều là "rễ", "chuỗi", cốt cán mới đào tạo trong vài tháng, nói năng ngượng nghịu, lúng ta lúng túng, điều khiển thế nào nổi, nên khi ra "đấu trường", thường "anh đội", "chị đội" phải ngồi sau lưng nhắc, như người nhắc tuồng (souffleur) ở rạp hát! Cũng có khi nhắc mãi không được, chủ tịch đoàn cuống lên, thì "anh đội" giật micro và điều khiển luôn. Tóm lại, một sự diễn kịch, một trò giả dối lố bịch, trắng trợn, mà không hề không biết ngượng !

Nhưng cái nguy hại chính là sự giả dối đó cứ thấm dần vào tiềm thức cán bộ và người dân, tạo nên một nếp sống giả dối vô đạo đức của nhiều người!

Thứ tư. Tội phá hủy truyền thống tâm linh và văn hóa của dân tộc.

Bằng cuộc CCRĐ, ĐCS cố tình triệt hạ các tôn giáo và truyền thống tâm linh của dân tộc. Trước CCRĐ, các nhà thờ Thiên chúa giáo, các tu viện, nhà cô nhi... đều có ruộng đất riêng, các chùa có ruộng hậu do tín chủ cúng cho chùa, các nhà thờ họ có ruộng họ, các đình có ruộng làng... để lo việc sửa sang, tu bổ nhà thờ, chùa, đình, cúng tế hàng năm, việc từ thiện v.v... và để nuôi sống các linh mục, tu sĩ, tăng ni và những người chuyên lo việc trông nom, thờ phụng... Nhờ thế hoạt động tôn giáo, tâm linh, từ thiện được tiến hành bình thường không có trở ngại. Nhưng với chính sách CCRĐ của ĐCS, tất cả các ruộng đất đó đều nhất loạt bị coi là ruộng đất phong kiến và bị trưng thu để chia cho nông dân.

Với cái đòn độc địa đó, tất cả các nhà thờ, tu viện, nhà cô nhi, chùa chiền, điện thờ, miếu mạo, nhà thờ họ, đình... đều trở nên điêu đứng và dần dần tàn tạ. Riêng đối với nhà thờ Thiên chúa giáo, do phong trào giáo dân ồ ạt di cư vào Nam, nên về sau Đảng đã phải để lại cho các nhà thờ một ít ruộng đất. Người ta công nhiên dùng các cơ sở thờ cúng vào việc họp hành, đóng quân, làm hội trường, làm kho hợp tác xã mua bán, kho hợp tác xã sản xuất v.v...

Có nơi thậm chí người ta cho các tượng Phật trôi sông. Nhiều nơi bà con tín đồ bí mật cứu các tượng Phật, đem chôn, đem giấu hầm kín, sau này phần lớn các tượng gỗ đều mục nát, thế nhưng cũng có ít tượng còn giữ được, vào thập niên 80 bà con mới đưa lại vào chùa. Tóm lại, cuộc sống tâm linh hoàn toàn bị xóa bỏ. Chữ "thiện", chữ "nhân" một thời gian dài chẳng ai dám nói đến, vì giữa lúc cái ác tràn đầy mà nói đến chữ "thiện", chữ "nhân" thì có thể bị coi là biểu hiện sự phản đối!

Trong lúc đó, người ta lại đề cao bạo lực, cổ vũ đấu tranh giai cấp, khuyến khích điều ác, điều bất nhân, điều vô đạo. Một điều rất quái dị trong CCRĐ mà ĐCS lại coi là tự nhiên hoặc là cần thiết: người ta thường xuyên huy động các cháu thiếu niên từ 9-10 tuổi trở lên tham gia CCRĐ. Bắt chúng mang trống ếch đi cổ động, đi "đả đảo", "hoan hô", tham dự các cuộc đấu tố, các phiên tòa CCRĐ, các buổi hành quyết công khai.

Nhiều cháu, nhất là các cháu gái, vốn có tâm lý hiền lành bị bắt buộc phải tham gia, đã không chịu nổi, run sợ, khiếp đảm, có cháu ngất xỉu trước cảnh hãi hùng, súng bắn, máu đổ... Còn các cháu vốn có tâm lý hung dữ thì lại thích thú hoan hô, thậm chí sau khi "được" tham dự những cảnh tượng đó, có nơi chúng lại bày trò chơi "đấu tố", bắt con cái địa chủ quỳ để con cái nông dân lên đấu, cũng xỉa xói vào mặt, cũng xỉ vả, vạch tội... Chẳng biết có ai xúi giục không, nhưng nhiều nơi đã xảy ra những "trò chơi" quái đản đó ! Khi cái thiện bị nén xuống mà cái ác được cổ vũ, thì chẳng có gì đáng ngạc nhiên là đạo đức bị suy đồi, băng hoại dưới chế độ của những người cộng sản.

Tôi còn nhớ trong thời kỳ "cởi trói", đã được đọc truyện ngắn "Bước Qua Lời Nguyền" của Tạ Duyên Anh đăng trên tuần báo "Văn Nghệ" (1989) ở Hà Nội, truyện đó phản ánh phần nào tấn bi kịch của giới trẻ nông thôn đã lớn lên trong và sau cuộc CCRĐ đầy kinh hoàng.

Không những CCRĐ đánh một đòn rất mạnh vào nền đạo lý và truyền thống nhân bản, mà nền văn hóa dân tộc cũng vì nó mà bị tổn hại rất nặng nề.

15/12/2002
Nguyễn Minh Cần

Cảnh đấu tố ở ngoài miền Bắc trước Tòa án Nhân dân

HAI

ĐẠI NẠN CỦA PHẬT GIÁO VÀ ĐẤT NƯỚC

Sang năm 1966, Đại Hội Giáo Hội lại bắt buộc tôi phải làm Viện Trưởng thêm một nhiệm kỳ nữa. Giáo Hội e ngại các tướng lãnh tranh giành ảnh hưởng nhau, không thể có cơ sở vững vàng để xây dựng đất nước được, Giáo Hội yêu cầu Hội Đồng Lập Hiến. Sự yêu cầu này được phát động khắp các cấp Giáo Hội. Nhưng chỉ trong vài tháng việc yêu cầu bầu cử Quốc Hội Lập Hiến đã được Chính Quyền các Tướng lãnh chấp nhận vào ngày 14/4/1966.

Sau khi phong trào bầu cử Quốc Hội Lập Hiến đã được thỏa mãn, nhân danh Viện Trưởng, tôi đã gửi thư thông cáo tới các nơi biết: ngưng sự tranh đấu, và chỉ đặt các chương trình xây dựng đạo pháp mà thôi. Ngày 2/5/1966 tôi đáp máy bay sang Colombo, thủ đô nước Tích Lan, cùng đại biểu Tăng Già các nước soạn thảo Hiến Chương và thành lập Giáo Hội Tăng Già Thế Giới bắt đầu từ ngày 6/5/1966. Và tôi đảm trách chức vụ Phó Chủ Tịch.

Từ Tích Lan trở về, tôi ghé thăm Malaysia và Singapore để cảm ơn sự hỗ trợ tinh thần trong cuộc tranh đấu 1963 vừa qua.

Vào 11giờ sáng ngày 29/5/1966, tôi về tới Sàigòn, được tin đang có biểu tình trong thành phố Sàigòn và một số nơi khác tại miền Trung. Tôi không hiểu, khi tôi đi vắng, ở nhà có Thượng Tọa Trí Quang, Thượng Tọa Thiện Minh, do đâu lại phát động lại phong trào tranh đấu?

Tôi về tới Việt Nam Quốc Tự, bước chân vào cửa văn phòng Viện Trưởng Viện, tới bàn giấy của tôi thì có một đĩa máu, một con dao và một huyết thư: YÊU CẦU CÁC

THƯỢNG TỌA TRONG VIỆN HÓA ĐẠO, KHÔNG ĐƯỢC THEO THƯỢNG TỌA TÂM CHÂU". Tôi định lên chánh điện Việt Nam Quốc Tự lễ Phật, tại đây có mấy các vị Tăng thanh niên không cho tôi vào chánh điện Việt Nam Quốc Tự và hăm dọa, ai muốn vào chùa hãy bước qua xác chết của họ. Hóa Đạo của tôi thì có một biểu ngữ nền vàng chữ đỏ ghi: "MUỐN QUẦN CHÚNG TUÂN THEO KỶ LUẬT THÌ PHẢI THEO QUẦN CHÚNG".

Tôi vô cùng chán nản, không biết cách nào vãn hồi trật tự được. Tôi trở về chùa Từ Quang. Về chùa Từ Quang cũng có một đĩa máu, một con dao và huyết thư "CẤM TÔI KHÔNG ĐƯỢC HOẠT ĐỘNG NỮA". Và, người trong chùa cho biết là họ hăm dọa sẽ đốt xe, ám sát. Và, chính các vị Tăng thanh niên đang tụ tập tại Niệm Phật Đường Quảng Đức (Bàn Cờ) định sang chùa Từ Quang giết tôi. May có Sư Cô Vân biết được, cấp báo cho tôi biết. Tôi trốn thoát. (4)

Từ đó, tôi phải đi nghỉ, nay tại nhà này, mai tại nhà khác, nay tại Viện Nhu Đạo Quang Trung, mai tại Nha Tuyên Úy Phật Giáo.

Từ đó, Việt Nam Quốc Tự bị Tăng Ni và quần chúng theo CS nắm giữ, thao túng, liên tục ngày này qua ngày khác, ra đường Trần Quốc Toản, ngã 6 Sàigòn - Chợ Lớn biểu tình, đả đảo và đốt hình nộm TT Mỹ, Tướng Thiệu, Tướng Kỳ. Tôi không dám tới và làm việc tại Việt Nam Quốc Tự nữa.

Tại Huế, Đà Nẵng và vài nơi khác tại miền Trung cũng vậy, không sao vãn hồi được trật tự. Lại thêm, sự xích mích giữa Tướng Nguyễn Chánh Thi và các Tướng tại Sàigòn. Nhóm Lập Trường ở Huế ra đời, đòi hỏi bầu Quốc Hội, đòi hỏi ngưng chiến tranh.

Kết cuộc, các Tướng Sài gòn mang quân ra vãn hồi trật tự miền Trung. Thượng Tọa Trí Quang cùng nhóm tranh đấu tại Huế, kêu gọi Phật tử đem bàn thờ Phật ra đường, để ngăn cản bước tiến của Quân Đội Chính Phủ, cho các cán bộ CS nằm vùng, trà trộn tẩu thoát. Phong trào mang bàn thờ Phật ra đường lan tràn khắp nơi và vào cả đến Sài gòn. Tại Sài gòn họ đem ảnh Phật ra để trên đống rác.

Nhìn cảnh tượng ấy tôi cảm thấy đau lòng, liền ra một thông bạch yêu cầu Phật tử không nên đem Phật ra đường. Thượng Tọa Thiện Hoa, Phó Viện Trưởng Viện Hóa Đạo, đột nhiên ra một thông cáo tán thành việc đem Phật ra đường.(5)

Tại Đà Nẵng cũng như một số nơi khác, ngoài việc đem Phật ra đường, còn ghìm súng, nấp sau tượng Phật bắn ra, khi quân đội tiến vào kiểm soát chùa.

Đem Phật ra đường rồi, Thượng Tọa Trí Quang vào Tòa Hành Chánh tỉnh Thừa Thiên tuyệt thực. Sau, chính phủ đưa Thượng Tọa Trí Quang vào Sài gòn, ở nhà BS Nguyễn Duy Tài. Thượng Tọa vẫn duy trì việc tuyệt thực (có uống nước thuốc dưỡng sức), cho đến khi chính phủ quân nhân y lời hứa hồi tháng 4/1966, bầu cử Quốc Hội Lập Hiến vào ngày 3/9/1966.

Sau khi thanh toán sự hỗn loạn tại Huế và một số tỉnh khác tại miền Trung, thì tại Đô thành Sài gòn, chính phủ cũng thanh toán xong nhóm náo loạn tại Việt Nam Quốc Tự. Tòa Đô Chính Sài gòn chính thức viết thư xin lỗi Giáo Hội: "Vì nạn bất đắc dĩ phải thanh toán nhóm náo loạn tại Việt Nam Quốc Tự, chứ thực tâm, chính phủ không dám xâm phạm vào tôn giáo".

Tôi trở về làm việc tại Việt Nam Quốc Tự, nhưng một số các vị tranh đấu nhất định không về. Các vị cho rằng, chính phủ xúc phạm đến tôn giáo và cho tôi là thân Chính Quyền. Tại miền Trung, Thượng Tọa Trí Quang cho tuyên truyền rằng: *"Mỹ mua đứt Tâm Châu với 3 triệu Mỹ kim và cho tôi là cậu của Tướng Nguyễn Cao Kỳ, đem quân đội ra tàn sát Phật tử miền Trung v.v..."*. Đó là chỗ nẩy sinh ra sự mâu thuẫn giữa tôi và các vị tranh đấu. Từ chỗ mâu thuẫn ấy, tại Sàigòn, Thượng Tọa Trí Quang và nhóm tranh đấu vu khống cho tôi là người Mỹ cho tôi 1 triệu Mỹ kim và trả lương cho tôi mỗi tháng là 20 ngàn Mỹ kim. Thực ra, tôi chưa được một dollar của Mỹ, chứ nói chi đến vạn, đến triệu (6). Tôi vẫn nhẫn nại làm việc, tuân theo lời dạy của Hòa Thượng Tăng Thống Thích Tịnh Khiết triệu tập Đại Hội Giáo Hội tại Việt Nam Quốc Tự từ chiều 21/10/1966. Buổi chiều ngày 22/10/1966, Đại Hội mới duyệt xét chương trình nghị sự xong.

Bất ngờ, 3 giờ sáng ngày 23/10/1966, tại chùa Ấn Quang một số các Thượng Tọa đã lén lút thành lập Hội Đồng Viện Hóa Đạo Giáo Hội Phật Giáo Việt Nam Thống Nhất và đề cử Thượng Tọa Thích Thiện Hoa làm Viện Trưởng, coi như lật đổ tôi. Từ đó có ra Viện Hóa Đạo Giáo Hội Phật Giáo Việt Nam Thống Nhất tại Ấn Quang. Vậy, đâu là chỗ chia đôi và lũng đoạn Giáo Hội Thống Nhất?

Sau đó, Viện Hóa Đạo Ấn Quang chuyển hướng theo đường hướng "Hòa Bình Khuynh Tả". Viện Hóa Đạo Ấn Quang cử các vị ra nước ngoài liên lạc với các nhóm phản chiến, yêu cầu Mỹ rút quân, phản đối chính sách chống Cộng của VNCH, đòi hòa bình. Viện Hóa Đạo Ấn Quang cử Thượng Tọa Nhất Hạnh làm Trưởng Phái Đoàn Hòa Bình bên cạnh Hòa Đàm Paris.

Ấn Quang là một Phật Học Đường danh tiếng, cung ứng cho nhu cầu phát triển Phật Giáo miền Nam rất nhiều.

Nhưng từ nửa năm 1966 trở đi, Ấn Quang đã bị cưỡng ép làm nơi tranh đấu của các vị ưa tranh đấu. Sang năm 1967, tôi triệu tập 8 Giáo Phái, Hội Đoàn tại Việt Nam Quốc Tự, tuyên bố rút lui chức Viện Trưởng Viện Hóa Đạo Giáo Hội Phật Giáo Việt Nam Thống Nhất. Đại Hội đề cử Thượng Tọa Thích Thiện Tường (người Nam), lên thay thế tôi làm Viện Trưởng. Và, Đại Hội này nhận thấy Hiến Chương Giáo Hội Phật Giáo Việt Nam Thống Nhất đã bị chủ trương "NHẤT THỐNG", tiêu diệt các Giáo Phái, Hội Đoàn, nên Đại Hội đã tu chính bản Hiến Chương ấy, cho phù hợp với các Giáo Phái, Hội Đoàn. Bản Hiến Chương tu chính này được thông báo cho chính phủ của TT Nguyễn Văn Thiệu biết. TT Nguyễn Văn Thiệu đã ký sắc luật 23/67 ngày 18/7/1967, công nhận Hiến Chương ấy.

Sau khi rút lui khỏi Viện Hóa Đạo, tôi trở ra chùa Từ Quang Vũng Tàu của tôi, vui cùng cảnh vật thiên nhiên, cho vơi bớt những sự ưu tư, vất vả. Tại Sàigòn, Giáo Hội Thống Nhất Ấn Quang lại phát động phong trào tranh đấu, đòi hỏi không được tu chính Hiến Chương (Thực vô lý, Ấn Quang chỉ có 3 Giáo Phái, Hội Đoàn, mặc dù Tăng Ni Phật tử đông. Việt Nam Quốc Tự có 8 Giáo Phái, Hội Đoàn - dù rằng người ít - vẫn có quyền tu chính Hiến Chương, chứ không phải hủy bỏ Hiến Chương). Đùng một cái, một hôm vào khoảng 7 giờ tối, một số Tăng tại chùa Ấn Quang, được sự hỗ trợ của các dân biểu thân Ấn Quang có súng, như Kiều Mộng Thu v.v... đột nhập vào Việt Nam Quốc Tự bắt Thượng Tọa Viện Trưởng Viện Hóa Đạo Thích Thiện Tường, cùng với rất đông chư Tăng, đem về nhốt tại chùa Ấn Quang. Ngày hôm sau, Nha Tuyên Úy Phật Giáo can thiệp, mời các vị Ấn Quang ra khỏi Việt Nam Quốc Tự. Sau đó, Giáo Hội Thống Nhất tại Việt Nam Quốc Tự lại phải đề cử Thượng Tọa Thích Minh Thành (người Nam) lên làm Viện Trưởng.

Vẫn chưa yên. Lại một hôm khác, vào chập tối, phe Ấn Quang lại đem người, đem khí giới, tái chiếm Việt Nam Quốc Tự một lần nữa. Lần này họ bắt hết Tăng chúng, lấy hết đồ đạc, nhiều máy may của Việt Nam Quốc Tự và đốt cháy một dãy nhà phía tay trái Quốc Tự. Nha Tuyên Úy Phật Giáo lại phải can thiệp để vãn hồi trật tự.

Sau biến cố này, Giáo Hội Thống Nhất tại Việt Nam Quốc Tự phải đề cử Thượng Tọa Thích Tâm Giác, Giám Đốc Nha Tuyên Úy Phật Giáo, kiêm nhiệm Viện Trưởng Viện Hóa Đạo, mới yên.

Hai lần Ấn Quang đánh phá Việt Nam Quốc Tự như trên, hỏi ai làm nhơ nhớp cho lịch sử Phật Giáo Việt Nam?

Sự việc rõ ràng như thanh thiên bạch nhật, mà nhóm tranh đấu của Ấn Quang, được sự hỗ trợ ngầm của Cộng Sản nhằm vùng, lải nhải vu khống cho Việt Nam Quốc Tự chia rẽ Giáo Hội, Thích Tâm Châu phá hoại và lũng đoạn Giáo Hội Phật Giáo Việt Nam Thống Nhất. Thực như câu phương ngôn của Việt Nam thường nói: "Vừa đánh trống vừa ăn cướp, vừa ăn cướp vừa la làng". Cậy đông, lấy thịt đè người, mặc sức vu khống, thao túng không coi nhân quả là chi cả!

Cho đến nỗi những vị Tăng không biết chút gì về việc tranh đấu, việc xây dựng Giáo Hội, cũng như các vị Tăng, Ni Phật, từ ở xa, hay sau này, cũng a dua, hùa theo sự tuyên truyền nhồi sọ của nhóm tranh đấu Ấn Quang và CS năm vùng trong suốt hơn 30 năm nay. Thực tội nghiệp!

Nói thẳng thắn, cuộc chiến tranh Quốc Cộng tại VN, không có một tôn giáo, một đoàn thể nào, không bị CS nằm vùng gây chia rẽ, phá hoại. Thiên Chúa giáo có những cán bộ gộc nằm vùng như Vũ Ngọc Nhạ, Huỳnh Văn Trọng v.v... Phật giáo cũng vậy, CS nằm vùng từ thượng tầng, tới hạ tầng, càng dễ dàng hơn.

Thực sự, cuộc tranh đấu từ tháng 6/1966, cho đến nay chia đôi Giáo Hội, đều do bàn tay CS đạo diễn, làm hại cho Phật giáo và quốc gia VN không nhỏ. Vì vậy, Phật Giáo không phải là không có trách nhiệm, liên đới đến sự để mất VNCH cho CS. Vấn đề này, chính Hòa Thượng Thích Huyền Quang cũng thường nhắc đi nhắc lại: CS từng tuyên bố *"Phật Giáo Ấn Quang hai lần có công với Cách Mạng".*

VẤN ĐỀ HÒA HỢP HÒA GIẢI VÀ CÁC TẠP SỰ SAU ĐÓ

Đầu thập kỷ 1970, hòa đàm Paris đang tiến đến hồi mặc cả có lợi nhiều cho CS, thì tại VN phe tranh đấu Ấn Quang, do Thượng Tọa Thích Trí Quang lãnh đạo, đã cho thành lập phong trào Hòa Hợp Hòa Giải Dân Tộc, do ông Vũ Văn Mẫu được coi là Thủ Lãnh. Phong trào này không được sự tán thành của 2 Thượng Tọa Thiện Minh và Huyền Quang. Vì 2 Thượng Tọa này không tán thành phong trào Hòa Hợp Hòa Giải Dân Tộc, nên Thượng Tọa Trí Quang và phe nhóm của Thượng Tọa đã tung ra một chiến dịch bôi bẩn Thượng Tọa Thiện Minh và Thượng Tọa Huyền Quang một cách tàn nhẫn. Cũng vì chiến dịch này, trong suốt một năm, Giáo Hội Thống Nhất Ấn Quang không thể triệu tập được Đại Hội để bầu cử chức vụ Viện Trưởng Viện Hóa Đạo vì Thượng Tọa Thích Thiện Hoa đã viên tịch, khiến cho Thượng Tọa Thích Trí Thủ là một vị Tổng Vụ Trưởng phải đứng lên xử lý thường vụ. Tình hình biến chuyển hoàn toàn bất lợi cho VNCH. Ngày 30/4/1975, là ngày cáo chung của chế độ VNCH. Những bộ mặt thân CS đã lộ rõ nguyên hình, không ai mà không rõ.

- Khi quân CS từ rừng về Sài gòn, đã có lần 500 Tăng, Ni của phe tranh đấu Ấn Quang ra đón chào.

- Ngày 19/5/1975, phe tranh đấu Ấn Quang đã tổ chức sinh nhật Hồ Chí Minh tại chùa Ấn Quang.

- Hiệp Thương Chính Trị thống nhất hai miền Nam-Bắc của CS, một Thượng Tọa của phe Ấn Quang đã làm một bài tham luận, nịnh CS, kể công của Ấn Quang và đả kích Nha Tuyên Úy Phật Giáo cùng Giáo Hội Thích Tâm Châu.

- Vào khoảng năm 1980, 1981, chính Thượng Tọa Thích Trí Thủ Viện Trưởng Viện Hóa Đạo Ấn Quang cùng các vị cao cấp nhất phe tranh đấu Ấn Quang đã tích cực vận động thành lập và tham gia vào Giáo Hội Phật giáo VN tại chùa Quán Sứ (Hà Nội), mà người ta thường gọi là "Giáo Hội Quốc Doanh", hay "Giáo Hội Nhà Nước". Chỉ có các Thượng Tọa: Thiện Minh, Huyền Quang, Đức Nhuận, Quảng Độ và một số nhỏ các vị khác không tán thành, nên bị bắt hay bị giết.

- Vào khoảng năm 1986, 1887, ông Gorbachev, Tổng Bí Thư Đảng CS Liên Sô chủ trương cởi mở, thì tại VN ông Nguyễn Văn Linh, Tổng Bí Thư Đảng CSVN cũng theo chủ trương ấy. Sau đó, Chủ Nghĩa CS bị tan rã tại Nga, tại Đông Âu, thì tại VN, hình thức chuyển hướng là sự cần thiết để sống còn của họ. Họ đã cho các chùa được sinh hoạt tín ngưỡng một phần nào, trả một số cơ sở cho các chùa, cho một số thanh niên Tăng, Ni được học hỏi Phật Pháp. Và, có thể bước đầu thí nghiệm của họ, họ cho một số người nào đó, đòi hỏi quyền tự do dân chủ, để tiện dịp nhận diện những người quyết tâm tranh đấu, để có thể triệt hạ sau này.

Hòa Thượng Thích Đôn Hậu đã khơi mở ra phong trào Phật Giáo Thống Nhất tại Hải Ngoại, và Hòa Thượng Thích Huyền Quang tiếp nối sự nghiệp.

Tại Hoa Kỳ cũng tổ chức thống nhất rầm rộ. Kết cuộc có ra hai, ba Giáo Hội Thống Nhất. Tại Âu Châu, có nhiều Giáo Phái hoạt động riêng biệt. Nhưng có một số chùa, có các vị Tăng trung niên và thanh niên, kết hợp thành Giáo Hội Thống Nhất Âu Châu. Tại Úc, dân số VN tỵ nạn vào khoảng 150 ngàn người, Giáo Hội Thống Nhất Úc và Tân Tây Lan đã thành hình, với số Tăng, Ni ít ỏi, số chùa độ trên mươi ngôi, và trong những ngày đại lễ, số chùa độ trên mươi ngôi, và trong những ngày đại lễ, số Phật tử tới các chùa, tính chung lại vào khoảng 7, 8 ngàn người. Nội bộ Giáo Hội thì không ổn định và có vẻ phức tạp.

Hòa Thượng Thích Huyền Quang tại VN, đang là người trỗi lên, đòi lại danh xưng và sự phục hoạt của Giáo Hội Phật Giáo Việt Nam Thống Nhất. Hòa Thượng là người đầy cảm lược, đầy kinh nghiệm với chủ nghĩa Cộng Sản. Tôi rất kính mến Hòa Thượng. Tôi đã viết thư khích lệ Hòa Thượng. Tôi luôn luôn cầu nguyện cho việc làm của Hòa Thượng được thành công viên mãn.

Cuộc tranh đấu hiện nay tại VN do Hòa Thượng Huyền Quang lãnh đạo thực vô cùng khó khăn. Khó khăn bởi bao mưu cơ, sảo thuật của Ấn Quang cũ, nằm trong Giáo Hội Nhà Nước, ngăn trở. Khó khăn bởi Hiến chương CS bao vây. Khó khăn ngay trong nội bộ Giáo Hội Thống Nhất Ấn Quang "Tập quyền, kỳ thị" thiếu thiện cảm với các Giáo Phái Phật Giáo khác. Và, có thể có khó khăn với các tôn giáo khác, qua những nhận xét sâu xa.(7)

Tuy nhiên, CS là kẻ thù chung của nhân loại. Nhân loại xóa bỏ những mặc cảm riêng tư, và tích cực phục vụ chung cho chính nghĩa. Chính nghĩa quyết thắng. Chủ nghĩa CS không sao tránh khỏi luật đào thải, và chắc chắn phải nhường chỗ cho thể chế tự do, dân chủ của toàn dân VN.

KẾT LUẬN

Giáo Pháp của đức Phật Thích Ca Mưu Ni thấm nhuần vào lòng dân VN đã gần hai ngàn năm. Phật giáo đã hòa đồng cùng vận mệnh thịnh suy của dân tộc. Phật giáo đã sản sinh những nhân vật đức hài hòa trong sự nghiệp cứu nước và dựng nước. Nhưng, đôi khi, Phật giáo cũng bị những nhân vật cậy tài, ỷ thế, kỳ thị, thiếu sáng suốt, thiếu hỷ xả, gây tan nát cho đạo giáo và Quốc Gia không ít.

Phật giáo tôn trọng tự do nhân chủ tuyệt đối, không chủ trương "tập quyền" cho một cá nhân hay một nhóm người. Vì, hễ có tập quyền là có độc tài, có bè phái, có những thủ đoạn để củng cố quyền lực. Gần một thế kỷ nay, nhân loại bị đau khổ đến cùng cực bởi nạn "tập quyền" của CS. Ba mươi năm nay Giáo Hội Phật giáo VN Thống Nhất chủ trương "tập quyền", chưa thấy đem lại tia hy vọng hòa hợp và an lạc cho đại chúng. Phật giáo VN tại Hoa Kỳ triền miên trong sự chia rẽ, đã có hai, ba tổ chức thống nhất. Phật giáo VN tại Úc, "tập quyền" thống nhất trong tay một nhân vật tham độc, thiếu tài đức, gây bè phái, kỳ thị Trung, Bắc, hãm hại huynh đệ đồng đạo, mặc cho gần trăm ngàn Phật tử VN ty nạn tại Úc không nơi nương tựa, mặc cho danh dự Phật giáo VN bị tổn thương nặng nề!

Ôi, Phật giáo VN! Ôi, Phật giáo VN!
Ai gây chi lắm niềm đau khổ,
Vũ trụ nài van đến nghẹn lời!
(Lửa thiêng đạo mầu)

Kính bạch Quý Ngài,

Kính thưa Quý vị,

Bạch thư này viết ra trong hoàn cảnh bất đắc dĩ. Bạch thư này được viết ra bằng những giòng lệ nóng thương đời, thương đạo. Bạch thư này ra đời, có người ưa có người không ưa, vì sự thật mất lòng. Nhưng, giả dối phải nhường chỗ cho sự thật, để Quốc Gia, Đạo Pháp được trường tồn, cho nhân dân Việt Nam được thức tỉnh, và cho nhân loại được hưởng niềm an lạc của chính pháp.

Cầu nguyện Tam Bảo từ bi gia hộ, chuyển hóa đất nước VN, đạo giáo VN, nhân dân Việt Nam sớm thoát khỏi ách CS, thành một nước tự do, dân chủ, ấm no, hạnh phúc và thịnh vượng. Chuyển hóa tâm niệm của các cấp Phật giáo trong và ngoài nước, biết rõ mình, như lời Phật dạy, tiến tu và đạt tới đích giác ngộ, giải thoát. Cầu mong Quý Ngài và Quý vị luôn luôn được niềm an vui như ý, trong ánh đạo từ bi và trí tuệ.

Thành thực cảm ơn Quý Ngài và Quý vị.

Trân trọng,

Hòa Thượng Thích Tâm Châu

Hòa Thượng
THÍCH TÂM CHÂU
(1921-2015)

Trích: Bạch Thư Về Vấn Đề Chia Rẽ của Ấn Quang với Việt Nam Quốc Tự (1994). Tổ Đình Từ Quang (2176 Ontario East, Montréal, Québec H2K, Canada. Tel: 514. 525 8122 .@ Trúc Lâm Yên Tử.

*Nhận xét: *Bạch thư của Hòa Thượng Thích Tâm Châu quả là trái bom nổ tung trước dư luận trong và ngoài nước. HT Tâm Châu đã từ tốn trình bầy mưu đồ và hành động của nhóm "Ma tăng Ấn Quang" (chủ chốt Thích Trí Quang) đã gây rối loạn cho đất nước và làm phân hóa Phật Giáo Việt Nam, một Tôn giáo hiền hòa từ bi. Thích Trí Quang cùng đồng bọn được CIA "móc nối, hứa hẹn" vì "THAM SÂN SI" muốn lợi dụng Mỹ để thực hiện tham vọng. Không chỉ Mỹ mà ngay cả CS Bắc Việt. LM Hoàng Quỳnh vào thăm Thích Trí Quang nằm "dưỡng bịnh" ở trong Clinique Duy Tân của Bác sĩ Nguyễn Duy Tài, đã hỏi thẳng Thích Trí Quang rằng: "Sao tổ chức của Thầy lắm Việt Cộng thế?" thì Thích Trí Quang trả lời ngay: "Mình tính lợi dụng nó hóa ra mình bị nó lợi dụng!".*

Trước khi có cái gọi là cuộc đấu tranh chống kỳ thị tôn giáo ở Miền Nam, Phật giáo VN gồm nhiều tông phái khác nhau, rất hiền hòa, tuy không liên kết với nhau trong một tổ chức duy nhất, nhưng không hề có tranh chấp, kèn cựa. Nhưng kể từ sau cuộc đảo chánh 1/11/1963, khi Thích Trí Quang và đồng bọn thủ trương thống nhất Phật Giáo trong một tổ chức duy nhất là Giáo Hội Phật giáo VN Thống Nhất, nghĩa là dùng mọi biện pháp áp đặt mọi Tông phái (kể cả Phật giáo Hòa Hảo, Hội Phật Học Nam Việt...) phải gia nhập thì sự bất hòa bùng lên, lần lượt nhiều Tông phái tẩy chay, tuyên bố rút ra khỏi GHPGVNTN. Điều này đã được HT Thích Tâm Châu gọi là NHẤT THỐNG thay vì Thống Nhất trong Bạch Thư nói trên. Từ đó, phe nhóm Ấn Quang đi theo con đường thiên Cộng rõ rệt. Rồi sau khi CS

Bắc Việt xua quân tấn chiếm Miền Nam ngày 30/4/1975, phe nhóm Ấn Quang còn đi đón rước MTGP vào Sàigòn. Mấy năm sau, CSVN tiến hành thống nhất Phật giáo trong một tổ chức Phật giáo quốc doanh duy nhất là Phật giáo VN liền dẹp bỏ ngay Giáo Hội Phật giáo VN Thống Nhất, đặt cả nhóm ra ngoài vòng pháp luật của CS! Nói tóm lại Thích Trí Quang và đồng bọn là bọn phá hoại đất nước và Phật giáo VN. Thích Trí Quang và đồng bọn đích thị là bọn Giặc Thầy Chùa, tham sân si!

BA

GIẶC THẦY CHÙA
THÍCH TRÍ QUANG - THÍCH MINH CHÂU
THÍCH ĐÔN HẬU - THÍCH THIỆN SIÊU

Thích Trí Quang, Thích Hộ Giác...
thách thức sẽ tiếp tục kích động tín đồ biểu tình

THÍCH TRÍ QUANG

Thích Trí Quang sanh năm 1922, tại làng Diêm Điền, thị xã Đồng Hới, thuộc tỉnh Quảng Bình. Vì là nơi nghèo khổ truyền kiếp, nên dân làng Diêm Điền có tính bảo thủ, rất cực đoan, và hết sức quá khích.

Thượng tọa Trí Quang đã xuất thân trong một gia đình nông dân nghèo khổ và Trí Quang là người anh cả của 3 người em trai. Thuở nhỏ, TT Trí Quang đã được cha mẹ đặt tên cho là Phạm Văn Bồng. Phạm Văn Bồng và người em kế đã phải sớm nương thân cửa Phật để kiếm miếng ăn, họ quy y với Hòa Thượng Phổ Minh, trụ trì ở Đồng Đình. Về sau bốn anh em nhà họ Phạm đã được Hòa Thượng Phổ Minh dùng bốn chữ: Quang, Minh, Chính, Đại, để cải danh cho. Vì thế Phạm Văn Bồng đã cải danh thành Phạm Quang, sau trở thành Thích Trí Quang. Còn ba người em tên là: Phạm Minh, Phạm Chánh, và Phạm Đại.

Nhờ nương thân nơi cửa Phật, nên hai anh em Phạm Quang (Trí Quang) và Phạm Minh đã được học hành chút đỉnh, khoảng lớp Ba tiểu học. Còn hai em là Phạm Chánh và Phạm Đại đều chịu cảnh thất học. Phạm Minh đã sớm rời bỏ lớp áo tu hành, tham gia kháng chiến. Nhờ có chút đỉnh chữ nghĩa nên Phạm Minh đã được phục vụ trong Ủy Ban Hành Chánh Kháng Chiến Xã tại địa phương. Còn hai người em, tên Phạm Chánh và Phạm Đại thì xung vào Bộ Đội. Chẳng bao lâu sau, Phạm Chánh được kháng chiến quân phong làm Tiểu Đội Trưởng Dân Quân Du Kích. Nhưng đến ngày 4/6/1947, Phạm Chánh đã bị lính Pháp phục kích bắn chết tại Đức Phổ, thuộc phía Tây thành phố Đồng Hới. Lúc bấy giờ Phạm Chánh mới 21 tuổi. Còn người em út tên Phạm Đại làm điều dưỡng viên trong Bộ Đội CSBV vẫn còn sống cho đến năm 1954, khi chia cắt đất nước.

TRÍ QUANG BỊ BẮT

Ở Đồng Hới, thuở ấy ai cũng biết Hòa Thượng Phổ Minh là một vị cao tăng, đức độ. Ngài đã có gia đình rồi mới đi tu. Nhưng ngài chỉ thông thạo Hán Văn, và biết chút đỉnh chữ Quốc Ngữ, chớ không am tường Tây học. Khoảng năm 1934, bác sĩ Lê Đình Thám đã cùng với Thượng Tọa Thích Mật Thể lập ra trường An Nam Phật Học ở Huế, nhắm mục đích đào tạo tăng sĩ. Năm 1942, lúc đó Trí Quang vừa tròn 20 tuổi, đã được tuyển vào học tại trường này, và thọ giáo với Hòa Thượng Thích Trí Độ, giám đốc trường. Năm sau, 1943, Trí Quang tốt nghiệp khóa Phật Học Trung Cấp.

Hòa Thượng Thích Trí Độ đã gia nhập đảng CSVN từ năm 1941, lúc đảng này còn hoạt động trong bóng tối. Đến năm 1945, sau khi Việt Minh (VM) cướp chánh quyền, HT Thích Trí Độ được CSVN cử giữ chức chủ tịch trung ương Giáo Hội Phật Giáo Cứu Quốc (PGCQ). Vì thế HT Trí Độ đã kéo một số tăng sĩ theo CS, trong đó có Thích Thiện Minh, làm chủ tịch Ủy Ban PGCQ tỉnh Quảng Trị... Về phần Trí Quang, khi CSVM tuyên bố "toàn quốc kháng chiến", và ra lịnh cho quần chúng phải tản cư khỏi các đô thị lớn như: Hà Nội, Huế và Sài gòn v.v... vào khoảng cuối năm 1946, Trí Quang trở về Diêm Điền, để giữ chức chủ tịch Ủy Ban PGCQ tỉnh Quảng Bình.

Đến năm 1947, Trí Quang hoạt động cùng một tổ với hai cán bộ nội thành của CSVM, tên Nguyễn Toại (còn gọi là Toại Béo), ở Đồng Đình, và Nguyễn Tịch ở Đồng Phú. Chẳng bao lâu sau, cũng trong năm 1947, Trí Quang, Toại Béo, và Nguyễn Tịch đều bị Phòng Nhì Pháp theo dõi bắt trọn ổ. Lần này, Trí Quang và Nguyễn Tịch đã bị giam ở Trạm Thiên Văn Tam Tòa. Ít lâu sau Trí Quang cũng đã được Pháp trả tự do. Nhưng sau khi được trả tự do ít lâu, Trí Quang lại bị Phòng Nhì của Tây bắt lần nữa, vì tội vẫn còn tiếp tục hoạt động bí mật và duy trì liên lạc với các cán bộ CSVM. Sau một thời gian bị giam, Trí Quang đã được một viên chức bảo hộ của Pháp ở Huế bảo lãnh. Lần này Trí Quang đã phải làm tờ cam kết không hoạt động cho CSVM nữa. Sở dĩ Trí Quang được viên chức bảo hộ Pháp đứng ra bảo lãnh là do đức Đoan Huy Hoàng Thái Hậu, thân mẫu của Vua Bảo Đại, đã nghe lời xin của An Nam Phật Học mà đứng ra yêu cầu chính quyền Pháp tha cho Trí

Quang. Sau lần phóng thích thứ nhì, Trí Quang liền vào Huế, trụ trì ở chùa Từ Đàm. Từ đó, bề ngoài Trí Quang làm ra vẻ chỉ chăm lo Phật sự, nhưng bên trong vẫn tiếp tục hoạt động ngấm ngầm cho CSVM.

Theo hồ sơ của sở Mật Thám Pháp còn để lại tại Trung Tâm Văn Khố Bộ Chỉ Huy Cảnh Sát Quốc Gia Thừa Thiên, Huế thì Thích Trí Quang gia nhập đảng Cộng Sản vào năm 1949.

Theo Tố Hữu, Ủy Viên Trung Ương đảng CSVN, cánh tay mặt của lão tặc Hồ Chí Minh thì chính Tố Hữu là người đứng ra làm lễ và chấp nhận cho Trí Quang tuyên thệ vào đảng CSVN vào năm 1949 tại mật Khu Lương Miêu Dương Hòa thuộc Tỉnh Thừa Thiên.

TRÍ QUANG VỚI PHONG TRÀO HÒA BÌNH

Khoảng năm 1953, CSVM mở chiến dịch vận động Phong Trào Hòa Bình trong nước và hải ngoại để áp lực Pháp phải ngưng chiến ở Đông Dương. Vì thế Ủy Ban Bảo Vệ Hòa Bình được CS lập ra, do HT Thích Trí Độ lãnh đạo. Ở miền Nam, Trí Quang đã hoạt động tích cực để ủng hộ ủy ban này. Đến năm 1954, sau Hiệp Định Genève, luật sư Nguyễn Hữu Thọ ở Sàigòn cũng thành lập "Phong Trào Hòa Bình" để yểm trợ cho đường lối chánh trị CS Bắc Việt. Ở Huế, lúc bấy giờ Trí Quang đang làm hội trưởng Hội VN Phật Học, cũng hưởng ứng lời kêu gọi của CSBV, thành lập một Phong Trào Hòa Bình tương tự như của LS Nguyễn Hữu Thọ. Nhân sự nòng cốt của Phong Trào Hòa Bình ở Huế, do Trí Quang thành lập, ngay từ giây phút đầu tiên đã gồm toàn cán bộ CS nằm vùng thuộc chi bộ Thuận Hóa của bác sĩ Lê Khắc Quyến. Ngoài ra, còn có sự tham gia của một số trí thức miền Trung như: Nguyễn Cao Thăng, bác sĩ

Thú Y Phạm Văn Huyến, giáo sư Tôn Thất Dương Ky, ông Nguyễn Văn Đằng v.v...

Ngày 29/8/1954, Phong Trào Hòa Bình (PTHB) đã tổ chức lễ ra mắt tại Sàigòn, và phổ biến tuyên cáo 2 điểm:

Yêu cầu quân Pháp rút khỏi miền Nam, và phải tổ chức ngay cuộc tổng tuyển cử theo tinh thần hiệp định Genève. Gần một tháng sau, ngày 21/9/1954, Phong Trào Hòa Bình tổ chức một cuộc biểu tình khá lớn tại Sàigòn đòi chánh phủ của Thủ Tướng Ngô Đình Diệm phải trả những người Bắc di cư về lại miền Bắc và tổ chức hiệp thương, rồi tổ chức tổng tuyển cử toàn quốc.

Trước tình thế đó, bắt buộc chánh phủ của Thủ Tướng Ngô Đình Diệm phải tỏ thái độ. Ngày 7/11/1954, chánh phủ ra lịnh bắt giam tất cả những nhân vật trí thức đã tham gia hoạt động trong phong trào này. Ở Sàigòn, LS Nguyễn Hữu Thọ, kỹ sư Lưu Văn Lang, giáo sư Phạm Huy Thông, Kha Văn Dưỡng, cùng với một số ký giả như Nguyễn Bảo Hóa, Trần Chi Lăng... đều bị bắt.

Ở Huế, Thích Trí Quang, Nguyễn Cao Thăng, Lê Khắc Quyến, Tôn Thất Dương Ky, Phạm Văn Huyến v.v... cũng không thoát khỏi mạng lưới an ninh. Nhưng, ở miền Trung, ông Ngô Đình Cẩn đã dùng lời ngon ngọt, đem tiền bạc, địa vị và lợi lộc ra chiêu dụ Trí Quang và đồng bọn. Ông Cẩn tin chắc rằng: với những tài liệu cụ thể của Phòng Nhì Pháp, chứng minh rõ ràng Trí Quang đã từng hoạt động ngầm cho CS từ lâu, hiện đang nằm trong tay ông, thì Trí Quang sẽ không đời nào dám cựa quậy, hay sanh lòng phản trắc nữa.

Đến ngày 9/2/1955, chánh phủ Ngô Đình Diệm đã ra lịnh tổng xuất 26 nhân vật đầu xỏ của Phong Trào Hòa Bình ra Hải Phòng, trao cho CSBV. Nhưng trong số đó đã không có Trí Quang, không có Lê Khắc Quyến, Nguyễn Cao Thăng, và Nguyễn Văn Đẳng... Chẳng bao lâu sau, Lê Khắc Quyến đã được ông Ngô Đình Cẩn trọng đãi, làm y sĩ riêng cho thân mẫu của Ngô Đình Cẩn, lại còn được bổ nhiệm làm khoa trưởng Đại Học Y Khoa, Viện Đại Học Huế, giám đốc bịnh viện trung ương Huế. Nguyễn Cao Thăng được làm chủ nhân ông công ty bào chế thuốc tây OPV, Nguyễn Văn Đẳng, từ ngạch Thừa Phái được chuyển ngạch sang Tham Sự Hành Chánh, rồi được bổ nhiệm đi giữ chức tỉnh trưởng. Từ 1955-1963, Nguyễn Văn Đẳng đã được bổ làm tỉnh trưởng Thừa Thiên, kiêm thị trưởng Huế.

Riêng Trí Quang thì được ông Cẩn bỏ tiền ra giúp đỡ trùng tu lại chùa Từ Đàm cho thêm phần khang trang. Nên biết chùa Từ Đàm đã xây nên từ năm 1703, thời Minh Vương Nguyễn Phúc Chu. Khởi đầu chùa này mang tên "Ấn Tôn Tự". Đến đời vua Thiệu Trị (1841-1847) chùa đổi tên là Từ Đàm (3 chữ "Ấn Tôn Tự" bị coi như phạm húy). Vì là một ngôi cổ tự, xây cất bằng những vật liệu thô sơ, nên đến thời Bảo Đại chùa Từ Đàm đã bắt đầu bị hư mục.

Bởi thế trong khoảng thời gian từ năm 1956 đến năm 1963, đồng bào miền Trung, nhất là dân Huế, không còn ai lấy làm lạ khi thấy thỉnh thoảng ông Cẩn đã đến chùa Từ Đàm ăn cơm chay với TT Trí Quang. Ngoài ra ông Cẩn còn tích cực yểm trợ cho các hoạt động Phật giáo của Trí Quang, ở chùa Từ Đàm, tô điểm thêm hào quang và làm tăng thêm uy tín cho Trí Quang.

Ông Cẩn đinh ninh rằng: với hồ sơ của Phòng Nhì Pháp trong tay cộng thêm sự giúp đỡ tiền bạc dồi dào, chắc chắn ông đã nắm gọn được cả phần hồn lẫn phần xác của Trí Quang. Nhưng ông Cẩn đã sai lầm hoàn toàn. Con rắn CS dù đã lột da bao nhiêu lần, nó vẫn là con rắn. Ông Ngô

Đình Cẩn đã chơi trò "nuôi ong tay áo", vì thế mà ông Cẩn và cả gia đình ông ta đã bị Trí Quang tàn sát, đồng thời kéo theo cả sự sụp đổ của chế độ Đệ Nhất Cộng Hòa.

TRÍ QUANG VÀ ĐỆ NHẤT VNCH

Cho đến nay ai cũng biết TT Ngô Đình Diệm đã bị quân đội, theo lệnh của Mỹ, làm đảo chánh. Ngược lại, nếu bấy giờ Mỹ chưa muốn lật đổ Diệm thì dù cho Trí Quang, Thiện Minh và nhóm Phật giáo đấu tranh miền Trung có mọc thêm ba đầu sáu tay cũng không làm nên chuyện. Ngày nay Quảng Độ Nói năm 1963 Phật giáo đã làm một "cuộc Xuống Đường không tiền khoáng hậu" để lật đổ một chính thể ‚ngoại bang', thật là láo khoét. Thực chất Trí Quang chỉ là một tu sĩ Phật Giáo có một trình độ học vấn rất đơn sơ của bậc tiểu học, với một mớ chữ Hán giới hạn đủ để đọc kinh sách. Trí Quang không có trình độ Hán học của một nhà Nho, và cũng không có chút hiểu biết gì về Tây học. Ngoài tiếng mẹ đẻ, Trí Quang không nói được một ngoại ngữ nào, dù là Anh hay Pháp ngữ. Bởi thế, ta thấy đi đâu Trí Quang cũng phải dắt theo Đại Đức Thích Nhật Thiện, như một bí thư kiêm thông dịch viên. Với căn bản đó, nên tầm hiểu biết của Trí Quang rất hạn hẹp.

Theo hồ sơ của Phòng Nhì Pháp, người ta được biết, Võ Đình Cường vốn là một đảng viên CS thâm niên. Cường đã được kết nạp vào đảng từ năm 1943, cùng một lượt với TT Thích Minh Châu, về sau Minh Châu đã trở nên Viện Trưởng Viện Đại Học Vạn Hạnh. Võ Đình Cường đã được CS chỉ định công tác tuyên vận trong giới Phật giáo miền Trung. Suốt trong thời gian từ 1947 cho đến 1965, Võ Đình Cường đã bị bắt giam vì tội hoạt động cho CS nhiều lần, nhưng đều được Trí Quang bảo lãnh, xin trả tự do. Kể từ cuối năm 1963, tựa vào thế lực Phật giáo đấu tranh miền

Trung đang trên đà thắng lợi, Võ Đình Cường đã ra mặt hoạt động công khai, không còn e ngại gì mạng lưới an ninh của chế độ Đệ Nhị Cộng Hòa miền Nam.

Sau năm 1975, Võ Đình Cường đã được đảng CSVN cử làm dân biểu quốc hội, kiêm tổng biên tập tạp chí Giác Ngộ, cơ quan tuyên vận chánh thức của lực lượng Phật Giáo thuộc Mặt Trận Tổ Quốc, một tổ chức ngoại vi của đảng CSVN. Trụ sở tạp chí Giác Ngộ đặt ở số 85 đường Nguyễn Đình Chiểu, Quận 3, thành phố Sài gòn.

Theo dõi, quan sát kỹ lưỡng cuộc đấu tranh từ khởi đầu tháng 5/1963, cho đến ngày miền Nam mất vào tay CSVN 30/4/1975, người ta nhận ra các phương thức xách động quần chúng đô thị đấu tranh kiểu CS đã được Trí Quang và nhóm Phật giáo đấu tranh miền Trung đem ra áp dụng triệt để. Trí Quang và Phật giáo miền Trung đã đẻ ra một tổ chức chính trị hoạt động song hành lấy tên là "HỘI ĐỒNG NHÂN DÂN CỨU QUỐC" và nhóm "LẬP TRƯỜNG", sặc mùi CS, do toàn cán bộ CS nằm vùng đứng ra lãnh đạo như: Lê Khắc Quyến, chủ tịch chi bộ Thuận Hóa, Lê Tuyên, Tôn Thất Hanh, Nguyễn Ngọc Bang, Cao Huy Thuần, anh em Hoàng Phủ Ngọc Tường, Hoàng Phủ Ngọc Phan, và Lê Văn Hảo (hiện đang ở Pháp)...

Vì cái tên "Hội Đồng Nhân Dân Cứu Quốc" sặc sụa mùi CS và lộ liễu quá, khó thu hút được các thành phần khác, nên chỉ một thời gian ngắn sau, Trí Quang ra lịnh cho cải danh là "LỰC LƯỢNG TRANH THỦ CÁCH MẠNG". Đây chỉ là trò "bình mới rượu cũ", một thủ đoạn chánh trị quen thuộc của CS, chẳng khác nào như đảng CSVN cải danh thành đảng Lao Động vậy!

Lực Lượng Tranh Thủ Cách Mạng, hậu thân của Hội Đồng Dân Nhân Cứu Quốc, ra đời với sự tham gia bí mật của nhiều cán bộ cao cấp CSBV, nhắm mục tiêu thừa thắng Sông lên, mượn danh nghĩa nhân dân bị độc tài gia đình trị áp bức nổi dậy, cướp chánh quyền miền Nam bằng bạo lực chánh trị. Nếu mục tiêu lớn, toàn quốc không đạt được, Trí Quang sẽ tiến tới kế hoạch thỏa hiệp với một số tướng lãnh gốc miền Trung, tranh đấu đòi "MIỀN TRUNG TỰ TRỊ", làm cho chế độ miền Nam bị tê liệt. Trong thời gian kể từ sau ngày 1/11/1963 trở đi, Trí Quang tuy khoác áo tu hành, nhưng thực ra là một lãnh chúa quyền khuynh thiên hạ, các tướng lãnh cầm quyền đều kiêng dè, nể mặt. Điều này ai cũng đã thấy biết. Đặc biệt nhất là Tướng Dương Văn Minh.

TRÍ QUANG DƯỚI CHẾ ĐỘ CS

Hiện nay Thích Trí Quang hãy còn sống ở VN. Nhưng từ 1975 cho đến bây giờ, không ai nghe nói đến một hoạt động nào, hay một lời tuyên bố nào của Trí Quang.

Theo bài báo "CON ĐƯỜNG KHÚC KHUỶU" của Đỗ Trung Hiếu, một cán bộ cao cấp đặc trách Ban Tôn Giáo Vận đặc khu Sài gòn - Chợ Lớn, kể lại những thành tích của ông ta trong thời gian còn hoạt động bí mật thì sau ngày 30/4/1975, Trí Quang đã bị CSVN liệt vào thành phần "CIA CHIẾN LƯỢC".

Đỗ Trung Hiếu đã gia nhập đảng CSVN từ năm 1956, và là một cán bộ nằm vùng, hoạt động trong khối Phật giáo ở miền Nam, đặc trách theo dõi các cuộc đấu tranh của Phật giáo từ năm 1963. Vì thế Hiếu đã quen biết rất nhiều tăng sĩ thế lực thuộc cả hai phe Ấn Quang của Thích Trí Quang và Việt Nam Quốc Tự của HT Thích Tâm Châu. Đỗ Trung Hiếu kể, khi được lịnh vận động khối Phật giáo để thành lập Giáo Hội Phật giáo VN (tức tổ chức Phật giáo Quốc Doanh), ông ta đã trình bày vai trò quan trọng không thể thiếu của Trí Quang với các thượng cấp chỉ huy trực tiếp là Trần Bạch Đằng và Xuân Thủy. Lúc bấy giờ Xuân Thủy đang giữ chức Bí Thư Trung Ương Đảng, kiêm trưởng ban Dân Vận TƯ, còn Trần Bạch Đằng làm Phó Trưởng Ban.

Khi nghe Đỗ Trung Hiếu nói về vai trò cần thiết của Trí Quang trong tổ chức GHPGVN, Trần Bạch Đằng đã gạt phắt đi, và không đồng ý cho Trí Quang tham dự vào tổ chức này. Vì theo nhận xét của Trần Bạch Đằng thì Trí Quang thuộc loại "CIA CHIẾN LƯỢC", không thể nào dùng được nữa.

Ít lâu sau Nguyễn Văn Linh thay thế Xuân Thủy lên làm Trưởng Ban Dân Vận Trung Ương, cũng hoàn toàn đồng ý với Trần Bạch Đằng, cho rằng Trí Quang là người không thể xài được nữa.

Kết quả, ngày 4/11/1981, đại hội thành lập Giáo Hội Phật giáo VN (quốc doanh) gồm có sự tham gia của phe Ấn Quang, tổ chức tại chùa Quán Sứ, Hà Nội, đã bầu ra một Hội Đồng Trị Sự như sau: chủ tịch HT Thích Trí Thủ, phó chủ tịch HT Thích Trí Tịnh, còn HT Thích Đôn Hậu làm phó Pháp Chủ kiêm Giám Luật của Hội Đồng Chứng Minh...

Như vậy, bạn đọc đã thấy rõ, trong suốt cuộc chiến Quốc-Cộng ở VN, dù cho Trí Quang đã lập nên được rất nhiều công trạng lớn với CSVN, nhưng Trí Quang đã bị các đồng chí của hắn phát hiện Trí Quang là một CIA chiến lược vì vậy mà con đường hoạn lộ của hắn trong đảng CSVN sau ngày 30/4/1975 đã bị tắc nghẽn.

Bản chất vốn là tên hèn hạ, khiếp nhược, nên chắc chắn rằng sau tháng 4/1975 và cho đến khí hắn về 9 tầng địa ngục hắn sẽ mãi mãi âm thầm ngậm miệng.

THƯỢNG TỌA THÍCH MINH CHÂU

Viện Trưởng Viện Đại Học Vạn Hạnh, kiêm Viện Trưởng Học Viện Phật Giáo Việt Nam Thống Nhất tại Sàigòn, chính là Đinh Văn Nam một Cán Bộ Cao Cấp của CS Hà Nội.

Thích Minh Châu, một cán bộ cao cấp của CS Hà Nội nằm vùng trong Phật giáo VN Thống Nhất đã qua đời hôm 1/9/2012 tại Sàigòn, hưởng thọ 94 tuổi.

Năm 1964, Thích Minh Châu đã được GHVNTN can thiệp bằng mọi giá để buộc Tướng Nguyễn Khánh phải cho ông từ Ấn Độ về Sàigòn làm Viện Trưởng Viện Đại Học Vạn Hạnh và ông đã từng giữ chức Tổng Vụ Trưởng Tổng Vụ Giáo Dục trong Giáo Hội Phật Giáo Ấn Quang cho đến sau năm 1975.

QUÊ QUÁN

Ở VN, ít ai biết đến hành tung của Hòa Thượng Thích Minh Châu, Viện Trưởng Viện Đại Học Vạn Hạnh, Viện trưởng Học viện Phật giáo VN... vì ông giấu rất kỹ. Hòa

Thượng Thích Minh Châu có tên thật là Đinh Văn Nam, sinh ngày 20/10/1918.

Tài liệu VNCH ghi ông sinh ở làng Kim Khê, xã Nghi Long, huyện Nghi Lộc, tỉnh Nghệ An. Gia đình Hòa Thượng Minh Châu thuộc dòng dõi khoa bảng. Thân phụ ông là cụ Đinh Văn Chấp, Tiến sĩ Hán học của nhà Nguyễn, thân mẫu là bà Lê Thị Đạt. Ông là con thứ 3 của gia đình có 8 con, theo thứ tự như sau: Đinh Văn Kinh là con trưởng, đến Đinh Văn Quang, Đinh Văn Nam (tức Hòa Thượng Minh Châu), Đinh Văn Linh, Đinh Văn Phong, Đinh Thị Kim Hoài, Đinh Thị Kim Thai và Đinh Thị Khang.

Trong năm 1940, Đinh Văn Nam đã lập gia đình với cô Lê Thị Bé. Đinh Văn Nam ở với vợ là Lê Thị Bé được 3 năm, sinh được hai người con, một trai và một gái. Người con trai đầu lòng tên là Đinh Văn Sương. Người con gái tên là Đinh Thị Phương. Năm 1943, Đinh Văn Nam vào Huế và xin làm thừa phái (thư ký) cho tòa Khâm Sứ của Pháp ở Huế. Từ đó ông rất ít khi về Nghệ An thăm vợ con.

Theo hồ sơ của mật thám Pháp để lại, HT Thích Trí Độ, Giám Đốc Trường An Nam Phật Học ở Huế gia nhập ĐCS năm 1941, còn Đinh Văn Nam và Võ Đình Cường gia nhập Đảng CS năm 1943. Bác sĩ Lê Đình Thám đã phân công cho Võ Đình Cường hoạt động trong giới Phật tử, còn Đinh Văn Nam hoạt động trong giới tăng sĩ.

PGVNTN đưa cán bộ CS cao cấp Đinh Văn Nam tức Thích Minh Châu vào hoạt động tại Sàigòn.

Năm 1964, khi GHPGVNTN mới được thành lập, Viện Hoá Đạo của Giáo Hội này đã viết văn thư xin chính phủ Nguyễn Khánh cho Thượng Tọa Thích Minh Châu ở Ấn Độ được về làm Viện Trưởng Viện Đại Học Vạn Hạnh sắp được thành lập. Tướng Nguyễn Khánh yêu cầu cơ quan an ninh sưu tra lý lịch.

Cơ quan an ninh đã sưu tra hồ sơ và tìm thấy Đinh Văn Nam và Võ Đình Cường đã vào Đảng CS năm 1943. Đinh Văn Nam có vợ và hai con đang ở miền Bắc.

Cơ quan an ninh liền liên lạc với Tòa Đại Diện VNCH ở Ấn Độ và xin cho biết trong thời gian ở Ấn Độ, Thích Minh Châu đã sinh hoạt như thế nào. Tòa Đại Diện cho biết trong thời gian ở Ấn Độ, Thích Minh Châu đã hoạt động cho Hà Nội. Tòa Đại Diện đã cung cấp nhiều bằng chứng về sự kiện này.

Bằng chứng thứ nhất:

Năm 1952, Trung Quốc đã mở Hội Nghị Hòa Bình Châu Á và Thái Bình Dương ở Bắc Kinh. Đảng CSVN đã gởi một phái đoàn tới tham dự. Phái đoàn do Luật sư Nguyễn Mạnh Tường làm trưởng đoàn. Thích Minh Châu từ Ấn Độ đã lén qua Bắc Kinh tham gia phái đoàn. Sau hội nghị, phái đoàn đã đưa ra một bản tuyên bố trong đó có đoạn như sau: "Nhân dân thế giới đều đồng tình, đòi quân đội ngoại quốc xâm lược phải rút ra khỏi 3 nước Việt, Miên, Lào, 3 nước Việt, Miên, Lào độc lập hoàn toàn và thực sự".

Bằng chứng thứ hai:

Ngày 10/2/1958 Hồ Chí Minh qua Ấn Độ vận động thống nhất VN, đòi tổng tuyển cử. Công việc tiếp đón đều do Thích Minh Châu phụ trách. Hà Nội có cho ông Nguyễn Di Niên đi theo làm thông dịch. Nhưng khi đến Ấn Độ, Thích Minh Châu là thông dịch viên chính của Hồ Chí Minh. Tòa Đại Diện VNCH có gởi về một tấm hình Thích Minh Châu chụp chung với Hồ Chí Minh tại Red Fort ở thủ đô Delhi, trong một cuộc mít-tinh do Thích Minh Châu tổ chức.

Tướng Nguyễn Khánh đã thông báo các tài liệu này cho Viện Hóa Đạo biết và nói rằng chính phủ rất tiếc không thể cho Thích Minh Châu trở về VN được, vì ông đang hoạt động cho Việt Cộng ở Ấn Độ.

Vốn tự coi mình là một tổ chức quyền lực tối cao, sống trên và ngoài luật pháp quốc gia, GHPGVNTN liền gởi cho Tướng Nguyễn Khánh một văn thư nói rằng ngoài Thích Minh Châu ra, hiện tại không tăng sĩ Phật giáo nào có đủ khả năng làm Viện Trưởng Viện Đại Học Vạn Hạnh, vậy xin cứ để cho Thích Minh Châu về, Giáo Hội bảo đảm sẽ không cho Thích Minh Châu hoạt động cho Việt Cộng nữa. Thích Trí Quang còn đe dọa rằng nếu Tướng Nguyễn Khánh không đáp ứng nhu cầu chính đáng của Phật giáo, Phật giáo bị bắt buộc phải hành động.

ĐỆ TAM TĂNG THỐNG THÍCH ĐÔN HẬU

Thích Đôn Hậu khi đi Mông Cổ
tuyên truyền chống VNCH năm 1969,
VC Tôn Thất Dương Tiềm tháp tùng (phía sau)

- Pháp danh Trừng Nguyên, hiệu Đôn Hậu, thuộc đời thứ 8 phái thiền Liễu Quán, thế danh là Diệp Trương Thuần, sinh ngày 16/12/1905 tức ngày 13 tháng Giêng năm Ất Ty. Sinh quán tại làng Xuân An, Tổng An Đồn, phủ Triệu Phong Tỉnh Quảng Trị. Thân phụ là Diệp Văn Kỷ làm nghề lương y, mẹ là Nguyễn Thị Cựu, bà mất năm Diệp Trương Thuần mới có 9 tuổi.

- Xuất gia vào năm 19 tuổi, vào ngày 19/6/1923 tức năm Quý Hợi, chùa Tây Thiên và nhận sư Tâm Tịnh trù trì chùa Tây Thiên làm Sư Phụ. Chùa Tây Thiên năm về phía tây nam thành phố Huế thuộc quận Hương Thủy tỉnh Thừa Thiên.

- 1945, thay thế bác sĩ Lê Đình Thám giữ chức Chánh Hội Trưởng Hội An Nam Phật Học Thừa Thiên và, cũng trong năm nầy, nhận chức Trù trì Quốc tự Linh Mụ.

- 1946, giữ chức Chủ Tịch Phật giáo Liên Hiệp Trung Bộ.

- 1947, bị sở Mật Thám Pháp tại Huế bắt giữ vì can tội hoạt động cho Việt Minh CS. Đức Đoan Huy Hoàng Thái hậu tức Đức Từ Cung thân mẫu vua Bảo Đại đứng ra bảo lãnh nên được Mật Thám Pháp trả tự do.

- 1963, thực hiện chỉ thị của CS Hà Nội (theo lời khai của Thành Ủy Viên thành ủy Việt Cộng Hoàng Kim Loan bị Bộ Chỉ Huy Cảnh Sát Quốc Gia Thừa Thiên, Huế bắt vào mùa hè năm 1972) , lãnh đạo quần chúng tham gia vào cuộc nổi loạn lật đổ nền Đệ I Cộng Hòa, sát hại TT VNCH Ngô Đình Diệm.

- Năm 1964, GHPGVNTN được thành lập, Thích Đôn Hậu được cử làm Chánh Đại Diện PGVNTN miền Vạn Hạnh (miền Trung).

- Tháng 1/1968, Thích Đôn Hậu được CS Hà Nội mời tham gia MTDTGPMN.

- Tháng 1 Mậu Thân 1968, Thích Đôn Hậu là Phó Chủ Tịch Liên Minh Các Lực Lượng Dân Chủ và Hòa Bình VN. Đây là một lực lượng chính trị thứ 2 vừa được Bộ Chính Trị Đảng CSVN và Hồ Chí Minh thành lập trước Tết Mậu Thân 1968 chỉ có mấy ngày. Lực Lượng Chính trị thứ nhất là MTGPMN. Liên Minh các Lực Lượng Dân Chủ và Hòa Bình VN là lực lượng chủ lực chính trong vụ tàn sát 5.327 thường dân vô tội và bắt đi mất tích 1.200 người trong những ngày Tết Mậu Thân tại Huế. Sau đó Thích Đôn Hậu cùng với một số nhân vật chủ yếu trong tổ chức nầy thoát ly ra Bắc. Trong suốt 8 năm, từ 1/1968-30/4/1975 bọn chúng là khách quý của Bộ Chính Trị Đảng CSVN (Lê Văn Hảo trả lời cuộc phỏng vấn của ký giả Nguyễn An đài RFI Pháp quốc). Cũng trong thời gian nầy bọn chúng thực hiện những cuộc thăm viếng ngoại giao tuyên truyền cho chính phủ CS Hà Nội tại các nước CS như Trung Cộng, Mông Cổ, Nga Sô v.v...

- Tháng 6/1968, Thích Đôn Hậu là Ủy Viên Hội Đồng Cố Vấn Chính Phủ Lâm Thời CHMNVN.

- 1970: công du Nga Sô, Trung Cộng: 1971, công du Mông Cổ. Tất cả các lần công du nầy không ngoài mục đích tuyên truyền cho CSVN về cuộc chiến xâm lăng miền Nam mà bọn chúng cho là chính nghĩa.

- 1975, cố vấn cho Ban Chỉ Đạo Viện Hóa Đạo Giáo Hội PGVNTN.

- 1976, Đại Biểu Quốc Hội Khóa VI nước CHXHCN VN.

- 1976, Ủy viên Đoàn Chủ Tịch Ủy Ban Trung Ương MTTQVN. Đây là một tổ chức ngoại vi của Đảng VN.

Trở lại Huế sau ngày 30/4/1975 và những năm cuối đời, Thích Đôn Hậu quay trở lại chống đối chính phủ CSVN chẳng phải hối hận, vì lầm đường theo CS mà sát hại dân Huế vào Mậu Thân 1968. Y chống lại bọn CS chỉ vì bị chúng vắt chanh bỏ vỏ, ngay cả một chút cơm thừa canh cặn bọn chúng cũng không bố thí cho ông ta.

Giả thử rằng sau ngày 30/4/1975 ông Thích Đôn Hậu được bọn CSVN tâng bốc đưa vào ghế Tăng Thống Phật Giáo VN, chức cao quyền trọng v.v... thì sẽ không bao giờ có chuyện "Ngài chống CS quyết liệt" như luận điệu truyền truyền của Văn Phòng II Viện Hóa Đạo Hải Ngoại của Thích Viên Lý và Võ văn Ái, có phải vậy không hai "Ngài" Viên Lý và Võ văn Ái?

Thích Đôn Hậu tạ thế ngày 23/4/1992 tại Chùa Linh Mụ, Huế.

Lê Duẩn, Võ Nguyên Giáp, Thích Đôn Hậu

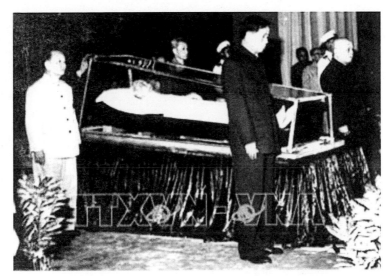

Thích Đôn Hậu hầu tang Hồ Chí Minh

THÍCH THIỆN SIÊU: TRỤ TRÌ CHÙA TỪ ĐÀM, HUẾ

Xuất gia năm 14 tuổi tức năm 1935 tại chùa Quan Thánh tức là Chùa Ông phía sau Chùa Diệu Đế thuộc Quận II thị xã Huế. Sư Phụ là Thầy Mật Khế. Sau đó chuyển lên tu tại

Chùa Trúc Lâm thuộc xã Thủy Xuân, Quận Hương Thủy, Tỉnh Thừa Thiên. Khi được thành lập, do Thích Trí Độ và cư sĩ Lê Đình Thám, Hội An Nam Phật Học mở trường đào tạo tăng ni. Thích Thiện Siêu được tuyển vào học trường nầy. Trường nầy được đặt tại Chùa Bảo Quốc, ngay dưới dốc Nam Giao gần chùa Từ Đàm.

Theo khuyến dụ của Thích Trí Độ và cư sĩ Lê Đình Thám, Thích Thiện Siêu gia nhập ĐCS Việt Nam vào năm 1944.

-1947, được cử làm Trù Trì Chùa Từ Đàm, Huế.

-1962, giữ chức hội Trưởng Hội Phật Học Thừa Thiên.

-1963, là một trong những thành phần lãnh đạo chủ chốt của phong trào tranh đấu Phật Giáo tham gia cuộc phản loạn lật đổ nền Đệ Nhất VNCH và sát hại TT Ngô Đình Diệm.

Thích Thiện Siêu nằm trong Chi Bộ ĐCS Thuận Hóa tại Huế của bác sĩ Lê Khắc Quyến. Y hoạt động trong Tổ Trí Thức Vận và Tôn Giáo Vận nội thành gồm có bác sĩ Hoàng Bá, giáo sư Tôn Thất Dương Ky, giáo sư Tôn Thất Dương Tiềm, giáo sư Nguyễn Đóa, giáo sư Nguyễn Tuân, Trưởng Ty Cảnh Sát Quốc Gia Thừa Thiên, Huế: Đoàn Công Lập (từ 7/1966-2/1968). Tổ chức trí thức vận và tôn giáo vận nầy có hai trạm giao liên (gặp gỡ, tiếp xúc). Trạm thứ nhất là phòng mạch của bác sĩ Hoàng Bá ở đường Phan Chu Trinh thuộc Quận 3I, Thị xã Huế gần cầu Nam Giao. Trạm thứ hai là Chùa Trúc Lâm thuộc xã Thủy Xuân quận Hương Thủy, tỉnh Thừa Thiên. 1964, giữ chức Phó đại diện PGVNTN Miền Vạn Hạnh. Sau 1963-1966, chùa Từ Đàm của Thích Thiện Siêu là cơ quan đầu não chỉ huy cuộc biến động chính trị. Đây là Trung Tâm Quyền Lực, là Dinh Quốc Phụ của Thích Trí Quang.

Tết Mậu Thân 1968, chùa Từ Đàm là nơi đặt Bộ Chỉ Huy An Ninh của mặt Trận Huế. Nơi đây là trung tâm thẩm vấn, tra khảo, và xử bắn tù nhân, những Quân Cán Chính VNCH mà Việt Cộng đã bắt giữ trong thời gian bọn chúng chiếm Huế.

Tháng 5/1972, Mùa Hè Đỏ Lửa, tổ chức trí vận nầy đã bị Bộ Chỉ Huy Cảnh Sát Quốc Gia Thừa Thiên phá vỡ và một số cán bộ nội thành nầy đã bị bắt giữ.

- 1981, Thích Thiện Siêu công du hội nghị Hòa Bình tại Moscow.

- 1985, Thiện Siêu được CSVN đề cử làm Trưởng Phái đoàn Phật giáo VN công du hai nước Mông Cổ và Nga.

- Từ 4/1987, Thiện Siêu được bầu vào đại biểu Quốc Hội nước CHXHCNVN liên tiếp 3 khóa: Khóa 8, khóa 9, và khóa 10.

- 1989, làm Trưởng phái đoàn Phật giáo VN tham dự hội nghị Hòa Bình Á Châu tổ chức tại Mông Cổ.

- 1994, làm Trưởng Phái Đoàn công du Ấn Độ.

- 1995, làm Thành viên của Phái Đoàn Quốc Hội VN do Chủ tịch CS Nông Đức Mạnh dẫn đầu đi thăm một số nước Đông Âu và Nghị Viện Âu Châu.

- 1999, làm Trưởng Phái Đoàn Phật giáo VN công du Trung Cộng.

- 2000, nhận lãnh Huân Chương Độc Lập hạng II do Đảng CSVN và chính phủ CHXHCNVN trao tặng.

Tạ thế ngày 3/10/2001 tại Chùa Từ Đàm, Huế, thọ 81 tuổi.

Liên Thành

BỐN

HỒI KÝ CỦA MỘT NGƯỜI BỊ KẸT LẠI HÀ NỘI SAU 1954

*Với bút hiệu **tự do**, chữ thường, viết liền, ông Nguyễn Văn Luận là tác giả bài "Người tìm tự do và tượng thần tự do" đã được bình chọn trúng giải chính thức trong giải sơ kết 3 tháng Giải Thưởng Việt Báo Viết Về Nước Mỹ. Tác giả sinh năm 1937, hiện cư ngụ tại Worcester, Massachusetts. Sau đây là bài viết mới nhất của ông.*

***

Ông Hòa, cựu sĩ quan VNCH, bị CS bắt đi tù năm 1975, sang Mỹ theo diện HO. Tôi gặp ông tại một tiệc cưới, trở thành bạn, thường gặp nhau bởi cùng sở thích, nói chuyện văn chương, thời thế, dù trong quá khứ ông sống tại miền Nam, tôi ở xứ Bắc.

Một lần tới thăm, cháu Thu Lan, con ông Hòa, hỏi tôi:

- Bác ở Hà Nội mà cũng đi ty nạn à...?

Nghe hỏi tự nhiên nên tôi chỉ cười:

- Cái cột đèn mà biết đi, nó cũng đi... nữa là bác!

Thực ra tôi đã không trốn thoát được từ lần đầu "vượt tuyến" vào miền Nam. Rồi thêm nhiều lần nữa và 2 lần "vượt biển", vẫn không thoát.

Chịu đủ các "nạn" của chế độ CS trong 27 năm ở lại miền Bắc, tôi không ty nạn, mà đi tìm Tự Do, trở thành thuyền nhân, đến nước Mỹ năm 1982.

Sinh trưởng tại Hà Nội, những năm đầu sống ở Mỹ, tôi đã gặp nhiều câu hỏi như cháu Thu Lan, có người vì tò mò, có người giễu cợt. Thời gian rồi cũng hiểu nhau.

Tôi hằng suy nghĩ và muốn viết những giòng hồi tưởng, vẽ lại bức tranh Hà Nội xưa, tặng thế hệ trẻ, và riêng cho những người Hà Nội di cư.

Người dân sống ở miền Nam trù phú, kể cả hàng triệu người di cư từ miền Bắc, đã không biết được những gì xảy ra tại Hà Nội, thời người CS chưa vận com-lê, đeo cà-vạt, phụ nữ không mặc áo dài.

Hiệp định Geneva chia đôi nước Việt. CS, chưa lộ mặt là CS, tràn vào miền Bắc tháng 10/1954. Người Hà Nội đã "di cư" vào miền Nam, bỏ lại Hà Nội hoang vắng, tiêu điều, với chính quyền mới là Việt Minh, đọc tắt lại thành Vẹm. Vì chưa trưởng thành, tôi đã không hiểu thế nào là...Vẹm! Khi họ tiếp quản Hà Nội, tôi đang ở Hải Phòng.

Dân đông nghịt thành phố, chờ tầu há mồm để di cư. Trước Nhà Hát Lớn, va-li, hòm gỗ, bao gói xếp la liệt. Lang thang chợ trời, tôi chờ cha tôi quyết định đi Nam hay ở lại. Hiệp định Geneva ghi nước VN chỉ tạm thời chia cắt, hai năm sau sẽ "Tổng tuyển cử" thống nhất. Ai ngờ CS miền Bắc "tổng tấn công" miền Nam!

Gia đình lớn của tôi, không ai làm cho Pháp, cũng không ai theo Việt Minh. Cha tôi làm chủ một hãng thầu, nghĩ đơn giản là dân thường nên ở lại. Tôi phải về Hà Nội học.

Chuyến xe lửa Hà Nội "tăng bo" tại ga Phạm Xá, nghĩa là hai chính quyền, hai chế độ, ngăn cách bởi một đoạn đường vài trăm mét, phải đi bộ hoặc xe ngựa. Người xuống Hải phòng ùn ùn với hành lý để đi Nam, người đi Hà Nội là con buôn, mang xăng về bán. Những toa tầu chật cứng người và chất cháy, từ chai lọ đến can chứa nhà binh, leo lên nóc tầu, bíu vào thành toa, liều lĩnh, hỗn loạn.

Tới cầu Long Biên tức là vào Hà Nội. Tầu lắc lư, người va chạm người. Thằng bé ù chạc 15 tuổi, quắc mắt nhìn tôi:

- Đề nghị đồng chí xác định lại thái độ, lập trường tư tưởng!

Tôi bàng hoàng vì thứ ngoại ngữ Trung Quốc, phiên âm thành tiếng Việt, nghe lần đầu không hiểu, để rồi phải "học tập" suốt 20 năm, "ngoại ngữ CS": "đấu tranh", "cảnh giác", "căm thù" và... "tiêu diệt giai cấp"! *(Thứ ngôn ngữ này ghi trong ngoặc kép).*

Hà Nội im lìm trong tiết đông lạnh giá, người Hà Nội e dè nghe ngóng từng "chính sách" mới ban hành. "Cán bộ" và "bộ đội" chỉ khác nhau có ngôi sao trên mũ bằng nan tre, phủ lớp vải mầu cỏ úa, gọi là "mũ bộ đội", sau này có tên là "nón cối". Hà Nội "xuất hiện" đôi dép "Bình Trị Thiên", người Bắc gọi là "dép lốp", ghi vào lịch sử thành "dép râu". Chiếc áo dài duyên dáng, thướt tha của thiếu nữ Hà Nội được coi là "biểu hiện" của "tư sản, phong kiến", biến mất trong mười mấy năm sau, vì "triệt để cách mạng". Lần đầu tiên, "toàn thể chị em phụ nữ" đều mặc giống nhau: áo "sơ mi", quần đen. Hãn hữu, như đám cưới mới mặc sơ mi trắng vì "cả nước" không có xà phòng.

Chơi vơi trong Hà Nội, tôi đi tìm thầy xưa, bạn cũ, hầu hết đã đi Nam. Tôi phải học năm cuối cùng, Tú tài 2, cùng một số "lớp Chín hậu phương", năm sau sẽ sát nhập thành "hệ mười năm". Số học sinh "lớp Chín" này vào lớp không phải để học, mà là "tổ chức Hiệu đoàn", nhận "chỉ thị của Thành đoàn" rồi "phát động phong trào chống văn hóa nô dịch!".

Họ truy lùng... đốt sách! Tôi đã phải nhồi nhét đầy ba bao tải, Hiệu đoàn "kiểm tra", lục lọi, từ quyển vở chép thơ, nhạc, đến tiểu thuyết và sách quý, mang "tập trung" tại Thư viện phố Tràng Thi, để đốt. Lửa cháy bập bùng mấy ngày, trong niềm "phấn khởi", lời hô khẩu hiệu "quyết tâm", và "phát biểu của bí thư Thành đoàn": tiểu thuyết của Tự Lực Văn Đoàn là... "cực kỳ phản động!". Vào lớp học với những "phê bình, kiểm thảo... cảnh giác, lập trường", tôi đành bỏ học. Chiếc radio Philip, "tự nguyện", mang ra "đồn công an", thế là hết, gia tài của tôi! Mất đời học sinh, tôi bắt đầu cuộc sống đọa đày vì "thành phần giai cấp", "sổ hộ khẩu", "tem, phiếu thực phẩm", "lao động nghĩa vụ hàng tháng".

Đây là chính sách dồn ép thanh niên Hà Nội đi "lao động công trường", miền rừng núi xa xôi. Tôi chỉ bám Hà Nội được 2 năm là bị "cắt hộ khẩu", ...đi tù! Tết đầu tiên sau "tiếp quản", còn được gọi là "sau hòa bình lập lại", Hà Nội mơ hồ. Những bộ mặt vàng võ, áo quần nhầu nát, xám xịt, thái độ "ít cởi mở", từ "nông thôn" kéo về tiếp quản chiếm nhà người Hà Nội di cư. Người Hà Nội ở lại bắt đầu hoang mang vì những tin đồn và "chỉ thị": ăn Tết "đơn giản, tiết kiệm". Hàng hóa hiếm dần, "hàng nội" thay cho "hàng ngoại". Âm thầm, tôi dạo bước bên bờ Hồ Gươm, tối 30 Tết. Tháp Rùa, Cầu Thê Húc nhạt nhòa, ảm đạm, đền Ngọc Sơn vắng lặng. Chỉ có Nhà Thủy Tạ, đêm nay có ca nhạc, lần cuối cùng của nghệ sĩ Hà Nội.

Đoàn Chuẩn nhớ thương hát "Gửi người em gái miền Nam", để rồi bị đấu tố là phong cách tiểu tư sản, rạp xinê Đại Đồng phố Hàng Cót bị "tịch thu". Hoàng Giác ca bài "Bóng ngày qua", bị kết tội thành "tề ngụy", hiệu đàn nhỏ phố Cầu Gỗ phải dẹp, vào tổ đan mũ nan, làn mây, sống "tiêu cực" hết đời trong đói nghèo, khốn khổ. Danh ca Minh Đỗ, Ngọc Bảo, nhạc sĩ Tạ Tấn, sau này làm gì, sống ra sao, "phân tán", chẳng ai còn dám gặp nhau, sợ thành "phản động tụ tập".

"Chỉ thị Đảng và Ủy ban Thành" "phổ biến rộng rãi trong quần chúng" là diệt chó. "Toàn dân diệt chó", từ thành thị đến "nông thôn". Gậy gộc, giây thừng, đòn gánh, nện chết hoặc bắt trói, rồi đầu làng, góc phố "liên hoan tập thể". Lý do giết chó, nói là trừ bệnh chó dại, nhưng đó là "chủ trương", chuẩn bị cho đấu tố "cải tạo tư sản" và "cải cách ruộng đất". Du kích, công an rình mò, "theo dõi", "nắm vững tình hình" không bị lộ bởi chó sủa. Mọi nơi im phăng phắc ban đêm, mọi người nín thở đợi chờ thảm họa.

Hà Nội đói và rách, khoai sắn chiếm 2 phần tem gạo, 3 mét vải "cung cấp" một năm theo "từng người trong hộ". Mẹ may thêm chiếc quần "đi lao động" thì con nít cởi truồng. Người thành thị, làm cật lực, xây dựng cơ ngơi, có ai ngờ bị quy là "tư sản bóc lột", nhẹ hơn là "tiểu tư sản", vẫn là "đối tượng của cách mạng". Nông dân có dăm sào ruộng đất gia truyền vẫn bị quy là "địa chủ bóc lột, cường hào ác bá"!

Giáo sư Trương Văn Minh, hiệu trưởng trường Tây Sơn, ngày đầu "học tập", đã nhảy lầu, tự tử.

"Tư sản Hà Nội" di cư vào Nam hết, chẳng còn bao nhiêu nên "công tác cải tạo được làm "gọn nhẹ" và "thành công vượt mức", nghĩa là mang bắn một, hai người "điển hình", coi là "bọn đầu sỏ" "đầu cơ tích trữ", còn thì "kiểm kê", đánh "thuế hàng hóa", "truy thu", rồi "tịch thu" vì "ngoan cố, chống lại cách mạng!".

Báo, đài hàng ngày tường thuật chuyện đấu tố, kể tội ác địa chủ, theo bài bản của "đội cải cách" về làng, "bắt rễ" "bần cố nông", "chuẩn bị thật tốt", nghĩa là bắt học thuộc lòng "từng điểm": tội ác địa chủ thì phải có hiếp dâm, đánh đập, bắt con ở đợ, "điển hình" thì mang thai nhi cho vào cối giã, nấu cho lợn ăn, đánh chết tá điền, hiếp vợ sặc máu...!

Một vài vụ, do "Đảng lãnh đạo", "vận động tốt", con gái, con dâu địa chủ, "thoát ly giai cấp", "tích cực" "tố cáo tội ác" của cha mẹ. Cảnh tượng này thật não nùng! Lời Bác dạy suốt mấy mươi năm: "Trung với Đảng, hiếu với dân..." là vậy!

"Bần cố nông" cắm biển nhận ruộng được chia, chưa cấy xong hai vụ thì phải "vào hợp tác", "làm ăn tập thể", ruộng đất lại thu hồi về "Cộng Sản".

"Toàn miền Bắc" biết được điều "cơ bản" về Xã hội chủ nghĩa là... NÓI DỐI!

Mọi người, mọi nhà "THI ĐUA NÓI DỐI", nói những gì Đảng nói. Nói dối để sống còn, tránh bị "đàn áp", lâu rồi thành "nếp sống", cả một thế hệ hoặc lặng câm, hoặc nói dối, vì được "rèn luyện" trong xã hội ngục tù, lấy "công an" làm "nòng cốt" chế độ.

Ở Mỹ, ai hỏi bạn: "How are you?", bạn trả lời: "I'm fine, thank you". Ở miền Bắc VN thời đại Hồ Chí Minh, "cán bộ" hỏi: "Công tác thế nào?".

Dù làm nghề bơm xe, vá lốp, người ta trả lời, "...rất phấn khởi, ra sức thi đua, lập thành tích chào mừng… các nước anh em!"

Bị bắt bên bờ sông Bến Hải, giới tuyến chia hai miền Nam Bắc, năm 19 tuổi, tôi bị "bộ đội biên phòng" giong về Lệ Thủy, được "tự do" ở trong nhà chị "du kích" hai ngày, đợi đò về Đồng Hới. Trải 9 trại giam nữa thì về tới Hỏa Lò, Hà Nội, vào xà-lim. Cảnh tù tội chẳng có gì tươi đẹp, xã hội cũng là một nhà tù, không như báo, đài hằng ngày kêu to "Chế độ ta tươi đẹp".

Cơ hàn thiết thân, bất cố liêm sỉ, người tù "biến chất", người tứ chiến kéo về, nhận là người Hà Nội, đói rét triền miên nên cũng "biến chất"! Đối xử lọc lừa, gia đình, bè bạn, họ hàng, "tiếp xúc" với nhau phải "luôn luôn cảnh giác". Hà Nội đã mất nền lễ giáo cổ xưa, Hà Nội suy sụp tinh thần vì danh từ "đồng chí"!

Nằm trong xà-lim, không có ngày đêm, giờ giấc, nghe tiếng động mà suy đoán "tình hình". Ánh điện tù mù chiếu ô cửa sổ nhỏ song sắt, cao quá đầu, tôi đứng trên xà lim, dùng ngón tay vẽ chữ lên tường, "liên lạc" được với Thụy An ở xà-lim phía trước.

Thụy An là người Hà Nội ở lại tham gia hoạt động "Nhân Văn Giai Phẩm", đòi tự do cho văn nghệ sĩ, sau chuyển lên rừng, không có ngày về Hà Nội. <u>Bà phẫn uất, đã dùng đũa tre chọc mù một mắt, nói câu khí phách truyền tụng: "Chế độ này chỉ đáng nhìn bằng nửa con mắt"</u>!

Người du lịch Việt Nam, ít có ai lên vùng Thượng Du xứ Bắc, tỉnh Lào Cai, có trại tù Phong Quang hà khắc, có thung lũng sâu heo hút, có tù chính trị chặt tre vầu theo "định mức chỉ tiêu". Rừng núi bao la, tiếng chim "bắt cô trói cột", nấc lên nức nở, tiếng gà gô, thức giấc, sương mù quanh năm. Phố Hàng Đào Hà Nội, vốn là "con đường tư sản", có người trai trẻ tên Kim, học sinh Albert Sarraut. Học trường Tây thì phải chịu sự "căm thù đế quốc" của Đảng, "đế quốc Pháp" trước kia và "đế quốc Mỹ" sau này.

Tù chính trị nhốt lẫn với lưu manh, chưa đủ một năm, Kim Hàng Đào "bất mãn" trở thành Kim Cụt, bị chặt đứt cánh tay đến vai, không thuốc, không "nhà thương" mà vẫn không chết.

Phố Nguyễn công Trứ gần Nhà Rượu, phía Nam Hà Nội, người thanh niên đẹp trai, có biệt danh Phan Sữa, giỏi đàn guitar, mê nhạc Đoàn Chuẩn, <u>đi tù Phong Quang vì "lãng mạn tiểu tư sản"</u>. Không hành lý nhưng vẫn ôm theo cây đàn guitar. Chỉ vì "tiểu tư sản", không "tiến bộ", không có ngày về...! Ba tháng "kỷ luật", Phan Sữa hấp hối, khiêng ra khỏi Cổng Trời cao vút, gió núi mây ngàn, thì tiêu tan giấc mơ Tình Nghệ Sĩ!

Người già Hà Nội chết dần, thế hệ thứ hai, "xung phong", "tình nguyện" hoặc bị "tập trung" xa rời Hà Nội. Bộ công an "quyết tâm quét sạch tàn dư đế quốc, phản động", nên chỉ còn người Hà Nội từ "kháng chiến" về, "nhất trí tán thành" những gì Đảng... NÓI DỐI!

Tôi may mắn sống sót, dù mang lý lịch "bôi đen chế độ", "âm mưu lật đổ chính quyền", trở thành người "Hà Nội di cư", 10 năm về Hà Nội đôi lần, khó khăn vì "trình báo hộ khẩu", "tạm trú tạm vắng". "Kinh nghiệm bản thân", "phấn đấu vượt qua bao khó khăn, gian khổ", số lần tù đã quên trong trí nhớ, tôi sống tại Hải Phòng, vùng biển. Hải Phòng là cơ hội "ngàn năm một thuở" cho người Hà Nội "vượt biên" khi chính quyền Hà Nội chống Tầu, xua đuổi "người Hoa" ra biển, khi nước Mỹ và thế giới đón nhận "thuyền nhân" tỵ nạn.

Năm 1980, tôi vào Sàigòn, thành phố đã mất tên sau "ngày giải phóng miền Nam". Vào Nam, tuy phải lén lút mà đi, nhưng vẫn còn dễ hơn "di chuyển" trong các tỉnh miền Bắc trước đây. Tôi bước trên đường Tự Do, hưởng chút dư hương của Sàigòn cũ, cảnh tượng rồi cũng đổi thay như Hà Nội đã đổi thay sau 1954 vì "cán ngố" cai trị.

Dân chúng miền Nam "vượt biển" ào ạt, nghe nói dễ hơn nên tôi vào Sàigòn, tìm manh mối. Gặp cha mẹ ca sĩ Thanh Lan tại nhà, đường Hồ Xuân Hương, gặp cựu sĩ quan Cộng Hòa, anh Minh, anh Ngọc, đường Trần Quốc Toản, tù từ miền Bắc trở về. Đường ra biển tính theo "cây", bảy, tám cây mà dễ bị lừa. Chị Thanh Chi (mẹ Thanh Lan) nhìn "nón cối" "ngụy trang" của tôi, mỉm cười: *"Trông anh như cán ngố, mà chẳng ngố chút nào!"* "Hà Nội, trí thức thời Tây, chứ bộ...!".

Cả nước Việt Nam, ai cũng sẽ trở thành diễn viên, kịch sĩ giỏi!".

Về lại Hải Phòng với "giấy giới thiệu" của "Sở giao thông" do "móc ngoặc" với "cán bộ miền Nam" ở Sàigòn, tôi đã tìm ra "biện pháp tốt nhất" là những dân chài miền Bắc vùng ven biển. Đã đến lúc câu truyền tụng "Nếu cái cột điện mà biết đi nó cũng chạy thoát chế độ CS", dân Bắc "thấm nhuần" nên "nỗ lực" vượt biên. Năm bốn mươi tư tuổi, tôi tìm được Tự Do, định cư tại Mỹ, học tiếng Anh ngày càng khá, nhưng nói tiếng Việt với đồng hương, vẫn còn pha chút "ngoại ngữ Việt Cộng" năm xưa.

Cuộc sống của tôi ở Việt Nam đã đến "mức độ" khốn cùng, nên tan nát, thương đau. Khi đã lang thang "đầu đường xó chợ" thì mới đủ "tiêu chuẩn" "xuống thành phần", lý lịch có thể ghi là "dân nghèo thành thị", nhưng vẫn không bao giờ được vào "công nhân biên chế nhà nước". Tôi mang nhẫn nhục, "kiên trì" sang Mỹ, làm lại cuộc đời nên "đạt kết quả vô cùng tốt đẹp", "đạt được nguyện vọng" hằng ước mơ!

Có người "kêu ca" về "chế độ tư bản" Mỹ tạo nên cuộc sống lo âu, tất bật hàng ngày, thì xin "thông cảm" với tôi, ngợi ca nước Mỹ đã cho tôi nhân quyền, dân chủ, trở thành công dân Hoa kỳ gốc Việt, hưởng đầy đủ "phúc lợi xã hội", còn đẹp hơn tả trong sách Mác Lê về giấc mơ CS.

Chủ nghĩa CS sụp đổ rồi. CSVN bây giờ "đổi mới".

Tiếng "đổi" và "đổ" chỉ khác một chữ "i". Người Việt Nam sẽ cắt đứt chữ "i", dù phải từ từ, bằng "diễn biến hòa bình". Chế độ Việt Cộng "nhất định phải đổ", đó là "quy luật tất yếu của lịch sử nhân loại".

Ôi! "đỉnh cao trí tuệ", một mớ danh từ...!

Nguyễn Văn Luận

NĂM

CÁC "NHẬN XÉT" BẤT HỦ
VỀ CHỦ NGHĨA CS

1- ...Người CS làm cách mạng không phải để mang đến hạnh phúc cho người dân, mà họ làm cách mạng để người dân mang hạnh phúc đến cho người CS *(Đức Đạt Lai Lạt Ma)*.

2- ...CS là loài cỏ dại mọc trên hoang tàn của chiến tranh và là loài trùng độc sinh sôi nẩy nở trên rác rưởi của cuộc đời *(Đức Đạt Lai Lạt Ma)*.

3- CS sinh ra từ nghèo đói và ngu dốt, lớn lên bằng dối trá và bạo lực và sẽ chết đi trong sự khinh bỉ và nguyền rủa của nhân loại *(Đức Đạt Lai Lạt Ma)*.

4- CS đã làm cho người dân trở thành gian dối *(Thủ Tướng Đức Angela Merkel)*.

5- Tôi lớn lên trong chủ nghĩa CS tại Đông Đức và tôi hiểu rõ về họ: CS là chủ nghĩa gian trá và man rợ nhất của nhân loại! Chủ nghĩa CS là một vết nhơ của loài người và thế giới văn minh! *(Thủ Tướng Đức Angela Merkel)*.

6- Bất cứ nơi nào Chủ Nghĩa Xã Hội hay CS được thực sự áp dụng, thì chỉ mang đến đau thương, tàn phá, và thất bại *(TT Mỹ Donald Trump)*.

7- Tôi mà làm TT Hoa Kỳ thì bọn độc tài CS sẽ chết *(TT Mỹ Donald Trump)*.

8- Chủ nghĩa CS là giấc mơ của vài người, nhưng là cơn ác mộng của nhân loại *(Nhà văn, nhà thơ, nhà viết kịch, Victor Hugo).*

9- Khi thấy thằng CS nói láo, ta phải đứng lên và nói nó nói láo. Nếu không có can đảm nói nó nói láo, ta phải đứng lên ra đi, không ở lại nghe nó nói láo. Nếu không có can đảm bỏ đi, mà phải ngồi lại nghe, ta sẽ không nói lại những lời nó nói láo với người khác *(Văn hào Nga Aleksandr Isayevich Solzhenitsyn).*

10- Những người theo Xã Hội Chủ Nghĩa muốn làm mọi việc tốt hơn bằng cách lấy hết tiền mọi người, và có những người CS muốn làm mọi việc tốt hơn bằng cách giết hết mọi người trừ họ ra *(Văn hào Richmal Crompton).*

11- Tôi đã bỏ một nửa cuộc đời cho lý tưởng CS. Ngày hôm nay tôi phải đau buồn mà nói rằng: Đảng CS chỉ biết tuyên truyền và dối trá *(Cựu Tổng Bí thư ĐCS Liên Sô, awarded Nobel prize in 1990, Mikhail Sergeyevich Gorbachev).*

12- CS không thể nào sữa chữa mà cần phải đào thải nó *(Cố TT Nga Boris Nicholalevich Yeltsin).*

13- Chủ nghĩa xã hội là một hệ tư tưởng của sự thất bại, là tiếng kêu của sự ngu dốt, là lời truyền giáo của sự ganh tị, ưu điểm của nó là chia xẻ đồng đều sự nghèo khổ *(Cố Thủ Tướng Anh, Sir Winston Leonard Spencer Churchill).*

14- Chủ nghĩa tư bản không chia đều sự thịnh vượng, nhưng chủ nghĩa xã hội lại chia đều sự nghèo khổ! *(Cố Thủ Tướng Anh, Sir Winston Leonard Spencer Churchill).*

15- Chủ nghĩa Cộng Sản là logic cuối cùng khi nhân loại không còn tồn tại *(Đức cố Tổng giám mục Fulton John Sheen).*

16- Vấn đề của chủ nghĩa xã hội là tới lúc nào đó nó sẽ xài hết tiền của người khác! *(Cố Thủ tướng Anh Margaret Hilda Thatcher).*

17- Nền kinh tế chủ nghĩa xã hội hoạt động dựa trên tư tưởng rằng: sự hiểu biết của một nhóm người cao rộng hơn sự hiểu biết của hàng trăm triệu người. Đây là một sự suy nghĩ cực kỳ kiêu ngạo *(Nhà kinh tế học Friedrich August von Hayek)*.

18- Chủ nghĩa xã hội nói chung đã thất bại rõ tới độ chỉ có những nhà trí thức mù mới có thể không nhìn thấy (Xin phép dịch thoát ý một chút: *Socialism in general has a record of failure so blatant that only an intellectual could ignore or evade it) (Nhà kinh tế học Thomas Sowell)*.

19- Tôi hiểu người CS... hiểu sự xấu xa và gian dối của đảng CS *(Cố Thủ Tướng Singapore, Lý Quang Diệu)*.

20- Chủ nghĩa tư bản không thể tồn tại nếu không có TỰ DO, chủ nghĩa CộngS không thể tồn tại nếu cho phép TỰ DO *(Nhà kinh tế học, Milton Friedman, Nobel prize for Economics in 1976)*.

21- Hãy nhìn bao nhiêu người từ các xứ CS đã liều chết vượt biên, vượt biển qua các xứ tư bản tự do, nhiêu đó cũng đủ cho chúng ta biết nhân loại đã lựa chọn ra sao *(Nhà kinh tế học, Milton Friedman, Nobel prize for Economics in 1976)*.

22- Khi bạn thấy một người mập đứng kế một người ốm, không có nghĩa là người mập lấy bớt phần ăn của người ốm. Nhưng đây là cách suy nghĩ của chủ nghĩa xã hội *(Khuyết danh)*.

23- Làm thế nào để bạn biết người đó là một người CS? Đó là những người đọc Marx và Lenin. Và làm thế nào để bạn biết người đó là người chống CS? Vì người đó hiểu Marx và Lenin *(Cố Tổng thống Mỹ Ronald Wilson Reagan)*.

24- Chủ nghĩa CS chỉ có thể thành công ở hai nơi:

- Thiên đường, nơi mà không cần có nó.

- Địa ngục, nơi mà nó đã có rồi.

(Cố TT Mỹ Ronald Wilson Reagan).

25- Tôi có một câu hỏi cho các nhà lãnh đạo của các nước CS: nếu chủ nghĩa CS có tương lai, thì tại sao các ông phải xây những bức tường (điển hình là bức tường Berlin) để giữ mọi người lại, và dùng quân lực và cảnh sát chìm để bắt công dân của các nước ông im lặng?*(Cố TT Mỹ Ronald Wilson Reagan).*

26- Chấm dứt chiến tranh không phải đơn thuần là chỉ rút quân về nhà là xong. Vì lẽ, cái giá phải trả cho hòa bình là hàng ngàn năm tăm tối cho các thế hệ VN sinh về sau!*(Cố TT Mỹ Ronald Wilson Reagan).*

27- Nếu Việt Cộng thắng thì toàn thể Quốc Gia VN sẽ bị tiêu diệt và sẽ biến thành một tỉnh nhỏ của Trung Hoa CS. Hơn nữa toàn dân VN sẽ mãi mãi sống dưới ách độc tài vong bản, vô gia đình, vô tổ quốc, vô tôn giáo của CSVN.*(Cố TT Đệ Nhất VNCH Ngô Đình Diệm).*

28- Đừng nghe những gì CS nói, mà hãy nhìn kỹ những gì CS làm!*(Cố TT Đệ Nhị VNCH Nguyễn Văn Thiệu).*

29- Đảng CSVN đã hy sinh hơn 2 triệu cán binh của họ để biến toàn thể nước VN thành một nước CS toàn trị. Nhưng cuối cùng họ lại dùng chủ nghĩa tư bản để làm giàu cho chính họ! Vậy hơn 2 triệu người VN chết để làm gì? *(Nhà văn Dennis Mark Prager, one of America's respected Radio Talk Show hosts).*

30- Giải mã nhân vật Hồ Chí Minh chính là giải mã lịch sử bất hạnh của dân tộc VN.

CHƯƠNG 4

QUAN HỆ NGOẠI GIAO GIỮA HOA KỲ -VIỆT NAM CUỘC ĐẢO CHÁNH 1/11/1963

Từ những năm đầu tiên của thập niên 40, Hoa Kỳ đã gửi các toán quân sự đặc biệt đến công tác ở vùng biên giới Việt-Hoa. Sau đó, khi chiến tranh Pháp-Việt bùng nổ, Hoa Kỳ đã viện trợ quân sự dồi dào cho Liên quân Pháp-Việt để chống lại Việt Minh. Nhưng phải đến năm 1954 khi trận chiến Điện Biên Phủ sắp kết thúc với sự thất bại của Thực dân Pháp thời Hoa Kỳ mới chính thức vào giúp VN. Những viện trợ mà Hoa Kỳ giúp liên quân Pháp-Việt chống lại Việt Minh trước đó đều qua tay Pháp. Dĩ nhiên Pháp nhận viện trợ Mỹ đã giữ một phần lớn cho mình, số còn lại mới dành cho cuộc chiến tại Đông Dương.

VN bị chia đôi qua hiệp định Genève 20/7/1954: miền Bắc do CS Hồ Chí Minh trấn giữ. Miền Nam do Quốc Gia VN với Thủ Tướng Ngô Đình Diệm lãnh đạo. Sau khi Ủy Ban Cách Mạng truất phế Bảo Đại và sau khi cuộc Trưng Cầu Dân Ý 23/10/1955, mới thành lập chế độ Cộng Hòa 26/10/1955.

Từ 1954-1960 bang giao giữa VNCH và Hoa Kỳ dưới thời TT Eisenhower của Đảng Cộng Hòa rất tốt đẹp. Suốt thời gian đó, Miền Nam dưới sự lãnh đạo của TT Ngô Đình Diệm đãđược xây dựng vững mạnh nhờ sự giúp đỡ tận tình của Hoa Kỳ.

TT Mỹ Eisenhower đón tiếp TT Ngô Đình Diệm
tại sân bay quốc tế Washington Dulles, ngày 8/5/1957

Nhưng kể từ khi John F. Kennedy thuộc Đảng Dân Chủ lên làm Tổng Thống thì bang giao Việt-Mỹ bắt đầu thay đổi. Chính quyền Kennedy muốn thực hiện giải pháp trung lập hóa Ai Lao 1962, đã bị TT NgôĐình Diệm chống đối kịch liệt vì qua giải pháp này, Mỹ sẽ rút quân khỏi Ai Lao, vô tình tạo hành lang an toàn cho CS Bắc Việt đưa quân xâm nhập miền Nam một cách dễ dàng. Nội các chính phủ Kennedy gồm nhiều quan chức xuất thân từ Đại học Havard hiển nhiên đã thay đổi chính sách ngoại giao, nhất là về mặt chống Cộng. Chính quyền Kennedy và nhất là nhóm đầu não tại Bộ Ngoại Giao (Averell Harriman, Roger Hilsman...) đầu óc thực dânvà cao ngạo. VNCH bất đắc dĩ phải phải ký vào hiệp định Genève 1962 bảo đảm nền trung lập cho Ai Lao khi Hoa Kỳ hứa với VNCH sẽ phản ứng mạnh nếu Hà Nội lợi dụng xua quân xâm nhập Miền Nam.

Màn đầu Hoa Kỳ gây áp lực với VNCH là thế. Sau, Hoa Kỳ ngỏ ý muốn đưa quân vào VN, dành quyền chỉ đạo chiến tranh, tung ra những đòn phép độc địa, ép buộc chính quyền VNCH phải thay đổi. Rõ ràng chính quyền Kennedy không hiểu biết gì về thực chất cuộc chiến chống Cộng tại

VN nên càng gia tăng áp lực. Những áp lực đó không được chính phủ VNCH chấp thuận nên chính quyền Kennedy quyết định đảo chánh TT Ngô Đình Diệm để có một chính quyền dễ sai bảo. Đảo chánh thành công, Mỹ tự do đưa quân vào VN mà không qua một hiệp ước nào cả. Chính quyền và QL/VNCH trở thành thứ yếu, phụ thuộc Hoa Kỳ. Sau khi đã thực hiện được những mục tiêu, Hoa Kỳ liền tìm cách rút quân khỏi VN qua cái gọi là Hiệp Định Paris 27/1/1973 để mặc cho Miền Nam rơi vào tay CS Bắc Việt được hậu thuẫn mạnh mẽ của Nga Sô và Trung Cộng.

Dân tộc VN là dân tộc có nhân nghĩa, luôn có lòng biết ơn đối với nhân dân và chính phủ Hoa Kỳ đã giúp nhân dân VN qua khỏi cơn khốn đốn trước nguy cơ sẽ bị CS thống trị cả nước. Chính nhờ Hoa Kỳ mà 22 năm của VNCH đã là sức đề kháng tuyệt vời trong việc bảo tồn chủ quyền, văn hóa trước họa xâm lăng của CS. Và cả ngay khi Miền Nam rơi vào tay CS, nhân dân và chính phủ Hoa Kỳ đã đón nhận người tỵ nạn CSVN để hình thành Khối Người Việt Quốc Gia Hải Ngoại, một cứ điểm trong tiến trình dân chủ hóa đất nước trước sự thoái trào của chủ nghĩa CS. Nhưng thật đáng buồn, chính quyền Hoa Kỳ dưới sự lãnh đạo của TT Kennedy đã có những quyết định hết sức sai lầm và tai hại trong việc lật đổ nền Đệ Nhất Cộng Hòa VN để rồi chính Hoa Kỳ đã phải trả bằng một cái giá quá đắt.

Không nước nào có kinh nghiệm xương máu với giặc ngoại xâm Hán tộc như VN suốt trên 20 thế kỷ. Cũng không ai phủ nhận được sự kiên cường đấu tranh mà nhân dân VN sau hơn 1000 năm bị giặc Tầu độ hộ (111 trước TC - 939 sau TC) vẫn có thể vùng lên đánh đuổi giặc phương Bắc để dành lại độc lập, tự chủ cho đất nước. Giá như chính quyền Kennedy và các chính quyền kế tiếp của Hoa Kỳ hiểu rõ thực trạng, chỉ đóng vai trò hỗ trợ như thời TT

Eisenhower thay vì biến VNCH thành đồng minh thứ yếu, phụ thuộc thì tình hình đã khác. Cũng trong cuộc chiến tự vệ chống lại họa xâm lăng của CS Bắc Việt được Nga Tầu hậu thuẫn mạnh mẽ, nếu như QL/VNCH được cung cấp đầy đủ phương tiện và vũ khí, được quyền đánh thẳng vào đầu não của Hà Nội, vào các điểm chiến lược buộc chúng phải rút khỏi Miền Nam thì VN đâu đến nỗi bị CS thống trị như ngày nay. Chính vì những sai lầm vô tình hay cố ý, Mỹ đã bị các nước Đồng Minh nghi ngờ là đánh giặc cầm chừng, không phải để thắng dù có dư khả năng để thắng mà chỉ nhắm thực hiện những mục tiêu, những chủ trương thầm kín nào đó bằng việc nuôi dưỡng chiến tranh để thủ lợi!? Cuộc đảo chánh xẩy ra đã ngót 60 năm (1963-2023). Bao nhiêu tài liệu đã được giải mật nhưng vẫn còn nhiều bí ẩn vẫn chưa được giải thích thỏa đáng về thực trạng cuộc chiến và những gì liên quan đến cuộc đảo chánh 1/11/1963. Chẳng hạn về cái chết của TT Ngô Đình Diệm và Cố vấn Ngô Đình Nhu; về vụ ám sát TT Kennedy; về những xáo trộn ở Miền Nam do CIA đạo diễn, xúi giục, cúp viện trợ, v.v... và v.v... Các chi tiết này phần nào đã được ghi trong Pentagon Paper do New York Times xuất bản 1971.

Nhưng thời gian trôi qua, khi tình hình đã lắng đọng, nhiều nhân vật có thẩm quyền đã có thể ghi lại hoặc nói ra những sự thật mà họ chứng kiến tận mắt. Vì lương tâm ngay thẳng trước những xuyên tạc đầy ác ý của những kẻ đã nhúng tay vào máu người vô tội nên họ viết ra. Chúng tôi đã gom lại những bài viết giá trị đó, đặt vào chương này để gửi đến độc giả và mọi người quan tâm đến vận mạng dân tộc. Sau đây là những điểm cần nhấn mạnh:

Chính quyền Kennedy mà điển hình là bọn đầu não trong Bộ ngoại giao Hoa Kỳ chủ động trong âm mưu lật đổ TT Diệm, đó là Averell Harimann, Roger Hilsman. Thật ra có sự bất đồng trong chính quyền Hoa Kỳ, các ý kiến ra làm hai phe, tạm gọi là phe dân sự và phe quân đội. Phe dân sự phần lớn nằm trong Bộ Ngoại Giao, chủ trương phải loại trừ TT Ngô Đình Diệm và người em của ông là ông cố vấn Ngô Đình Nhu ra khỏi chính quyền bằng một cuộc đảo chánh. Phe quân sự đa số là tướng lãnh thuộc Bộ Quốc Phòng chủ trương ngược lại là chống đảo chánh, và vẫn duy trì TT Diệm. Phe dân sự gồm các nhân vật chủ chốt là: Averell Harriman, George Ball, Roger Hilsman, và Mike Forrestal. Averell Harriman là Thứ Trưởng Ngoại Giao đặc trách Đông Nam Á, George Ball, Thứ Trưởng Ngoại Giao, Roger Hilsman, Phụ Tá Ngoại Trưởng đặc trách Đông Nam Á, và Michael Forrestal, nhân viên Hội Đồng An Ninh Quốc Gia tại Bạch Ốc. Trong số này, Harriman là đầu não của nhóm. Còn Forrestal chỉ là thứ thiên lôi chỉ đâu đánh đó theo chỉ đạo của Harriman. Những nhân vật chủ trương chống đảo chánh TT Ngô Đình Diệm nằm trong Bộ Quốc Phòng là Bộ Trưởng Quốc Phòng McNamara, Tướng Marxwell Taylor, và Tướng Paul Harkins. Robert Kennedy, Bộ Trưởng Tư Pháp, cũng nằm trong số này" (Hà Tiến Nhất: **Sự thật hay huyền thoại**).

Trước những khó khăn chồng chất, mà cái khó đáng ngại nhất là áp lực của người Mỹ qua chiêu bài cố hữu của họ là mở rộng dân chủ, TT Diệm tâm sự với Lm. Cao Văn Luận: *"Nếu bây giờ chúng ta nhượng bộ một bước thì Mỹ sẽ lại đòi thêm, biết nhượng bộ đến bao giờ cho vừa lòng họ? Tôi muốn võ trang đầy đủ cho Bảo an, Dân vệ, thanh niên chiến đấu. Mỹ không chịu. Tôi muốn tăng cường quân đội, Mỹ từ chối không cấp vũ khí và phương tiện, Mỹ chỉ muốn đưa quân qua VN mà thôi".*

Do lời tâm tình của TT Diệm với Lm. Cao Văn Luận trên đây, cộng với quyết tâm của Bộ Ngoại Giao Mỹ - do

Averell Harriman đầu đảng - phải loại trừ TT Diệm bằng mọi giá. Vai trò của Harriman trong biến cố TT Diệm bị thảm sát ngày nay đã hiện rõ. TT Johnson chỉ đích danh Averell Harriman là một kẻ tòng phạm giết người. William Corson, một nhân viên cao cấp CIA tại Sàigòn xác nhận: vào năm 1963, Harriman điều khiển (running) VN chẳng cần bàn hỏi gì với Tổng Thống hay Bộ Trưởng Tư Pháp" (Hà Tiến Nhất: Sự thật hay huyền thoại).

CIA đã nhúng tay vào xúi giục nhóm Phật giáo quá khích ở Miền Trung và bọn ma tăng Ấn Quang nổi loạn, dẫn đến vụ Thượng Tọa Thích Quảng Đức bị thiêu sống rồi gán cho chính quyền Ngô Đình Diệm kỳ thị tôn giáo, đàn áp Phật giáo. Đó là cái đòn độc ác và nguy hiểm. Một người yêu nước thương dân như TT Diệm không ngu si đến độ thực hiện những hành động phi nhân, phi pháp đó.

Để thực hiện âm mưu đảo chánh, chính quyền Kennedy đã cử Cabot Lodge một tên cao ngạo, hách dịch thay thế Đại sứ Frederick Nolting là người hiểu biết và có thiện cảm với TT Ngô Đình Diệm nhưng không đáp ứng được yêu cầu của chính quyền Kennedy và bọn đầu não Bộ Ngoại Giao. Cabot Lodge đến Sàigòn nhậm chức là dư luận đã nghĩ rằng sớm muộn gìcuộc đảo chánh sẽ phải xẩy ra.

Điệp viên CIA Lucien Conein, phụ tá Cabot Lodge liên hệ trực tiếp với Tướng Trần Thiện Khiêm (CIA gộc), Tham Mưu Trưởng Liên Quân Quân Đội VNCH để thực hiện cuộc đảo chánh. Trần Thiện Khiêm là người chủ chốt vận động bọn phản tướng, tổ chức,điều động kế hoạch đảo chánh dưới sự giám sát chặt chẽ của Lucien Conein. Tên CIA này có nhiệm vụ báo cáo thẳng cho Cabot Lodge.

Kennedy là người do dự, thiếu cương quyết đã bị bọn quan chức tay chân lèo lái. Kennedy muốn đảo chánh mà lại sợ thất bại như vụ Vịnh Con Heo ở Cuba. Sau ba tuần đảo chánh tại Sàigòn, Kennedy bị bắn chết ngày 22/11/1963 trên đường đi vận động tranh cử ở Dallas, Texas bởi Oswald. Và Oswald bị một viên cảnh sát bắn chết trong thời gian bị giam ở trụ sở FBI, một nghi vấn lớn, cho đến bây giờ vẫn không có lời giải đáp.

Bọn phản tướng Dương Văn Minh, Trần Văn Đôn, Lê Văn Kim, Mai Hữu Xuân, Tôn Thất Đính, Nguyễn Ngọc Lễ, Phạm Xuân Chiểu, Đỗ Mậu... chỉ là loại thứ yếu hạng 2 do Trần Thiện Khiêm và Lucien Conein móc nối, sắp đặt. Bọn này ngồi chờ Trần Thiện Khiêm và Lucien Conein hành động, làm cỗ cho xơi... Chỉ sau khi đảo chánh thành công bọn này mới nắm quyền để Trần Thiện Khiêm lui vào bóng tối và làm nhiệm vụ khác khi CIA cần đến. Trần Thiện Khiêm là người "nguy hiểm" nhất! Không có Trần Thiện Khiêm sẽ không có đảo chánh! Trần Văn Đôn chỉ là kẻ phụ "chầu rìa" để được Trần Thiện Khiêm sai vặt như nhận số tiền 40 ngàn Dollars do Lucien Conein trao để thưởng cho các tên phản tướng trong cái gọi là Hội Đồng Quân Nhân Cách Mạng. Nhưng bọn phản tướng được ăn cỗ do Trần Thiện Khiêm làm liền trở mặt "phản" Khiêm và Khiêm suýt mất mạng. Bởi đó, sau này Khiêm theo lệnh CIA mới thực hiện cuộc Chỉnh lý 30/1/1964 nhằm loại trừ, đưa cả bọn về vườn! Qua biến cố Chỉnh lý này, một lần nữa Khiêm làm cỗ cho Nguyễn Khánh xơi. Nguyễn Khánh được Khiêm cho ăn, lại trở mặt hăm dọa không bảo vệ an ninh cho Khiêm nên Khiêm liền nuốt hận tuân theo lệnh Khánh sang Hoa Kỳ làm Đại sứ. Sau này (1967), khi Tướng Thiệu được Mỹ hậu thuẫn nắm chính quyền (đắc cử Tổng Thống) thì Khiêm mới được Thiệu đưa về làm Bộ Trưởng Nội Vụ, rồi Phó Thủ Tướng và sau cùng làm Thủ Tướng, một Thủ Tướng được tiếng là kín miệng nhất, ngậm miệng ăn tiền, chỉ ngồi ở văn phòng, không hề đi thăm dân chúng hay quân đội ở tiền tuyến. Nhưng cái kim nằm trong bọc cũng có ngày lòi ra, hành tung của Trần Thiện Khiêm hiện nay đã bị lộ. Đó là cái giá mà tác giả Trần Ngọc Giang đã viết qua đề tài "Trần Thiện Khiêm, một con chó phản chủ trong một bầy chó phản chủ".

Một sự kiện khác là chi tiết về cái chết của TT Diệm và Cố vấn Nhu. Các hồi ký của mấy ông tướng tham gia đảo chánh nói rất ít hay chỉ viết phớt qua là hai ông bị Nguyễn Văn Nhung bắn chết ở trên thiết vận xa M113 trên đường chở hai ông từ nhà thờ Cha Tam về Bộ TTM sáng mùng 2/11/1963. Bản tin đầu tiên do Hội Đồng Quân Nhân Cách Mạng cho phổ biến trên Đài Phát Thanh nói là hai ông tự vẫn! Chuyện sai hoàn toàn! Thứ nhất, hai ông là tín đồ Công giáo nhiệt thành không có chuyện tự tử. Thứ hai, hai ông bị trói, mặt mũi bị đánh bầm giập, thì sao có thể gọi là tự vẫn? Thứ ba: thiết vận xa M113 chở hai ông trước khi về Bộ TTM đã ghé qua Tổng Nha Cảnh Sát Quốc Gia. Bọn sát nhân lôi hai ông xuống xe đưa vào phòng tra khảo đánh đập, trói hai tay, vặn hỏi về tài sản, tiền bạc... Toán tra khảo gồm có hai tên thân tín của Mai Hữu Xuân, đó là Tống Đình Bắc và Trần Bá Thành. Tướng Dương Văn Minh,Chủ Tịch Hội Đồng Quân Nhân Cách Mạng vì thù ghét TT Diệm và CV Nhu về vụ y lấy cắp 2 thùng phuy (một thùng vàng và một thùng tiền mặt) trong chiến dịch Hoàng Diệu dẹp loạn Bình Xuyên ở Sàigòn năm 1955, đã cử Mai Hữu Xuân từng là tên "cớm" (mật vụ) của thực dân Pháp để thi hành lệnh giết TT Diệm và CV Nhu theo khuyến cáo của Cabot Lodge. Mai Hữu Xuân được Dương Hiếu Nghĩa, Phan Hòa Hiệp, Nguyễn Văn Nhung tháp tùng. Đó mới là sự thật. Còn khi hai ông ở trên thiết vận xa M113 từ nhà thờ Cha Tam đi ra thì một mình Nguyễn Văn Nhung làm sao có thể vừa trói, vừa đâm, vừa bắn... Nguyễn Văn Nhung chỉ là kẻ bắn bồi, sau khi hai xác ông đặt nằm trên băng ca được toán tra khảo ra lệnh cho khiêng ra đưa trở lại thiết vận xa M113. Sự kiện này bị giấu nhẹm nhiều năm, phải mấy chục năm, sau khi biến cố 30/4/1975 xẩy ra, một Thượng Sĩ đi cùng xe thiết giáp tiết lộ qua bài viết "Tâm Sự Người Lính Già" phổ biến trên báo Văn Nghệ Tiền Phong số 355 tháng 11/1990 (Nhằm soi sáng về cái chết của 2 ông Diệm-Nhu vào buổi sáng ngày 2/11/1963. Trước hết, chúng tôi cho trích 1 đoạn ngắn bài viết "Tâm Sự Người Lính Già" của tác giả Thằng Bờm đã đăng trên tạp chí Văn Nghệ Tiền Phong số 355 tháng 11/1990.)

Những kẻ gây tội ác, sát hại TT Ngô Đình Diệm và Cố vấn Ngô Đình Nhu gồm những ai?

Thứ nhất: TT Kennedy phải có trách nhiệm về cái chết này theo lời nói của TT Tưởng Giới Thạch và chính TT Hoa Kỳ Lyndon B. Johnson đã nói (tài liệu Tòa Bạch Ốc - Coi bài đọc thêm số 12 dưới đây).

Thứ hai: Bọn đầu não trong Bộ Ngoại Giao Hoa Kỳ đặc biệt là Harriman và Hilsman. Tại Sàigòn, Cabot Lodge và Lucien Conein trực tiếp chỉ huy, giám sát.

Thứ ba: Dương Văn Minh theo khuyến cáo của Cabot Lodge cử Mai Hữu Xuân thực hiện lệnh thanh toán hai ông. Cái gọi là Hội Đồng Quân Nhân Cách Mạng do Dương Văn Minh được chọn làm Chủ Tịch đã họp bàn quyết định về số phận của TT Ngô Đình Diệm và Cố vấn Ngô Đình Nhu. Sau khi bàn hỏi,đa số quyết định thanh toán 2 ông sau khi Tướng Nguyễn Ngọc Lễ tuyên bố:*"Nhổ cỏ thì phải nhổ tận rễ"*. Trần Thiện Khiêm giấu mặt ngồi trong văn phòng, cho nên người ta nghi ngờ thái độ của Trần Thiện Khiêm giở trò đưa khăn tay lên lau "nước mắt cá sấu" khi nghe tin

TT Diệm và ông CV Nhu bị giết. Bởi chính Trần Thiện Khiêm đã thú nhận từng lấy dầu bôi vào mắt cho nước mắt chảy ra để thuyết phục Tôn Thất Đính tham gia cuộc đảo chánh. Vì nếu Đính không tham gia thì mọi việc bất thành. Trần Thiệm Khiêm là người chủ chốt, điều động các đơn vị quân đội đảo chánh bao vây Dinh Gia Long, cho nên mọi diễn biến Khiêm và Lucien Conein thực hiện đều báo cáo trực tiếp cho Cabot Lodge.

Tại Tổng Nha Cảnh Sát, Dương Hiếu Nghĩa, Nguyễn Văn Nhung cùng hai tên ác ôn (Tổng Đình Bắc, Trần Bá Thành) là sĩ quan Cảnh Sát đàn em thân tín của Mai Hữu Xuân tra khảo và thi hành án tử cho hai ông.

Người viết đã được Thiếu Tướng Nguyễn Khắc Bình nguyên Tư Lệnh LL/CSQG/VNCH, Đặc Ủy Trưởng Trung Ương Tình Báo và cố Trung Tá Nguyễn Văn Minh Chánh Văn Phòng của ông Ngô Đình Cẩn xác nhận. Lúc đó Tướng Nguyễn Khắc Bình đang làm Tỉnh trưởng Mỹ Tho, lên báo cáo TT Diệm về việc Nguyễn Hữu Có tham gia đảo chánh, bất ngờ bị Tôn Thất Đính bắt gặp ở Dinh Gia Long cho nên suýt nữa cũng bị thanh toán như Đại Tá Lê Quang Tung và em là Lê Quang Triệu (Hồi ký 20 Năm Binh Nghiệp" của Tôn Thất Đính trang 440-441).

Đảo chánh là chuyện cần thiết nếu nhằm mục đích đánh đổ một chế độ độc tài, bất lực để xây dựng một chế độ tốt đẹp, đem lại hạnh phúc cho nhân dân. Điều quan trọng là phải cân nhắc lợi hại và kết quả. Nếu "lợi bất cập hại" thì phải biết dừng lại.

Cuộc đảo chánh 1/11/1963 xẩy ra đã chứng minh đó là hành động ngu xuẩn và tồi tệ của chính quyền thực dân Kennedy, là một vết nhơ trong lịch sử bang giao Hoa Kỳ trong cuộc đấu tranh ngăn chặn làn sóng Đỏ trên thế giới.

Dưới đây là những bài viết, những nhận xét của nhiều tác giả mà chúng tôi sưu tầm được đặt trong chương này để quý độc giả đọc và suy nghĩ về một biến cố đau thương gây ra cái chết tức tưởi cho TT Ngô Đình Diệm, CV Ngô Đình Nhu và nhiều chiến hữu trong nền Đệ Nhất Cộng Hòa.

MỘT

LÝ DO CUỘC ĐẢO CHÁNH

Thư của Linh mục Trần Khắc Hỷ *(tiếng Việt)*

Trân trọng kính gởi:

Đức Augustino Cacciavillan

Khâm Sứ nước Vatican

339 Massachusetts NW, Washington, DC 20008 - USA

Lễ Thánh Giuse 19/3/1996

Trọng kính Đức Khâm Sứ

Kính thăm Ngài trong Thiên Chúa

Con mới nhận được bức thư của ông bạn con là ông Nguyễn Văn Chức, Cựu Nghị Sĩ VNCH. Ông ước muốn nhờ con, thư của ông được gửi tới Đức Khâm Sứ vì Ngài là Trưởng Phái Đoàn ngoại giao của các Đại Sứ các quốc gia tại Hiệp Chủng Quốc Hoa Kỳ là quê hương thứ hai của chúng con.

Thưa Đức Khâm Sứ

Ngài đã có dịp tới thăm nước VN của chúng con khi Ngài là Khâm Sứ Tòa Thánh tại thủ đô Manila, Phi Luật Tân, và từ năm 1960-1975 Ngài là chứng nhân sống động và thân tín về hoàn cảnh đau thương và rất tế nhị do một số nhà chính trị tư bản của Tòa Bạch Ốc, Washington DC đã dàn dựng nên. Cứ theo truyền hình, truyền thanh trên radio thì đã có những cuộc biểu tình trá hình nặng màu sắc chính trị để lường gạt dân chúng theo luận điệu báo chí thiên CS. Khi đó chắc hẳn Ngài cũng quan tâm, lo lắng về số phận Hội Thánh Công giáo tại nước VN vì họ đã tung ra những màn kịch chính trị với bao tin đổ vạ để tố cáo vị Tổng Thống Công giáo của chúng tôi là G.B. Ngô Đình Diệm đàn áp Phật giáo để lật đổ cụ.

Vậy năm 1964, với tình thân mật thầy trò. Đức Cha Dominico Hoàng Văn Đoàn khi đó là Giám Mục Qui Nhơn đã kể lại những sự thực này cho con là:

Đức Asta, Khâm Sứ Tòa Thánh ở Sàigòn đã nhờ tôi một sứ mệnh rất tế nhị để trình bày với Đức Cha Pierre Ngô Đình Thục, Giám Mục Địa Phận Huế là anh của TT Ngô Đình Diệm như sau:

1. Chính Phủ của TT John Kennedy tại Tòa Bạch Ốc Washington muốn mua cảng Cam Ranh VN 99 năm.

2. Muốn Chính Phủ VN của TT Diệm cho phép quân đội Mỹ tới để yểm trợ Chính Phủ VN.

3. Muốn việc bảo vệ Quốc Gia VN được ủy quyền cho quân đội Hoa Kỳ.

4. Yêu cầu TT Ngô Đình Diệm phải cho người em là Ngô Đình Nhu ra hải ngoại.

Với một giọng nói ôn tồn, Giám Mục Ngô Đình Thục, qua Giám Mục Hoàng Văn Đoàn xin trình bày cho Khâm Sứ Asta để ngài nói thẳng với ông Cabot Lodge, Đại Sứ Mỹ của TT John Kennedy rằng:

1- Chúng tôi, người VN và Chính phủ của TT Ngô Đình Diệm không có quyền bán cảng Cam Ranh VN 99 năm.

2- Chúng tôi, tất cả mọi công dân Nam VN chúng tôi có quyền cá nhân và có bổn phận trực tiếp để bảo vệ và gìn giữ tất cả biên giới Nam VN chống lại tất cả những kẻ ngoại xâm nhất là đối với sự xâm lăng của CS Bắc Việt và CS Trung Quốc.

3- Toàn thể công dân Nam Việt và Chính Phủ Miền Nam do TT Ngô Đình Diệm chỉ huy không bao giờ cho phép quân đội Mỹ đổ bộ lên Miền Nam VN vì làm như thế, thì chúng tôi không còn lý do chính đáng để giữ Miền Nam VN, là bàn đạp của Tự Do Á Châu và thế giới.

4- Nếu TT John Kennedy muốn em tôi là Ngô Đình Nhu rời bỏ chính phủ của anh ông là Ngô Đình Diệm thì tôi cũng xin ba người em của TT John Kennedy phải rời bỏ Tòa Bạch Ốc tại Washington DC. Và chúng tôi và các em tôi cùng tất cả toàn dân quốc gia Miền Nam VN, chúng tôi sẵn sàng chống lại sự xâm nhập của CS Bắc Việt.

Kính thưa Đức Khâm Sứ

Nhằm đúng ngày Lễ Các Thánh mồng 1/11/1963, Tòa Bạch Ốc đã công khai phản bội lại tất cả mọi người quốc gia Miền Nam VN bằng việc giết thảm sát Tổng Thống của chúng tôi là G.B Ngô Đình Diệm và hai người em của ông là Ngô Đình Nhu và sau đó, ngày 9/5/1964 đã giết ông Ngô Đình Cẩn cách vô cung tàn nhẫn tại nhà tù Sài-gòn, Nam VN.

Rồi năm 1975, giả vờ thua trận, mọi người Mỹ đã rút khỏi Nam Việt Nam để vội vàng cho CS Bắc Việt chiếm toàn Nam VN. Và từ đó tất cả Nam Bắc VN đã trở nên một nhà tù lớn và suốt 51 năm hằng bao triệu người VN đã bị giết! Sự có mặt của người VN tại 48 quốc gia trên thế giới đang tố cáo tội lớn lao của Tòa Bạch Ốc và sự tàn ác của CSVN.

Và hôm nay, ông Mac Namara đã tực tiếp phạm đến đời sống thánh thiện và liêm chính của TT Ngô Đình Diệm của chúng tôi trong cuốn sách của ôngg "In Retrospect, The Tragedy & Lesson of Vietnam".

Và với sự trọng kính của các quốc trưởng Á châu, Âu châu và của dân Mỹ tốt lành đối với cựu TT Ngô Đình Diệm của chúng tôi, nên con kính chuyển lá thư của bạn con tới Đức Khâm Sứ.

Kính chúc Ngài vạn an.

Lễ Thánh Giuse 19/3/1996

Père Hilarius Trần Khắc Hỷ

17521 Amity Drive - Gaithersburg - Maryland, USA

* CƯỚC CHÚ:

LM Trần Khắc Hỷ quen một vị Giám Mục Hoa Kỳ từ trước 1975. Rồi sau ngày 30/4/1975, Linh mục Trần Khắc Hỷ đến Hoa Kỳ gặp lại vị Giám Mục đó, đã lên chức Hồng Y. Nhờ giỏi tiếng Latin, Pháp, Anh nên vị Giám Mục liền giới thiệu Cha Hỷ với Đức Khâm Sứ Tòa Thánh để làm liên lạc viên với Hội Đồng Giám Mục Hoa Kỳ v/v các Linh mục VN trong hoàn cảnh chạy loạn phải bỏ giáo dân ở lại. Sau khi gửi thư cho Đức Khâm Sứ, LM Trần Khắc Hỷ nhận được thư hồi âm của Đức Khâm Sứ Tòa Thánh tại Hoa Kỳ như sau:

Thư Sứ Thần Tòa Thánh trả lời Lm. Hỷ

Apstolic Nunciature
United States of America
3339 Massachusetts N.M.
Washington DC 20008-3667

Cher Père Hilarius,

J'ais bien recu votre lèttre du 19 Mars dernier, ainsi que la documentation qui l'accompagne et je vous en remercie.

Soyez assuré que j'ais pris connaissance avec attention du contenu de votre correspondance.

Tổng Thống Ngô Đình Diệm

Avec l'assistance de mon cordial souvenir, recevez, cher Père, l'assurance de mes sentiments devoués en Notre Seigneur.

Pro-Nonce Apostolique.

Thư viết bằng tiếng Pháp, xin trích phần đầu v/v yêu sách của chính quyền Hoa Kỳ TT John Kennedy:

Respectueusement adressée
À son Eminence Augustin Cacciavillan
Ambassadeur du Vatican
3339 Massachusetts N.M. Washington DC 20008 - USA

Fête de St. Joseph 19-3-1996

Très Révérende Eminence

Salutam in Domino.

Je viens de recevoir une lètre de mon ami, Mr. Nguyễn Văn Chức, ancien Sénateur de la République du Viet Nam. Il voudrait que, par mon entremise, sa lètre respectueusement arrive à la connaissance de Votre Eminence parce que Votre Eminence est le Chef du Corps diplomatique des

*Ambassadeurs des Nations aux États Unis d' Amerique ,
notre seconde Patrie.*

Très Révérende Eminence

*Vous avez eu l' occasion d' avoir visité notre Pays Viet
Nam quand vous étiez Délégué Apostalique du Saint Siège
à Manilla, Philipines, et durant de 1960 - au 1975 vous
étiez aussi Témoin vivant et compétant des situations dou-
loureses et bien compliquées creés par des politiciens
capitalistes de la White House D.C. En suivant la Télévi-
sion, la Radio, des manifestations politiquement organi-
sées et camouflées, des journaux procommunistes... Certes
Vous étiez très anxieux pour le sort de la Sainte Église
Catholique au Viet Nam parce qu' on a monté de fausses
scènes politiques et des nouvelles calomniatrices pour ac-
cuser Nôtre Président Catholique. Mr. J.B. Ngô Đình Diệm
persécuter le Boudhisme pour le détrôner.*

*Alors en 1964, avec l'intimité, Msgr D. Hoàng Văn Đoàn,
mon ancien Professeur, Evêque de Qui Nhơn m'a raconté
ces vérités suivantes:*

*"Monseigneur Asta, Délégué Apostolique à Saigon m'a
confié une mission très delicate de dire amicalement à S.E
Msgr Pierre Ngô Đình Thục Évêque de Huế, Frère ainé
du Président J.B. Ngô Đình Diệm que:*

*1.- Le Gouvernement du Président John Kennedy de la
White House de Washington DC, veut acheter pendant 99
ans la Baie de Cam Ranh du Việt Nam.*

*2.- Que le Gouvernement Vietnamien du Président Ngô
Đình Diệm permette aux Armées Américaines de venir en
aide au Sud Viet Nam.*

*3.- Que la Défense Nationale du Sud Viet Nam soit
confiée aux Armées Américaines.*

4.- Que le Président Ngô Đình Diệm doive congédier son frère Ngô Đình Nhu à outre mer.

Avec une voix sérène, Monseigeur Ngô Đình Thục a confié aussi à S.E. Mrgr Asta, Délégué Apostolique, pour entremise de Msgr Hoàng Văn Đoàn, de redire carrément à Mr. Henri Cabot Lodge, Ambassadeur USA du Président J Kennedy:

1- Nous, Vietnamiens, citoyens, et le gouvernement du Président de Ngô Đình Diệm, nous n'avons pas le droit de vendre la Baie de Cam Ranh.

2- Nous tous,citoyens Vietnamiens, nous avons le droit personnel et la responsabilité directe de défendre et de garder nos frontières Vietnamiennes du Sud contre tous les envahisseurs étrangers specialement contre aggression des Communistes et Chinois du Nord.

3- Le peuple Vietnamien et son gouvernement du Sud présidé par le Président Ngô Đình Diệm, ne pourront jamais permettre aux Armées Américaines de s'embar-quer au Sud Vietnam parce que l'ayant faire, nous n'avons plus de juste cause pour garder le Sud Vietnam, pédale de la liberté asiatique et mondiale.

4- Si le Président John Kennedy veut que son frère Nhu soit éloigné du Gouvernement de son frère Ngô Đình Diệm, je demande aussi que les trois frères du Président John Kennedy soivent congediés hors de la White House à Washington DC. Et nous mes frères avec et tout le peuple Vietnamien natinaliste du Sud nous sommes préts à résister aux Communistes aggresseures du Nord.

Très Revérande Eminence

Au Saint jous de la grande Fêteoussaints 1 Nov. 1963 le White House a trahi clairement les Vietnamiens nation-

alistes du Sud en tuant cruellement Nôtre Président G.B.
Ngô Đình Diệm et ses deux frères Ngô Đình Nhu et après
Ngô Đình Cẩn, fusillé totalement le Mai 1964 dans la
prison cntrale de Saigon!

1975 en déguisant, les Americains se retirèrent du Sud
Vietnam comme vaincus promptement nos envahisseurs
communisted du Nord! Tout le Vietnam Nord et Sud est
devenu une grande prison et durant 51 ans combien de
millions Vietnamiens sont déja tués.

Notre présence Vietnamienne dans les 48 pays libres
accuse le grand pêché de et la brutalité des Communiste
Vietnamiens. Et aujourd'hui Mr. Mac Namara a offencé
directement la vie saite et juste de Notre Venerable Ngô
Đình Diệm dans son livre "In Retrospect: The Tragedy and
Lessons of Vietnam. Et avec le respect de tous le Chefs
d'États asiatiques, européens et le Bon peuple Americain
envers Notre Ancien Président G.B Ngô Đình Diệm j'ose
remettre la Lètre ouverte de mon ami à Votre Eminence.
Valeas... ellement.

Père Hilarius Trần Khắc Hỷ
17521 Amity Drive - GAITHERBURG, MD 20877

HAI

NHỮNG TÂM SỰ LỊCH SỬ
CỦA ĐỨC CỐ HỒNG Y NGUYỄN VĂN THUẬN
Mạc Vân

Tôi có cơ duyên làm quen với Cố Hồng Y Thuận vào năm 67 khi Ngài là một vị Giám Mục trẻ mới đổi về địa phận Nha Trang. Hồi đó tôi là sĩ quan cao cấp không quân và là đại diện Công giáo của SĐ2KQ ở phi trường Nha Trang.

Ngài rất trẻ rất đẹp trai, ăn nói dịu dàng thái độ hiền hậu rất trí thức, dễ thu hút người đối thoại. Tôi thường lên xuống Tòa Giám Mục gặp Ngài không phải là để bàn các vấn đề giáo lý hay xưng tội mà lại để thăm viếng như người thân tình. Mỗi lần xuống là Ngài mời vào trong văn phòng Tòa Giám Mục nói chuyện thân mật thoải mái. Tôi nhận xét Ngài thích bàn về chính trị và rất thông suốt các vấn đề quốc tế. Cũng dễ hiểu thôi, vì ngài hay đi Roma và Ngài cũng là đại diện Caritas, một tổ chức từ thiện của giáo hội La Mã ở VN. Ngài là cháu kêu bằng cậu ruột của cố TT Ngô Đình Diệm. Biết Ngài có nhiều bí ẩn về cuộc đảo chánh 63, nên có hôm tò mò mạnh dạn hỏi Ngài về biến cố này. Và đây là những bí ẩn lịch sử mà Ngài cho tôi biết:

Với Mỹ thì cuộc đảo chánh không thể ngừng lại được lý do là những nhà tư bản Mỹ đã đầu tư cả hàng trăm tỷ Mỹ kim vào những hãng chế tạo tàu bay, tàu bò, tàu chiến, vũ khí đạn dược v.v... Đối với họ thì không có gì đem lợi nhuận nhanh chóng bằng đầu tư vào chiến tranh. Bên cạnh đó lại cũng kể thêm những thành phần các tướng lãnh trong quân đội hiếu chiến bên Ngũ Giác Đài, những nhà chính trị diều hâu trong quốc hội Mỹ và ở Nhà Trắng có nhiều người không thích TT Diệm. Trong lúc đó Ông Cụ một mực từ chối không chịu cho quân đội Mỹ đổ vào VN.

Cái rủi là cũng một đại họa vì có một nhóm tướng lãnh VN thời cơ bị Mỹ mua chuộc...

Trong ngày đảo chánh có một gia đình người Mỹ thân với gia đình ông Nhu là ông bà Colby, từng làm giám đốc CIA đã đến nhà thờ cầu nguyện cho TT Diệm và ông CV Nhu. Ông bà Colby đã nói với bạn bè là hãy cầu nguyện cho hai người bạn VN. Ngài nói tiếp: *"Colby là một người Công giáo và có đứa con trai làm linh mục"*.

"Cuộc đảo chánh đã xảy ra như thế nào phần lớn chúng ta đều đã biết. TT Diệm và CV Ngô Đình Nhu đã bị giết". Ngài kể tiếp với một giọng bình dị.

Hai tuần sau đó nhân dịp Tướng Dương Văn Minh ra Huế, cùng đem theo đứa con trai độ 10 tuổi và có ghé lại thăm. Ngài kể: Xin trích.

Dương Văn Minh vừa nói vừa đặt tay lên đầu đứa con:

- Thưa Cha con thề trên đầu con của con là con không giết Tổng Thống.

Ngài trả lời:

- Chuyện đáng tiếc đó đã xảy ra rồi bây giờ làm sao đừng để cho quân Mỹ vào.

Nói đến đây ngài ngưng một vài phút và kể tiếp. Tướng Trần Văn Đôn có đến gặp Ngài. Trong câu chuyện Tướng Đôn đã nói:

- Các tướng lãnh VN thật nhục nhã xấu hổ.

Chắc ông Đôn muốn ám chỉ đến các tướng đảo chánh trong đó có ông. Vài tháng sau Tướng Tôn Thất Đính ra Huế làm tư lệnh QĐI đã có ghé lại thăm Ngài. Ngài mời Tướng Đính uống rượu. Tướng Đính vừa uống rượu vừa khóc và nói. Xin trích nguyên văn:

- Thưa Cha; con mà giết Tổng Thống thì cũng như con giết cha con... Cho con một sư đoàn là con dẹp sạch bọn đó.

Sau đó quân Mỹ ồ ạt vào VN và chiến tranh leo thang. Trong thời gian này Thầy Trí Quang có gọi điện thoại đề nghị với Ngài là Công giáo và Phật giáo cùng họp nhau xuống đường biểu tình chống Mỹ. Ngài trả lời với Thầy Trí Quang. Xin trích nguyên văn:

- Tôi với Thầy là những kẻ tu trì, đừng làm chính trị.

Một sự cố đặc biệt đã xảy ra trong đêm Tết Mậu Thân 68. Theo lời Ngài kể:*"Một chiếc xe lạ dừng lại ngoài đường lộ đối diện với Tòa Giám Mục trên bãi biển Nha Trang và một chiếc khác đậu bên hông trái Tòa Giám Mục đã xối xả bắn vào phòng ngủ của Ngài. Cả phòng ngủ đầy lỗ đạn; áo quần và đồ dùng của Ngài bị rách nát chi chít những lỗ đạn. May là Ngài không ở nhà".* Tôi hỏi:

- Thưa Đức Cha ai là thủ phạm việc này?

Ngài giữ im lặng không trả lời.

Nay đã trên 40 năm trôi qua. Buổi nói chuyện với ngài cứ ám ảnh làm tôi bận tâm suy nghĩ. Tại sao Ngài đã đem câu chuyện bí hiểm lịch sử này mà kể cho tôi nghe. Ngoài tôi ra không biết Ngài có kể thêm cho những kẻ khác nghe không?

Bây giờ Ngài đã qua đời, câu chuyện lịch sử này sẽ là một bí ẩn không ai biết, nếu tôi không kể ra. Cho nên, vì bổn phận thiêng liêng, tôi muốn phổ biến nó cho những nhà viết sử sau này có một vài ánh sáng mới trong vụ đảo chánh 63. Tôi cảm thấy mình phải viết nó ra cho công luận đối với một biến cố lịch sử đã làm cán cân chiến tranh nghiêng về phe CS. Tôi không viết để chỉ trích hay bênh vực một ai.

Theo tôi được biết thì hồi đó phe VC đã ăn mừng và ông Nguyễn Hữu Thọ, Chủ tịch MTGPMN đã tuyên bố:

- Đảo chánh là đảo chánh trời cho. Bắc Việt không ngần ngại tuyên bố là Mỹ đã dọn cỗ cho ta ăn.

Một nhà báo Pháp hỏi Hồ Chí Minh:

- Ông Diệm là người thế nào?

Ông Hồ đã trả lời:

- Ông ta là một người yêu nước theo kiểu của ông ta.

Cuộc đảo chánh 63 vẫn còn nhiều bí ẩn. Ai giết TT Diệm và ông CV Nhu. Nếu thật sự không phải ông Minh thì là ai? Có lý do nào ông Minh dám nói láo, khi thề trên đầu con ông. Về cuộc chính biến 63 đã có quá nhiều báo chí sách vở nói đến. Nhưng tôi cũng có một vài thắc mắc và nhận xét cá nhân:

Tại sao TT Diệm và ông Nhu phải bỏ dinh Gia Long mà đến ẩn trú nhà Mã Tuyên? Theo thiển ý của tôi Dinh Gia Long vẫn tượng trưng cho uy quyền quốc gia. Câu hỏi này chắc ông Cao Xuân Vỹ có thể trả lời. Vì đến giờ phút chót theo như nhiều tài liệu kể, ông Cao Xuân Vỹ đã cùng đi với ông Diệm và ông Nhu vào Chợ Lớn. Tại sao khi bị bắt ở nhà thờ Cha Tam, chỉ có hai ông Diệm Nhu mà không có mặt ông Cao Xuân Vỹ? Cũng thêm một sự tình cờ, sáng hôm đó tôi chứng kiến đoàn xe đi vào nhà thờ Cha Tam bắt hai ông trở ra. Tôi ở Đà Nẵng vào họp hành quân ở Bộ Tư Lệnh KQ và tạm trú tại câu lạc bộ An Đông ở trong Chợ Lớn. Đoàn xe nhà binh hùng hậu trên mười chiếc có cả xe bọc thép M113 và xe GMC gắn bốn khẩu đại liên 50 phòng không, dẫn đầu là chiếc xe jeep của Đại Tá Dương Ngọc Lắm, tôi nhận ra ông là vì ông có bộ râu dê và anh Đỗ Thọ mang chiếc áo T- Shirt. Anh Thọ là dân KQ quen thuộc.

Theo nhận xét của tôi thì cuộc chính biến 63 không phải là một cuộc cách mạng như ông Đôn viết trong hồi ký của ông mà là một cuộc đảo chánh do Mỹ dàn dựng, và các tướng lãnh VN chỉ là kẻ thừa hành. Họ được trả một giá rẻ mạt là 3 triệu đồng bạc VN tương đương với 40 ngàn dollars theo thời giá hồi đó, do tên Lou Connein một sĩ quan tình báo Mỹ đưa đến để các tướng tá đảo chánh chia chác với nhau. Danh sách những vị tướng tá lãnh nhận và số tiền được phân phát cho từng người đã được ông Đôn trình ghi rõ trong hồi ký của ông. Đó là đồng tiền máu mà các tên Judas thế kỷ hai mươi đã nhận để giết chủ mình. Cuộc tranh đấu Phật giáo 63 cũng đã nhuốm nhiều màu chính trị hơn tôn giáo. Bằng chứng là Thầy Trí Quang chạy vào tòa đại sứ Mỹ ẩn trú, được bảo vệ, trong lúc đó ông Ngô Đình Cẩn, cũng vào xin ty nạn chính trị ở trong tòa lãnh sự Mỹ ở Huế, lại bị giao trả lại chính quyền, bị đưa ra tòa và bị xử tử. Vào đầu năm 1993, tức là 30 năm sau, thì chính ông Mai Chí Thọ, em ruột cuả Lê Đức Thọ, đã lên tiếng chỉ trích chính quyền CSVN là đã đối xử tệ với Phật giáo trong lúc đó họ đã cộng tác chặt chẽ và giúp chúng ta trước kia.

Theo nhận xét của tôi thì TT Diệm là một chí sĩ hết lòng vì nước vì dân. Dù sao thì Cụ là một người có uy tín rất lớn đối với dân VN. Cái sai lầm lớn nhất của Cụ là một nhà Nho, áp dụng chữ tín vào chính trị không đúng chỗ, đúng lúc và đúng người. Nghe tin cụ Diệm bị ám sát Cụ Tưởng Giới Thạch đã nói: *"Ông Diệm và ông Nhu là những nhà chính trị lỗi lạc. Cả thế kỷ nữa chưa chắc VN đã có nhhững vị lãnh tụ như vậy"*. Chính như Hồ Chí Minh cũng không dám đụng đến Cụ. Câu trả lời khẳng khái và dứt khóat của Cụ với ông Hồ khi Ông đề nghị Cụ hợp tác vừa lúc Cụ bước ra khỏi nhà tù:

- Ông có đường lối cứu nước cứu dân của Ông, tôi có đường lối cứu nước cứu dân cuả tôi.

Những người thân cộng tác với ông Hồ, hỏi tại sao để cho cụ ra đi sau này sẽ trở thành một hậu hoạn. Ông Hồ trả lời:

- Các chú không nhớ câu nói được đồn đãi trong dân gian: **"HẠI DÂN KHÔNG DIỆM"** đó sao?

Cả đến Cabot Lodge viên Đại sứ Hoa Kỳ đã nhúng tay vào vụ đảo chánh trước khi lên máy bay về Mỹ cũng đã tuyên bố: *"Tôi rất tiếc đã không cứu được TT Diệm"* (Ghi chú: đúng là lời nói của một tên điểm chó). Hòa thượng Thích Quảng Đức là một nhà tu hành chân chính và đã chết cho Đạo Pháp (TQĐ bị chúng lừa). Hai cái chết làm cho ta suy nghĩ trong những câu chuyện bầy nhầy đầy chính trị sắt máu và tiền bạc tranh chấp của cuộc đảo chánh 63.

Đức Giáo Hoàng Paul VI đang cùng các Giám mục thế giới họp Vatican 2 ở Rome, khi nghe tin TT Diệm bị ám sát đã làm lễ cầu hồn cho cố Tổng Thống.

Sau cái chết của TT Diệm và ông CV Nhu, tình hình VN rối beng. Đảo chánh nối tiếp nhau như cơm bữa làm nỗ lực chống Cộng suy yếu lòng người ly tán. Mỹ rút và giao lại cho VN những gì mà Mỹ đã không thắng nổi với B52 với bom dạn và tiền bạc dồi dào. Bây giờ viện trợ quân sự cho VN giảm rất nhiều trong lúc đó Bắc Việt lại nhận viện trợ rất dồi dào từ Nga Sô Trung Cộng và các nước CS Đông Âu. Một chuỗi dài những biến cố dồn dập như những cơn giông tố báo hiệu sự sụp đổ cuả VNCH như có bàn tay vô hình nào đó đã sắp đặt trước. Thế trận đã bày ra đấy làm sao miền Nam tránh khỏi tai họa? Đổ lỗi cho Mỹ 100% không đúng mà ta phải trách ta trước. Miền Nam tồn tại thêm được 12 năm là cũng nhờ có sự hiện diện quân đội Mỹ và nhất là lòng can đảm chiến đấu cuả quân đội VNCH. Nếu đừng mắc phải những lỗi lầm chiến lược như cuộc rút lui hối hả ở cao nguyên do những nhà lãnh đạo bất tài, thì chưa chắc gì CS đã chiếm được Miền Nam dễ dàng như vậy.

Vì chính CS cũng có chiến lược chiếm miền Nam bằng hai giai đoạn. Giai đoạn một năm 75 ở Cao Nguyên. Và giai đoạn hai tiến xuống đồng bằng vào năm 76. Vào những ngày cuối tháng ba 75 tôi có đến tòa Giám mục lần chót gặp Ngài. Lần này Ngài tỏ ra rất lo âu trên nét mặt và nói với một giọng buồn bã. Số phận miền Nam còn bi đát hơn cả Trung Hoa Quốc Gia năm 1949, khi Tưởng Giới Thạch tháo chạy ra Đài Loan. Tôi nói:

- Dù sao đi nữa xin Đức Cha đừng đi.

Ngài trả lời:

- Cha là người tu trì đi đâu.

Cứ mỗi lần nghĩ đến biến cố 63 và 30/4 là tự nhiên tôi có hai câu hỏi:

- Thế kỷ hai mươi này có hai nhà chính trị đạo đức hai nhà lãnh đạo tài ba đó là GANDHI VÀ NGÔ ĐÌNH DIỆM. CẢ HAI ĐỀU BỊ ÁM SÁT. Phải chăng chính trị không đi đôi với đạo đức? Nước ta có nợ nần gì, ân oán gì với nước và dân Do Thái không? Tại sao có hai nhân vật Do Thái đem tang thương tai họa đến cho nước ta?

Năm 1954 ông Mendes France, Thủ Tướng nước Pháp, một người Do Thái đã cắt chia VN ra làm hai. Năm 1975 Kissinger cũng là một người Do Thái đã bán đứng chúng ta.

Nhân quả hay vận nước hay ý Trời?

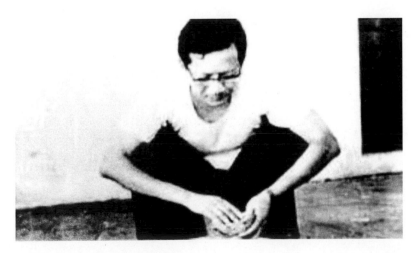

BA

TƯỚNG TRẦN THIỆN KHIÊM
MỘT CON CHÓ PHẢN CHỦ
TRONG MỘT BẦY CHÓ PHẢN CHỦ

Trần Ngọc Giang

Trước giờ đa số chúng ta đều cho rằng Dương Văn Minh là đầu sỏ vụ đảo chánh 1/11/1963.

Thật ra, Dương Văn Minh chỉ là một hình nộm mà kẻ chính phạm đã khéo léo sắp xếp để hắn đứng ra phạm tội và chịu tội thay cho mọi người. Kẻ chính phạm là 1 tên CIA Việt Nam, hắn xếp người nào vào việc đó, hắn muốn giết Cụ Ngô là cha nuôi hắn, nhưng hắn biết Dương Văn Minh cũng muốn giết Ngài để che giấu tội, thế là hắn xếp Dương Văn Minh vào vị trí có thể giết được Cụ Ngô, đó là kế "mượn dao giết người". Kẻ chính phạm vô cùng thâm độc đó hiện nay vẫn còn sống, hắn là: TƯỚNG TRẦN THIỆN KHIÊM MỘT CON CHÓ PHẢN CHỦ TRONG MỘT BẦY CHÓ PHẢN CHỦ.

Kể từ biến cố lịch sử năm 1975 đến nay đã có nhiều sách báo, đoàn thể, tôn giáo cũng như hầu hết đồng bào VN đều quy trách những nhà lãnh tụ miền Nam như TT Diệm, Tướng Minh, Đôn, Thiệu, Kỳ v.v... đều là những người đã một phần chịu trách nhiệm để CS thôn tính miền Nam. Sự quy trách này trên bình diện chính trị, truyền thông đương nhiên không ai phủ nhận, nhưng trên phương diện lịch sử thì thật là phiến diện.

Do đó tiện giả sau nhiều lần suy nghĩ, trăn trở vẫn phải cầm cây viết hầu phơi bày một sự thật để phần nào giúp các sử gia sau này có những sự kiện quan trọng đưa vào dòng định mệnh của Lịch sử VN.

Ngược dốc thời gian năm 1958, Đại Tá Trần Thiện Khiêm là một trong những sĩ quan được TT Diệm ưa thích vì vậy Đại Tá Khiêm đã được bổ nhiệm Tư lệnh SĐ4BB. Thời gian này Đại Tá Khiêm có hai người bạn thân nhất là Đại Tá Nguyễn Khánh và Trung Tá Nguyễn Văn Thiệu, bất cứ cuối tuần nào, Đại Tá Khiêm đều lái xe đến thăm Đại Tá Khánh tại đồn điền trà J'Ring, sau đó 2 người kéo lên Đà Lạt thăm Trung Tá Thiệu đương là Chỉ huy trưởng Trường Võ Bị Quốc Gia Đà Lạt.

Năm 1960 trong vụ đảo chánh do Trung Tá Vương Văn Đông cầm đầu bị thất bại, bởi Đại Tá Khiêm Tư lệnh SĐ 21BB từ miền Tây kéo về giải cứu TT Diệm, và kể từ đó Đại tá Khiêm được TT Diệm tín cẩn tuyệt đối, thăng cấp Thiếu Tướng và được bổ nhiệm Tham mưu trưởng Liên quân QL/VNCH.

Sau khi nắm chức vụ trên và nhất là được sự tin tưởng của Tổng Thống, Thiếu Tướng Khiêm đã đề cử Trung Tá Thiệu làm Tư lệnh SĐ5BB và Thiếu Tướng Khánh làm Tư lệnh Vùng 2 Chiến thuật. Tóm lại tất cả các chức vụ quan trọng trong QL/VNCH vào thời điểm này nếu có sự đề bạt của Thiếu Tướng Khiêm chắc chắn sẽ được TT Diệm chấp thuận, ngoài ra Thiếu Tướng Khiêm hơn hẳn các tướng lãnh khác là được cả ông Cố vấn Ngô Đình Nhu mến phục. Bởi vậy tiếng nói của Thiếu Tướng Khiêm với hai nhân vật then chốt của nền Đệ Nhất Cộng Hòa có một tác dụng gần như tuyệt đối, các tướng lãnh và tư lệnh quân binh chủng trong QL/VNCH biết như vậy nên mọi lệnh của Thiếu Tướng Khiêm, Tham mưu trưởng Liên quân đưa ra đều được thi hành đầy đủ, chính xác.

Từ trước tới nay đã có nhiều sử gia và nhân vật chính trị đề cập đến cuộc đảo chánh ngày 1/11/63 nhưng nhiều sự kiện vẫn còn thiếu sót và không chính xác vì chưa ai nêu đúng nhân vật chủ chốt, hầu hết đều cho rằng các tướng Dương Văn Minh, Trần Văn Đôn, Lê Văn Kim, Tôn Thất Đính là những nhân tố chính. Nhưng mặt trái bên trong hậu trường thì không phải vậy, Trung Tướng Đôn mặc dù là Quyền TTM trưởng nhưng không được các Tư lệnh quân binh chủng tin tưởng, Tướng Minh không có thực lực trong tay còn lại Tướng Đính chỉ trong phạm vi Tổng trấn Sài gòn mà thôi.

Đến đây tiện giả xin trình bày diễn tiến cuộc đảo chánh 1/11/63 để quý vị độc giả có thể thấu hiểu ai là người đã soạn thảo, móc nối và thi hành kế hoạch đảo chánh.

Khoảng đầu tháng 10/1963 Thiếu Tướng Khiêm gọi Thiếu Tá Giang lên văn phòng cho biết sẽ có đảo chánh để lật đổ chế độ Đệ Nhất Cộng Hòa vì Thiếu Tướng Khiêm được biết ông Ngô Đình Nhu đã có liên lạc với phía Việt Cộng. Đến đây tiện giả xin mở dấu ngoặc. Sở dĩ Thiếu Tướng Khiêm tiết lộ cuộc đảo chánh cho Thiếu Tá Giang vì Thiếu Tá Giang đã từng là Chánh Văn phòng của Thiếu Tướng Khiêm, và ngay sau nhậm chức Tham mưu trưởng Liên quân Thiếu Tướng Khiêm đã yêu cầu Nha An ninh quân đội đưa Thiếu Tá Giang sang giữ chức vụ Trưởng phòng An ninh Quân đội Bộ TTM.

Ngày 20/10/1963 Thiếu Tướng Khiêm chỉ thị Thiếu Tá Giang qua gặp Đại Tá Đỗ Mậu, Giám đốc Nha An ninh quân đội để cho Đại Tá Mậu biết là ông CV Ngô Đình Nhu vừa ra lệnh cho Thiếu Tướng Khiêm tạm giữ Đại Tá Mậu vì ông này đang vận động đảo chánh; và Thiếu Tướng Khiêm dặn Thiếu Tá Giang nói với Đại Tá Mậu tạm thời lánh mặt để Thiếu Tướng Khiêm dễ dàng trình lên ông Cố vấn. Cũng trong thời gian này Thiếu Tướng Khiêm tiết lộ với Thiếu Tá Giang về phía tướng lãnh Thiếu Tướng Khiêm đã tranh thủ được hầu hết, chỉ còn có Thiếu Tướng Huỳnh Văn Cao, Tư lệnh Vùng 4 là chưa hội ý, riêng Tướng Khánh và Đại Tá Thiệu hoàn toàn đồng ý với Thiếu Tướng Khiêm, ngoài ra các Tư lệnh quân binh chủng đã có hứa là sẽ sát cánh với Thiếu Tướng Khiêm. Nói tóm lại việc vận động, tổ chức cũng như hoàn tất kế hoạch đảo chánh hầu như do Thiếu Tướng Khiêm chủ động vì chỉ có Tướng Khiêm hội đủ mọi yếu tố để cho các tướng lãnh và tư lệnh quân binh chủng tin tưởng.

Sáng sớm ngày 31/10/1963 Thiếu Tướng Khiêm gọi Thiếu Tá Giang lên văn phòng; khi Thiếu Tá Giang bước vào thì thấy Đại Tá Nguyễn Hữu Có ở đó, Thiếu Tướng Khiêm chỉ thị cho Thiếu Tá Giang cầm công điện hỏa tốc đi cùng với Đại Tá Có xuống Mỹ Tho để bàn giao chức vụ Tư lệnh SĐ hiện do Đại Tá Đạm là Tư lệnh. Sở dĩ Thiếu

Tướng Khiêm ra lệnh cho Thiếu Tá Giang đi với Đại Tá Có là để Đại Tá Đạm tin tưởng là lệnh thật do chính Thiếu Tướng Tham mưu trưởng ký vì Đại Tá Đạm từng biết sự thân cận giữa Thiếu Tướng Khiêm và Thiếu Tá Giang. Đến 11 giờ sáng cùng ngày Thiếu Tá Giang trở về Bộ TTM và được Thiếu Tướng Khiêm cho biết đúng 12 giờ trưa Thiếu Tướng Khiêm sẽ chủ tọa buổi họp các tư lệnh quân binh chủng, và sau buổi họp nếu ai chống lại đảo chánh thì Thiếu Tá Giang phải giữ lại trong phòng họp Bộ TTM chờ lệnh của Thiếu Tướng Khiêm. Buổi họp vừa chấm dứt; trong lúc lộn xộn thì Đại Úy Nhung sĩ quan cận vệ của Trung Tướng Minh tự ý bắt Đại Tá Lê Quang Tung, Tư lệnh LLĐB dẫn đi đâu không rõ, sau đó Đại Úy Nhung trở lại định bắt Đại Tá Cao Văn Viên, Tư lệnh SĐ/ND và ông Lê Văn Tư, Giám đốc Cảnh sát Đô Thành, nhưng Thiếu Tá Giang đã ngăn chặn kịp thời. Đại Úy Nhung báo lên Trung Tướng Minh và Trung Tướng đến hỏi lý do cản trở Đại Úy Nhung thì Thiếu Tá Giang trả lời là thi hành lệnh Tướng Khiêm. Khoảng 2 giờ trưa ngày 31/10/63 Đại Úy Lê Quang Triệu, em ruột của Đại Tá Lê Quang Tung dẫn 1 đại đội LLĐB cùng với 4 chiến xa đến cổng Bộ TTM để hỏi tình trạng Đại Tá Tung, ngay khi đó Đại Úy Nhung chạy ra gặp Đại Úy Triệu và yêu cầu Đại Úy vào trình diện Thiếu Tướng Khiêm, Đại Úy Triệu nghe lệnh trình diện Thiếu Tướng Khiêm nên Đại Úy không nghi ngờ gì do đó mới bị chết thảm. Khi tiếng súng đảo chánh nổ trưa 31/10/63, Thiếu Tướng Khiêm đã chủ động qua các diễn trình như:

- Ra lệnh cho Đại Tá Có điều động SĐ7BB ngăn chặn lực lượng tiếp viện từ Vùng 4 Chiến thuật.

- Lệnh cho Đại Tá Thiệu, Tư lệnh SĐ5BB điều quân về Sàigòn để làm chủ lực tấn công Lữ đoàn phòng vệ Phủ Tổng Thống và Dinh Gia Long.

- Cô lập tất cả Tư lệnh Quân binh chủng nào xét ra chống lại cuộc đảo chánh.

- Ra lệnh cho Tướng Khánh, Tư lệnh Vùng 2 và Tướng Trí Vùng 1 Chiến thuật thi hành những biện pháp cần thiết. Riêng các Tướng Minh, Đôn, Kim, Nghiêm, Xuân v.v... có mặt tại tòa nhà chánh Bộ TTM chỉ có tính cách phụ giúp hơn là thực quyền vì tất cả mọi lệnh và điều hành đảo chánh đều diễn ra trong phòng làm việc của Tướng Khiêm.

Tiếng chuông của chiếc điện thoại được reo đúng 3 giờ 17 phút, Thiếu Tướng Khiêm nghe, đầu giây bên kia người đối thoại không ai khác là TT Diệm. Sau cuộc điện đàm Thiếu Tướng Khiêm quay qua Tướng Minh, Đôn nói "Tổng Thống nói với các tướng lãnh đến Dinh Gia Long nói chuyện. Mọi trả lời để hội ý rồi sẽ trình lại Tổng Thống sau" nhưng sau đó Tướng Minh, Đôn, Kim và cả Khiêm không đồng ý đến gặp TT Diệm. Tuy nhiên khoảng 4:30 chiều 31/10/63 Thiếu Tướng Khiêm tự ý điện thoại cho TT Diệm với đề nghị đưa Tổng Thống cùng toàn thể gia đình ông Nhu ra ngoại quốc với sự bảo đảm an ninh do chính Thiếu Tướng Khiêm hứa. Khoảng 6 giờ chiều TT Diệm gọi cho Tướng Khiêm để cho biết là đồng ý đề nghị nói trên nhưng khi Tướng Khiêm hội ý với Tướng Minh, Đôn, Kim thì Tướng Minh nói ngay "Giờ này quá trễ rồi, chúng ta cứ tiếp tục". Qua các cuộc điện đàm kể từ lúc tiếng súng bắt đầu nổ cho đến khi TT Diệm chạy đến nhà thờ Cha Tam, TT Diệm chỉ có gọi điện thoại cho Thiếu Tướng Khiêm mà thôi.

Đọc hết đoạn trên chắc độc giả đã nhận ra vai trò của Tướng Khiêm từ tiền đảo chánh đến khi cuộc cách mạng 1/11/63 thành công, nếu Tướng Khiêm không được TT Diệm tin dùng, nếu không có sự hợp tác với Tướng Minh,

Đôn v.v... chắc chắn là cuộc đảo chánh không thể xảy ra được vì trên cương vị Tham mưu trưởng Liên quân lại được sự tín cẩn của Tổng Thống vì vậy các Tư lệnh Quân Binh Chủng đã không có phản ứng nên cách mạng 1/11/ 63 mới thành công một cách dễ dàng. Ngược lại nếu Tướng Minh, Đôn, Đính ra lệnh cho các đơn vị chắc chắn sẽ bị chống đối hoặc không thi hành, nhất là 2 lực lượng nồng cốt do chính Thiếu Tướng Khiêm điều động với SĐ7BB có nhiệm vụ ngăn chặn tiếp cứu của Vùng 4, và SĐ5BB chủ yếu tấn công Lữ đoàn Liên Binh phòng vệ Tổng Thống phủ với Dinh Gia Long.

Sau cuộc cách mạng 1/11/63 thành công vai trò nổi bật là những Tướng Minh, Đôn, Kim, Đính, Xuân. Riêng Tướng Khiêm với chức vụ Tổng trưởng Quốc phòng hữu danh vô thực, ngoài ra tiếng nói của Tướng Khiêm trong Hội đồng Quân nhân Cách mạng hầu như bị lãng quên do đó cuộc chỉnh lý mới bùng nổ mà nguyên nhân chính là do sự bất mãn của Tướng Khiêm.

Người tổ chức, thảo kế hoạch do Tướng Khiêm chủ động với sự trợ giúp của Tướng Khánh và Tướng Thiệu cùng một số đông các Tư lệnh Quân Binh Chủng. Tuy nhiên vì sở trường của Tướng Khiêm là không bao giờ muốn lộ mặt nên Tướng Khánh được Tướng Khiêm chỉ định coi như lãnh đạo cuộc chỉnh lý. Trên thực tế Tướng Khánh không có thực lực, không được ai tin tưởng cho nên nếu không có Tướng Khiêm đẩy ra sân khấu chắc chắn không bao giờ Tướng Khánh mơ tưởng được làm Chủ tịch Hội đồng Quân nhân, Thủ Tướng v.v...

Mục tiêu của cuộc chỉnh lý không ngoài mục đích của Tướng Khiêm là vô hiệu hóa hết quyền hành các Tướng Minh, Đôn, Kim v.v... để trả thù lại sự vô ơn của các tướng đối với Tướng Khiêm sau cách mạng 1/11/63 và luôn thể đưa những người bạn thân nhất nắm chính quyền là Tướng Khánh, Tướng Thiệu v.v... Do đó ngay khi cuộc chỉnh lý thành công Tướng Khiêm không muốn ở vị thế lãnh đạo nên đẩy tướng Khánh ra thay thế Tướng Minh, đưa Tướng Thiệu nắm chức TTM trưởng QL/VNCH. Nhưng khi tam đầu chế Minh, Khánh, Khiêm thành hình thì Tướng Khánh ham quyền lực, quên đi người đã gây dựng sự nghiệp cho mình là Tướng Khiêm, nên Tướng Khánh một mặt củng cố uy quyền mặt khác loại bỏ những người thân cận của Tướng Khiêm. Tiện giả còn nhớ câu của Tướng Khánh nói với Tướng Khiêm khi Tướng Khánh tống Tướng Khiêm đi làm Đại sứ tại Đài Loan như sau: "Anh phải dời VN trong vòng 48 tiếng, nếu không tôi sẽ không bảo đảm tính mạng của anh". Mặc dù sau khi Tướng Khánh loại được Tướng Khiêm, nhưng từ Đài Loan tướng Khiêm vẫn âm thầm tổ chức để lật đổ Tướng Khánh, do đó mới có những cuộc binh biến xảy ra liên miên cầm đầu bởi Tướng Dương Văn Đức, Lâm Văn Phát, Đại Tá Tồn, Trang v.v... Tuy nhiên, Tướng Khiêm ít nhất vẫn được người bạn trả ơn đàng hoàng là Tướng Thiệu, vì ngay khi Tướng Thiệu đắc cử Tổng Thống thì Tướng Khiêm, đương kim Đại sứ Hoa Kỳ được gọi về giữ chức Bộ trưởng Bộ Nội Vụ và sau đó là Thủ Tướng cho đến sát biến cố 4/1975.

Xuyên qua những sự kiện trình bày trên tiện giả chỉ với mục đích duy nhất là đóng góp nhỏ nhoi vào kho tàng lịch sử biến động nhất của 2 nền Cộng Hòa mà tiện giả nghĩ rằng nhân vật Trần Thiện Khiêm dù muốn dù không đã nắm giữ một vai trò tích cực có tính cách xoay chuyển cục diện của miền Nam v.v...

Tiện giả cũng nghĩ rằng nếu không có Trần Thiện Khiêm sẽ không có đảo chánh 1/11/63, không có chỗ cho vai trò của Tướng Khánh trên sân khấu chính trị "cải lương" nhất trong giòng lịch sử Việt và chắc chắn sẽ không có một Nguyễn Văn Thiệu, Tổng Thống nền Đệ Nhị Cộng Hòa, người phải chịu hoàn toàn trách nhiệm làm tan rã Quân Đội VNCH trong một thời gian kỷ lục cũng như đau khổ tủi nhục cho hàng triệu gia đình Việt Nam.

Bầy chó phản chủ

Bầy chó phản chủ họp báo sau khi đảo chánh thành công

Tổng Thống Ngô Đình Diệm

Lucien Conein và bầy chó phản chủ:
Lê Văn Kim, Tôn Thất Đính, Trần Văn Đôn, Mai Hữu Xuân.
Nguyễn Văn Vỹ (tóc bới cao) từ Pháp mới về Sàigòn

BỐN

ĐẠI TƯỚNG CAO VĂN VIÊN
Nhân chứng sống thời Đệ Nhất và Đệ Nhị Cộng Hòa

Ông Cao Văn Viên sinh ngày 11/12/1921 tại Vientiane (Vạn Tượng), thủ đô Vương Quốc Lào. Cha mẹ của ông là ông Cao Văn Tý và bà Nguyễn Thị Võ, thương gia người Việt đã sinh sống lâu đời tại đây. Lúc nhỏ, ông Viên theo học chương trình Pháp ở bậc tiểu học và trung học tại Vientiane, đậu bằng diplome (Trung Học Đệ Nhất Cấp) năm 1938, và vào học tại trường Cao Đẳng Thể Dục Thể Thao. Ra trường ông được bổ nhiệm làm huấn luyện viên thể dục ở một trường trung học tại tỉnh Paksé. Trong thời gian này, ông đậu bằng Tú Tài I.

Đầu năm 1949, khi gia đình ông hồi cư về Sàigòn, ông đã theo học Khóa I trường Võ Bị Cap Saint Jacques (Vũng Tàu). Cùng theo học với ông có các ông Nguyễn Chánh Thi (Trung Tướng), Nguyễn Hữu Hạnh (Chuẩn Tướng), Trần Văn Xội (Đại Tá, Cục Quân Vận), Vũ Quang Tài (Đại Tá Nhảy Dù, Cục Trưởng Cục Xã Hội). Tốt nghiệp thủ khoa với cấp bậc Thiếu Úy, ông được thuyên chuyển về TRĐ11BB Thuộc Địa (11è Regiment Infanterie Coloniale - gọi tất là 11e RIC), bản doanh đóng ở Cần Thơ. Tại đây, ông gặp và kết thân với Thiếu Úy Trần Thiện Khiêm lúc hai người còn độc thân và ăn cơm chung. Thời gian sau, ông Viên kết hôn với bà Cecile Trần Thị Tạo năm 1925 tại xã Nhơn Mỹ, quận Kế Sách, Sóc Trăng. Trong khi đó, ông Khiêm kết hôn với bà Đinh Thúy Yến, quê ở Rạch Giá.

Năm 1951, ông được thăng Trung Úy, rồi được cử đi học khóa Chỉ Huy Chiến Thuật tại Trung Tâm Huấn Luyện Chiến Thuật tại Hà Nội. Trung Úy Nguyễn Văn Thiệu đã cùng học chung với ông. Mãn khóa, ông được cử giữ chức vụ Trưởng Phòng 2 Khu Chiến Hưng Yên. Trong khi đó, Trung Úy Thiệu thì được thuyên chuyển về trường Võ Bị Đà Lạt làm sĩ quan cán bộ cho Khóa 5. Năm 1952, ông được thăng Đại Úy, giữ chức vụ TĐ Trưởng TĐ10 Việt

Nam, thay thế Đại Úy Huỳnh Bá Xuân (bị Việt Minh bắt khi đang đi hành quân). Cùng đơn vị với ông Viên có Thiếu Úy Nguyễn Viết Thanh, đại đội trưởng (Sau này là cố Trung Tướng). Cùng lúc, Đại Úy Trần Thiện Khiêm cũng làm TĐ Trưởng một tiểu đoàn khác, trong khi Đại Úy Nguyễn Văn Thiệu là Trưởng Phòng 3 Khu Chiến Thuật Hưng Yên.

Đầu năm 1954, ông thay thế Đại Úy Nguyễn Văn Thiệu làm Trưởng Phòng 3 Khu Chiến Thuật Hưng Yên. Đại Úy Thiệu được cử giữ chức CH Trưởng Liên Đoàn BB số 11 Bộ TTM QL/VNCH.

Đầu năm 1955, ông được thăng Thiếu Tá và giữ chức Trưởng Phòng 4 Bộ TTM. Cuối năm, ông bàn giao chức vụ cho Thiếu Tá Đồng Văn Khuyên, đi làm Tuỳ Viên Quân Sự ở tòa Đại sứ VN tại Hoa Kỳ.

Năm 1957, sau khi mãn nhiệm kỳ Tùy Viên, thay vì phải trở về VN, ông được chỉ định ở lại học khóa Chỉ Huy Tham Mưu tại Fort Leavenworth, Kansas. Cùng học với ông có Thiếu Tá Nguyễn Văn Thiệu.

Ngày 1/2/1958, ông được thăng Trung Tá tạm thời và làm Trưởng Tham Mưu Biệt Bộ Phủ Tổng Thống, thay thế Đại Tá Nguyễn Văn Là làm TGĐ Cảnh Sát. Tháng 7/1958, ông đậu bằng Tú Tài Pháp.

Ông Viên đã kể lại rằng ông đã rất may mắn được chọn làm TM Trưởng Biệt Bộ Phủ Tổng Thống. Khi vừa mãn khóa CH/TM tại Fort Leavenworth, Kansas, Hoa Kỳ, ông về VN vào tháng 1/1958 và chờ Bộ TTM bổ nhiệm về đơn vị mới. Đúng lúc đó, TT Diệm bảo Đại Tướng Lê Văn Ty, TTM Trưởng, chọn một sĩ quan cấp tá có diện mạo sáng sủa, có học thức để trình diện ông. Đồng thời, Tổng Thống cũng bảo Tướng Trần Văn Đôn cũng chọn một người với cùng điều kiện. Đại Tướng Ty chọn ông Viên, trong khi

Trung Tướng Đôn chọn Trung Tá Trần Ngọc Huyến. Khi ông Viên và ông Huyến vào trình diện Tổng Thống Phủ, ông Viên đã được chọn giữ chức TM Trưởng Biệt Bộ Phủ Tổng Thống.

Ngày 26/10/59, ông được thăng Trung Tá thực thụ.

Trong một dịp đặc biệt, ông Viên đã kể lại về cuộc đảo chính 11/11/60 của Đại Tá Nguyễn Chánh Thi, như sau:

Đêm 11/11/60, khi nghe tiếng súng nổ ở hướng dinh Độc Lập, tôi (ông Viên) đích thân lái chiếc Peugeot 202 mang số ẩn tế đến Phủ Tổng Thống. Khi đi vòng tới phía sau vườn Tao Đàn, một người lính Nhảy Dù xuất hiện, hùng hổ la to bảo tôi dừng xe. Tôi chưa kịp quay kiếng xuống hỏi chuyện gì thì anh ta nổ súng khiến kiếng trước vỡ tan. May mắn tôi không bị thương. Khi bước xuống xe, tôi được lệnh đến ngồi dưới gốc cây với vài quân nhân cũng bị bắt ngồi như tôi. Sáng hôm sau thì khi những người lính Dù bỏ đi. Tôi vào Dinh Độc Lập thì được lệnh bàn giao chức vụ TM Trưởng Biệt Bộ cho Trung Tá Lê Như Hùng, nguyên Tỉnh trưởng Kiến Hoà. Sau đó, tôi đã được cử đi giữ chức vụ mới là Tư Lệnh Lữ Đoàn ND, thay thế Đại Tá Nguyễn Chánh Thi đào thoát sang Kampuchia. Ngay khi nhậm chức, tôi được thăng Đại Tá tạm thời. Rồi ngày Quốc Khánh 26/10/61, tôi được thăng Đại Tá thực thụ.

Ngày 1/11/1963, tôi bị bắt giữ ở Bộ TTM, cùng với một số sĩ quan được coi là trung thành với TT Diệm. Sáng ngày 2/11/63, khi ông Diệm và ông Nhu đã chết, tôi được cho về nhà nhưng bị quản thúc tại gia. Đến ngày 6/11/63, tôi được lệnh lên ngồi ở Phòng 2 Bộ TTM chờ lệnh. Ngày 8/11/63, tôi được Trung Tướng Trần Thiện Khiêm cho hồi phục chức vụ Lữ Đoàn Trưởng LĐ/ND.

Ông Viên kể thêm:

Tổng Thống Ngô Đình Diệm

Ngay khi trở về LĐ/ND, ông Khiêm đã gọi điện thoại cho tôi, nói:

- Tôi giúp anh về lại LĐ/ND nhưng chưa thông qua ông Minh. Sau này khi cần, anh phải giúp lại tôi.

- Chắc chắn rồi.

Tôi trả lời. Sáng ngày 30/1/64, ông Khiêm gọi điện thoại cho ông Viên, với một câu ngắn gọn:

- Tối nay nghe.

Hiểu ý ông Khiêm, buổi tối ông Viên đã đem lực lượng Nhảy Dù tham dự cuộc chỉnh lý do ông Khiêm điều động.

Ngày 1/3/64, ông bị thương trong cuộc hành quân ở Hồng Ngự, Cao Lãnh, lúc đang chỉ huy TĐ1 và TĐ8 ND xung trận.

Ngày 3/3/64, ông được thăng cấp Thiếu Tướng đặc cách tại mặt trận do Thủ Tướng Nguyễn Khánh gắn tại Tổng Y Viện Cộng Hoà (Lúc này chưa ban hành sắc lệnh công nhận cấp Chuẩn Tướng). Vì không dự trù trước, Tướng Khánh, bất chợt đến thăm Tổng Y Viện Cộng Hòa, đã hội ý với Tướng Khiêm về việc thăng cấp cho Đại Tá Viên. Vì không có sẵn lon Thiếu Tướng, nên Tướng Khánh đã dùng tạm lon của Thiếu Tướng Lâm Văn Phát, Tư Lệnh Quân Đoàn III, cùng đi chung để gắn cho ông Viên.

Tháng 8/1964, ông đỗ cử nhân Văn Khoa.

Ngày 15/9/64, ông giao lại LĐ Trưởng ND cho Đại Tá Dư Quốc Đống (LĐ Phó) rồi nhận chức TM Trưởng Liên Quân, thay thế Thiếu Tướng Nguyễn Văn Thiệu đi giữ chức Tư Lệnh Vùng IV Chiến Thuật.

Ngày 12/10/64, ông bàn giao chức TM Trưởng Liên Quân cho Trung Tướng Trần Văn Minh (Minh "nhỏ") để giữ chức Tư Lệnh Vùng III Chiến Thuật, thay thế Trung Tướng Trần Ngọc Tám đi làm TGĐ Bảo An Dân Vệ.

Trong thời gian Thiếu Tướng Viên làm Tư Lệnh, Vùng III đã xảy ra 3 trận đánh lớn và đẫm máu: trận Bình Giả vào cuối tháng 12/1964, trận Đồng Xoài tháng 6/1965, và đồn điền cao su Michelin ở Dầu Tiếng vào tháng 6/65, khơi mào cho cuộc chiến đang trở nên ác liệt. Ngày 11/10/65, ông bàn giao chức Tư Lệnh Vùng III cho Thiếu Tướng Nguyễn Bảo Trị, để làm TTM Trưởng thay thế Trung Tướng Nguyễn Hữu Có (Tướng Có chỉ còn giữ chức Bộ Trưởng Quốc Phòng).

Ông được thăng Trung Tướng nhiệm chức ngày 1/11/65 và trở thành thực thụ ngày 19/6/66.

Lúc này Hải Quân khiếm khuyết chức vụ Tư Lệnh nên Trung Tướng Viên tạm thời kiêm luôn Tư Lệnh Hải Quân từ 14/9/66 đến 31/10/66, rồi giao lại cho Hải quân Đại Tá Trần Văn Chơn.

Ngày 28/1/67, ông kiêm nhiệm Bộ Trưởng Quốc Phòng thay thế Trung Tướng Có bị cho lưu vong và giải nhiệm.

Ngày 4/2/67, ông được thăng cấp Đại Tướng nhiệm chức.

Đầu năm 1967, khi bản dự thảo Hiến Pháp sắp hoàn tất, có những dấu hiệu chia rẽ giữa hai ông Thiệu và Kỳ. Sự mâu thuẫn càng ngày càng trở nên gay gắt. Khi bản Hiến Pháp được chính thức công bố, cả hai ông đều tuyên bố ra tranh cử Tổng Thống. Đại Tướng Viên nhận thấy nếu không hàn gắn và kết hợp được hai ông lại, quân đội sẽ bị chia rẽ. Không chừng cả hai ông đều bị thất cử.

Đại Tướng Viên thấy mình cấp bậc lớn nhất, và tuổi tác cũng lớn hơn các vị tướng khác nên đứng ra dàn xếp để kết hợp hai người lại với nhau. Một người trẻ hơn, chức vụ cấp

Tổng Thống Ngô Đình Diệm

bậc tuy nhỏ hơn nhưng trong tay có nhiều quyền lực, nhiều vi cánh hơn. Người kia dù không có nhiều uy quyền, nhiều tay chân, nhưng thâm trầm, khôn ngoan, và có thủ đoạn chính trị. Chính vì thế nên không ai chịu nhường ai.

Các tướng lãnh đã họp liên miên tại Bộ TTM nhưng các cuộc họp không đi đến một kết quả. Không khí buổi họp đôi lúc căng thẳng và ngột ngạt. Đại Tướng Viên đã phải bay đến các tư lệnh các vùng để tìm giải pháp nhưng cũng không xong. Cuối cùng, hội đồng tướng lãnh đã dùng kỷ cương quân đội và hệ thống quân giai ép ông Kỳ chịu đứng vai Phó Tổng Thống. Đổi lại, ông Thiệu nhường quyền đề cử Thủ Tướng, và chọn lựa các tổng, bộ trưởng cho ông Kỳ.

Sau khi hai ông đồng ý các điều kiện được nêu ra, Trung Tướng Thắng được giao nhiệm vụ viết lời cam kết và đưa ông Thiệu ký tên. Cuối cùng, Đại Tướng Viên đã dàn xếp êm thấm một vụ tranh dành quyền lực tưởng chừng như không thể dàn xếp được.

Chuyện của ông Thiệu và Kỳ vừa được giải quyết thì Đại Tướng Dương Văn Minh, đang ở Thái Lan, cũng tuyên bố sẽ về VN ứng cử làm Tổng Thống. Làm sao đây? Nếu ông Minh về ứng cử thì biết đâu ông Minh sẽ đắc cử?

Để bảo đảm cho liên danh của ông Thiệu và ông Kỳ đắc cử, Tướng Viên với tư cách là Bộ Trưởng Quốc Phòng đã ra thông cáo gởi cho Tướng Minh, như sau: "Vì lý do an ninh, chúng tôi không thể bảo đảm an toàn cho Đại Tướng về nước vận động tranh cử". Thế là ông Minh rút lui.

Khi liên danh của ông Thiệu và ông Kỳ đắc cử, cả hai ông đều muốn ông Viên vẫn giữ chức Bộ Trưởng Quốc Phòng kiêm TTM Trưởng. Ông Viên nhứt định không nhận chức Bộ Trưởng Quốc Phòng nên giao cho Trung Tướng Nguyễn Văn Vỹ, lúc đó đang là TM Trưởng Liên Quân.

Ngày 1/11/67, ông Viên được thăng Đại Tướng thực thụ.

Biến cố Tết Mậu Thân

Rồi máu lửa Mậu Thân 1968 lan tràn khắp đất nước VN CH. Đêm mùng 1 rạng mùng 2 Tết, khoảng 2 giờ sáng, tiếng súng nổ vang khắp nơi. Người viết chưa kịp định thần là chuyện gì thì điện thoại reo. Người viết nhắc điện thoại, nói:

- Tư dinh Đại Tướng, Sĩ quan Tùy viên nghe. Xin lỗi, giới chức nào gọi?

- Tôi là sĩ quan trực TTHQ/TTM báo cáo: "VC đang tấn công khắp 4 Vùng CT. Chúng đang tấn công vào Cổng số 4 Tổng Hành Dinh TTM". Đầu dây bên kia trả lời.

Người viết chưa kịp báo cáo thì Đại Tướng Viên bấm intercom:

- Chuyện gì vậy?

Sau khi nghe tôi báo cáo, ông ra lệnh chuẩn bị xe vào Bộ TTM. Tôi liền gọi hỏi Tổng Hành Dinh (THD) xem Cổng số 1 (cổng chánh) có an toàn hay không, để nắm vững tình hình, rồi chuẩn bị xe và lính hộ tống.

Chúng tôi đến TTM vào khoảng 3 giờ sáng. CH Trưởng THD, TĐ Trưởng TĐ Danh Dự Liên Quân đều không có mặt. Cổng số 4 bị địch chiếm. Trường Sinh Ngữ Quân Đội và Trung Tâm Ấn Loát Phòng Tổng Quản Trị gần đó bị cháy. Nhận thấy không đủ binh sĩ để ngăn chận địch, Đại Tướng ra lệnh trại Hoàng Hoa Thám tăng cường một đại đội Dù (không hoàn chỉnh) làm lực lượng án ngữ không cho VC tiến thêm để chờ viện binh.

Tờ mờ sáng, Thiếu Tướng Lê Nguyên Khang, Tư Lệnh QĐIII kiêm Tư Lệnh TQLC, điều động TĐ2/TQLC tới phản công, giải toả Cổng số 4. TĐ11/ND, đang thụ huấn tại

TTHL Vạn Kiếp, và TĐ41/BĐQ, đang tái huấn luyện tại TTHL/BĐQ Củ Chi, Đức Hòa, cũng được điều động về Sài gòn cùng một lúc. Khi mọi người đang bận công việc, Phó TT Kỳ tới gặp Tướng Viên và Tướng Khang nói chuyện. Khoảng 45 phút, ông Kỳ bỏ đi với vẻ mặt bực bội (Chi tiết sẽ viết sau). Sau đó, Đại Tướng Viên lệnh cho tôi gọi ChuẩnTướng Nguyễn Viết Thanh, Tư Lệnh SĐ7BB ở Mỹ Tho. Tôi chỉ nghe Đại Tướng nói:

- Ráng tìm mọi cách đưa Tổng Thống về Sài gòn, càng nhanh càng tốt và bảo vệ an ninh tối đa cho Tổng Thống. Nếu có thể, anh cho đưa Tổng Thống về trước. Toán cận vệ có thể về sau.

Tiếp theo, Đại Tướng Viên bảo Trung Tá Nguyễn Hữu Bầu, Chánh Văn Phòng, gọi phủ Tổng Thống. Đầu dây bên kia là một Trung Tá. Tôi chỉ nghe Đại Tướng nói:

- Trung Tá cố gắng phòng thủ Dinh cho chặt chẽ. Tôi sẽ gửi lực lượng tới giải toả ngay. Tổng Thống ở Mỹ Tho cũng sắp về tới.

Thiếu Tướng Khang điều động ngay một đơn vị TQLC tới giải toả áp lực của địch, hiện đang chiếm một cao ốc bên hông phải Dinh Độc Lập, ngay góc đường Nguyễn Du và Thủ Khoa Huân, có thể bắn thẳng vào Dinh Độc Lập.

Tướng Viên và Tướng Khang đã ăn ngủ ngay trong Bộ TTM suốt thời gian dầu sôi lửa bỏng. Ban ngày, ông đi thị sát các mặt trận chung quanh Sài gòn, Chợ Lớn. Ban đêm, ông về giải quyết các công điện, công văn có tính cách khẩn tới khuya.

Một hôm, Đại Tướng Viên, cùng Đại Tá Trần Văn Hai, CH Trưởng BĐQ, tới mặt trận ở hãng rượu Bình Tây, do TĐ41/BĐQ đang đánh nhau với VC. Khi đứng ngay chỗ

BCH/TĐ, hai ông đã bị một loạt AK bắn. Loạt đạn này đã gây tử thương cho 1 binh sĩ và gây thương tích cho 3 quân nhân khác. Thấy vậy, tôi đã đem theo áo giáp cho Đại Tướng. Hôm sau, Đại Tướng Viên cùng Đại Tá Hai thị sát một tiểu đoàn BĐQ đang đánh nhau với VC tại mũi tàu Phú Lâm. Khi đứng ngay BCH/TĐ, tôi đã đưa cho ông áo giáp. Ông đã gạt ngang và nói với tôi:

- Chú nhìn xung quanh đây xem có ai mặc áo giáp đâu. Chú đưa tôi mặc coi sao được.

Một buổi sáng, Đại Tướng Viên vừa lên xe Jeep để đi thị sát mặt trận thì gặp ChuẩnTướng Nguyễn Ngọc Loan, cầm theo một tấm hình chụp tử thi của VC. Ông ta nói:

- Hình này là xác của Tướng VC Trần Độ. Bộ phận giảo nghiệm tử thi của Tổng Nha CS cũng xác nhận đây là xác của y. Đề nghị Đại Tướng tuyên bố cho báo chí về việc Tướng Trần Độ bị tử trận.

Đại Tướng Viên nói:

- Tôi chưa được Phòng 2 và Phòng 7 của TTM báo cáo về vụ này, vì thế tôi chưa đủ chứng cớ cụ thể. Nếu chỉ căn cứ vào tấm hình như vậy rồi tuyên bố một cách vô trách nhiệm, rồi Trần Độ lên tiếng thì còn gì mặt mũi của tôi. Nếu anh có đủ chứng cớ, anh, với tư cách TGĐ/CSQG, cũng có thể tuyên bố được.

Nói xong, Đại Tướng Viên đi thị sát mặt trận ở cầu Tham Lương, đang có một tiểu đoàn Dù trấn đóng và đang giao chiến với VC. Ngày nào cũng vậy, ông thị sát mặt trận và thăm các lực lượng chủ yếu giải tỏa thủ đô là ND, TQLC và BĐQ. Hễ nơi nào giải tỏa xong thì giao cho Cảnh Sát tiếp nhận để ổn định dân chúng đang sống quanh vùng. Một ngày vào giữa tháng 2/1968, do có nhiều công điện thượng khẩn, ông ở lại văn phòng mà không đi thị sát mặt trận. Ông đang làm việc thì đường dây điện thoại nóng (hotline) chợt reo. Tiếng của TT Thiệu từ đầu dây bên kia vang lên:

- Đại Tướng có chỉ thị cho Tướng Loan mượn Thiết Giáp không? Sao có 6 chiếc M113 với Cảnh Sát Dã Chiến ngồi trên đó? Tôi đã ra lệnh cho Liên Đoàn An Ninh chận lại rồi. Đại Tướng xem ai cho mượn?

Hóa ra là Đại Tá Trần Văn Trọng, Cục Trưởng Cục Quân Cụ, đang có trong tay mấy chiếc M113 do BCH Thiết Giáp gửi qua Lục Quân Công Xưởng để bảo trì. Thấy mấy xe này, Tướng Loan hỏi mượn. Vì tình cảm bạn bè cùng Khóa 1 Thủ Đức, ông đã nể nang giao xe cho ông Loan. Hành động của ông đã vô tình vi phạm "Huấn Thị Điều Hành Căn Bản" của Bộ Quốc Phòng. Vì thế, ông bị cách chức. Khi Mậu Thân Đợt 2 xảy ra, sau vụ "tai nạn" của BĐQ tại trường Phước Đức ngày 2/6/68, không biết TT Thiệu hiểu lầm hay nghi ngờ điều gì nên quyết định gọi Trung Tướng Đỗ Cao Trí, Đại Sứ VN tại Đại Hàn, về để thay Tướng Viên. Nhưng khi Tướng Trí về tới Sài Gòn, TT Thiệu lại cử Tướng Trí thay thế Tướng Khang, Tư Lệnh QĐ III. Mặc dù không thay đổi Tướng Viên, nhưng TT Thiệu, không để cho ông đầy đủ quyền hạn theo đúng chức năng như trước, bằng cách từ từ lấy bớt quyền hành của ông. Từ đó, ông Viên buồn không còn tích cực nữa và cuối cùng làm đơn xin nghỉ. Xin trích một đoạn ghi âm buổi nói chuyện giữa ông Viên và luật sư Lâm Lễ Trinh tháng 12/2004.

Luật Sư Trinh hỏi:

- Trong "Hồi Ký Việt Nam Nhân Chứng" (trang 428-429), Tướng Trần Văn Đôn viết: "Có lần ông Thiệu than phiền ông Viên không làm việc nhiều, cứ ở mãi trong TTM làm việc mà không chịu đi ra ngoài thăm các đơn vị. Ông Thiệu nhờ tôi nói lại với Tướng Viên về vấn đề này. Ông Viên đã trả lời rằng ông đã xin từ chức mấy lần mà ông Thiệu không chấp thuận. Ngoài ra, ông Thiệu còn lấy hết quyền, nên ông Viên cứ ở lại văn phòng làm việc mà thôi. Mong anh (Đại Tướng Viên) xác nhận và giải thích.

Tướng Viên trả lời:

- Năm 1970, ông Thiệu ban hành một sắc lệnh thay đổi cơ cấu quân sự, tương quan giữa Bộ TTM với QĐ và QK. Với sắc lệnh mới, chức vụ TM Trưởng Liên Quân vốn có một số quyền hành với QĐ, nay được đổi thành TM Trưởng Bộ TTM và không có quyền hành với QĐ.

Khi lực lượng Biên Phòng giải tán để sát nhập với BĐQ, tôi đã đề nghị chọn vài Liên Đoàn BĐQ nòng cốt để thành lập một hoặc 2 SĐ/BĐQ Tổng Trừ Bị, như ND và TQLC. Chỉ làm như vậy, Bộ TTM mới có lực lượng tiếp ứng quân đoàn khi cần thiết. Ông Thiệu đã trả lời là không cần thiết. Ông đã thay đổi ý kiến này khi gần mất nước. Thật là quá trễ!

Trước khi Hòa Đàm Paris tiến tới giai đoạn kết thúc, tình hình quân sự rất căng thẳng. TT Thiệu, với tư cách Tổng Tư Lệnh Quân Đội, đã tập trung hết quyền hành trong tay bằng cách cho đặt một hệ thống truyền tin tại Dinh Độc Lập. Ông Thiệu đã liên lạc thẳng với các QK, điều động trực tiếp các đơn vị, bổ nhiệm trực tiếp Tư Lệnh Vùng, Tư Lệnh SĐ, trực tiếp ra lệnh hành quân, mà không cần tham khảo với ai. Bộ TTM lần hồi bị đẩy vào vai trò tuân hành và thị chứng. Bộ Quốc Phòng chỉ còn là "hộp thơ" giữa Tổng Thống và Bộ TTM. Trong 3 năm sau cùng của chế độ miền Nam, quyền chỉ huy quân đội đã hoàn toàn bị thu gọn vào Dinh Độc Lập.

Tổng Thống Ngô Đình Diệm

Vì không có điều kiện làm việc như trước kia, tôi đã mấy lần đệ đơn xin từ chức. Ông Thiệu đã yêu cầu tôi nán lại đợi ông chọn người thay thế, nhưng rồi ông bỏ lơ luôn không quyết định. Mãi tới khi TT Trần Văn Hương bàn giao cho ông Dương Văn Minh, tôi cương quyết xin giải ngũ vì tôi đã không phục ông Minh từ lâu. Tôi là nạn nhân suýt chết dưới tay ông Minh mà!

Ông Hương hiểu rõ hoàn cảnh của tôi nên chấp thuận. Người đi nhận giấy giải ngũ cho tôi là Đại Tá Nguyễn Kỳ Nguyện, Chánh Văn Phòng của tôi. Ngày 27/4/75, tôi rời VN trong tình trạng hợp lệ. Khi định cư tại Mỹ, tôi có dịp nói chuyện điện thoại với Tướng Đôn ở bên Pháp. Ông Đôn cho tôi biết rằng khi Tướng Minh nhận bàn giao từ ông Hương, ông Minh đã bảo ông Đôn giữ tôi lại đừng cho đi. Ông Đôn đã trả lời:

- "Lui" đi từ hôm qua rồi.

Có lẽ ông Minh muốn giao tôi cho VC chăng? Ông Minh ghét tôi từ khi ông ta làm Cố Vấn Quân Sự cho TT Diệm. Lúc bấy giờ tôi làm TM Trưởng Biệt Bộ. Hồ sơ quân bạ của ông Minh, do ông Ngô Đình Nhu cất giữ, có ghi nhận xét về ông Minh bằng tiếng Pháp:*"Minh a la force d'un éléphant mais cervelle d'un oiseau-mouche, un homme vénal et surtout n'entend rien à la politique"* (Minh có sức lực như một con voi, nhưng bộ óc của con chim sâu, con người dễ mua chuộc và nhứt là không biết gì về chính trị). Ông Minh đã hỏi tôi về lời phê của ông Nhu, nhưng tôi không dám tiết lộ. Vì thế, ông Minh để tâm ghét tôi từ đó.

Một câu hỏi khác của Luật sư Lâm Lễ Trinh:

- Anh có nghĩ rằng rút bỏ miền Trung quá sớm, quá hấp tấp, và thiếu chuẩn bị không? Trung Tướng Trưởng từng xác nhận với tôi rằng vào đầu năm 1975, quân lực của ta ở

Vùng I không yếu đến nỗi phải rút lui một cách hỗn loạn như vậy.

Đại Tướng Viên đáp:

- Dĩ nhiên là không có chuẩn bị. Với một đại đơn vị, việc rút quân cần chuẩn bị thật kỹ và phải có đủ thời gian. Tình hình thời cuộc biến chuyển khá nhanh và phức tạp nằm ngoài dự tính của Tướng Trưởng. Do đó, ông ta không thể xoay sở gì được.

Sau khi Ban Mê Thuột mất, dân chúng Vùng I nghe tin đồn chính phủ sẽ cắt đất nhường cho địch nên hoảng sợ, tự động kéo vào Nam mà không ai ngăn cản nổi. Vì thế, ngày 12/3/75, Tướng Trưởng ra Huế, họp với các viên chức Hội Đồng Tỉnh, tuyên bố giữ Huế để dân chúng an tâm. Ngày 13/3/73, Tướng Trưởng được lệnh vào Sài Gòn họp. Trong phiên họp tại phòng hành quân ở dinh Độc Lập, có sự hiện diện của Thủ Tướng Khiêm, Trung Tướng Quang, và tôi (ông Viên). *TT Thiệu lấy cây viết gạch trên bản đồ VN, xóa vùng Cao Nguyên và Vùng I, rồi vạch một đường từ Ban Mê Thuột đến Nha Trang, rồi nói rằng chúng ta sẽ còn giữ phần đất dưới đường này. Từ đèo Cả trở ra Quảng Trị là phần đất dành cho MTGPMN. Ông Thiệu nói với ông Trưởng:*

- Đây là chỉ thị của tôi. Phải thi hành, nhưng giữ bí mật. Không được nói lại cho ai! (có lẽ tin này rò rỉ ra ngoài).

Ghi chú thêm của PQT: *Nguyễn Văn Thiệu thi hành chỉ thị của Mỹ vì Thiệu luôn luôn sợ Mỹ. Thiệu là người "yêu ghế trước, yêu nước sau" vẫn còn mơ tưởng sẽ tiếp tục làm Tổng Thống sau khi có Chính Phủ Liên Hiệp với cái gọi là MTGP. Năm 1996, Thiệu qua Paris "múa may" bị Kissinger gọi điện thoại nói: "Ông im cái mồm lại!". Thiệu hoảng quá liền về Hoa Kỳ nói lại cho Chủ Tịch Hạ Nghị Viện*

Nguyễn Bá Cẩn biết và ông Cẩn nói lại cho PQT. Mất Miền Nam là do Thiệu nghe theo chỉ thị của Mỹ!

Xong buổi họp, Tướng Trưởng theo tôi về văn phòng, có ý trình bày thêm về lệnh của ông Thiệu. Ông Trưởng nói:

- Tôi không thể thi hành lệnh vừa rồi của Tổng Thống, vì tôi đã hứa với đồng bào ở Huế là tôi sẽ giữ Huế. Xin Đại Tướng chỉ thị một tướng khác để làm việc đó.

Tôi trả lời việc này nằm ngoài quyền hạn của tôi. Tôi đề nghị Tướng Trưởng xin TT Thiệu được dự phiên họp ngày hôm sau, 14/ 3, tại Cam Ranh. Tướng Trưởng liền gọi điện thoại cho Đại Tá Võ Văn Cầm, Chánh Văn Phòng Phủ TT, để xin gặp TT Thiệu ở Cam Ranh.

Tướng Trưởng trở lại Đà Nẵng nhưng không nhận được lời trả lời của Đại Tá Cầm cho biết TT Thiệu có đồng ý gặp ông hay không?

Ngày 15/3/75, Tướng Trưởng lại bay vào Sàigòn xin gặp TT Thiệu, xin từ chức hoặc cho giữ Huế vì còn đủ khả năng và phương tiện.

Ông Thiệu nói:

- Thôi thì giữ Huế.

Tướng Trưởng về Đà Nẵng họp Bộ TM/QĐ thông báo quyết định của TT. Nhưng chiều hôm đó, TT Thiệu lại điện thoại cho Tướng Trưởng:

- Tôi đã suy nghĩ lại. Cụ Hương là người không rành về quân sự mà cũng nói nếu chúng ta quyết giữ Huế thì phải hy sinh cỡ 30 ngàn quân. Thôi hãy bỏ Huế đi!

Tướng Trưởng chưa ra lệnh rút quân, nhưng Bộ Tư Lệnh Tiền Phương phụ trách phía Bắc đèo Hải Vân, đã di tản rồi.

Có người nói rằng, khi đương thời, ông đã không cáng đáng hết trách nhiệm, đến văn phòng cho có lệ, còn thừa thì giờ đi học lấy bằng cử nhân. Điều này không hoàn toàn đúng, vì ông đã có bằng Cử nhân từ năm 1964, trước khi làm TM Trưởng.

Những năm sau cùng ông trở nên ít nhiều thụ động. Phải chăng chính vì thái độ không hoàn toàn ngả theo ông Thiệu khiến ông bị hiểu lầm? Phải chăng chính vì thế nên ông Thiệu giới hạn quyền hành của ông khiến ông không thể làm việc theo đúng chức năng? Ông Viên cũng không thích dấy binh tạo phản.

Trong tất cả các lần binh biến của các Tướng Lâm Văn Phát, Dương Văn Đức, Phạm Ngọc Thảo, ông Viên đều không dính dáng.

Khi bà Viên mất, ông sống một mình trong chung cư dành cho người già tại số 4435 N. Pershing Dr., Arlington, Virginia. Trong một lần người viết sang thăm, ông nói:

- Ông Kỳ nhiều lần thuyết phục tôi đảo chánh ông Thiệu.

Lần đầu tiên vào sáng mùng 2 Tết, ngày đầu tiên của biến cố Tết Mậu Thân 1968, Tướng Viên và Tướng Khang đang lo điều binh đối phó với VC trong TTM thì Tướng Kỳ thình lình tới đề nghị hai ông truất phế TT Thiệu lần đầu tiên, với lý do ông Thiệu nhẹ lo việc nước, nặng tình nhà, lo về quê vợ ăn Tết, bỏ bê đất nước đảo điên. Ông Kỳ cho biết ông ta đã viết lời hiệu triệu và nhật lệnh đã có sẵn trong túi. Nếu hai ông đồng ý, ông sẽ lên đài phát thanh tuyên bố truất phế TT Thiệu (Lúc này, ông Thiệu còn đang ở Mỹ Tho). Ông Kỳ cũng cho biết Tướng Loan đã đồng ý.

Đại Tướng Viện đã trả lời:

- Tình hình như thế này, lo chống đỡ giặc ngoài muốn hụt hơi. Anh còn muốn gây thù bên trong nữa. Vậy anh giao đất nước này cho VC luôn đi!

Tướng Khang cũng nói:

- Anh có điên không? Lúc nào cũng muốn mình phải là số 1 mới chịu. Đừng có hành động mù quáng.

Đúng không hơn 5 phút, Tướng Kỳ tiu nghỉu đi ra. Lần thứ hai, khi TT Thiệu không cho ông Kỳ quyền đề cử Thủ Tướng như lời cam kết trước đó. Ông Kỳ nói với ông Viên rằng ông Thiệu đã bội ước: Tướng Viên, bên phải và tác giả bài viết.

- Đại Tướng phải làm sao đem lại sự công bằng chứ. Chính Đại Tướng chủ tọa buổi họp và đã chứng kiến ông Thiệu ký tờ cam kết đó mà. Đại Tướng phải tính sao chứ. Đâu thể để ông Thiệu nuốt lời hứa như vậy được.

Ông Viên hiểu ông Kỳ muốn nói gì nên trả lời:

- Bây giờ tôi không còn nhiều quyền như thời Ủy Ban Lãnh Đạo Quốc Gia. Hội Đồng Tướng Lãnh cũng đã giải tán vì không hợp hiến. Ông Thiệu bây giờ là Tổng Tư Lệnh tối cao. Tất cả tướng lãnh, kể cả tôi đều vào hàng, sau lưng Tổng Tư Lệnh. Tôi chẳng làm gì khác được.

Lần cuối cùng vào đầu tháng 4/1975. Sau khi QĐ II thất bại trong vụ triệt thoái khỏi cao nguyên và Tướng Phú vào nằm ở Bệnh Viện Cộng Hòa, ông Kỳ đến gặp ông Viên, thúc dục (nguyên văn):

- Anh và tôi (ông Kỳ) phải lật "thằng Thiệu".

Ông Viên đã trả lời:

- Ngày trước anh còn cầm cờ trong tay, khi anh phất có nhiều người theo. Bây giờ anh không có cờ, anh phất bằng tay không. Liệu có ai theo anh? Anh làm gì thì làm, tôi không tham gia.

Nghe tôi khẳng định như vậy, trước khi về ông Kỳ vả lả đề nghị ông Viên:

- Anh nói với ông Thiệu giao cho tôi 2 SĐ/BB, 1 LĐ/KB, 3 TĐ/PB, để tôi lấy lại Pleiku.

Ông Viên đáp:

- Còn quân đâu mà giao cho anh. Vả lại nếu còn quân thì thiếu gì tướng bộ binh có khả năng chỉ huy.

Khoảng 15 phút sau, TT Thiệu trực tiếp điện thoại cho ông Viên và hỏi:

- Ông Kỳ mới ghé thăm Đại Tướng.

- Có, đúng vậy. Ông Kỳ đề nghị xin trực tiếp cầm quân để lấy lại Pleiku.

Ông Thiệu đã im lặng không hỏi thêm. Ông Viên kết luận:

- Như vậy chứng tỏ là trong Bộ TTM đã có sẵn "tai mắt" của ông Thiệu. Thử nghĩ xem, tôi đảo chánh để làm gì? Không lẽ để đưa ông Kỳ lên làm Tổng Thống?

Lần sau cùng, người viết sang dự sinh nhật của Tướng Viên vào tháng 12/ 2007, vì được biết nếu không tham dự thì "không còn kịp".

Buổi hội ngộ này do anh Lý Thanh Tâm, cựu Trung Tá Phụ Tá Chánh VP, tổ chức.

Hôm đó có sự hiện diện của: Trung Tướng Đồng Văn Khuyên, Chuẩn Tướng Trần Đình Thọ, Phó Đề Đốc Hồ Văn Kỳ Thoại và phu nhân, Đại Tá Nguyễn Hữu Bầu và phu nhân, và một số thân hữu...

Hình như linh cảm biết mình không còn sống được bao lâu nên lời phát biểu của ông Viên đã giống như những lời trăn trối sau cùng. Mọi người tham dự đều tỏ ra xúc động. Người viết còn nhớ lời nói của ông:

- Dù sao thì tôi cũng là một trong những người chịu trách nhiệm để mất nước.Vì thế, khi tôi chết, xin đừng phủ cờ. Tôi thấy không xứng đáng được phủ trên quan tài của tôi lá cờ biểu tượng của hồn thiêng đất nước VNCH. Tôi không phải chết cho Tổ Quốc.

- Tôi cũng có phần trách nhiệm đã để cho một quân đội, hùng mạnh nhứt Đông Nam Á, phải tan hàng một cách tức tưởi, dù tôi không phải Tổng Tư Lệnh Quân Đội. Vì vậy, tôi không xứng đáng được an táng theo nghi thức quân cách của QL/VNCH dành cho các tướng lãnh.

- Cám ơn chú Lý Thanh Tâm đã giúp đỡ tôi trong lúc ốm đau, già yếu. Khi hữu sự, tôi muốn chú chỉ báo cho con gái tôi, rồi thiêu xác tôi ngay. Khi chú đã đem tro cốt của tôi rải ra ngoài biển xong thì mới báo cho mọi người.

Ngày 22/1/2008, ông qua đời. Anh Tâm có nhắc lại ý nguyện của Đại Tướng cho anh Trân, em của bà Viên, rõ. Tuy nhiên anh Trân đã lý luận rằng:

- Chuyện một cựu Đại Tướng của QL/VNCH chết lặng lẽ, không trống kèn, không người đưa tiễn là chuyện không hợp lý. Tụi VC ở trong tòa đại sứ gần đây thấy vậy sẽ có cơ hội mỉa mai, bôi bác làm xấu mặt QLVNCH. Tôi xin phép cãi lịnh anh của tôi.

Thế là đám tang được tổ chức theo đúng nghi lễ của QL/VNCH (trái ý ông Viên) để tiễn đưa linh hồn ông về cõi Niết Bàn, và để tiễn biệt một vị cựu Nguyên Soái của QL/VNCH.

Ai đã ra lệnh giết TT Ngô Đình Diệm?

Từ đơn vị tác chiến (TĐ41/BĐQ), tôi được lệnh về làm Sĩ quan Tùy viên cho Đại Tướng Viên, TTM Trưởng vào cuối năm 1966. Vì tôi không có nhà ở Sàigòn nên ông bà Đại Tướng cho tôi tạm ở trong tư dinh thời gian đầu. Với công việc hoàn toàn mới lạ, nhiều bỡ ngỡ, cộng thêm sự gò bó ở trong dinh của Đại Tướng, mới đầu tôi hơi nản lòng, nhưng nhờ sự giúp đỡ, chỉ dẫn tận tình của người tiền nhiệm của tôi là Quách Tinh Cần K20/VBQG/ĐL, và sự cởi mở của ông bà Đại Tướng nên tôi cảm thấy an tâm đôi chút. Những ngày đầu về ở trong dinh của Đại Tướng, cứ sau bữa cơm tối ông xuống phòng tùy viên chỉ rõ cách sinh hoạt trong nhà, cách tiếp nhận điện thoại từ bên ngoài gọi vào, an ninh vòng ngoài, an ninh vòng trong, và v.v…

Ông bảo tôi:

- Thông thường các tướng lãnh khác tôi đều tiếp họ tại văn phòng, ngoài giờ làm việc tôi không tiếp ai ở nhà riêng cả, nếu có vị tướng tá nào muốn gặp tôi ngoài giờ làm việc, mà không có hẹn, chú không được mở cổng, mà phải báo tôi trước để tôi quyết định có tiếp họ hay không, đặc biệt chú phải quan sát, xem vị tướng đó có đem theo lính hộ tống hay không. Trong mọi trường hợp chú đừng cho lính hộ tống vào bên trong dinh, cổng phải luôn luôn khóa chốt. Nhưng đặc biệt có hai vị cựu tướng lãnh khi tới nhà muốn gặp tôi bất cứ lúc nào, chú cũng mở cổng mời vào phòng khách rồi báo tôi ra tiếp, không cần phải hỏi tôi trước, hai vị đó là Trung Tướng Trần Văn Đôn và Trung Tướng Tôn Thất Đính. Mà chú có bao giờ thấy hai vị tướng đó chưa?

Tôi trả lời:

- Dạ chỉ biết qua hình ảnh trên báo chí.

Ông bảo:

- Cũng tốt, vậy thì ráng nhận diện nếu hai vị đó tới.

Xong ông nhìn tôi thấy có vẻ như tôi muốn tìm hiểu lý do nào mà hai ông cựu Tướng này được Đại Tướng ưu ái như vậy? Ông nói thêm:

- Chú muốn biết tại sao tôi đối xử với hai ông đó đặc biệt như thế chứ gì, được rồi để mai tôi kể cho chú nghe vì mai là chúa nhật có nhiều giờ rảnh hơn.

Hôm sau ăn cơm trưa xong ông xuống phòng tôi và bắt đầu kể:

Ngày 1/11/1963 là ngày Lễ Các Thánh, quân nhân, công chức nghỉ buổi sáng khoảng 10 giờ sáng tôi được điện thoại của Chánh văn phòng Tướng Khiêm mời vào Bộ TTM họp ở phòng họp số 1, và phải có mặt trước 1 giờ. Tôi tới lúc 1 giờ kém 10 phút, thấy có đông các đơn vị trưởng sẵn đó rồi, nhìn mặt toàn là các sĩ quan thân tín của ông Diệm. Đúng 1 giờ, hai Quân Cảnh ở ngoài đóng cửa phòng họp và khóa lại, mọi người trong phòng ngơ ngác nhìn nhau, Đại Tá Lê Quang Tung nói lớn:

- Họp hành khỉ mẹ gì, ai chủ tọa phiên họp sao chưa tới mà họ khóa cửa nhốt mình rồi, chuyện gì đây!

Vài phút sau đó có tiếng mở cửa, Đại Úy Nhung cận vệ của Trung Tướng Dương Văn Minh đứng ngoài cửa nói với vào:

- Mời Đại Tá Lê Quang Tung, LLĐB và Đại Tá Cao Văn Viên, ND lên lầu gặp Trung Tướng Dương Văn Minh.

Vì Đại Tá Tung ngồi gần cửa nên bước ra trước, tôi ở trong xa cửa hơn nên đi ra sau. Khi tôi ra khỏi phòng họp thì nhìn thấy Đại Tá Tung đã bị Đại Úy Nhung còng tay dẫn xuống xe, còn tôi cũng bị 1 sĩ quan khác còng nhưng mới vừa bị còng 1 tay thì tình cờ Thiếu Tướng Tôn thất Đính trên lầu đi xuống chợt thấy vậy, ông bảo tháo còng tôi ra, rồi sĩ quan đó cùng Tướng Đính dẫn tôi lên lầu gặp Trung Tướng Minh. Tướng Minh nói:

- Hôm nay moa ("moi") và một số các tướng lãnh đảo chánh ông Diệm toa ("toi") nghĩ sao?

Tôi trả lời:

- Chuyện quan trọng như vậy mà tới giờ này Trung Tướng mới cho tôi biết thì tôi đâu có quyết định được gì.

Lúc đó Trung Úy Trương (hay Trần) Tự Lập, sĩ quan Tùy viên của Trung Tướng Minh lăm le khẩu súng carbine chĩa vào lưng tôi như sẵn sàng bắn tôi. Anh ta hỏi tôi:

- Đại Tá có theo Hội Đồng QNCM không?

Tôi đáp:

- Tinh thần của quân nhân thuộc Binh Chủng Nhảy Dù không trả lời trước áp lực.

Thiếu Tướng Đính thấy vậy bảo tên Trung Úy Lập đừng hỗn với cấp trên, rồi Tướng Đính dẫn tôi về lại phòng số 1 đóng cửa lại.

Vài vị sĩ quan đang bị nhốt chung trong phòng tới hỏi tôi chuyện gì vậy? Tôi nói họ đảo chánh TT Ngô Đình Diệm. Có người hỏi:

- Còn Đại Tá Tung đâu?

Tôi nói:

- Bị còng dẫn đi chỗ khác rồi.

Khoảng 15 phút sau tôi lại bị dẫn lên gặp Trung Tướng Minh lần nữa, lần này Trung Tướng Minh nói với tôi:

- Có một tiểu đoàn nhảy dù theo "Chiến Đoàn Vạn Kiếp" của Trung Tá Vĩnh Lộc từ Bà Rịa về tới Sài Gòn, nhưng không chịu tấn công vào Dinh Gia Long, đòi phải được liên lạc trực tiếp với "tôi", vậy nếu "tôi" chịu làm 2 việc như sau: Thứ nhất tuyên bố theo Hội Đồng QNCM, thứ hai ra lệnh cho tiểu đoàn ND ở Bà Rịa về tấn công vào Dinh Gia Long, khi thành công "moi" gắn lon Thiếu Tướng cho "tôi" liền.

Tôi trả lời rằng chuyện của Trung Tướng làm, tôi không chống đối, nhưng bảo tôi phản lại "thầy" tôi thì tôi không làm, Trung Tướng thông cảm cho tôi (lời người viết: xin nói rõ thêm, trước khi chỉ huy Lực Lượng Nhảy Dù, Đại Tá Viên là Chánh Võ Phòng rồi TM Trưởng Biệt Bộ Phủ Tổng Thống).

Tôi được dẫn trả lại phòng họp số 1, các vị sĩ quan trong phòng lại hỏi, tôi trả lời chưa hết thì chánh văn phòng của Thiếu Tướng Khiêm xuống dẫn tôi lên văn phòng giữ riêng tôi ở đó.

Sau khi đảo chánh thành công tôi được cho về nhà, rồi hằng ngày tôi phải lên Bộ TTM chờ lệnh. Độ 5, 6 ngày sau Thiếu Tướng Khiêm "lên Trung Tướng ngày 2/11/1963" tự ý quyết định cho tôi trở về chỉ huy Lữ Đoàn Nhảy Dù như cũ, còn các vị sĩ quan bị nhốt chung với tôi đa số bị giải ngũ hoặc bị hạ tầng công tác.

Rồi sau đó không lâu tôi được Trung Tướng Đôn cho biết: sau khi tôi từ chối lời yêu cầu của Trung Tướng Minh thì Trung Tướng Minh bàn với Trung Tướng Đôn định đưa tôi theo số phận của Đại Tá Lê Quang Tung, nhưng Trung Tướng Đôn không đồng ý và nói rằng:

- Trước khi tiến hành cuộc "cách mạng" anh (ông Minh) có hứa với chúng tôi hạn chế tối đa việc gây đổ máu các sĩ quan cấp tá không ủng hộ chúng ta, anh đã cho giết Đại Tá Hồ Tấn Quyền, giết Đại Tá Lê Quang Tung, bây giờ anh muốn giết luôn Đại Tá Viên nữa sao? Hơn nữa dù luy ("lui") không hợp tác với mình nhưng "lui" đâu có chống mình mà giết "lui".

Tôi nghĩ dường như Tướng Khiêm cũng biết ý định đó của Tướng Minh nên mới ra lệnh đem tôi lên văn phòng của ông giao cho Chánh văn phòng là Đại Úy Phạm Bá Hoa giữ riêng tôi ở đó, rồi ông Khiêm bảo:

- Ai muốn kêu Đại Tá Viên đi đâu phải có lệnh của tôi mới cho đi.

Đấy là 3 người ơn cứu tử tôi đó!

* Phụ chú:

Những điều tôi thuật lại cho quý độc giả trên đây là tôi được nghe Đại Tướng Viên kể lại lúc tôi đang là sĩ quan Tùy viên của ông. Sau này vào tháng 8/2004, tôi từ Cali qua Virginia thăm Đại Tướng Viên trong một nursing home, tình cờ có Đại Tướng Khiêm tới. Ông Viên, ông Khiêm và tôi cùng ngồi nói chuyện chung, đây là dịp may hiếm có, tôi hỏi Đại Tướng Khiêm vài điều mà tôi ấp ủ từ lâu vì không biết hỏi ai cho chính xác.

Tôi hỏi:

- Thưa Đại Tướng, em nghe nói ngày đảo chánh 1/11/ 1963 có một người Mỹ ở trong phòng của Đại Tướng ngay từ giờ phút đầu để theo dõi cuộc đảo chánh, em muốn biết lời đồn đó có đúng không?

Đại Tướng Khiêm nói:

- Lời đồn đó đúng, người Mỹ đó là Trung Tá Conein, ông ta ở trong 1 phòng nhỏ sát phòng làm việc của tôi sau

Tổng Thống Ngô Đình Diệm

tấm vách ngăn mà không hề bước qua phòng tôi trong thời gian tiến hành đảo chánh. Tôi cũng cho chú biết thêm, ông Conein này là 1 sĩ quan trưởng của 1 toán tình báo Mỹ đã từng nhảy dù xuống vùng Việt Minh kiểm soát ở miền Bắc, VN năm1945 để giúp Hồ Chí Minh đánh Nhật, ông ta là người biết nhiều về Hồ Chí Minh và mặt trận Việt Minh.

Tôi hỏi tiếp:

- Thưa Đại Tướng, em được biết, sau khi Đại Tướng làm cuộc chỉnh lý ngày 30/1/1964, Thiếu Tá Nhung khai, ông Minh đã ra lệnh cho ông ta giết ông Diệm, ông Nhu, lời khai đó chân thật không? Liệu sau lưng ông Minh có 1 thế lực nào khác thúc đẩy ông Minh làm chuyện đó không?

Đại Tướng Khiêm trả lời:

- Chú nghe kỹ tôi nói đây: "Trước ngày đảo chánh (1/11/1963) tôi đưa ra 1 điều kiện tiên quyết với ông Minh, liên quan đến TT Diệm như sau: phải bảo đảm sinh mạng TT Diệm và để TT Diệm bình an xuất ngoại. Ông Minh và ông Kim đều đồng ý, sở dĩ có ông Kim vì mới đầu ông Kim có 1 nhóm riêng cũng âm mưu đảo chánh, về sau 2 nhóm mới kết hợp lại.

Khi biết ông Diệm, ông Nhu bị giết, lúc ấy tôi mới biết luôn Đại Tá Quyền, Đại Tá Tung và em của Đại Tá Tung là Lê Quang Triệu cũng bị giết, còn ông này (ông Khiêm vừa nói vừa nhìn qua ông Viên) cũng bị còng tay, may mà ông Đính thấy kịp chứ không thì cũng theo Hồ Tấn Quyền và Lê Quang Tung rồi (ông Viên và ông Khiêm cùng cười).

Ông Khiêm nói tiếp:

- Tôi ở văn phòng của tôi trên lầu. Còn ông Minh, ông Kim, ông Đôn ngồi ở phòng của Đại Tướng Ty, lúc đó Đại Tướng Ty đang dưỡng bệnh, nên ông Đôn làm quyền TTM

Trưởng. Họ hành động lén lút, giấu không cho tôi biết rồi họ quyết định với nhau tôi có hay biết gì đâu. Chú nghĩ coi: ông Diệm đã gọi điện thoại bảo cho xe đến đón ông về TTM, như vậy nghĩa là ông đã đầu hàng rồi, tại sao lại giết người đầu hàng. Ông Minh, ông Kim độc ác quá! Cho nên tôi bất mãn với 2 ông ấy từ lúc đó. Còn chú hỏi liệu có thế lực nào khác thúc đẩy ông Minh giết ông Diệm, tôi cho chú biết thêm chi tiết này: khi ông Conein ở trong phòng nhỏ bước ra phòng tôi, Trung Tướng Minh cho ông ta biết ông Diệm và ông Nhu chết rồi, ông Conein tỏ ra tức giận không nói với ông Minh một lời, ông quay trở vào phòng và thốt lên một câu:*"Do a terrible thing"*, rồi một lúc sau ông Conein bỏ ra về. Thế đó chú tự suy nghĩ.

Tôi cám ơn Đại Tướng Khiêm, rồi chúng tôi tiếp tục nói chuyện linh tinh khác suốt cả buổi sáng hôm đó.

Thân phận của một Quốc Gia nhược tiểu là như vậy.

Cựu Sĩ quan Tùy viên
Đặng Kim Thu

NĂM

NHỮNG KẺ QUYẾT ĐỊNH GIẾT
TT NGÔ ĐÌNH DIỆM VÀ CV NGÔ ĐÌNH NHU

Nam Việt Nam 1954-1975
Những sự thật chưa hề nhắc tới (trang 269-274)
Hoàng Văn Lạc và Hà Mai Việt
Nam Á xuất bản 1990

Về việc TT Ngô Đình Diệm thoát hiểm, có người nghi ngờ cho rằng Tướng Đính đã phản thùng, lỏng tay thả Diệm. Sự thực thì lúc đầu hai ông Diệm và Nhu, định chia làm hai cánh: Ông Diệm chạy về miền Tây với Tướng

Huỳnh Văn Cao, còn ông Nhu lên Pleiku với Tướng Nguyễn Khánh hoặc ra Phan Rang với Trung Tá Nguyễn Kim Khánh. Vào phút chót ông Diệm khước từ ý định này vì sợ ông Nhu chạy một mình, nếu bị bắt có thể nguy đến tính mệnh, nên ông quyết định dùng xe nhỏ chạy vào nhà ông Bang Mã Tuyên ở Chợ Lớn rồi sau mới đến nhà thờ Cha Tam để chịu lễ lần cuối cùng.

Hừng sáng ngày 2/11/1963, trong khi các Tướng Minh, Đôn, Kim đang lo lắng, bỏ phòng hội ra ngoài hành lang chờ tin tức thì đột nhiên Đại Úy Đỗ Thọ, Tùy viên Tổng Thống, điện thoại từ nhà Mã Tuyên cho Tướng Khiêm để Tổng Thống nói chuyện. Khiêm được ông Diệm hẹn địa điểm và bảo Khiêm đích thân đi đón. Tuy nhiên Khiêm biết mình đang ở trong thế ngồi trên lửa, nên vội trình lên Tướng Minh và Đôn để xin quyết định. Ngay sau đó Tướng Minh liền họp các Tướng đảo chánh để thông báo và tìm đường lối giải quyết. Trong khi chờ đợi mọi người trở vào phòng họp, Tướng Là có lân la đến nói với Tướng Minh:

- Chúng ta nên giải quyết TT Ngô Đình Diệm như trường hợp Lý Thừa Vãn, nghĩa là đưa ra ngoại quốc. Vì chúng ta cần có sự ủng hộ của khối Công giáo, cũng như của đồng bào di cư. Các thành phần này chống Cộng rất tích cực.

Minh đáp lại:

- Ý "toi" nghe được đó, VNchúng ta còn văn minh hơn Đại Hàn nhiều chứ! Nhưng để "moi" hỏi lại ý kiến của anh em.

Tại phòng hội, đối với TT Diệm thì 3/4 muốn để ông xuất ngoại, trừ các ông Tướng Lê Văn Kim, Phạm Xuân Chiểu (gốc Việt quốc được bác sĩ Trần Kim Tuyến giới thiệu, ông Ngô Đình Nhu nâng đỡ cất nhắc) và Mai Hữu

Xuân có ý định thanh toán. Riêng với ông Nhu thì tất cả tướng lãnh đều muốn hạ sát. Tướng Nguyễn Ngọc Lễ, người theo Diệm từ giờ đầu, cũng tuyên bố nảy lửa: *"Nhổ cỏ thì phải nhổ cả rễ"*. Trong cuộc họp này ngoài các tướng lãnh, đặc biệt còn có Đại Tá Nguyễn Văn Quan, Đỗ Mậu và Dương Ngọc Lắm. Sau phần thảo luận, Tướng Minh quyết định đề cử Tướng Mai Hữu Xuân làm trưởng đoàn. Đại Tá Nguyễn Văn Quan phụ tá và Đại Tá Dương Ngọc Lắm cùng đi đón TT Diệm. Ngoài ra Tướng Minh còn riêng cử Đại Úy Nhung, sĩ quan cận vệ của ông, Thiếu Tá Dương Hiếu Nghĩa (thành phần Đại Việt gốc Việt Nam Quốc Dân Đảng) thuộc Bộ chi huy Thiết giáp và Thiếu Tá Nguyễn Văn Đầy tháp tùng. Sau đó Tướng Đôn chỉ thị và đồng thời cùng Trung Tá Lê Soạn, Chỉ huy trưởng Tổng Hành Dinh Bộ TTM, sửa soạn phòng ngủ cho TT Diệm. Nhưng Đôn cũng không quên dặn Soạn đừng gắn máy điện thoại, cốt tránh không cho TT Diệm liên lạc với bên ngoài.

Đến nhà thờ Cha Tam, Tướng Xuân và Đại Tá Quan đứng xa ở phía ngoài. Đại Tá Lắm, đầu đội mũ nồi đen của Binh chủng Thiết giáp, một mình tiến vào nhà thờ gặp TT Diệm. Lắm nguyên là Chỉ huy trưởng Thiết giáp binh, được ông Diệm quý mến, cất nhắc lên chức Tổng giám đốc Bảo An. Vốn có cảm tình với Lắm, nên hai ông Diệm và Nhu nhận lời mời của Hội Đồng Quân Nhân Cách Mạng mà theo Lắm ra ngoài.

Một chi đội Thiết vận xa M113 đã chờ sẵn ở cửa nhà thờ để chở TT Diệm. Khi được mời lên xe, ông Nhu bất bình về cách đón rước Tổng Thống như vậy. Nhưng rồi sau khi lời qua tiếng lại nặng nề giữa Đại Úy Nhung và ông Nhu, Nhung xô đẩy cả hai ông Diệm và Nhu lên thiết vận xa mang số 80989, rồi trói tay cả hai người (hai tay quặt về phía đàng sau lưng). Thiếu Tá Đầy, Đại Úy Nhung cả hai nhẩy tới giật chiếc cặp da và cái gậy trong tay TT Diệm, sau đó nộp cho Tướng Mai Hữu Xuân.

Sau khi đóng chặt cửa sau thiết vận xa, Thiếu Tá Nghĩa và Đại Úy Nhung nhẩy lên ngồi trên mui xe. Trên đường trở về Bộ TTM, khi tới cổng xe lửa Số 6 đường Hồng Thập Tự, thiết vận xa phải ngừng lại vì có đoàn xe lửa chạy ngang qua. Lợi dụng tiếng xe lửa chạy rầm rầm, Nhung liền rút súng Colt 45 hạ sát ông Nhu trước rồi hạ sát tiếp ông Diệm. Tiếp đó Thiếu Tá Nghĩa dùng tiểu Thompson bồi thêm những phát ân huệ. Dường như chưa được thỏa mãn, từ trên nóc xe, Nhung nhẩy xuống khoang xe dùng dao găm đâm nạn nhân nhiều nhát. Khi lục soát tử thi, người ta, tìm thấy trong tử thi của TT Diệm một bao thuốc lá Bastos xanh và một chuỗi tràng hạt.

Trong lúc cảnh thảm sát diễn ra thì các Tướng đảo chánh đang tụ tập tại văn phòng của Đại Tướng Lê Văn Ty, với sự hiện diện của cựu Trung Tá Lucien Conein. Lucien ngồi trên ghế bành lớn của Đại Tướng Ty, gác chân lên bàn, bên cạnh là khẩu Magnum , dưới chân bàn là hai xách tay trong dựng sáu triệu đồng bạc VN. Số tiền này sau được phân phát cho Tướng Đôn ba triệu, phần còn lại chia cho các Tướng khác. Nhìn vào các Tướng bu quanh Lucien để bàn bạc, Tướng Minh cảm thấy bực bội và khó chịu, liền bỏ ra đứng ngoài bao lan ngước mắt nhìn trời.

Khi nhóm đảo chánh đang hớn hở về những dự tính sẽ được thực hiện thì có tin báo cho biết TT Diệm và CV Nhu đã tự tử chết, mọi người trong phòng họp đều sửng sốt về chuyện khó tin này. Riêng Lucien Conein mặt mày tái nhợt, đứng dậy mắng chửi thậm tệ, ông không tin rằng TT Diệm, một người Công giáo gốc thuần thành, lại có thể tự sát được. Trước khi bỏ đi, Lucien còn tuyên bố: *Các người sẽ phải hoàn toàn chịu trách nhiệm và lãnh mọi hậu quả về cái chết của ông Diệm".*

Một lúc sau, chiếc thiết vận xa M113 chở thi hài hai ông Diệm và Nhu tiến vào sân cờ tòa nhà chính Bộ TTM, Tướng Xuân vội chạy lên thang lầu, hối hả bước vào văn phòng Tướng Minh, đứng nghiêm, chào tay rồi báo cáo: "Mission accomplie" (có nghĩa là nhiệm vụ hoàn tất). Theo sau Xuân là các Đại Tá Quan và Lắm, cả hai đều giữ im lặng để chờ lệnh, tuy im lặng nhưng Lắm vẫn còn sụt sùi khóc. Sau này Lắm có thổ lộ với bạn láng giềng, chồng là bác sĩ Nha Khoa, vợ là dân biểu thời Đệ Nhất Cộng Hòa, sau năm 1963 trở thành Nghị sĩ Quốc Hội, là ông rất bất mãn về vụ hạ sát ông Diệm *(Chú thích của PQT: đó là Bà Phan Thị Nguyệt Minh vợ BS Nguyễn Văn Thơ)*. Trong khi ấy, Thiếu Tá Nghĩa từ trên thiết vận xa M113 nhẩy xuống đất, tay cầm khẩu Thompson giơ cao lên trời, trên cây súng có buộc một băng vải trắng, có thể là đã thể hiện cho một công trạng hay một màu tang. Nhưng ngày hôm sau, có lẽ vì hối hận, Nghĩa đã cạo trọc đầu như một thầy tu. Còn Đại Úy Nhung tay cầm con dao găm đẫm máu, hớn hở vung lên trời như vừa tạo được một chiến công hiển hách.

Lát sau Tướng Đính đậu xe trước cửa tòa nhà chính, hồng hộc chạy lên bậc tam cấp, vừa đi vừa quát tháo om xòm, rồi òa lên khóc. Thấy vậy Tướng Đôn vội chạy ra đón và an ủi, một lúc sau Đính cũng nguôi dần, đến khi gặp Tướng Khiêm, Đính lại tỏ vẻ hả hê nói cười như nắc nẻ. Còn Đỗ Mậu bỏ phòng hội xuống lầu, đến trước thi hài TT Diệm, tràn đầy nước mắt, chào vĩnh biệt. Trước khi ra về, Đỗ Mậu lệnh cho Quân Cảnh thả Đại Úy Đỗ Thọ là cháu của ông, sĩ quan tùy viên cho Tổng Thống. Ít lâu sau, trong lúc đón một người bạn tại cửa nhà, Đỗ Mậu ngả mũ để lộ cái đầu trọc lóc của ông và nói: *"Bác xem tôi có phải là thằng phản cụ không?"* (ý nói nói TT Diệm). Người bạn vốn quen biết Mậu từ hồi cả hai còn theo học khóa Binh Đoàn Chiến Thuật 1 tại Hà Nội (1951) nhẹ nhàng trả lời: *"Nếu bác thu xếp đưa ông cụ ra ngoại quốc như trường hợp TT Đại Hàn Lý Thừa Vãn thì đẹp biết bao"*. Với nét mặt đăm chiêu, Mậu kéo tay người bạn ngồi xuống ghế trường kỷ, rồi cùng nhau hàn huyên, bàn chuyện thời sự, lúc này rất rối ren.

Sau khi trờ lại bình thường, Tướng Đính điện thoại gọi Đại Tá Thiệu tới trình diện để tự Đính gắn hai sao cho Thiệu làm nhiều người ngạc nhiên. Đây là lần đầu tiên nhóm đảo chánh thăng cấp đặc cách cho những người đoạt công đầu. Trong khi một đám đông quân nhân đang đứng chen lấn chung quanh chiếc thiết vận xa M113 chở thi hài hai ông Diệm và Nhu, lúc đó khoảng 5 giờ chiều ngày 2/11/1963, Tướng Minh tỏ vẻ sốt ruột đi đi lại lại trong phòng họp không thèm để ý tới những chuyện các tướng lãnh đang bàn bạc, rồi khựng lại hỏi:

- Các "toi" còn cần gì "moi" nữa không. "Moi" đi đánh tennis đây!

Trung Tướng Minh bản chất hiền hòa, tính tình giản dị, ông thường tâm sự với các bạn chí thân như Đại Tá Quan rằng: *"Moi tuổi con mèo, sinh đêm 29 Tết, số sung sướng nhàn hạ, thường được người khác làm cỗ sẵn cho mình hưởng!"*. Ông được tiếng là bình dân và được nhiều người mến chuộng, vốn không phải là người siêng năng tháo vác, lại được ngồi chơi xơi nước suốt sáu năm trường, nay trước cảnh dầu sôi lửa bỏng đã chẳng biết phải làm gì, lại còn tuyên bố một câu hoàn toàn vô trách nhiệm như trời giáng làm mọi người có mặt phải sững sờ! Sáng ngày 3/11/1963, Tướng Minh quyết định trích 8 triệu và ra lệnh cho một đơn vị Công Binh tới sửa nhà, làm cổng, xây giàn hoa lan, lập hồ nuôi cá, làm mọi người trố mắt nhìn nhau. Dư luận cho rằng sở dĩ Minh Cồ đi đến quyết định giết TT Diệm thay vì để ông lưu vong, là vì nhân một cuộc tiếp xúc, **Đại Sứ Cabot Lodge** có lần nói với Minh ngụ ý: *"Nếu ông Diệm lưu vong thì bất cứ một Đại Tá nào cũng có thể đảo chánh để đưa ông Diệm về"*. Chính vì lo ngại cho sinh mệnh và thế đứng của mình mà Minh đã đã đi đến quyết định hạ sát như trên.

**Chú thích của PQT: *Cabot Lodge biết tài năng đức độ và uy tín của TT Ngô Đình Diệm nên "ra lệnh cho" Dương Văn Minh và bọn phản tướng phải hạ sát TT Diệm để kế hoạch đưa quân Mỹ vào VN và nắm quyền chỉ đạo cuộc chiến tại Việt Nam của Mỹ mới thực hiện được. Quả thật THAM + HÈN + NGU = biến thành ÁC.*

SÁU

SỰ THẬT VỀ CÁI CHẾT
CỦA HAI ÔNG DIỆM - NHU

Nhằm soi sáng về cái chết của 2 ông Diệm-Nhu vào buổi sáng ngày 2/11/1963. Trước hết, chúng tôi cho trích 1 đoạn ngắn bài viết "Tâm Sự Người Lính Già" của tác giả Thằng Bờm đăng trên tạp chí Văn Nghệ Tiền Phong số 355 tháng 11/1990.

TÂM SỰ NGƯỜI LÍNH GIÀ KHÓC CHO CHA

63 tuổi đời, 36 vết thẹo kéo dài từ đầu đến chân, có cái đỏ hỏn, có cái lõm sâu, có cái nhăn nhúm chằng chịt... Vừa vuốt ve những vết thương, ông vừa kết luận:

- *Mày thấy đó! Sau hơn 28 năm cầm súng đánh nhau với giặc, bỗng dưng tao bị mất nước.*

*- Trong suốt 63 năm, cuộc đời tao đã 5 lần phải bật...
khóc. Một con người ngang dọc như tao mà cũng biết khóc
cũng là lạ. Lần thứ nhất khóc cho cha, thứ nhì khóc cho
một mối tình, thứ ba khóc cho một lãnh tụ, thứ tư khóc cho
một người lính, và lần thứ năm là mới hôm qua đây thôi,
tao phải khóc cho thân phận nổi trôi của tao, của người ty
nạn trên đất Úc.*

KHÓC CHO MỘT LÃNH TỤ:

Những giờ phút cuối cùng của TT Ngô Đình Diệm.

*Trong các vết thương, không vết thương nào đau dai
dẳng như vết thương lòng. Tao nhức nhối, tao khổ sở, tao
căm hờn đến suốt mấy năm trời, Nó chỉ thật sự chấm dứt
vào sáng ngày 2/11/1963, khi tao tận mắt chứng kiến cái
chết của cố TT Ngô Đình Diệm. Cái chết bi thảm oan
nghiệt của một lãnh tụ, và tao một lần nữa đã không thể
cầm được nước mắt. Tao đã khóc! Đúng ra, đời tao, tao
cóc coi ai là lãnh tụ. Tánh tao là phè, ngang ngược đã
quen, thế nên trong đời, ngoài việc thờ phượng Đức Phật
và thờ bố, tao đếch có coi ai ra gì. Với tao, ai cũng thế thôi,
cũng có bằng đó cái đầu, bằng đó cái tay và bằng đó cái
chân, chứ nào có nhiều hơn tao cái gì?*

*Tao nghĩ tao đi lính là để trả thù nhà, đền nợ nước, chứ
có phải vì ông kẹ, ông lãnh tụ nào đâu. Ngay cả khi ông
Diệm về chấp chính, lòng tao cứ thản nhiên, không mảy
may xúc động. Ông không về thì ông khác về. Ông không
làm Thủ Tướng thì ông khác làm Thủ Tướng. Trong suốt 9
năm dưới triều đại uy nghi của ông, tao chớ có bao giờ
đứng lên ngoác mồm ra hát bài... suy tôn Ngô Tổng Thống
"Ai bao năm vì sông núi quên thân mình. Cứu đất nước thề
tranh đấu cho tự do...". Nhìn lại trong dòng sử Việt, thiếu
gì người vì sông núi quên thân mình, thiếu gì người vì nước*

mà tranh đấu cho tự do, chứ đâu phải chỉ có mình ông Diệm mà phải đem ông ấy ra suy tôn. Chưa hết, nào là "Ngô Tổng Thống muôn năm". Sao lại muôn năm? Muôn năm có nghĩa là hơn một ngàn năm. Con người ta sống thọ lắm chỉ được trăm năm. Rán gân cổ lên mà tung hô chúc tụng thì cũng không cướp quyền tạo hóa được. Nếu định ám chỉ là danh thơm của ông sẽ lưu truyền đến muôn năm thì cũng đúng là nói phét. Ông đã chết đâu, ông đã làm xong việc đâu mà biết ông thơm hay thối để dựa vào đó mà bốc hay chửi. Ôi, hát với hò cái kiểu như vậy chẳng khác gì hại ông, cho ông uống viên thuốc độc bọc đường. Cũng chỉ vì cho là như thế nên thế giới giữa tao và ông Tổng Thống nó nhạt nhẽo, nó xa lắc xa lơ. Tao chưa bao giờ được nhìn con người thật của ông, ngoại trừ một lần thoáng thấy ông xa xa, tay đang cầm ba-toong, đầu đội mũ nỉ, mặc com-lê xám đang đi kinh lý tại thị xã Đông Hà. Đầu năm 1963, chán đời, tao đâm đơn xin sang ngành thiết giáp và được cử đi học khóa chuyên môn về binh chủng này. Mãn khóa, lãnh Sự vụ lệnh về một đơn vị thiết vận xa tại Bến Cát, Bình Dương, thuộc quyền sở hữu của SĐ5BB mà Tư lệnh là Đại Tá Nguyễn Văn Thiệu. So với ông Tư lệnh này thì đường binh nghiệp của tao có điều... rùng rợn. Khi tao là Trung Sĩ thì ông đang là dân. Khi tao lên Thượng Sĩ thì ông ra trường Thiếu Úy. Và bây giờ ông là Đại Tá thì tao vẫn là... Thượng Sĩ. Đấy, đời kỳ quái như vậy bố ai mà hiểu được.

Trưa 1/11/1963, chi đoàn thiết giáp của tao được lệnh xếp hàng về Sài gòn, nói là để tăng cường bảo vệ thủ đô. Qua một lần kinh nghiệm, tao biết lại giở trò với nhau đây. Thua keo nầy nữa thì có hy vọng từ Thượng Sĩ lên một phát trở thành... Binh Sĩ. Chẳng sao. Đã từ lâu tao không còn thiết tha gì với cái lon nữa rồi, nó bạc bẽo quá, nhớ nó làm chi cho tủi.

　　　　　　　Tổng Thống Ngô Đình Diệm

Đến Sài gòn, chi đội được chia ra làm 2 toán. Toán thứ nhất hợp lực với quân bạn đánh dinh Gia Long. Toán thứ nhì, có tao, làm vòng đai an ninh cho Bộ TTM, nơi đặt bản doanh của quân đảo chánh. Thế là đêm đó mặc cho thiên hạ bắn nhau chí choé ở bên ngoài, tao ghếch súng ngồi dựa lưng vào thành xe tăng ngẫm nghĩ chuyện đời. Thấy đời chán bỏ mẹ, đánh đấm cho lắm thì cũng là quân ta bắn quân mình. Đảo chánh thắng thì mấy cha nội chóp bu thành người hùng cách mạng để có ghế mới, lon mới, địa vị phe phẩy, tiền bạc rủng rỉnh và oai quyền hét ra lửa. Thua thì các đấng dông cha nó ra ngoại quốc, để bỗng chốc thành chính khách lưu vong. Chỉ khổ cho mấy thằng lính, chẳng được cái đếch gì mà lại lãnh trọn đòn thù thay cho xếp. Khi trời vừa sáng tỏ thì đồng hồ chỉ 6 giờ 15 phút. Lời hiệu triệu phát ra từ một chiếc máy transitor vang lên đều đặn: "Quân đội đã đứng lên làm cách mạng để lật đổ chế độ độc tài gia đình trị Ngô Đình Diệm và hiện đang làm chủ tình hình mọi nơi trên toàn lãnh thổ cũng như tại Dinh Gia Long, cứ điểm cuối cùng của nhà Ngô, đã hoàn toàn lọt vào tay quân cách mạng. Trung Tướng Nguyễn Khánh, Tư lệnh QĐ2 kiêm Tư lệnh Vùng 2 Chiến thuật, vừa đánh điện ủng hộ Hội Đồng Quân Nhân Cách Mạng".

Tao chợt nghe tiếng nói vu vơ của một thằng lính:

- Thế ông Diệm đâu?

Một giọng khác văng vẳng:

- Hãy cầu nguyện cho ông ta!

Vừa lúc ấy toán của tao được lệnh di chuyển. Khẩu lệnh cho biết đây là cuộc hành quân phối hợp. Ai cũng ngỡ là đi tăng viện cho một chốt nào đó. Khi lọt ra khỏi cổng chính TTM, tao thấy lực lượng gồm có 3 chiếc jeep đi đầu. Chiếc tiên phong có Tướng Mai Hữu Xuân và 3 cận vệ. Chiếc thứ nhì gồm Đại Tá Dương Ngọc Lắm và hai Đại Úy Nguyễn Văn Nhung, Dương Hiếu Nghĩa. Chiếc thứ ba chở 4 người, trong đó có Đại Úy Phan Hòa Hiệp. Tiếp theo sau là 2 xe M113, tao thủ thế ở chiếc thứ nhì. Và cuối cùng là 2 GMC chở đầy nhóc lính tráng, vũ khí trang bị đầy đủ. Nửa giờ sau xe chạy vào Chợ Lớn, khi gần tới một ngôi nhà thờ, đoàn xe đi chậm lại, lính từ 2 GMC nhảy túa xuống, nhanh như cắt tỏa ra đứng thế thủ, mỗi người một gốc cây. Khoảng chục người khác cũng lăm lăm đứng gác chung quanh các cửa hông nhà thờ. Xe của Tướng Mai Hữu Xuân chạy lòng vòng rồi de đít lại, đậu xe tít mãi bên kia đường. Hai xe jeep chở các quan lớn lượn quanh một vòng rồi tiến vào sân chính diện ngôi nhà thờ. Hai chiếc M113 cũng dọt lẹ theo. Sau cái phất tay của Đại Tá Lắm thì đoàn xe ngừng lại. Đại Tá Lắm bước xuống, rồi Đại Úy Nhung, Nghĩa, Hiệp cũng hăm hở bước xuống. Lúc ấy tao chợt thấy Đại Tá Lắm đưa mắt nhìn vào thiết vận xa của tao, rồi đưa tay ngoắc một cái, tao cũng chẳng hiểu ông ta ngoắc để làm gì. Do phản ứng tự nhiên, tao nhanh nhẹn nhảy xuống xe chạy lại. Còn cách ông Lắm hai bước, tao giật mình đánh thót một cái vì thấy trên bậc thềm trước nhà thờ có 4 người bước ra. Người đi đầu đúng là TT Ngô Đình Diệm, sau ông là ông Nhu, còn 2 người kia tao không biết. Ông Lắm bước tới mấy bước, đứng nghiêm trước mặt ông Diệm, tay phải đưa lên chào.

Vì đang ở tư thế gần nhất nên tao nghe rõ mồn một cuộc đối thoại ngắn ngủi giữa 2 người.

Đại Tá Lắm:

- Thừa lệnh Trung tướng Chủ tịch Hội đồng Quân nhân Cách mạng chúng tôi đến đón Cụ và ông Cố vấn.

Ông Diệm:

- Ông Minh và ông Đôn đâu hè?

Đại Tá Lắm:

- Thưa Cụ, hai ông đang làm việc ở TTM.

Ông Diệm:

- Thôi được. Thế tôi và ông Cố vấn cùng đi xe kia với ông.

Đại Tá Lắm quay người lại chỉ vào xe M113 của tao:

- Thưa Cụ, xin mời Cụ lên xe này cho.

Thật ra cho mãi lúc tới nhà thờ cha Tam và khi tận mắt nhìn thấy ông Diệm tao mới biết công tác của đoàn xe là đi đón ông Diệm và cho đến lúc này tao bàng hoàng, không thể nghĩ được rằng một ông Tổng Thống, dù là Tổng Thống bị đảo chánh, lại được người ta đón bằng một chiếc xe tăng... Ngày xưa hành quân bắt được Việt Cộng, khi giải về hậu cứ thì cứ tốt nhất cũng tông nó lên chiếc GMC chứ không chơi cái trò đút vào xe bọc thép. Khi nghe ông Lắm nói xong, bấy giờ tao thấy nét mặt ông Diệm rất bình thản, đôi mắt ông bỗng ngước lên nhìn quanh mọi người, nhìn tới ông Lắm cúi đầu xuống, nhìn tới tao, tao cũng cúi mặt xuống.

Chao ôi! Gần 30 năm rồi, đến hôm nay tao vẫn còn nhớ như in cái nhìn ấy, cái nhìn trong ánh mắt rất hiền từ, rất bao dung, rất nhẫn nhục, và tao nhớ ngày xưa mẹ tao cũng có cái nhìn như thế khi tiễn tao lên đường nhập ngũ. Nhìn xong ông Diệm vẫn im lặng. Riêng ông Nhu khẽ nhíu mày, lên tiếng:

- Không thể đón Tổng Thống bằng chiếc xe như vậy. Để tôi liên lạc với ông Đôn, ông Đính coi xem.

Đại tá Lắm khẽ nhún vai:

- Tôi không biết. Đây là lệnh của Trung Tướng Chủ tịch.

Hướng về ông Diệm, Đại Tá Lắm giơ tay lên chào trong tư thế nghiêm rồi quay người bước ra. Đại Úy Nhung bước lên mấy bước, không chào hỏi gì cả, tay chỉ về thiết vận xa, miệng oang oang:

- Xin mời hai ông lên xe ngay cho.

Mặt ông Nhu đỏ bừng, giọng nói rất quyết liệt:

- Không được. Để tôi hỏi lại ông Minh, ông Đôn. Tôi đi xe nào cũng được, nhưng còn Tổng Thống?

- Ở đây không còn Tổng Thống nào cả, các ông là tù binh. Chúng tôi được lệnh bắt các ông.

Đại Úy Nhung vừa nói xong thì có 2 quân nhân đến sau lưng TT Diệm, một người cầm tay phải, một người cầm tay trái đẩy ông về phía trước. Bất giác ông Nhu quay người lại, hai tay ông đưa lên nắm vai 2 quân nhân kéo về phía sau, ông nói như quát:

- Để yên! Không được nhục mạ Tổng Thống!

Hỗn độn xảy ra trong chớp nhoáng , tao đứng đực người ra vì không biết phải làm sao. Đại Úy Nhung luýnh quýnh rút súng ngắn bên hông ra, mũi súng chĩa thẳng vào người ông Nhu rồi đưa qua đưa lại chĩa vào ông Diệm, xong lại chĩa vào ông Nhu. Đột nhiên, bằng một cử chỉ rất nhanh, tao thấy ông Diệm bước lên 2 bước, đứng chắn trước mặt ông Nhu, đôi mắt ông nhìn thẳng vào người Đại Úy Nhung, giọng ông cất lên rất gọn, rất đanh thép:

- Bỏ súng xuống!

Đại Úy Nhung run run khẩu súng trong tay chợt thõng xuống, ngưng trong giây lát, rồi được đút vào bao. Ông Diệm quay đầu xuống nói với ông Nhu:

- Lính nó không biết gì... Đừng chấp... Ta đi thôi.

Ông Nhu vượt qua ông Diệm, bước đi trước, ông Diệm đi sau, đi qua nữa là 2 người lạ mặt (sau này mới biết đó là tùy viên Đỗ Thọ và linh mục Jean). Đại Úy Nghĩa chạy nhanh đến trước M113, miệng nói lớn:

- Hạ bửng xuống! Hạ bửng xuống!

Cửa sau xe kêu rè rè và từ từ mở xuống. Trong hầm xe đồ đạc lỉnh kỉnh, nào bi-đông nước, nào ca sắt muỗng sắt. Tùy viên Đỗ Thọ chạy lại đưa ông Diệm chiếc cặp đen. Tay trái ông Diệm vừa sờ vào chiếc cặp thì Đại Úy Nhung chạy tới giật mạnh một cái, chiếc cặp da nằm gọn trong tay Đại Úy Nhung. Đại Úy Dương Hiếu Nghĩa đẩy nhẹ Đỗ Thọ sang một bên rồi chỉ vào nền nhà thờ:

- Anh này lên trên kia.

Lúc ấy tao vẫn đứng ngoài, vẫn nhìn trâng tráo, vẫn đứng yên như phỗng đá. Giây phút ấy tao chẳng hiểu tao nghĩ gì, có cảm giác gì, chỉ thấy nó có cái gì lạ lùng quá, khó hiểu quá. Năm bảy người lính đang vây quanh ông Diệm ông Nhu để phụ đưa 2 ông vào lòng xe. Đại Úy Nhung trợn mắt, nhìn ngang nhìn ngửa, bỗng thấy tao hình như tư thế không giống ai, ông ta la lên:

- Ủa, thằng này đứng làm gì đây?

Tao chạy vội vào phía sau xe M113. Vừa lúc đó tao nghe thấy tiếng nói rất rõ của một hạ sĩ xạ thủ đại liên:

- Dạ dạ, Tổng Thống cứ bước lên, đã có con đỡ bên hông rồi... Ê mày, nhẹ nhẹ thôi, coi chừng làm đau Tổng Thống.

Cánh cửa xe M113 từ từ đóng lại, tao tự nhiên thấy người mình nặng như chì, leo lên xe 2 lần đều trượt xuống.

Lần thứ 3 mới hì hục lên được. Đứng bên cạnh tao lúc đó là 2 anh hạ sĩ xạ thủ đại liên. Tao vừa thở hào hển vừa nói:

- Này mày, sao không để 2 ông ấy đi xe jeep cho tiện, đút vào đây làm chi cho cực?

Anh Hạ Sĩ ghé vào tai tao, giọng nói lạnh như tiền:

- Ông ngu bỏ mẹ đi ấy. Nếu người ta muốn "đón" thì đi bằng xe jeep. Còn muốn "giết" thì còn gì kín đáo hơn là hầm chiếc xe này.

Nghe xong tao bất giác lạnh từ xương sống lên tới đầu. Giết? Sao lại giết? Có gì mà đến nỗi phải giết? Đối phương đã đầu hàng, đã xin chịu thua, nhất là đã chỉ chỗ cho mình đến mà đưa người ta đi. Vậy thì cách chức, đuổi cổ người ra khỏi nước đã là nhục lắm rồi, cớ chi mà phải giết? Nghĩ tới đó tao thấy kinh hoàng, thấy hoảng hốt, thấy rõ ràng rằng đi đón người theo cái cung cách ấy thì đúng là đem đi "làm thịt". Đồng thời, một cảm giác khác làm tao tê điếng, run rẩy cả người khi nhớ ra rằng tao đang "ngồi" trên đầu một vị Tổng Thống. Quả thực tao chỉ muốn co giò nhảy mẹ nó xuống đất, rồi muốn ra sao thì ra.

Chiếc M113 rú lên từng hồi, rồi rầm rộ rời nhà thờ cha Tam, chạy đến đường Đồng Khánh. Khi tới đường Nguyễn Trãi thì tao thấy đoàn xe đâu mất hết. Ngoài chiếc M113 của tao chở TT Diệm và ông Nhu, chỉ còn một chiếc xe jeep chạy đầu. Xe này tao biết chắc như bắp là xe của Tướng Mai Hữu Xuân lúc đi, nhưng bây giờ thì ông ta biến đi đâu mất, trên xe ngồi đứng 5, 6 người, súng ống chĩa lên trời, lựu đạn đeo lủng lẳng xem đến là hùng dũng. Hết đường Nguyễn Trãi, xe tiến vào đường Võ Tánh và ngừng ngay trước trụ sở Tổng Nha CSQG. Hôm ấy Tổng Nha CSQG không còn một bóng dáng cảnh sát. Đâu đó chung quanh các ngả đường, trước trụ sở toàn là anh em binh sĩ của

SĐ5BB, súng lăm lăm cầm tay canh gác rất cẩn mật. Từ trong một xe jeep khác chạy ra, trên xe có một Đại Tá, ông ta chỉ tay lên chiếc xe của tao rồi ra lệnh:

- Xuống! Xuống hết! Tất cả ở ngoài đứng chờ lệnh, chỉ có chiếc xe này được chạy vào với một tài xế và... anh kia.

Theo tay chỉ thì anh kia là anh chàng Hạ Sĩ xạ thủ đại liên. Bảy người trên xe nhảy xuống cùng với tao. Anh em bên chiếc xe jeep chạy đầu chung số phận... là ở bên ngoài ngắm cảnh. Đúng ra, lúc này tao cứ ngỡ đến đây là hết. Giết hay giam ông Diệm thì chắc hẳn là nơi này. Tao định bụng chờ một tiếng đồng hồ mà không có lệnh lạc gì thì dù về nhà ngủ một phát cho quên cái sự đời. Mà nào ngờ, 20 phút sau, chiếc M113 lại lù lù chạy ra, tới cửa nó chạy chậm lại để chúng tao đu lên. Rồi a lê hấp xe rú lên vọt chạy như ma đuổi. Xe chạy ngược lại đường Võ Tánh rồi queo phải, đến đường Cộng Hòa. Tao nhìn chàng Hạ Sĩ, thấy mắt nó dại đi, mặt tái mét, mười ngón tay như muốn co rúm lại. Tao thì thầm bên tai nó:

- Ông Diệm ông Nhu đâu?

- Ở dưới.

- Sao rồi?

- Ông Nhu bị tra tấn khủng khiếp rồi bị xiết cổ chết bằng dây điện.

- Còn ông Diệm?

- Ông bị đè cổ ra trói thúc ké rồi ném vào thùng xe.

- Chết hay sống?

- Không biết.

- Người ta là ai?

- Không biết.

Xe tao cùng chiếc xe jeep chạy qua đường Pétrus Ký thì tới ngã rẽ Hồng Thập Tự, bên kia là Lý Thái Tổ, đường Hùng Vương, bên trái là Nguyễn Hoàng, thì gặp lại đoàn xe của Đại Tá Lắm, Đại Úy Nhung, Hiệp, Nghĩa, gồm 2 xe jeep và một M113, hai GMC, chở đầy nhóc binh sĩ. <u>*Mới thoáng qua thì cuộc gặp gỡ tưởng là vô tình, nhưng tao đoán trước là có bố trí sẵn.*</u> *Thế là đội hình mau chóng được xếp lại. Xe Đại Tá Lắm đi đầu, kế là xe tao, sau đó xe của Đại Úy Nhung... Tao quay đầu lại thì thấy mấy chiếc kia hình như đang bị khựng lại vì bị dân chúng ùa ra hoan hô. Tuy nhiên, ba chiến xe dẫn đầu cứ chạy. Qua ngã tư Cao Thắng - Hồng Thập Tự, khoảng bên hông bệnh viện Từ Dũ thì tạm ngừng lại vì bên kia chạy ngược chiều là đoàn xe nhiều chiếc của Tướng Mai Hữu Xuân. Lúc đó có một số đồng bào thấy lạ nên đổ xô đến. Tướng Xuân xuống xe đứng bên này đường. Ông nhìn về xe Đại Úy Nhung, ra tay trái 3 lần đưa lên 2 ngón tay, rồi đưa tay phải qua khỏi đầu, ngón tay trỏ được duỗi ra co vào đến 4 lần (giống như bóp cò súng). Lúc ấy tao chẳng hiểu ông Tướng chơi cái trò gì, chỉ thấy Đại Úy Nhung gật đầu rồi đưa tay lên chào. Đoàn xe của Tướng Xuân chạy đi thì 3 chiếc xe bên này cũng lăn bánh. Mới chạy được một quảng ngắn thì phải ngừng vì có đoàn xe lửa sắp chạy qua.*

Trong giây phút chờ đợi, đột nhiên đại úy Nhung từ trên xe jeep bên hông xe M113 nhảy sang xe tao. Miệng hét:

- Xuống! Xuống!

Tao cóc đoán được chuyện gì. Bảo xuống thì tao nhảy xuống. Mấy thằng khác cũng xuống theo. **Chân vừa chạm đất, tao bỗng nghe nhiều tiếng súng nổ.** *Âm thanh không chát chúa, chỉ nghe văng vẳng, vì không phải nổ ở bên ngoài mà nổ ở trong lòng chiếc thiết vận xa. Tao biết*

Tổng Thống Ngô Đình Diệm

chuyện gì đã xảy ra. Tao ngửa cổ nhìn lên trời, trời cao xanh thăm thẳm. Tao cắn chặt môi cố ngăn những giọt nước mắt không chảy ra để thấy tâm hồn như bị chẻ đôi, để thấy cõi lòng như đang trải qua cơn giông bão tang thương thê thảm nhất cuộc đời.

Người lính già châm điếu thuốc thứ mười, qua làn khói mờ mịt, trông dáng dấp, khuôn mặt và tư thế ngồi của ông như bức tượng "Thương Tiếc" ngày nào trước nghĩa trang quân đội. Ông tâm sự với Thằng Bờm giọng đều đều như kể chuyện:

- Mày đã đọc nhiều sách báo viết về những giây phút cuối cùng của ông Diệm. Tao cũng có đọc một số, đọc để thấy thiên hạ bị lừa đến một nửa. Thật ra các tác giả không ai lừa người đọc, vì chính họ cũng bị lừa, và họ chỉ biết sự thật có phân nửa, để rồi mọi người chỉ biết một cách đại khái rằng ông Diệm ông Nhu bị bắt ở nhà thờ cha Tam và trên đường giải về Bộ TTM thì bị Đại Úy Nhung bắn ở đường Hồng Thập Tự. Nhưng nếu mọi người tinh ý một chút, một chút thôi, thì sẽ có ngay một dấu hỏi, <u>vì qua tấm hình do phóng viên ngoại quốc chụp được khi ông Diệm Nhu bị bắn chết thì hai ông BỊ TRÓI giật cánh khuỷu và trên đầu ngoài những vết đạn lỗ chỗ, thì trên người còn đầy những vết dao đâm. Như thế thì hai ông BỊ TRÓI ở đâu? BỊ ĐÂM ở đâu? Nếu không phải là cái thời gian 20 phút ở trụ sở Tổng Nha Cảnh Sát Quốc Gia thì còn ở chỗ nào nữa?</u>

Tiếc thay chỉ không quá 8 người biết được rằng trên đường về, chiếc xe định mệnh chở một vị Tổng Thống còn được lệnh ghé qua bộ chỉ huy cảnh sát ấy! Và hỡi ơi, nếu thực đúng như lời anh chàng Hạ Sĩ xạ thủ đại liên, thì cả 2 ông Diệm Nhu đã bị thanh toán tại nơi này, thì Đại Úy Nhung cũng BỊ LỪA, ông ta chẳng qua chỉ là con vật tế *thần cho các xếp lớn <u>dùng mẹo đổ vấy lên ông cái tội đã dám bắn một Tổng Thống</u>, nhằm giấu đi cái bản mặt và đôi tay đẫm máu của họ. Ôi, đời đều giả thật!*

Thằng Bờm

BẢY

CÁC TƯỚNG CHIA NHAU TIỀN BẠC

Phần Phụ Lục - trang 563
Hồi ký Việt Nam Nhân Chứng của Trần Văn Đôn

Theo các tài liệu còn lưu trữ tại thư viện quốc hội Mỹ thì hôm đảo chánh Lucien Conein đã đến Bộ TTM QL/ VNCH ngồi và điều hành cuộc phản loạn. Sau khi biết tin TT Diệm đã bị giết, y quăng một gói bạc ba triệu VN ($3,000,000VN) cho Tướng Trần văn Đôn như là tiền thưởng cho những kẻ giết người trước khi về. Và dưới đây là bản phúc trình các quan chia tiền, lĩnh công với nhau như sau:

Phiếu đệ trình, ngày 14/8/1971
Gởi Tướng Trần Văn Đôn
Trích yếu:
Về số bạc ba triệu đồng của ông Conein cho mượn để thù lao các đơn vị trong ngày Cách mạng 1/11/63.

Kính thưa Trung Tướng,

Số bạc 3 triệu đồng của ông Conein cho thì đã được Trung Tướng chỉ thị cấp cho những người sau đây:

- Ngày 1/11/63, TT/TMT Trần Thiện Khiêm nhận 500. 000$.

- Ngày 1/11/63, TT Tôn Thất Đính Tư Lệnh QĐ3 nhận 500.000$.

- Ngày 10/11/63, TT Tôn thất Đính có nhận thêm 50.000$.

- Ngày 4/11/63, tặng SĐ5BB, do Thiếu Tướng Nguyễn Văn Thiệu nhận 100.000$.

- Ngày 5/11/63, tặng LĐ/TQLC của Đại Tá Lê Nguyên Khang nhận 100.000$.

- Ngày 6/11/63, Đại Tá Trần Ngọc Huyến Thị trưởng Đà Lạt nhận 100.000$.

- Ngày 9/11/63, Thiếu Tá Phan Hòa Hiệp Trường Thiết Giáp nhận 100.000$.

- Ngày 19/11/63, Đại Úy Dào Ngọc Diệp Câu Lạc Bộ TTM nhận 100.000$.

Tổng cộng... 1.550.000$.

Tất cả số tiền 1.550.000$ trên đây đều có biên nhận đính kèm. Như vậy còn lại 1.450.000$, Trung Tướng cũng tặng cho anh em nhưng không có chữ ký biên nhận:

Trung Tướng Dương Văn Minh
Trung Tướng Lê Văn Kim
Trung Tướng Tôn Thất Đính
Thiếu Tướng Nguyễn Hữu Có
Thiếu Tướng Trần Ngọc Tám
Trung Tướng Nguyễn Khánh
Trung Tướng Đỗ Cao Trí

Ngày 14/8/1971
Ký tên
Thiếu Tá Đặng Văn Hoa

* Lời bàn *(không rõ tên tác giả trên mạng):*

Có tiền, phòng trà, phòng ca vũ nhạc mở ra thâu đêm. Tướng tá vui mừng nhảy Sol Đố Mì reo vui. Riêng đường phố thì nhóm Trí Quang càng lúc càng hung hãn hơn, nên sinh hoạt của thành phố càng lúc càng bị tê liệt vì những cuộc xuống đường. Nay lật đổ Dương Văn Minh, mai là Nguyễn Khánh rồi Phan Khắc Sửu, Phan Huy Quát đến Trần Văn Hương... Lòng phố chưa được một ngày yên. Trong khi đó, quay về nông thôn lại là một thảm cảnh khác. Áp chiến lược, những thành quả của Đệ Nhất Cộng Hòa, là nơi ngăn chặn và tiêu diệt cuộc sống chui lòn của CS trà trộn vào trong dân. Nay sau đảo chánh đều bị phá hủy bởi cấp lãnh đạo u mê này. Kế đến, bao người trong những chuyến đi vì đất nước, họ nhảy ra bắc họat động đều bị bỏ rơi, bị bỏ mặc cho CS tóm gọn từng người với những trận đòn thù trên thân xác của họ.

Phận Miền Nam, chẳng mấy hôm sau, những con đường ngày xưa xe chạy thâu đêm, nay sau mười giờ đêm là nằm bó gối tìm chỗ ẩn thân. Lý do, Việt Cộng đã sống lại. Việc trước tiên là dưới bóng đêm, chúng mò đến, đắp mô gài mìn trên nhiều tuyến đường để khủng bố Miền Nam.

Kế đến, những vùng đồng bào miền bắc di cư được gọi là vùng trù phú nay đã không còn người như ở Phú Giáo, Cây Gáo, Lạc An, Ba bèo đến Long Phước Thôn, rồi Bình Giả và nhiều nơi khác cùng số phận. Ở đó, từ rừng hoang vu thành đồng ruộng. Đất sỏi đá thành cơm. Cảnh nhà cửa, trường học, nhà thờ mọc lên từ bàn tay cần cù của người di cư. Bỗng một chiều tất cả đều bỏ chạy. Bởi lẽ, làng thôn, quốc sách Ấp Chiến Lược của "Diệm Nhu" đã bị "cách mạng" hủy bỏ. Nhờ đó, bọn Việt Cộng sống dở chết dở trong rừng hoang, bờ cỏ, bỗng hồi sinh. Chúng mò vào làng, thôn với vài ba khẩu súng trường, con dao mã tấu. Chúng chém trưởng ấp, trộm gà, cướp vịt, vác gạo của dân. Đến sáng hôm sau, dân chúng trong làng bị chúng lùa đi phá hàng rào, lấp ấp. Kết quả, ngày thuộc về ta, đêm nó chỉ huy. Dưới gọng kìm này, người dân chỉ còn một cách duy nhất, bỏ lại vườn rau, luống cải cũng như cánh đồng với nhà thờ trường học, chùa chiền được xây dựng, canh tác bằng chính từ mồ hôi, nước mắt của mình chảy xuống, mà đi...

Rồi cuộc chiến bùng lên. Mỹ đưa quân vào. Bắc việt ngày đêm vác súng đạn Tàu Nga qua đường mòn Lào, Campuchia vào nam. Kết quả, đêm pháo hoa giăng tựa ban ngày. Từ thành phố cho đến giữa rừng sâu hay nơi thôn làng đều được thắp sáng nhờ ánh hỏa châu giữa trời do máy bay thả xuống hay địa pháo bắn lên. Giấc ngủ của con người ngày nay chỉ còn là chợp mắt. Và dĩ nhiên, cái chợp mắt ấy đong đầy ác mộng. Bởi lẽ, chỉ cần nghe đùng, đoàng, ầm ầm đâu đó là, không nhà tôi thì cũng là nhà hàng xóm, nhà người thân quen lãnh đạn pháo của cộng sản hỏi thăm. Hỏi thăm ngay trên bàn cơm có đủ mặt mọi người lớn bé trong nhà. Thế là, tất cả được giải phóng!

TÁM

TT LYNDON JOHNSON
NÓI VỀ CUỘC ĐẢO CHÁNH

Ngày Quốc Khánh 26/10/1962, ngày Vinh Quang cuối cùng của TT Đệ Nhất Cộng Hòa tại Thủ Đô Sàigòn được chào đón bởi các sĩ quan cán bộ và toán Quốc Quân Kỳ Khóa 16 Trường VBQG/VN khi Tổng Thống đến (Thủ kỳ bởi SVSQ Bảo Sung & Tôn Thất Chung). Nhưng chỉ 1 năm sau, ngày 2/11/1963, Tổng Thống bị giết! Tư lệnh HQ/VNCH cũng bị ám sát trên xa lộ Biên Hòa!

Ngày 1/2/1966, TT Johnson đã gọi điện thoại cho TNS Eugene McCarthay để tiết lộ về việc chính quyền Ken-nedy (lúc đó ông Johnson là Phó TT) và liên minh cánh tả của TT Kennedy ở Thượng Viện đã ủng hộ việc ông ta đi vào cuộc chiến VN, nhưng lại không ủng hộ ông trong việc tiếp tục cuộc chiến đó. Ông nhắc lại chuyện chính quyền Kennedy đã tổ chức truất phế ông Diệm để có thể tham chiến ở Việt Nam: *"They started on me with Diem. He was corrupt and he ought to be killed. So we killed him. We all got together and got a goddam bunch of thugs and assassinated him. Now, we've really had no political stability in South Vietnam since then"* (Lúc đầu họ nói với tôi về TT Diệm. Ông ta tham nhũng và ông ta phải bị giết! Vì thế, chúng ta đã giết ông ta. Tất cả chúng ta đã họp lại với nhau và sử dụng một bọn côn đồ đáng nguyền rủa để hạ sát ông ta năm 1963. Bây giờ chúng ta không có sự ổn định chính trị ở miền Nam VN từ lúc đó).

Cuốn băng dài 30 tiếng đồng hồ do thư viện Johnson Library ở Austin, Texas, công bố ngày 28/2/2003. Những đoạn băng này cho thấy khi chiến tranh VN đang ở vào thời kỳ gay go nhất, TT Lyndon B. Johnson đã gặp khó khăn vì sự chống đối của Quốc Hội. Ông bị dằn vặt về sự thất bại trong việc lãnh đạo chiến tranh VN. Ông nói: *Tôi không thể rút ra, nhưng tôi chỉ không thể là kiến trúc sư của sự đầu hàng"* (*"I can't get out, I just can't be the architect of surrender"*).

Nghe lại sự thật lịch sử mà thấy rất đau lòng!

Xin Ơn Trên phù hộ cho chúng ta và gia đình.

Nguyễn Đức Thu K16/VBQGVN
(Hoa Thịnh Đốn)

Và các nhân vật…

Nghe tin TT Ngô Đình Diệm bị giết, TT Trung Hoa Quốc Gia Tưởng Giới Thạch thương tiếc nói rằng: *"Người*

Mỹ có trách nhiệm nặng nề về vụ ám sát xấu xa nầy, Trung Hoa Dân Quốc mất đi một đồng chí tâm đầu ý hợp... Tôi khâm phục ông Diệm, Ông xứng đáng là một lãnh tụ lớn của Á Châu".

Cái chết của anh em Ngô Đình Diệm cũng đã làm cho các lãnh tụ Á Châu, đồng minh của Mỹ giật mình, TT Hồi Quốc (Pakistan), Ayub Khan, đã nói với TT Hoa Kỳ Richard Nixon: *"Cuộc thảm sát TT Ngô Đình Diệm đã khiến các lãnh tụ Á Châu chúng tôi rút ra được một bài học khá chua chát: Đồng Minh với Mỹ thật nguy hiểm! Có lợi hơn nên đứng thế trung lập. Và có lẽ hữu ích hơn nữa khi là kẻ thù của Hoa Kỳ".*

Người kế nhiệm John F. Kennedy, TT Lyndon B. Johnson (1963-1969) nhận xét: *"Lúc đầu họ nói với tôi về ông Diệm. Ông ta tham nhũng và ông ta phải bị giết. Vì thế, chúng ta đã giết ông ta.... Bây giờ chúng ta không có sự ổn định chính trị từ lúc đó...Việc giết ông Diệm là một trong các thảm kịch lớn nhất của thời đại chúng ta".*

TT Lyndon Johnson nói với báo chí ngày nhận chức thay TT Kennedy bị ám sát (Viet Nam Crisis, trang 133).

Trên nhật báo *Công Luận* số đặc biệt ngày 1/11/1970 cựu Trung Tướng Trần Văn Đôn, một trong những lãnh đạo của cuộc đảo chính năm 1963, kẻ phản bội đã lên tiếng qua bài "Những cơ hội đã mất": *"... Những người của ngày 1/11/1963 đã thành công trong đảo chính, nhưng đã thất bại trong việc cầm quyền. Bị đặt trước những nhiệm vụ mới và lớn lao, lại không có kinh nghiệm cầm quyền, họ bị tình thế xô đẩy và tràn ngập trong các vấn đề phải giải quyết. Ngày 1/11/1963 rút lại chỉ còn là một ngày đảo chính mở ra một giai đoạn lịch sử đầy hỗn loạn với bao nhiêu là bấp bênh: hết chỉnh lý lại đến đảo chánh, quyền hành chuyển từ tay nọ qua tay kia và xã hội càng ngày càng thiếu ổn định. Trong khi đó thì CS không ngừng phát triển chiến tranh...".*

Linh mục Cao Văn Luận tác giả hồi ký Bên Dòng Lịch sử VN, 1940-1975 nhận xét:*"Sự thanh toán ông Diệm và chế độ ông Diệm phải chăng là một sai lầm tai hại và nguy hiểm? Những hỗn loạn chính trị, những thất bại quân sự sau ngày 1/11/1963 đã trả lời cho câu hỏi đó".*

Riêng điệp viên CIA Lucien Emile Conein, người được cho rằng đã giật dây cuộc đảo chính này, khi hay tin ông Diệm và ông Nhu ra khỏi dinh Gia Long, Luien Conein đã hỏi: *"Hai ông ấy đi đâu? Phải bắt cho kỳ được vì rất quan trọng?".* Lucien Conein đã nói với các tướng đảo chính bằng tiếng Pháp: *"On ne fait pas d'omelette sans casser les oeufs? (Người ta không thể làm trứng rán mà không đập bể những quả trứng)".*

CHÍN

CHỨNG NHÂN TRẺ

*(1) Nguyễn Thanh Thủy, Sinh Viên Dược Khoa:

Chứng kiến thi hài TT Ngô Đình Diệm và thi hài ông CV Ngô Đình Nhu đặt nằm dưới đất tại Y Viện Cộng Hòa ghi lại qua hồi ký Biệt Đội Thiên Nga.

"... Trong lúc tình thế chính trị miền Nam biến động thì đời sinh viên của tôi cũng thay đổi. Tôi bị viêm xoang nặng phải chữa trị tại bệnh viện Chợ Rẫy nhiều tháng liền nhưng vẫn không khỏi bệnh, cuối cùng tôi được bác sĩ Tai

-Mũi-Họng Trương Minh Ký giải phẫu xương mặt (được biết ~~vọ~~ bác sĩ là cháu nội của học giả Trương Vĩnh Ký). Giải phẫu xong, tôi vẫn muốn tiếp tục ngành Dược và lúc đó đã chuyển qua thự tập tại Laboratoire của dược sĩ Nguyễn Thanh Nhàn góc đường Phan Đình Phùng và Lý Thái Tổ.

Cũng thời điểm đó xảy ra cuộc Cách Mạng 1/11/1963 lật đổ chính quyền TT Ngô Đình Diệm bởi các tướng lãnh VNCH. Ông dược sĩ Nguyễn Thanh Nhàn lúc đó là Đại Úy Quân y tại Tổng Y Viện Cộng Hòa. Ông hỏi nhóm sinh viên chúng tôi đang thực tập tại Laboratoire của ông rằng có ai dám nhìn mặt anh em TT Ngô Đình Diệm lần cuối không. Các bạn và tôi lúc đo đang tuổi thanh niên rất xông xáo lại thêm tính hiếu kỳ nên rủ nhau theo ông Nhàn đến nhà xác Y Viện Cộng Hòa. nhận. Nhận thấy tận mắt xác của TT Ngô Đình Diệm và CV Ngô Đình Nhu bị bắn và khuôn mặt bị bầm nát, tôi thấy khủng khiếp quá. Chính trị phải như thế sao! (trích Hồi ký Biệt Đội Thiên Nga của Nguyễn Thanh Thủy trang 18-19) xuất bản tại Hoa Kỳ 2020.

Tự vận hay bị giết? Thi hài TT Ngô Đình Diệm ở phía sau thiết vận xa M113, hai tay bị trói quặt ra phía sau lưng

Một Đời Vì Nước Vì Dân   449

**(2) Chứng Nhân Một Sự Kiện Lịch Sử: 1/11/1963

Bản tin của Tạp Chí Dân Văn

*LTS: Sau ngày 1/11/1963, tất cả báo chí tại Sàigòn đều loan tin theo lệnh của Hội Đồng QNCM, để dành "phần phải" về mình, nào là dinh Gia Long có một đường hầm dẫn ra đường Lê Thánh Tôn, sự thật chẳng có đường hầm gì cả, nhất là vụ an táng TT Ngô Đình Diệm bị dấu nhẹm, nay tòa soạn Tạp Chí Dân Văn mới nhận được bài viết này, một nhân chứng kể lại "sự kiện lịch sử", chân thành cảm tạ tác giả THỤY MI.

www.hinhanhlichsu.org

Lễ An táng TT Ngô Đình Diệm và CV Ngô Đình Nhu tại khuôn viên Bộ TTM

Đó là một buổi chiều định mệnh... vô cùng đớn đau bi thảm vào đầu tháng 11/1963. Đúng hơn là buổi sáng ngày

2/11/1963, ông Trần Trung Dung (nguyên Bộ trưởng Quốc Phòng, thời TT Ngô Đình Diệm). Ông Dung đã gọi phone đến nhà Năm Tony. Trong nhà Năm có thêm bạn: Trung, Thạch, Thụy Mi và Vì Dân ngồi gần bàn làm việc. Năm bắt phone và chuyển sang cho ông Ba chủ trại hòm Tobia. Sau một hồi trao đổi, giọng ông Ba trở nên lo lắng, bối rối, quắt quay, bồn chồn. Như có điều gì bức bách lắm. Cuối cùng ông Ba thở dài, buông phone xuống, e dè nhìn mọi người hiện diện, đôi mắt ông rướm lệ rồi ngập ngừng nói nhỏ:

- Tổng thống, và ông cố vấn đã chết trong chiếc thiết vận xa M113 mang số 80.989, bởi lệnh của ông Dương Văn Minh, do sát thủ là Nguyễn Văn Nhung giết hại rùi.

Sửng sốt, bàng hoàng. Mọi người ngơ ngác nhìn nhau, tất cả vội túc trực trong phòng khách, mở radio lên lắng nghe. Hội đồng tướng lãnh do Trung Tướng Dương Văn Minh đứng đầu đảo chánh đã thành công. Ông Minh tuyên bố: *"Tôi tạm thời lãnh đạo quốc gia"*. Đài phát thanh Sàigòn chỉ mở nhạc hoà tấu, nhưng luôn luôn nói đi nói lại là: "Anh em ông Diệm đang ẩn nấp, hoặc... tẩu thoát đâu đó"... Chẳng nói chẳng rằng, ông Ba vội vã kiếm người đi gọi đạo tỳ đến xưởng hòm, để chuẩn bị "hậu sự" cho TT Diệm và ông CV Nhu. Ở nhà kho của ông Ba có nhiều hòm tuy đẹp, đắt tiền. Nhưng không mấy xuất sắc. Chỉ còn một cái hòm tốt nhất bằng gỗ gia tỵ rất quý hiếm, có bọc sẵn thêm cái hòm kẽm ở bên trong. Ý ông Ba muốn để cái hòm nầy cho ông CV Nhu. Ngoài ra, còn một cái hòm nhôm mới toanh láng cóng của quân đội Mỹ. Chiếc quan tài nầy rất đẹp, làm bằng nhôm nhẹ, có hai lớp. Bên ngoài mạ lớp sơn bóng loáng, bên trong bọc một lớp đệm nhung mỏng, êm ái như tấm đệm giường ngủ, có thể mở nắp ra đóng vào bằng kính dễ dàng, lộ cả khuôn mặt người quá cố, cho mình nhìn tiễn biệt phút cuối cùng, hòm có chốt cài bên hông. Nếu là xác đã ướp lạnh, có thể để lộ hẳn ra ngoài. Ở VN chưa xuất hiện loại hòm tân thời như thế.

Lẽ ra là chiếc hòm rất sang trọng đẹp đẽ quý hiếm nầy sẽ đựng thi hài của một viên sĩ quan cấp Tá người Mỹ đã từ trần tại VN. Nhưng không hiểu sao họ lại mang vất bỏ chiếc quan tài ấy ở bên hông nhà ướp lạnh trong phi trường Tân Sơn Nhứt!?. Tình cờ ông Ba đi làm việc đã thấy. Tiếc quá nên ông Ba nài nỉ, thương lượng với tên quản lý nhà xác, và ông đã mua lại. Ông Ba đem về trưng bày trong tiệm cuả mình, coi chơi. Ai đến mua giá cao cỡ nào, ông cũng không bán. Thế là ông Ba quyết định:

- Chỉ có TT Ngô Đình Diệm mới xứng đáng nằm an nghỉ trong đó thôi.

Cả hai khuôn hòm được mang ra lau chùi bóng loáng, sát trùng sạch sẽ, họ chuẩn bị sẵn sàng; chờ lệnh. Gần 11 giờ trưa, phone của ông Trần Trung Dung gọi báo:

- Nhờ ông vui lòng mang khuôn hòm đến nhà xác bệnh viện Saint Paul. Ở đường Tú Xương. Tuyệt đối không cho đông người đi, và người lạ tháp tùng. Xe chỉ chở đến đó... mỗi lần một quan tài mà thôi.

Ông Ba nêu ý kiến:

- Có nên lấy thêm một xe nữa. Đi theo phía sau xa xa xe kia. Hay không?

- Không. Chở từng cái một, mỗi xe đi cách xa nhau khoảng nửa giờ. Mang cái "đầu tiên" đi trước.

Ông Ba tuân lệnh. Đem cái hòm đặc biệt "đầu tiên" đi. (ý họ muốn nói đến "cái đầu tiên": là khuôn hòm của TT Diệm, người sẽ liệm trước tiên). Chiếc xe tang từ từ lăn bánh. Trên xe có bà chủ tiệm hòm, Năm, Mi & Dân, Thạch, Trung, cộng thêm bốn người đạo tỳ. Xe lao vào đường phố vắng tanh như đi trong thành phố chết, hoặc đang vào giờ giới nghiêm, thiết quân luật vậy. Đến đường Tú Xương, Vì Dân mới thấy phe cách mạng lật đổ chính phủ đã cho cảnh sát, quân cảnh đứng canh gác ở các chốt. Xe jeep chận ngang ngõ vào nhà xác. Ngoài các anh: Năm, Thạch, Trung, Mi, Dân, bà chủ tiệm và bốn đạo tỳ ra, còn có hai soeur có lẽ ở bệnh viện nầy. Thêm vợ chồng cháu rể của Tổng Thống đang lăm le chiếc máy ảnh trong tay. Khi xe tang vào tới bên trong, thì một soeur rón rén, lấp ló, len lén nhìn trước ngó sau, coi soeur có vẻ gian, sợ sệt lén lút, như người làm chuyện mờ ám gì, chả biết. Hình như soeur có lệnh trước, đã vội vàng kéo cánh cửa đóng ập lại liền. Trong nhà xác chỉ có một ngọn đèn vàng lù mù, leo lét, treo lơ lửng tòn ten trên trần.

Bốn đạo tỳ mang quan tài đặt trên bệ đá cẩm thạch trong nhà xác. Họ đợi khoảng hai mươi phút sau, thì có một chiếc xe hồng thập tự kiểu Dodge nhà binh(màu cứt ngựa) thắng lết bánh, đỗ xịch lại. Bà soeur canh cổng kia lật đật mở cánh cửa nhà xác ra. Từ trên xe có bốn quân nhân nhảy phóc xuống, họ vội vội vàng vàng khiêng chiếc băng ca lắc lư nhún nhảy. Trên đó có một người nằm cũng nhún nhảy lắc lư theo nhịp bước mau. Họ mang băng ca vào hẳn phía trong, để xuống dưới đất. Họ chả buồn nhìn ai hay nói câu nào, họ cúi đầu vội vã quay trở ra, leo tọt lên xe. Chiếc xe Dodge rít lên nghe rợn tóc gáy vút đi trong sự im lặng hãi hùng...

Lúc bấy giờ cả nhóm đông trong phòng liền bước tới đứng sát bên băng ca. Người nằm trên băng ca là vị Tổng Thống kính mến của nền Đệ Nhất Cộng Hòa Miền Nam VN: Ngô Đình Diệm (1901-1963). Ngài mặc bộ veston màu xanh rêu, thắt cà-vạt xanh đậm có chấm trắng. Dưới chân ngài mang một chiếc giày màu đen, bên chân kia chỉ có một chiếc tất trắng. Cả bộ complet chìm trong màu máu, trên đầu Tổng Thống có một vết thương sâu từ dưới ót trổ lên đỉnh đầu, bê bết máu. Ngài nằm đó thản nhiên im lặng, dường như Tổng Thống say chìm trong giấc ngủ ngàn thu bình an không muộn phiền, chẳng khổ đau... Ánh sáng vụt lóe lên. Thì ra ông cháu rể ngoại quốc kia đã bấm được vài ba tấm ảnh. Chả hiểu ông cháu nầy lúng túng, run rẩy, sợ hãi, lo lắng hay sao, mà ông lại vội cất dấu máy hình, không chụp thêm mà lại ngưng? Hay ông thấy cảnh máu me lan tràn như thế, thật hãi hùng và đau lòng. Nên ông không cầm nổi cơn nghẹn ngào xúc động đau đớn dâng tràn bờ mi?!

Đạo tỳ khiêng xác ngài lên, đặt trên một bệ đá cẩm thạch có lót hai lớp vải trắng. Bà chủ tiệm nói với Năm, Thạch, Trung, Vì Dân, và hai soeur:

- Nhờ lấy bông gòn và compresse nhúng đầy alcohol, lau nhẹ nhàng, lau sạch sẽ, lau rất cẩn thận các vết máu cho Tổng Thống giúp tôi.

Họ lộ vẻ kính cẩn, ân cần, chu đáo sửa sang áo quần TT Diệm chỉnh tề, ngay ngắn. Bốn đạo tỳ chăm chỉ cắm cúi lo tẩn liệm Ngài đàng hoàng. Bà chủ tiệm hòm lâm râm đọc kinh cầu nguyện cho linh hồn người quá cố. Bà nhét vào tay Tổng Thống xâu chuỗi hột mân côi. Hình như TT Diệm vừa mới chết, cho nên hai bàn tay ông đã nhẹ nhàng khép lại dễ dàng giữ xâu chuỗi, như ông đang lim dim đọc kinh lần hạt. Mọi người hiện diện nín thở, có cảm tưởng tim đập thiếu nhịp, thở hụt hơi: Nghẹn ngào. Ngậm ngùi. Cay đắng. Bẽ bàng xao động. Đau xót kinh khủng. Thương tiếc sâu sa. Buồn mênh mông cho kiếp phù sinh bạc mệnh. Ngắn ngủi!

Họ chưa kịp đậy nắp hòm, thì chiếc xe hồng thập tự lúc nãy đã trờ đến. Cánh cửa lớn do bà soeur kia lum khum hé mở ra. Đám lính lật đật bưng cái xác thứ hai vào. Bà soeur vội vàng khép nhanh cánh cửa ngay. Đó là ông CV Ngô Đình Nhu mặc áo sơ mi trắng cụt tay ngực đẫm máu. Áo bỏ trong quần màu nâu hơi xộc xệch, thắt dây lưng da, chân mang đôi giày màu kem. Gương mặt ông Nhu có vẻ oán hận, bất bình điều gì, vầng trán thật cao cau lại với nhiều nếp nhăn. Đôi môi ông mím chặt nghiêm nghị. Không thấy ông Nhu có nét thanh thản bình an (như gương mặt thản nhiên của người anh). Ông nằm hơi nghiêng qua một bên. Họ thấy ông bị nhiều vết đâm sau lưng, loại dao bayonet của quân đội. Máu vẫn ứa ra từ các vết thương đó. Trên đầu, ngay thái dương có hai vết thủng. Đó là dấu đạn đi từ bên nầy xuyên sang bên kia. Công việc tẩn liệm cũng tuần tự diễn ra. Cẩn thận, nhưng hơi vội vàng như lần trước. Không khí lúc nầy quả thực nặng nề kinh khủng! Im lặng hoàn toàn. Hình như ai ai cũng thở rất nhẹ. Vì họ sợ mỗi tiếng động làm dấy lên từ đáy lòng mình tiếng nấc, mà họ đã kềm sâu trong lòng, để khóc thương một kiếp người phù sinh: khi họ đứng trên tột đỉnh danh vọng cao sang dường bao, ấy thế mà lúc họ lìa đời thì quá ư bẽ bàng, bạc phận!? Hoặc sẽ làm hỏng không khí kính cẩn tôn nghiêm; nơi con người thực sự đã bước chân vào cõi vô cùng hư vô? Quả đúng là phân giới giữa sự sống và cõi chết chỉ ngăn cách bằng một sợi tóc dài lê thê và mỏng tanh, bởi một bức màn sô vô hình tầm thương mà mỏng manh như sương khói. Nhưng kiếp người ở hai phân giới ấy đã không thể làm gì khác hơn. Người ở biên giới nầy không thể va mặt, chạm tay vào biên giới vô hình kinh khủng bên kia, và càng không thể biết thêm gì nhau hơn!

Đó là hình ảnh nhỏ nhoi tầm thường rất cô độc của con người hiện hữu đối mặt trước sự siêu hình, cao cả của sự sống và sự chết. Quả thật không là gì cả khi thân xác ấy trở thành bất động, lung linh như ảo ảnh hư vô mà vô cùng sống động, thực tế và quá đỗi thương tâm. Các bạn: Mi, Dân, Năm Tony, Thạch, Trung sẽ không bao giờ quên, không bao giờ phai mờ hình ảnh bi thương ấy trong trí óc. Vì, rất thật. Quá thật tình cờ... vô tình mình làm chứng nhân một sự kiện lịch sử trong thế kỷ. Ý thức nhận rõ ràng: Cuộc sống sao quá mỏng manh như một bóng mây trắng hờ hững bay giữa lưng trời rám bạc. Như cành cây oằn thân trong bão khi gió muốn lặng, mà dễ đâu nào!

Vì Dân cảm thấy mệt lả, nhịp tim rung lên từng cơn run rẩy, nghèn nghẹn nỗi đau trong cổ, nàng vội kéo Năm, Thạch, Trung, bước ra thềm nhà xác, đi về hướng Phan Thanh Giản, là mong cho dễ thở hơn. Ngay lúc đó, Mi thấy một đoàn biểu tình náo nhiệt rầm rộ kéo nhau xuống đường. Họ vừa đi vừa giơ nắm tay hò la, hét tướng lên: đả đảo "chế độ gia đình trị họ Ngô". Họ đi thẳng tới biệt thự đường Phan Thanh Giản của ông Bộ trưởng Bộ Nội Vụ Bùi Văn Lương (người đã từng nắm giữ chức vụ Tổng Ủy trưởng, Tổng Ủy Di Cư năm 1954).

Họ lao vào nhà ông Lương đập phá, hôi của. Tất cả mọi thứ trong nhà thoáng chốc "biết đi" biến sạch hết ra ngoài đường. Thậm chí Vì Dân còn thấy có mấy người bưng hai con chó Nhật sợ hãi nhìn quanh, như nó đang muốn tìm cố chủ. Đám biểu tình nhốn nháo bắt đầu xúm lại nổi lửa trong sân. Rất may, lúc đó có toán Cảnh sát Dã chiến đến. Họ can ngăn kịp thời. Ôi! Cuộc Cách Mạng phừng phưng thành công rồi đó. Toàn dân bấy giờ đã thoát ra khỏi chế độ "gia đình trị họ Ngô". Nhưng, rồi đây sẽ đến phiên ai đi tới đi lui, đi lên và đi xuống, đi qua và đi lại? Sẽ ra sao? Xin nhường câu trả lời cho lịch sử từ bây giờ, và những tháng năm sau nầy phán xét. Nghe tiếng bà chủ gọi, các anh, chị, vội chạy trở về nhà xác: khi hai chiếc xe hồng thập tự đã đến lấy quan tài hai anh em họ Ngô. Họ nói với tài xế: "Vô Bộ TTM" (Vì lý do an ninh, nên Hội Đồng Quân Nhân Cách Mạng chuyển hai xác anh em Tổng Thống vào Bộ TTM, an táng trong khuôn viên trại Trần Hưng Đạo, cạnh chùa An Quốc). Hiện diện, làm việc cấp tốc trong đêm khuya có vị linh mục người Pháp, ông bà Trần Trung Dung, Trung Tá Nguyễn Văn Luông (Trưởng ban mai táng), một số ít quân nhân ở Bộ TTM. Thế rồi tiếp theo sau mấy cuộc đảo chánh, chỉnh lý, TT Nguyễn Văn Thiệu đương nhiệm nghe lời ông thầy địa lý phán một câu xanh dờn:

- Vì hai huyệt mộ kia đã chôn nhằm "long huyệt". Cho nên đất nước Việt Nam đã xảy ra lộn xộn liên tục. Muốn cho yên ổn. Phải cho dời đi ngay.

Thế là sau ngày đảo chánh ít lâu, bên phòng mai táng ở quân đội Miền Nam VNCH lại cho mời ông Ba đến, họ bàn trước tính sau cặn kẽ, nhờ ông Ba làm hai cái kim tĩnh xây gạch, tráng xi-măng trước. Ông Ba lại cho người lên Bộ TTM lén lút, hì hục đào bới cả hai anh em cố Tổng Thống vào ban đêm. Đạo tỳ làm việc bù đầu suốt canh thâu không ngưng nghỉ; từ chạng vạng tối đến tờ mờ sáng mới xong. Ông Ba đem hai thi thể ông Diệm và ông Nhu về chôn ở nghĩa trang Mạc Đĩnh Chi. Khi hạ rồng rồi, ông Ba có lệnh chỉ được phép lóng cát phủ lên bề mặt hai ngôi mộ bằng phẳng cho đầy. Bên trên mặt chỉ được lắp ba tấm ván sơ sài. Trông hai ngôi mộ rất hèn mọn, quá tầm thường. Tuyệt đối ông Ba không được phép ghi tên tuổi, ngày tháng trên bia mộ gì cả. Dù chung quanh đó có những ngôi mộ cẩm thạch bóng loáng, vinh sang hào nhoáng lộng lẫy khác. Vì nền Đệ Nhị Cộng Hòa "họ" sợ dân biết tin hai vị ấy nằm đó, dân sẽ đến cầu nguyện và ngưỡng mộ (!?). Nhưng làm sao mà che được tai mắt dân lành!? Không biết do đâu "rò rỉ ra" nguồn tin:

- Chính hai ngôi mộ đơn sơ không tên không tuổi, không hình bóng nầy là mộ phần của anh em TT Ngô Đình Diệm.

Thế là từ đó, mỗi khi ai ai có dịp vào thăm nghĩa trang Mạc Đĩnh Chi, họ liền đi vào cổng chính, đến đoạn giữa "hai ngôi mộ Anh Em", nằm đối diện với cái tháp tưởng niệm, và ngôi mộ cố Thống Tướng Lê Văn Ty to lớn nguy nga, tráng lệ nhìn sang "hai anh em: Gioan Baotixita Huynh; Giacobe Đệ". Có một điều rất khác biệt với những ngôi mộ lộng lẫy sang trọng kia, thì trên hai ngôi mộ đơn sơ đạm bạc đớn hèn khiêm tốn nầy, luôn luôn có những bó nhang trầm nghi ngút khói, có đóa hoa tươi màu thay đổi mỗi ngày, có bốn ngọn nến sáng lung linh thắp suốt đêm. Hình như người dân dù sợ hãi người khác thanh trừng, nên chỉ âm thầm lén lút đi thắp nến đốt nhang cầu nguyện. Họ luôn tưởng niệm cho "Ngày dài nhất thế kỷ, buổi chiều định mệnh đó". Họ là những người dân hiền lương ẩn danh nghèo hèn như thầm nói:

- Vĩnh biệt TT Diệm. Vĩnh biệt ông CV Nhu. Xin các Ngài cứ bình thản an nghỉ. Vì, đất nước Việt Nam vẫn còn là đất nước Việt Nam. Có thay đổi chăng, chỉ là đổi mới những sự kiện, và những con người lãnh đạo quốc gia mà thôi.

Nguyện cầu nhị vị an nhàn bình thản ra đi... hạnh phúc phiêu lãng ngao du sơn thủy, đi khắp trên mọi miền đất nước Việt Nam, và xin quý ngài phù hộ cho dân lành được ấm no, bình an hạnh phúc thật sự, như quý vị hằng đợi mong.

Xin quý vị lãng quên cuộc đời bạc bẽo. Quên con người hết sức trắng trợn độc ác tham tàn và... xin hãy tha thứ cho con người rối rắm hèn kém suy nghĩ kia, những kẻ đã tàn nhẫn hại mình. Kiếp người ô trọc đảo điên và phù du rồi sẽ khép lại sau đôi mắt hờ hững lặng nhìn. Vì Dân tôi, một chứng nhân vô tình hèn mọn trong bóng tối lịch sử buông tiếng thở dài sâu lắng, trầm buồn và ngậm ngùi trên mỗi phím loan: Ối ôi ồi!!!...

***

Mãi về những năm gần đây, sau nầy thôi, thì hài cốt "hai huynh-đệ: Gioan Baotixita Huynh; Giacobe Đệ" (trên bia mộ vẫn không ghi tên thật, ngày tháng năm gì cả) lần thứ ba, họ lại được thân nhân đào lên, cải táng cho nhị vị về an nghỉ tại "Nghĩa trang số 6", ấp Đông An, xã An Bình, huyện Dĩ An.

Lần nầy, Thụy Mi Vì Dân chấp đôi tay khẩn thiết cầu xin Thiên Chúa cho quý "Huynh Đệ" thật sự bình an, yên nghỉ vĩnh viễn dưới lòng đất quê hương Việt Nam.

Xin đừng "bới móc thi hài người quá cố" lên thêm lần thứ bốn làm chi nữa! Đã quá đủ thảm thương rồi!

THỤY MI

***(3) Tôi viếng mộ Cố TT Ngô Đình Diệm

Kim Hoa

Ngay ngày Giỗ 45 năm của Ông, tôi đã lên kế hoạch phải đến thắp nhang cho Ông trong ngày Giỗ, nhưng rồi tôi không thực hiện được, mãi đến tối hôm qua nghe ông xã nói:

- Mai rảnh không? Đi Lái Thiêu...

Tôi gật đầu ngay, ông xã biết chắc là không nói ra, nhưng tôi nôn nao có ngày này lắm, ngày anh ấy rảnh rỗi để chở tôi đi viếng mộ Ông Tổng Thống. Mười ngày chờ đợi để thực hiện tâm nguyện, sáng nay 12/11/2008, vợ chồng tôi đi honda đến viếng mộ Tổng Thống. Cũng chỉ là địa chỉ nghĩa trang Lái Thiêu, Hóa An, Bình Dương, không rõ ràng lắm, khi người đi đường lại nói Lái Thiêu có nhiều nghĩa trang. Chúng tôi cứ đi đại đến nghĩa trang lớn nhất của Lái Thiêu.Từ Sài gòn đi QL13 đến ngã tư Cầu Ông Bố chúng tôi rẽ phải, vào khoảng gần 3^{km} cũng bên tay phải, có một cổng nghĩa trang rất lớn, chúng tôi rẽ vào, có một quán cóc trong nghĩa trang, nhưng chúng tôi không dừng lại, vì thấy bên trong có số người thợ đang xây mộ, bèn ghé hỏi thăm:

- Anh ơi! Anh làm ơn cho biết mộ của Ông Diệm nằm ở đâu anh?

- Anh chị theo con đường này sẽ thấy cái quán, hỏi quán ấy họ chỉ cho, có người dẫn đến tận nơi luôn.

Mừng thầm trong bụng "hỏi thăm dễ quá", chúng tôi đến quán người ta vừa chỉ. Ông xã ra dấu cho tôi im lặng, anh đến hàng nhang, lựa gói nhang lớn nhất, mua thêm cái hộp quẹt, trong khi chờ cô bán hàng thối tiền anh hỏi:

- Cô cho tôi hỏi thăm, mộ Ông Diệm nằm chỗ nào cô có biết, chỉ giùm chúng tôi.

Cô gái trả lời ngay.

- Biết, con dẫn cô chú đi, cô chú có bà con gì không?

- Không, chúng tôi muốn thăm và thắp nhang cho Ông ấy thôi.

- Cách đây vài ba ngày, có người báo cho chúng con là sẽ có người nước ngoài về thăm mộ Ông ấy, chúng con chờ hoài mà chưa thấy ai.

Thế rồi cô ấy nhanh nhẩu lấy Honda đi trước, đưa chúng tôi ra lại đường chính, đi thêm hơn 100^m cô dừng lại nơi những ngôi mộ nằm sát bên đường, dựng xe trên thềm đường, cô dẫn vào qua 2 dãy mộ (khoảng 6^m-7^m), cô chỉ "đây là mộ ông Cẩn, mộ Ông Diệm ở bên kia".

Cùng một dãy, cách nhau khoảng hơn 10^m, chúng tôi dừng lại Mộ ông Tổng Thống bên phải, mộ bà Cố nằm chính giữa, bên trái là mộ ông Nhu. Còn đang bồi hồi xúc động thì thấy 5, 6 người bao quanh chúng tôi. Nhìn họ, tôi nhớ lại những lần đi thăm mộ của ông bà Nội chồng chôn ở nghĩa trang Gò Dưa... Chúng tôi đốt nhang, vái lạy bà Cố, ông Tổng Thống, ông Nhu, tôi dành một ít thắp cho ông Cẩn và bà Xơ tên Isave Trương thị Ba là nữ tu của Dòng Vinh Sơn mà ở đó người ta nói: *"Những năm trước chỉ có bà Xơ này đến thắp nhang cho những ngôi Mộ này thôi, giờ bà Xơ ấy đã mất rồi, được chôn ở gần đây"*. Thấy họ vẫn ngồi tại đó như chờ chúng tôi điều gì, tôi nói:

- Đây là mộ của ông Tổng Thống ngày xưa của mình, tôi đọc báo thấy họ nói ở đây, nên tìm đến thăm mộ ông

Họ nói:

- Chúng tôi ở đây luôn chăm sóc cho phần mộ của gia đình ông, cô có tiền đưa chúng tôi để chúng tôi lo cho mộ phần họ.

- Chúng tôi chỉ là người biết tin rồi đi thăm thôi, chúng tôi không là người nhà. Tôi cũng chẳng có tiền, gửi các anh tiền uống cà phê cho vui nhe.

Họ cầm 100 ngàn như không vừa ý, bảo tôi đưa thêm 100 nữa. Họ kể là họ đã chà rửa sạch sẽ những ngôi mộ này như thế nào, có người đặt họ ghi rõ tên Ngô Đình Diệm, Ngô Đình Nhu trên bia mộ, nhưng họ bị công an Bình Dương gọi lên, bắt xóa hết, chỉ ghi chữ Huynh, chữ Đệ thôi... mộ ông Tổng Thống lại bị sứt bể họ phải tô sửa lại..

Tôi lắc đầu, mỉm cười:

- Tôi không có tiền, thế nào cũng có người nước ngoài họ về, họ sẽ gởi lại tiền cho các anh.

Hai chúng tôi đọc kinh, cầu nguyện. Xin ông Tổng Thống thương phù hộ, giúp Đất Nước Việt Nam sớm thoát cảnh lầm than, khổ cực...

Tôi thì thầm với ông Tổng Thống nhiều điều, thấy họ từ từ bỏ đi hết 4, 5 người gì đó. Số còn lại họ than thở:

- Tụi tui mới dọn dẹp chứ tụi nó có làm gì? Cô đưa tiền cho tụi nó cũng như không. Chính tui lau chùi, dọn sạch cỏ hai hôm nay, cô mà lên trước ba ngày cũng không thấy đường đi đâu, cỏ bao phủ hết. Giờ cô cho tụi tui tiền đi, chính tui đắp lại chỗ bể ấy, rồi sơn lại chữ mới rõ ràng đó chứ phải tụi nó đâu! Công an kêu tui lên chứ phải nó lên đâu, tụi nó nói dóc không hà.

Nhìn người đang ông đang ngồi càm ràm bên cạnh, tôi hiểu ra câu chuyện. Việt Nam mình bây giờ là thế, làm ở đâu cũng có ban bệ, vào trong nghĩa trang cũng thế, có trên, có dưới, có cũ, có mới. Như trong nhà chồng tôi, anh em đều là công nhân, thầu xây dựng, nhưng không làm sao xây được mộ phần Ông Bà Nội của mình, phải giao toàn bộ cho những người quản lý ở nghĩa trang làm. Nếu mình không làm theo quy định (trong im lặng) đó, thì ngày hôm nay mình xây, sáng mai sẽ thấy thành bình địa tất cả, ngoan cố thêm một hai ngày nữa, cũng trở về con số không thế thôi. Trước khi chúng tôi chưa giao mộ phần cho ông chủ lớn ở đó trông coi, thì mỗi lần đến mộ đều có người hầu chuyện, kể công lao chăm sóc hằng ngày... cho đến khi chúng tôi chi tiền trà nước mới để yên. Từ ngày trả công mỗi năm 300.000$ cho 2 ngôi mộ Ông Bà, chúng tôi không còn bị kèo nài mỗi khi lên thăm mộ nữa.

Phía bên mộ ông Cẩn, chồng tôi cũng đang lắng nghe những người dọn dẹp, và cô bé dẫn đường phàn nàn (có anh thanh niên bị câm) họ không dám nói gì khi có mặt nhóm người trước, có lẽ họ được những người kia thuê làm, nhìn chung thì họ cũng chịu khó chăm sóc mộ của Tổng Thống mình, những ngôi mộ mà ít khi có thân nhân lui tới, tiếc rằng mình không khá giả chứ tí quà cho họ cũng là phải đạo. Gởi cho họ và cô bé dẫn đường thêm 100 ngàn nữa chúng tôi cám ơn và mọi người vui vẻ chia tay ra về. Tôi quay lại, cúi chào ông Tổng Thống:

- Từ nay con sẽ thường quay lại thăm Ông.

Kể lại cho mọi người biết, nếu muốn viếng mộ Tổng Thống, thì đến ngã tư cầu Ông Bố quẹo phải vào khoảng 3^{km} thấy cổng nghĩa trang đầu tiên (đừng vào cổng), đi quá khoảng gần 300^{m} nữa sẽ thấy quán cóc bên đường, cạnh nghĩa trang. Dừng xe, có đường mòn, đi qua vài nấm mộ là thấy mộ Tổng Thống ngay. Nếu đi Honda dắt vào lối này gần mộ Tổng Thống, dễ trông chừng xe hơn. Nhìn mộ một Vị Tổng Thống tài ba, nổi tiếng, khắp thế giới mọi người đều ngưỡng mộ tài, đức của ông, mà nằm đơn sơ như thế, tên tuổi cũng không được phép ghi chép rõ ràng, tôi không sao cầm được nước mắt. Lòng tự hỏi biết đến ngày nào, người dân Việt nghĩ lại công lao của ông, mà đặt mộ phần ông vào một nơi xứng đáng hơn, gần gũi hơn, để mọi người yêu mến ông, được thường xuyên thăm viếng mộ phần ông???

Bà Cố ở giữa, Tổng Thống và ông Nhu ở hai bên

CHƯƠNG 5

LỜI TRỐI TRĂNG CỦA
TỔNG THỐNG NGÔ ĐÌNH DIỆM

Ngày 26 tháng 10 năm 1963

Ngày 26 tháng 10 hằng năm là dịp các phái đoàn Dân Quân Chính đến chúc mừng TT Ngô Đình Diệm tại Dinh Độc Lập. Nhưng ngày 26/10/1963, cái không khí hân hoan vui mừng của 9 năm trước đã không còn nữa? Vì sao? Vì âm mưu đảo chánh do chính quyền Kennedy đang tiến hành theo ý đồ của Mỹ đã tạo ra không khí căng thẳng u buồn cho một Đồng Minh được gọi là tiến đồn chống Cộng của Thế Giới Tự Do tại vùng Đông Nam Á, đó là VNCH.

Xin mời đọc bài viết của cụ Cao Văn Chiểu, một chứng nhân lịch sử ghi lại ngày u buồn đó như sau:

MINH XÁC MỘT CÂU NÓI LỊCH SỬ

Ai cũng biết, trước đây, hàng năm, ngày 26/10 là ngày Quốc Khánh, kỷ niệm ngày thành lập Đệ Nhất Cộng Hòa.

Tại Dinh Gia Long, thường lệ mỗi năm, TT Ngô Đình Diệm thường tỏ ra vui vẻ, thân mật với các vị Đại diện Quân Dân tới chúc mừng. Nhưng ngày 26/10/1963 đã có một không khí đặc biệt. Sau những chúc từ của đại diện các cơ quan, đoàn thể, TT Diệm chỉ đáp từ rất vắn tắt, rồi đột nhiên, với một giọng cương quyết, nhấn mạnh từng chữ và tuyên bố:

"Tình thế biến chuyển, vận nước đổi thay ra sao. Sử sách sau này sẽ ghi rõ... Riêng về phần tôi, nếu tôi tiến,

các ông sẽ theo tôi, nếu tôi lui, các ông cứ giết tôi. Nếu tôi chết, các ông hãy theo gương tôi".

Nói xong, Tổng Thống cáo từ rồi rút lui. Mọi người đều ngạc nhiên, ưu tư, vì trong mấy ngày trước đó, tình hình đã trở nên gay cấn, có thể nói là trầm trọng, một bầu không khí hoài nghi, bất trắc, không ai đoán được những gì sẽ xẩy ra.

Rồi chỉ vài hôm sau, là cuộc chính biến 1/11/1963, TT Ngô Đình Diệm và bào đệ Ngô Đình Nhu đã bị bọn tướng lãnh đảo chánh và thảm sát. Phải chăng Tổng Thống đã có linh tính biết những điều chẳng lành sắp xẩy đến cho mình và Đất Nước? Kẻ viết bài này đã có mặt tại Dinh Gia Long hôm đó và đã mắt thấy, tai nghe những lời tuyên bố nói trên. Nhưng sau đó, câu nói của Tổng Thống đã bị dư luận và báo chí tường thuật sai lạc: *"Nếu tôi phục vụ cho quốc dân, xin đồng bào hãy giúp tôi. Nếu tôi bị ám hại, xin hãy trả thù cho tôi!".*

Như vậy là hoàn toàn sai! Một người như TT Diệm, với đức độ hiếu sinh, nhân từ và bác ái, lại chủ trương thuyết Nhân vị một cách thành tín, không bao giờ lại có thể đặt vấn đề "báo thù, báo oán", không bao giờ lại hô hào người khác trả thù cho mình! Sở dĩ có sự sai lạc sự thật, có lẽ vì một số người đã dựa vào câu nói của một nhân vật Pháp na ná như thế, đã gán cho TT Diệm: *"Si, J'avance, Suivez moi. Si je recule, tuez moi. Si je meurs, vengez moi!".*

Nhưng ai cũng biết, những người đã từng có mặt tại Dinh Gia Long hôm đó, TT Diệm đã không lấy một câu nói của kẻ khác để làm phương châm cho mình!

Hương Bình Cao Văn Chiếu
Antony, Pháp
(Tập San Chính Nghĩa Số 1
do ông Đỗ La Lam chủ trương 1983, trang 78-79).

TT Ngô Đình Diệm tiếp phái đoàn Dân Biểu
ngày 26/10/1963 tại Dinh Gia Long
(trong đó có Dân Biểu Cao Văn Chiểu)

Lời tuyên bố của TT Ngô Đình Diệm trước phái đoàn quả như một lời trối trăng nói lên tinh thần vì nước vì dân của người. Đó chính là ý hướng và hoài bão mà người muốn thực hiện cho Đất Nước.

TT Ngô Đình Diệm là vị lãnh tụ anh minh, có cuộc sống đạo đức, nhiệm nhặt khắc khổ, là người yêu nước nhiệt tình. Ở cương vị Tổng Thống, người muốn thực hiện những công trình nhằm đem lại tự do, cơm áo, hòa bình, hạnh phúc cho toàn dân dựa trên chủ thuyết Nhân vị qua hai chủ trương: Nhân Vị Cộng Đồng và Đồng Tiến Xã Hội.

Trước quốc dân và với đồng minh, người luôn tỏ ra tôn trọng và bảo vệ chủ quyền quốc gia.

Trong đáp từ với các phái đoàn vào chúc mừng nhân ngày 26/10/1963, TT Ngô Đình Diệm đã trịnh trọng tuyên bố như lời tường thuật của cụ Cao Văn Chiểu. Thật không ngờ, lời đáp từ đó trở thành Lời Trối Trăng trước khi người và ông CV Ngô Đình Nhu bị sát hại chỉ sau một tuần, đó là ngày 2/11/1963. Có 3 điều rõ rệt:

- **Thứ nhất**: *"Tôi tiến, các ông sẽ theo tôi"*. Là đoàn kết với Tổng Thống cùng nhau chiến đấu thực hiện công trình của chính phủ VNCH nhằm xây dựng, bảo vệ hạnh phúc cho nhân dân.

- **Thứ hai**: *"Nếu tôi lui, cứ giết tôi!"*. Tổng Thống cho rằng lui là hèn hạ, là đầu hàng thì không đáng sống, vậy cứ giết đi!

- **Thứ ba**: *"Nếu tôi chết, hãy theo gương tôi"*. Người không sợ cái chết. Dầu người chết do sự sát hại của bất cứ thế lực nào nhưng người kêu gọi và khuyến khích đại diện các phái đoàn Quân Dân Cán Chính và hậu thế hãy hành động, hãy thực hiện hoài bão, ý muốn của người đối với Dân Tộc VN. Đó là duy trì độc lập, bảo vệ chủ quyền Quốc Gia, bảo vệ lãnh thổ, xây dựng hạnh phúc cho nhân dân.

Năm 1954, khi về chấp chánh, TT Ngô Đình Diệm đã gửi điện văn nhấn mạnh đến cụm từ "DŨNG CẢM và QUYẾT TÂM". Chín năm sau (1963) Lời Trối Trăng của Tổng Thống vẫn với nội dung như vậy. Hãy DŨNG CẢM và QUYẾT TÂM. Trong ba lời trối trăng nói trên thời lời trối trăng thứ ba đã xảy ra nghĩa *là "Người đã bị giết vì cương quyết bảo vệ chủ quyền Quốc gia"* trước áp lực thô bạo của chính quyền thực dân Kennedy và sự dã man vô nhân tính của bọn phản tướng. Người có ý nói hãy ra sức thực hiện những công trình mà chính phủ do người lãnh đạo đang tiến hành. Những công trình ấy một phần lớn đã bị phá hủy do giới lãnh đạo mới đã dẫn đến ngày 30/4/1975 đặt cả nước VN dưới ách thống trị tàn ác của tập đoàn CS! Cũng từ ách thống trị tàn ác đó, VN đã trở thành đói nghèo lạc hậu và là miếng mồi ngon cho tập đoàn xâm lược Bắc Kinh. Trong dịp khánh thành Đập Đồng Cam năm 1955, TT Ngô Đình Diệm đã từng tuyên bố:

"... Chúng ta hiện nay đang theo đuổi một cuộc đấu tranh vĩ đại để bảo vệ nền độc lập của non sông và quyền tự do của dân tộc. Hạnh phúc của chúng ta và của con cháu chúng ta sau này sẽ tùy theo kết quả cuộc tranh đấu ấy. Nếu bọn Việt Cộng thắng, thì quốc gia Việt Nam cũng sẽ bị tiêu diệt và sẽ biến thành một tỉnh nhỏ của Trung Hoa Cộng Sản..." (Đập Đồng Cam, Tuy Hòa (17/9/1955).

Lời tuyên bố của Tổng Thống trên đây hôm nay đã ứng nghiệm tỏ tường. Hồ Chí Minh và tập đoàn CSVN vì ngu xuẩn rước chủ nghĩa Mác Lê Xít Mao vào, tự nguyện làm tay sai cho Tầu Cộng. Cái gọi là Hội Nghị Thành Đô 1990 tại Tứ Xuyên, CSVN đã tạo cơ hội cho giặc phương Bắc xâm lăng VN bằng chiến thuật "tằm ăn dâu".

VN hiện đang bị CS thống trị, cần được giải phóng để tồn tại. Tinh thần Ngô Đình Diệm đòi buộc chúng ta phải làm những gì vị lãnh đạo anh minh trông đợi?

Trước tình hình thay đổi của Việt Nam từ sau ngày 30/4/1975, một vị lãnh đạo tinh thần để ra một phương thức: **"Tình hình mới, nhu cầu mới, phương pháp mới"**. Theo phương thức đó, muốn làm việc gì thành công thời trước hết là phải nhận định tình hình. Từ tình hình đó, nhận ra nhu cầu và tìm phương pháp giải quyết.

Vậy tình hình VN hiện nay như thế nào?

Từ 2 năm trước, tác giả Đinh Quân đã cho chúng ta biết đại cương qua con số thống kê. Tình hình VN hiện nay cũng chỉ thay đổi chút ít, tiêu cực nhiều hơn tích cực, nghĩa là xấu đi. Cụ thể là dân số gia tăng.Năm 1954: 22 triệu. Năm 1975: 46 triệu 970 ngàn. Năm 2021: 97 triệu 470 ngàn. Năm 2022: 99 triệu 460. Tiếp theo là nạn tham nhũng thêm trầm trong, giới lãnh đạo CSVN đang lo thanh toán, đấu đá nhau tơi bời!

NHẬN ĐỊNH TÌNH HÌNH
Thống Kê Thế Giới Về Việt Nam Đỉnh Cao Trí Tuệ
Đinh Quân
October 20, 2020

Dân số:

Thống kê thế giới năm 2020 cho biết: dân số ước tính khoảng 93 triệu người đứng hàng thứ 13 trên 243 quốc gia. Năm 2021 tăng lên 98.096.517 người. VN đứng hàng số 13 có dân số đông nhất thế giới. Về mặt dân số VN không phải kém.

Ghi thêm: *Vậy thì con số trên 100 triệu sẽ không còn bao xa. Nhớ lại năm 1954, dân số toàn quốc 22 triệu người (Miền Bắc 12 triệu; miền Nam 10 triệu). Đến năm 1975 dân số toàn quốc là 44 triệu. Rồi 47 năm sau (2022) tăng lên quá gấp đôi 99 triệu. Thật đáng sợ. Diện tích đất đai không tăng. Mà dân số tăng vậy thì làm sao? Nhớ lại định luật của kinh tế gia Malthus (dân số tăng theo cấp số nhân. Sản vật tăng theo cấp số cộng). Dưới chế độ CS, dân đẻ giỏi (!) mà sản xuất thì quá dở!*

Diện tích:

Việt Nam có tổng diện tích đất liền khoảng 331.210^{km2}, đứng hàng thứ 61/189 quốc gia trên thế giới. Diện tích quốc gia cũng là một trong những đơn vị chính dùng để đánh giá độ lớn của quốc gia. Ở vị trí thứ 61, VN thuộc nhóm 1/3 quốc gia có diện tích lớn nhất thế giới. Bởi vậy, xét về mặt diện tích, VN không phải là kém.

Duyên hải:

Việt Nam là một quốc gia có địa thế rất đặc biệt vừa tiếp diện biển ở phía Đông, vừa dựa vào rừng cây và cao nguyên ở phía Tây. Việt Nam đứng hàng thứ 33/154 quốc gia có bề dài duyên hải dài nhất thế giới với chiều dài duyên hải 3.444 ^{km}. Nên nhớ rằng có 47 quốc gia trên thế giới hoàn toàn nằm trong lục địa (không tiếp diện với biển) và 35 quốc gia có chiều dài duyên hải chưa đến 100^{km}. Bởi vậy, xét về mặt bề dài duyên hải, Việt Nam không phải là kém.

Rừng cây: VN có diện tích rừng đứng hàng thứ 45/192 quốc gia và lãnh thổ trên thế giới với tổng diện tích rừng là 123.000^{km2}. Rừng VN được xếp vào loại rừng có hệ sinh thái đa dạng và đặc biệt. Mặc dù rừng cây ở VN bị khai thác một cách bừa bãi, nó vẫn nằm ở vị trí 1/3 các quốc gia đứng đầu về diện tích rừng. Bởi vậy, xét về mặt diện tích rừng, VN không phải là kém.

Đất canh tác: VN có tổng số đất canh tác là 30,000^{km2}, đứng hàng thứ 32/236 quốc gia và lãnh thổ trên thế giới. Tổng số ruộng lúa được canh tác đứng hàng thứ 5 trên thế giới trong số 20 quốc gia canh tác lúa gạo. Xét về mặt đất canh tác (và đặc biệt canh tác lúa gạo) VN không phải là kém. VN không nhỏ với đơn vị kích thước, dân số, đất đai, biển đảo, rừng cây v.v... nhưng lại yếu kémvề phát triển kinh tế, giáo dục, xã hội, văn hóa... do quản lý rất tồi.

1. Giáo dục: Theo chỉ số Human Development, VN đứng hàng thứ 121/187, có nghĩa là dưới trung bình. Không có một trường đại học nào của VN được lọt vào danh sách trường đại học danh tiếng và có phẩm chất.

2. Bằng sáng chế: Theo International Property Rights Index (8) VN đứng hàng 108/130 tính theo giá trị trí tuệ, có nghĩa là gần đội sổ.

3. Ô nhiễm: Theo chỉ số ô nhiễm, VN đứng ở vị trí 102/124 gần đội sổ danh sách.

4. Thu nhập tính theo đầu người: Thu nhập quốc gia VN đứng hàng 57/193, VN lại đứng hàng 123/182 quốc gia tính theo quốc gia tính theo thu nhập bình quân đầu người. Có nghĩa là đứng trong nhóm 1/3 quốc gia cuối bảng, có thu nhập đầu người thấp nhất.

5. Tham nhũng: Theo chỉ số tham nhũng mới nhất của Transparency International, VN đứng hàng thứ 116/177 có nghĩa là thuộc 1/4 quốc gia cuối bảng.

6. Tự do ngôn luận: Theo chỉ số tự do ngôn luận (free-dom of press) VN đứng vị trí 174/180 chỉ hơn Trung Quốc, Bắc Hàn, Syria, Somalia, Turkmenisten và Eritrea, có nghĩa là nằm trong nhóm 1/20 thất nhất thế giới.

7. Phát triển xã hội: Theo chỉ số phát triển, VN không có trong bảng vì không đủ số liệu để thống kê. Trong khi đó, theo chỉ số chất lượng sống (Quality of life) thì VN có điểm là 22.58, đứng hàng 72/76 có nghĩa là gần chót bảng.

8. Y tế: Theo chỉ số y tế, sức khỏe, VN đứng hàng thứ 160/190 quốc gia, có nghĩa VN đứng trong nhóm quốc gia có tổ chức y tế tệ nhất. VN có đầy đủ tiềm năng nhưng tại sao tụt hậu ngày càng xa sau các nước khác? Câu trả lời trước hết xin dành cho Đảng CSVN, kế đến là các bộ môn văn hóa và xã hội, cũng như đạo đức học và giáo dục học.

Đỉnh cao trí tuệ

Lũ lụt do bởi thiên tai,
Ruộng đồng lúa tốt thiên tài đảng ta.
Than ôi, Đất tổ quê cha,
Tiền rừng bạc bể sao ra thế này?
Mưa ngập nước cuốn thảm thay!
Xác trôi, nhà cửa phơi bày đau thương.
Người Việt sống ở bốn phương,
Nhìn cảnh tàn phá xót thương chạnh lòng.

Gởi tiền cứu trợ cầu mong,
Giúp dân hoạn nạn ngóng trông từng giờ.
Những tên Việt Cộng tham ô,
Vòi vĩnh chia xớt thời cơ làm giàu.
Đỉnh cao trí tuệ ở đâu?
Hãy nhìn thằng bé đang bỏ trên kia!

Đinh Quân (Sưu tầm)

Tình trạng chậm tiến của Việt Nam

- Dân số gia tăng mau: sanh đẻ nhiều, sản xuất kém; phá hoại giỏi, xây dựng dở.

- Guồng máy Nhà nước được xây dựng trên chủ nghĩa Mác Lê rất cồng kềnh, chồng chéo lên nhau mục đích để bảo vệ quyền bính, thống trị nhân dân, gây tốn kém rất nhiều cho công quỹ gồm những bộ phận: Guồng máy nhà nước, Mặt Trận Tổ Quốc, Công Đoàn, Đảng CS v. v... và v.v....

- Dù cho chủ nghĩa CS đã bị nhân dân thế giới ném vào sọt rác của lịch sử, nhưng bản chất CS vẫn tồn tại. Đó là nạn băng đảng, lưu manh, láu cá, lọc lừa, cấu kết với nhau để bảo vệ đặc quyền, đặc lợi, lo vơ vét làm giầu để trở thành những tên "tư bản Đỏ". Chúng ra sức ru ngủ giới trẻ, mặc sức cho giới thanh thiếu niên ăn chơi, buông thả, miễn là không có hành động chống đối đụng tới cái ghế của chúng. Chính sách ru ngủ giới trẻ đã gây nên những hậu quả vô cùng tệ hại khiến đạo lý, phong hóa suy đồi, xã hội băng hoại, đồi trụy, ăn chơi, cướp giật, chém giết nhau khủng khiếp.

- Tuy vậy, ý thức dân tộc ta vẫn còn cao. Dân cả nước đều nhận ra "Nhà nước chuyên chính vô sản của giai cấp Công Nông" chỉ là bọn bịp bợm, láo khoét. Thực chất làm gì có "vô sản chuyên chính" như chúng rêu rao mà chỉ là bọn "vô sản giả hiệu" băng đảng cấu kết với nhau để thống trị nhân dân. Hãy nhìn vào thành phần lãnh đạo chóp bu có tên nào là vô sản đâu. Cả một lũ con nhà tư sản. Thời gian trôi qua, dân chúng đã nhìn ra chúng, và nhờ tiến bộ của công nghệ thông tin đã lột trần bọn chúng cho nên người dân hết sợ, dám công khai chống lại những bất công do chúng gây ra.

- Nền kinh tế của VN lâu nay vẫn là thứ kinh tế gia công, làm mướn cho các công ty ngoại quốc đến đầu tư kiếm lời, chớ không có khả năng sáng tạo, tự lực, tự cường của một quốc gia trong tình trạng mở mang, phát triển. Nói khác đi, đó chỉ là cái vỏ, xem ra có vẻ hào nhoáng, hoành tráng mà thực chất bên trong là rỗng tuếch.

- Môi sinh, dinh dưỡng tệ hại, dân số gia tăng khủng khiếp. Các thành phố lớn đều dễ dàng ngập lụt vì nạn mưa lũ, nhà cửa xây cất bừa bãi, hệ thống cống nước lỗi thời không được tân trang, nạn xả rác bừa bãi. Khai thác đất đai, xây dựng bừa bãi, các thành phố dễ dàng ngập lụt. Cái gọi là "thành phố Hồ Chí Minh" sau mỗi trận mưa là một trận lụt khủng khiếp.

- Phá hoại, bòn rút tài sản quốc gia qua các dự án do các công ty quốc doanh bày ra. Phá hoại tài nguyên thiên nhiên bừa bãi: rừng rú, hệ sinh thái, thuốc độc do các nhà máy ngoại quốc thải ra làm nhiễm độc sông ngòi, đồng ruộng.

- Y tế Xã hội kém cỏi, tệ hại, chưa được mở mang đúng mức, đáp ứng nhu cầu của dân chúng. Vụ Việt Á là thí dụ điển hình do sự tắc trách, cấu kết với nhau để tham nhũng.

- Đời sống dân chúng giữa nông thôn và thành thị quá chênh lệch.

- Và sau cùng là nạn tham nhũng lan tràn quy mô từ trên xuống dưới, từ mọi lĩnh vực không thể tưởng tượng được.

Đó là một đại nạn, làm mục nát xã hội, tệ nạn xẩy ra hằng ngày như cơm bữa. Người ta nói "Mạnh chống thì mạnh chấp". Trước đây, CS luôn đả kích, chê bôi xã hội tư bản của thế giới, của VNCH, cho đó là xã hội đồi trụy, tham nhũng, phải đánh đổ để xây dựng xã hội lành mạnh "mình vì mọi người và mọi người vì mình". Nhưng sau khi nhờ Mỹ cho ăn, xâm chiếm được Miền Nam rồi thì bọn chúng lại "tham nhũng hơn ai hết". Khi nhìn thấy cảnh trù phú của nhân dân Miền Nam, dân chúng miền Bắc mới nhận ra sự thật khiến họ mơ ước cuộc sống của dân chúng miền Nam. Riêng tập đoàn CS từ Miền Bắc đua nhau "Vào Vơ Vét Về" để làm giàu. Thay vì duy trì mức sống của dân chúng Miền Nam đồng thời nâng cao mức sống dân chúng Miền Bắc để hai miền bằng nhau thời bọn CS Hà Nội lại tìm đủ mọi cách hạ thấp mức sống của nhân dân Miền Nam cho bằng Miền Bắc khiến cả nước nghèo thêm. Cái gọi là chính sách đánh tư sản mại bản để VN tiến lên chủ nghĩa xã hội, tung ra nhiều đợt đổi tiền với mục đích cướp đoạt tài sản của dân chúng miền Nam, áp dụng chế độ bao cấp (1976-1988) cho thấy đầu óc của giới lãnh đạo CS Hà Nội thật ác ôn, hẹp hòi, ấu trĩ, ngu muội. Chuyện tham nhũng thì từ ngàn xưa đến nay, xã hội nào, chế độ nào mà chẳng có, chỉ ở mức độ nhiều ít, không thể tránh khỏi. Hay dở, nhiều ít là tùy thuộc vào cơ chế của xã hội. Nếu xã hội có tự do dân chủ thật sự, tự do ngôn luận, tự do báo chí, chính quyền chấp nhận đối lập, vân vân thì đương nhiên nạn tham nhũng sẽ giảm. Hãy xem các nước Tây phương, Âu Mỹ, tình trạng xã hội của các nước đó như thế nào. Nhưng ở VN dưới chế độ CS độc tài toàn trị, không có tự do báo chí, lãnh đạo do "Đảng cử, dân bầu" thì xã hội lành mạnh thế nào được? Tham nhũng ở đâu mà ra? Cơ chế nhà nước xã hội chủ nghĩa do Hồ Chí Minh và đồng bọn xây dựng trên nền tảng

474   Tổng Thống Ngô Đình Diệm

"Mác Lê Xít Mao" thì nạn tham nhũng đương nhiên phải xảy ra và trở thành quốc nạn vô phương cứu chữa! Hãy nhìn vào thực tế, cái chủ trương "đốt lò" của Nguyễn Phú Trọng đã cho thấy cảnh đấu đá thanh toán nhau vì tranh quyền đoạt chức. Một Chủ tịch Nước Nguyễn Xuân Phúc vừa được bầu mới được hơn một năm (4/2021) đã bị hạ bệ vì vợ y dính vào vụ Việt Á; hai Phó Thủ Tướng bị cho thôi chức (Phạm Bình Minh, Vũ Đức Đam), bốn Bộ Trưởng bị tống giam. Và từ hơn chục năm nay, các Bí Thư và Chủ Tịch UBND Thành phố Hà Nội đều bị tống giam vì tội tham nhũng v.v... và v.v....

Một chế độ thoái hóa, rỗng nát từ trên xuống dưới! Nguyễn Phú Trọng đốt lò (diệt tham nhũng) hay ra tay thanh toán đối phương để bảo vệ quyền lực cho phe đảng? Và còn thêm nhiều thông tin nữa trong năm trước: 15 cán bộ diện Bộ Chính trị, Ban Bí thư quản lý bị khởi tố, điều tra từ đầu năm đến nay là ai?

TTO - Từ sau phiên họp thứ 21 của Ban Chỉ đạo Trung ương về phòng, chống tham nhũng, tiêu cực đến nay, đã khởi tố, điều tra 15 cán bộ cấp cao diện Bộ Chính trị, Ban Bí thư quản lý. Trong đó, có 4 ủy viên, nguyên ủy viên Trung ương Đảng.

Báo cáo tại cuộc họp của Thường trực Ban Chỉ đạo Trung ương về phòng, chống tham nhũng, tiêu cực ngày 18/11 cho biết từ sau phiên họp thứ 21 của Ban Chỉ đạo (tháng 1/2022) đến nay, đã khởi tố, điều tra 15 cán bộ cấp cao thuộc diện Bộ Chính trị, Ban Bí thư quản lý.

Còn từ đầu nhiệm kỳ Đại hội XIII đến nay đã xử lý hình sự 25 cán bộ diện Bộ Chính trị, Ban Bí thư quản lý. Trong đó có 4 ủy viên, nguyên ủy viên Trung ương Đảng là bộ trưởng, nguyên bộ trưởng, bí thư, nguyên bí thư tỉnh ủy; 4

thứ trưởng, nguyên thứ trưởng và tương đương; 2 nguyên chủ tịch tỉnh và 5 sĩ quan cấp tướng trong lực lượng vũ trang. Cụ thể, 4 ủy viên, nguyên ủy viên Trung ương Đảng là bộ trưởng, nguyên bộ trưởng, bí thư, nguyên bí thư tỉnh ủy gồm:

- Nguyễn Thanh Long (sinh năm 1966), cựu ủy viên Trung ương Đảng, cựu bộ trưởng Bộ Y tế.

- Chu Ngọc Anh (sinh năm 1965), cựu ủy viên Trung ương Đảng, cựu chủ tịch UBND TP Hà Nội, cựu bộ trưởng Bộ Khoa học và Công nghệ.

- Phạm Xuân Thăng (sinh năm 1966), cựu ủy viên Trung ương Đảng, cựu bí thư Tỉnh ủy Hải Dương.Ba ông này đều bị khởi tố, bắt tạm giam liên quan vụ Việt Á.

- Trần Đình Thành (sinh năm 1955), nguyên ủy viên Trung ương Đảng, nguyên bí thư Tỉnh ủy Đồng Nai. Ông Thành bị bắt về tội nhận hối lộ liên quan đến vụ án hình sự xảy ra tại Bệnh viện Đa khoa tỉnh Đồng Nai, Công ty cổ phần Tiến bộ quốc tế (AIC) và các đơn vị liên quan. Trần Đình Thành hiện chưa bị kỷ luật về Đảng.

Bốn thứ trưởng, nguyên thứ trưởng và tương đương bị khởi tố điều tra:

- Phạm Công Tạc (sinh năm 1962), cựu thứ trưởng Bộ Khoa học và Công nghệ, bị khởi tố, bắt tạm giam vì liên quan vụ Việt Á.

- Tô Anh Dũng (sinh năm 1964), cựu thứ trưởng Bộ Ngoại giao, bị khởi tố, bắt tạm giam về tội nhận hối lộ liên quan vụ chuyến bay giải cứu.

- Cao Minh Quang (sinh năm 1956), cựu thứ trưởng Bộ Y tế, bị khởi tố, bắt giam do liên quan vụ án xảy ra tại Bộ Y tế và Tổng công ty CP Dược phẩm Cửu Long, gây thiệt hại 3,8 triệu USD tài sản nhà nước.

- Nguyễn Quang Linh (sinh năm 1974), cựu trợ lý của phó thủ tướng thường trực Chính phủ, bị khởi tố, bắt giam liên quan đến vụ chuyến bay giải cứu.

Hai nguyên chủ tịch tỉnh bị khởi tố, điều tra:

- Nguyễn Ngọc Hai (sinh năm 1962), cựu chủ tịch UB ND tỉnh Bình Thuận, bị khởi tố, bắt tạm giam liên quan vụ án xảy ra tại dự án khu thương mại dịch vụ và dân cư Tân Việt Phát 2, Bình Thuận.

- Đinh Quốc Thái (sinh năm 1959), nguyên chủ tịch UBND tỉnh Đồng Nai, bị bắt về tội nhận hối lộ liên quan vụ án hình sự xảy ra tại Bệnh viện Đa khoa tỉnh Đồng Nai, Công ty cổ phần Tiến bộ quốc tế (AIC) và các đơn vị liên quan. Ông Thái cũng chưa bị kỷ luật về Đảng.

Năm sĩ quan cấp tướng trong lực lượng vũ trang:

- Trung Tướng Nguyễn Văn Sơn - cựu tư lệnh Cảnh sát biển Việt Nam.

- Trung Tướng Hoàng Văn Đồng - cựu chính ủy Cảnh sát biển Việt Nam.

- Thiếu Tướng Phạm Kim Hậu - cựu phó tư lệnh kiêm tham mưu trưởng Cảnh sát biển Việt Nam.

- Thiếu Tướng Bùi Trung Dũng - cựu phó tư lệnh Cảnh sát biển Việt Nam.

- Thiếu Tướng Doãn Bảo Quyết - cựu phó chính ủy kiêm chủ nhiệm chính trị Cảnh sát biển Việt Nam.

Cả 5 người này cùng bị khởi tố điều tra về tội tham ô tài sản.

Cũng theo thông tin từ cuộc họp Thường trực Ban Chỉ đạo, tính từ đầu nhiệm kỳ XIII đến nay, Ban Chấp hành Trung ương, Bộ Chính trị, Ban Bí thư, Ủy ban Kiểm tra Trung ương đã thi hành kỷ luật 67 cán bộ diện Bộ Chính trị,

Ban Bí thư quản lý. Trong đó có 7 ủy viên Trung ương Đảng, 6 nguyên ủy viên Trung ương Đảng. Gồm 5 bộ trưởng, nguyên bộ trưởng; 7 bí thư, nguyên bí thư tỉnh ủy; 2 chủ tịch, nguyên chủ tịch Viện hàn lâm Khoa học xã hội Việt Nam. 18 thứ trưởng, nguyên thứ trưởng và tương đương; 13 chủ tịch, nguyên chủ tịch tỉnh; 4 nguyên phó bí thư thường trực tỉnh ủy; 20 sĩ quan cấp tướng.

Cho nên nhìn vào thực trạng đất nước từ 47 năm qua (1975-2023), dưới chế độ CS độc tài toàn trị, VN vẫn là một trong những nước đói nghèo, lạc hậu nhất thế giới. Trong khi những nước khác ở vùng Đông Nam Á như Trung Hoa Quốc Gia (Đài Loan), Singapore, Nhật bản, Nam Hàn, Pakistan, Ấn Độ, Thái Lan v.v... đã trở thành những Con Rồng Kinh Tế Á châu. Nguyên do tại đâu? Chính là vì Hồ Chí Minh và đồng bọn đã tự nguyện làm tay sai cho Nga Tầu, rước chủ nghĩa Mác Lê vào, gây chiến tranh tàn khốc, giết hại hàng chục triệu đồng bào, hiện nguyên hình là giặc ngoại xâm trá hình! Trong khi các quốc gia tại Đông Âu và ngay cái nôi của Mác Lê là Nga Sô, nhân dân các nước đã ý thức nhất tề đứng lên ném chủ nghĩa độc hại ấy vào sọt rác lịch sử. Còn CSVN vẫn cố tình bắt nhân dân Việt Nam phải tiếp tục nuốt cái học thuyết độc hại ấy khi CS Quốc Tế đã phải ói nó ra!

Còn cái gọi là văn hóa vô sản Mác Xít thì bị dân chúng tẩy chay và cả bọn chúng cũng ném vào sọt rác. Thời gian chiến tranh, bộ máy tuyên truyền của chúng ra sức đả kích văn hóa văn học của VNCH, cho đó là thứ văn hóa đồi trụy của Đế Quốc. Vậy mà nhiểu tên chóp bu lại lén mở Đài phát thanh Sàigòn nghe nhạc Vàng của Miền Nam. Thí dụ Huy Cận thích mở đài nghe bài ca Ngậm Ngùi của hắn được Phạm Duy phổ nhạc. Trong khi đó. Nhóm ca sĩ Lộc Vàng hát nhạc vàng ở nhà riêng thì bị Đảng bắt bỏ tù 10 năm (1967-1977). Thời đó, nhạc vàng bị coi là nhạc đồi trụy, cấm chỉ. Vậy mà dân Việt cứ thích nghe, suốt từ Nam tới Bắc. Sau này CSVN lại giở giọng, đề cao, tôn vinh nhạc vàng đặt cho cái tên mới gọi là Nhạc Tiền Chiến và cho hát thả cửa. Đài Truyền Hình Vĩnh Long là một thí dụ điển hình, toàn là hát nhạc của VNCH. Nhạc "xã hội chủ nghĩa" ca tụng Bác Đảng ai thèm nghe!

Thí dụ khác, sau cuộc Cải Cách Ruộng Đất và Đấu Tố Địa Chủ (CCRĐ) 1958, kinh tế Miền Bắc XHCN xuống dốc thảm hại, dân đói không có gì ăn vì ruộng đất bị xung vào hợp tác xã. Thấy dân khổ quá mà Đảng viên cũng chả có gì ăn, nên Kim Ngọc, Bí Thư Vĩnh Phú (Vĩnh Yên và Phú Thọ) xin Trung ương cho phép dân làm ăn tự do và đóng thuế (gọi là khoán hộ) thì Trường Chinh lên tiếng cảnh cáo Kim Ngọc và cấm chỉ. Vậy mà 30 năm sau (1988), dân cả nước đói khổ vì chế độ bao cấp (1976-1988) của chúng thì Trường Chinh lại quyết định thực hiện giải pháp "Khoán hộ" mà Kim Ngọc đã đề xuất từ 1958. Điều đó, chúng tỏ rằng học thuyết Mác Lê Xít Mao sai bét và CSVN là một lũ ngu si đần độn. Cũng chỉ mấy năm sau (1989-1991), Chủ nghĩa CS thi nhau sụp đổ suốt từ Ba Lan, Đông Âu đến Liên Sô, cái nôi của CS Quốc Tế, khiến CSVN chới với vội bám theo Bắc Kinh với cái gọi là Kinh Tế Thị Trường theo định hướng Xã Hội Chủ Nghĩa. Vậy nhìn lại quãng thời gian 1954-1991, CSVN đã sát hại 300 ngàn nạn nhân vô tội trong cuộc CCRĐ, nhận vũ khí của Nga Tầu xâm lăng Miền Nam sát hại hàng chục triệu nhân mạng trong chiến tranh tàn khốc mà đất nước VN vẫn chỉ là nước đời nghèo lạc hậu, đi sau các nước ở vùng Đông Nam Á thì thử hỏi trên đời này có ai tàn ác ngu muội hơn chúng! Điều đó chứng tỏ Chủ nghĩa CS, một thảm họa có một không hai trong lịch sử loài người do Nga Tầu tạo ra đã hoành hành 74 năm (1917-1991) trên khắp địa cầu, gieo biết bao tang tóc cho các dân tộc rồi chính chúng cũng phải ói ra thì Hồ Chí Minh và đồng bọn bắt dân chúng Việt Nam phải cố nuốt vào. Hồ Chí Minh và đồng bọn đúng là lũ ngu đần hơn súc vật!

Thực trạng xã hội Việt Nam qua vài nét chấm phá sơ lược trên đây cả nước đều biết. Thế giới đều biết. Và ngay những người CS gộc cũng biết. Chúng đã tự thú nhận là sai lầm. Một số những người CS con chút lương tri đã phải lên tiếng thì bị chúng ra tay trù dập chết bỏ. Nguyễn Hộ, Trần Độ, Nguyễn Thanh Giang, Dương Thu Hương và bao văn nghệ sĩ là chứng minh điển hình. Nhưng hãy bình tĩnh nghe những lời phê bình gay gắt của chính Mai Chí Thọ, Đại Tướng, Bộ Trưởng Công An, là em ruột của Lê Đức Thọ, một Cộng Sản gộc luôn sát cánh với Lê Duẩn, Tổng Bí Thư Đảng CSVN viết trong Hồi ức Tập 1:

Khi người CS gộc Mai Chí Thọ phê bình chỉ trích chế độ CS

Tiểu sử: Mai Chí Thọ sinh ngày15/7/1922 tại Nam Định, mất 28/5/2007 tại Hà Nội, tên thật là Phan Đình Đống, em ruột của Lê Đức Thọ (Phan Đình Khải) và Đinh Đức Thiện

(Phan Đình Dinh), nguyên Bộ trưởng Bộ Nội Vụ từ 1986-1991. Sau 30/4/1975 làm Phó Bí thư, Phó Chủ tịch Ủy ban Quân quản Sàigòn-Gia Định, Bí thư Đảng ủy, Giám đốc Sở Công An Thành phố Hồ Chí Minh (1975-1976), Phó Bí thư rồi Bí Thư Thành ủy, Phó Chủ tịch UBND Thành phố Hồ Chí Minh. Sau đó Chủ tịch Ủy ban nhân dân Thành phố Hồ Chí Minh (3/1979-6/1985).Tháng 6/1985 làm Phó Bí thư thường trực, rồi làm Bí thư Thành ủy Thành phố Hồ Chí Minh trong một thời gian ngắn năm 1986, khi Bí thư Thành ủy Nguyễn Văn Linh ra Hà Nội nhậm chức Thường trực Ban Bí thư, chuẩn bị cho Đại hội VI của CSVN. Tháng 11/1986, làm Thứ trưởng Bộ Nội vụ (Bộ Công An1987, được bổ nhiệm giữ chức vụ Bộ trưởng. Sau đó, ông được phong làm Đại Tướng (tháng 5/1989). Nghỉ hưu từ năm 1991, ông về sinh sống tại Sàigòn, tập trung viết hồi ký và tham gia các hoạt động xã hội. Cùng với Tổng Bí thư Nguyễn Văn Linh và cố Thủ tướng Võ Văn Kiệt, ông Mai Chí Thọ là người ủng hộ và khởi xướng cho thời kỳ Đổi Mới ở thành phố Hồ Chí Minh từ trước năm 1986.

Những lời tuyên bố sau đây của Mai Chí Thọ cho thấy thực trạng xã hội VN dưới chế độ CS vô cùng tệ hại chưa từng xảy ra trong lịch sử Dân Tộc. Nguyên nhân nào gây nên như vậy nếu không phải là Hồ Chí Minh và đồng bọn đã ngu si tự nguyện làm tay sai cho Nga Tầu rước chủ nghĩa Mác Lê vào đày đọa Dân Tộc VN. Mai Chí Thọ nêu ra và thừa nhận chúng chính là thủ phạm!

Hỏi: Khi về hưu đồng chí vẫn còn tham gia nhiều hoạt động. Xin đồng chí cho biết rõ thêm đồng chí chú ý và tập trung vào công việc gì?

Trả lời: Mặc dầu dành được thắng lợi trong đổi mới nhưng chúng ta còn bao nhiêu khó khăn phức tạp phải giải quyết, bao nhiêu thách thức nguy hiểm phải vượt qua. Trong tất cả những phức tạp đó tôi quan tâm nhất đến hai vấn đề: **Văn hóa giáo dục và Xã hội.** Văn hóa giáo dục là hạ tầng cơ sở xã hội, nó xây dựng con người vừa có đạo đức, vừa có trí tuệ. Bác Hồ đã dạy: Vì lợi ích mười năm trồng cây, vì lợi ích trăm năm trồng người. Văn hóa đạo đức đang xuống dốc, tâm lý cạnh tranh thị trường đang tác động phức tạp. Mạnh được yếu thua, đồng tiền trên hết, sống chết mặc bây, tiền thầy bỏ đầy. *Buôn lậu, tệ nạn xã hội, quan liêu, tham nhũng phát triển. Tội phạm giết người không giảm, 70-80 % do mâu thuẫn gia đình, mâu thuẫn nội bộ nhân dân gây ra. Trong thời trước người ta nghèo đói, xác xơ, chết đói hàng triệu người mà không có cảnh giết chóc ghê gớm như bây giờ.*

Trước kia một vụ giết người là rung động cả nước. Thế mà bây giờ lại có những vụ con giết cha, cháu giết bà nội là những người đáng lẽ ra phải có sự thương yêu, tôn kính thiêng liêng nhất. Có vụ động trời như vụ xẩy ra hồi tháng 1/1994 ở xã Tam Thông Hiệp, huyện Cần Giờ, một thanh niên, sau khi nhậu về nhà, hiếp em họ không được quay sang hiếp mẹ, thật là ghê tởm và đau lòng. Hồi trước me Tây, me Mỹ đều ít nhiều có mặc cảm với xã hội. Bây giờ có người lấy ngoại quốc cho là vinh dự, tiền nhiều bạc lắm. Quả là xã hội đổi thay, nhân tình đảo ngược. Thực trạng về văn hóa, đạo đức trong xã hội hiện nay càng đi ngược chiều với khẩu hiệu: Một nền văn hóa đậm đà mầu sắc dân tộc. Ấy là một thách thức lớn đối với chúng ta.

Tuy nhiên tôi chú ý và tập trung vào công cuộc xóa đói, giảm nghèo và công tác xã hội, từ thiện. Sở dĩ như vậy vì đây là yêu cầu bức thiết của xã hội chúng ta và cũng là đạo đức truyền thống nhân ái của dân tộc ta mà tôi đã hấp thụ từ hồi còn nhỏ. Đây là định hướng xã hội chủ nghĩa rõ rệt nhất hiện nay, là lý tưởng mà tôi mơ ước, ấp ủ, tìm cách thực hiện cả cuộc đời mình. Trong xã hội kinh tế nhiều thành phần và cơ chế thị trường, giàu nghèo càng cách biệt. Bây giờ học hành, bệnh tật... cái gì cũng phải tiền. Người nghèo khổ, những người lương ba cọc ba đồng, vùng dân tộc, vùng xa xôi hẻo lánh, lạc hậu đã khổ càng khổ thêm. Cuộc khủng hoảng của xã hội chủ nghĩa, tình trạng quan liêu tham nhũng trong bộ máy Đảng và Nhà nước, sự chậm trễ và thiếu cụ thể trong định hướng xã hội chủ nghĩa đã làm giảm sút niềm tin vào lý tưởng Cộng Sản. Cuộc khủng hoảng về niềm tin như thế đã tạo điều kiện thuận lợi cho đủ loại tư tưởng cơ hội, thực dụng, mê tín dị đoan, tôn giáo... phát triển. Mâu thuẫn xã hội về nhiều mặt có nguy cơ diễn biến phức tạp. Cái gút chính là chúng ta có đáp ứng những yêu cầu bức bách của xã hội và giải quyết được những mâu thuẫn đã nêu trên hay không? Tôi cho rằng Đảng và Nhà nước cần tập trung đúng mức hơn nữa chỉ đạo các cơ quan đoàn thể thực hiện chủ trương nhà nước và nhân dân cùng làm, phát động một phong trào lớn toàn quốc về xóa đói, giảm nghèo, tăng cường các chính sách xã hội, phát động truyền thống đoàn kết, nhân ái, làm tốt công tác xã hội, từ thiện, lôi cuốn mọi tầng lớp nhân dân, mọi đoàn thể, tôn giáo hình thành một mặt trận thật rộng rãi trong vấn đề này. Đảng độc quyền lãnh đạo nhưng cương quyết không độc quyền cách mạng, Đảng càng không độc quyền cách mạng bao nhiêu càng có khả năng tăng cường được độc quyền lãnh đạo bấy nhiêu. Phong trào phải có sơ kết, tổng kết, phát hiện điển hình, phổ biến, học tập điển hình, thi đua khen thưởng. Làm được như vậy chúng ta sẽ đồng thời tác động mạnh mẽ vào nhiều vấn đề khác như:

1. Phát triển kinh tế và xóa đói, giảm nghèo chính là đẩy mạnh sản xuất, kinh doanh, dịch vụ.

2. Thực hiện cụ thể định hướng xã hội chủ nghĩa, xây dựng xã hội công bằng, đoan kết, nhân ái, tránh tình trạng ép buộc cải tạo, cưỡng bức điều tiết, tạo điều kiện cho người dân yên tâm làm giàu chính đáng, làm giàu mà thương dân, yêu nước, có danh dự, đi vào con đường tư bản dân tộc.

3. Tăng cường trận địa tư tưởng của Chủ nghĩa xã hội và lý tưởng Cộng Sản, giảm bớt hoặc khắc phục được những sơ hở, những mâu thuẫn, làm cho kẻ địch không thể lợi dụng nước đục thả câu, thực hiện diễn biến hòa bình.

4. Tất cả cán bộ, đảng viên, công chức đi vào xóa đói, giảm nghèo sẽ gần gũi với quần chúng nhất là quần chúng nghèo khổ, đồng bào dân tộc, gần gũi họ, thông cảm với họ, sẽ được họ thông cảm, thương yêu tín nhiệm. Quan hệ giữa Đảng cầm quyền và quần chúng gắn bó hơn. Chúng ta sẽ mạnh hơn và quần chúng gắn bó hơn, trong sạch hơn, có lý tưởng hơn. Những bùn nhơ hôi hám của chủ nghĩa quan liêu sẽ được lần gột rửa bởi dòng nước trong mát đó. Đó là phương cách xây dựng tốt nhất để chống quan liêu tham nhũng.

5. Văn hóa đạo đức tốt đẹp truyền thống của dân tộc được khơi dậy chống lại văn hóa tiêu cực, đồi trụy, lai căng, xây dựng con người Việt Nam xã hội chủ nghĩa đầy tính nhân văn.

6. Tăng cường được đoàn kết dân tộc, tạo điều kiện thuận lợi xây dựng Đảng vững mạnh, trong sạch.

Chính vì những lý do trên mà tôi tập trung trong công tác xóa đói giảm nghèo.

Nhận xét và lời kêu gọi của Mai Chí Thọ nhân vật CS hạng gộc, là em ruột của Lê Đức Thọ, Trưởng Ban Tổ Chức Đảng CSVN, sát cánh với Lê Duẩn Tổng Bí Thư từ

30 năm trước nay đem đến kết quả nào? Mai Chí Thọ chắc chắn phải biết ai là thủ phạm gây nên những thảm trạng đó? Dĩ nhiên không phải là Đế quốc! **Vậy thì nhận xét của Mai Chí Thọ và những đề nghị của y đúng là những lời chửi cha Đảng CSVN!**

Vậy thì chủ trương "đốt lò" của Tổng Bí Thư Nguyễn Phú Trọng với hàng trăm hàng ngàn quan chức từ Trung Ương tới địa phương sẽ cho ta câu trả lời đúng đắn: CS là một đảng phá hoại, chỉ làm cho dân chúng nghèo đi, làm cho đất nước ngày càng lệ thuộc vào ngoại bang đưa đến nguy cơ mất nước!

Tiếp theo đây là tâm trạng não nề của người CS Miền Nam, BS Dương Quỳnh Hoa qua bài viết của TS Mai Thanh Truyết.

*(Trích **Hồi Ức Mai Chí Thọ**, tập 1, trang 29-30-31-32-33)*

Cuộc đời và cái chết rất buồn của BS Dương Quỳnh Hoa

Mai Thanh Truyết
(viết năm 2006)

Bà bác sĩ Dương Quỳnh Hoa vừa nằm xuống ngày thứ bảy 25/2/2006 tại Sàigòn, và cũng vừa được hỏa táng vào ngày thứ ba 28/2. Báo chí trong nước cho đến hôm nay, không hề loan tải tin tức trên. Đài BBC có phỏng vấn Ông Võ Nhơn Trí ở Pháp về tin nầy và phát đi ngày 28/2. Sự im lặng của CSVN khiến cho người viết thấy có nhu cầu trang trải và chia xẻ một số suy nghĩ về cái chết của bác sĩ Dương

Quỳnh Hoa để từ đó rút ra thêm một kinh nghiệm sống về tính chất "chuyên chính vô sản" của những người cầm quyền tại VN hiện tại.

Ông Bà Dương Quỳnh Hoa và MTDTGPMN

Bác sĩ Dương Quỳnh Hoa sinh năm 1930, là một người sống trong một gia đình theo Tây học, có uy tín và thế lực trong giới giàu có ở Sàigòn từ thập niên 40. Cha là giáo sư Dương Minh Thới và anh là luật sư Dương Trung Tín; gia đình sống trong một biệt thự tại đường Bà Huyện Thanh Quan, xéo góc Bộ Y tế (VNCH) nằm trên đường Hồng Thập Tự.

Luật sư Tín đã bị ám sát tại Đà Lạt trong đó cái chết của ông cũng không được soi sáng, nhưng đa phần có nhiều nghi vấn là do lý do chính trị vì ông có khuynh hướng thân Pháp thời bấy giờ.

Về phần bà Hoa, được đi du học tại Pháp vào cuối thập niên 40, đã đỗ bằng Bác sĩ Y khoa tại Paris và về lại VN vào khoảng 1957 (?). Bà có quan niệm cấp tiến và xã hội, do đó bà đã gia nhập vào Đảng CS Pháp năm 1956 trước khi về nước. Từ những suy nghĩ trên, Bà hoạt động trong lãnh vực y tế và lần lần được móc nối và gia nhập vào Đảng CSVN.

Tháng 12/1960, bà trở thành một thành viên sáng lập của (MT DTGPMN) dưới bí danh Thùy Dương, nhưng còn giữ bí mật cho đến khi bà chạy vô "bưng" qua ngõ Ba Thu - Mỏ Vẹt xuyên qua Đồng Chó Ngáp. Ngay sau biến cố Tết Mậu Thân, tin tức trên mới được loan tải qua đài phát thanh của Mặt Trận.

Khi vào trong bưng, bà gặp và sau đó kết hôn giáo sư Huỳnh Văn Nghị.

Ông Huỳnh Văn Nghị và vợ - BS Dương Quỳnh Hoa
chụp ở chiến khu năm 1970

Trở qua giáo sư Huỳnh Văn Nghị, Ông cũng là một sinh viên du học tại Pháp, đỗ bằng Cao học (DES) Toán.

Về VN năm 1957, ông dạy học tại trường Petrus Ký trong hai năm, sau đó qua làm ở Nha Ngân sách và Tài chánh. Ông cũng có tinh thần thân Cộng, chạy vô "bưng" năm 1968 và được kết nạp vào Đảng sau đó.

Do "uy tín" chính trị quốc tế của bà Hoa thời bấy giờ rất cao, Mặt Trận, một lá bài của CSBV, muốn tận dụng uy tín nầy để tạo sự đồng thuận với chính phủ Pháp hầu gây rối về mặt ngoại giao cho VNCH và Đồng Minh Hoa Kỳ. Từ những lý do trên, bà Hoa là một người rất được lòng Bắc Việt, cũng như ông chồng là giáo sư Huỳnh Văn Nghị cũng được nâng đỡ theo.

Vào đầu thập niên 70, ông được chuyển ra Bắc và được huấn luyện trong trường Đảng. Tại đây, với một tinh thần thông thoáng dân tộc, cộng thêm nhiều lý luận toán học, ông đã phân tích và chứng minh những lý thuyết giảng dạy ở trường Đảng đều không có căn bản lý luận vững chắc và ông tự quyết định rời bỏ không tiếp tục theo học trường nầy nữa.

Nhưng chính nhờ uy tín của bà Dương Quỳnh Hoa trong thời gian nầy cho nên ông không bị trở ngại về an ninh. Cũng cần nên nói thêm là ông đã từng được đề cử vào chức vụ Bộ trưởng Kinh tế nhưng ông từ chối.

Ông Bà Dương Quỳnh Hoa và Đảng CSVN

***Bà Nguyễn Thị Bình, Trưởng đoàn đàm phán
Chính phủ Cách mạng Lâm thời CHMNVN***
tại Hội nghị Paris 1973

Chỉ một thời gian ngắn sau khi CSBV giải tán Chính phủ Cách mạng Lâm thời Miền Nam VN, **Ông Bà lúc đó mới vỡ lẽ ra.**

Về phần ông Huỳnh Văn Nghị, ông hoàn toàn không hợp tác với chế độ. Năm 1976, trong một buổi ăn tối với 5 người bạn thân thiết, có tinh thần "tiến bộ", ông đã công khai tuyên bố với các bạn như sau: *"Các 'toi' muốn trốn thì trốn đi trong lúc nầy. Đừng chần chờ mà đi không kịp. Nếu ở lại, đừng nghĩ rằng mình đã có công với 'cách mạng' mà 'góp ý' với Đảng".*

Ngay sau đó, một trong người bạn thân là Nguyễn Bá Nhẫn vượt biên và hiện cư ngụ tại Pháp. Còn 4 người còn lại là Lý Chánh Trung (giáo sư Văn khoa Sàigòn), Trần Quang Diệu (TTKý Viện Đại học Đà Lạt), Nguyễn Đình Long (Nha Hàng không Dân sự), và một người nữa người viết không nhớ tên không đi. Ông Trung và Long hiện còn ở VN, còn ông Diệu đang cư ngụ ở Canada.

Trở lại bác sĩ Dương Quỳnh Hoa, sau khi CS chiếm đóng Miền Nam tháng 4/1975, bà Hoa được "đặt để" vào chức vụ Tổng trưởng Y tế, Xã hội và Thương binh trong nội các chính phủ.

Vào tháng 7/75, Hà Nội chính thức giải thể Chính phủ Lâm thời và nắm quyền điều hành toàn quốc, chuyển bà xuống hàng Thứ trưởng và làm bù nhìn như Nguyễn Hữu Thọ, Nguyễn Thị Bình, Nguyễn Thị Định...

Chính trong thời gian nầy bà lần lần thấy được bộ mặt thật của Đảng CS và mục tiêu của họ không phải là phục vụ đất nước VN mà chính là làm nhiệm vụ của CS quốc tế là âm mưu nhuộm đỏ vùng Đông Nam Á.

Vào khoảng cuối thập niên 70, bà đã trao đổi cùng ông Nguyễn Hữu Thọ: *"Anh và tôi chỉ đóng vai trò bù nhìn và chỉ là món đồ trang sức rẻ tiền cho chế độ. Chúng ta không thể phục vụ cho một chế độ thiếu dân chủ và không luật lệ. Vì vậy tôi thông báo cho anh biết là tôi sẽ trả lại thẻ Đảng và không nhận bất cứ nhiệm vụ nào trong chính phủ cả".*

Đến năm 1979, Bà chính thức từ bỏ tư cách Đảng viên và chức vụ Thứ trưởng. Dĩ nhiên là Đảng không hài lòng với quyết định nầy; nhưng vì để tránh những chuyện từ nhiệm tập thể của các đảng viên gốc miền Nam, họ đề nghị bà sang Pháp. Nhưng sau cùng, họ đã lấy lại quyết định trên và yêu cầu bà im lặng trong vòng 10 năm. Mười năm sau đó, sau khi được "phép" nói, bà nhận định rằng Đảng CSVN tiếp tục xuất cảng gạo trong khi dân chúng cả nước đang đi dần đến nạn đói. Và nghịch lý thay, họ lại yêu cầu thế giới giúp đỡ để giải quyết nạn nghèo đói trong nước.

Trong thời gian nầy bà tuyên bố: *"Trong hiện trạng của Đất Nước hiện tại (thời bấy giờ), xuất cảng gạo tức là xuất cảng sức khỏe của người dân"*. Và bà cũng là một trong những người đầu tiên lên tiếng **báo động vào năm 1989 cho thế giới biết tệ trạng bán trẻ em VN ngay từ 9, 10 tuổi cho các dịch vụ tình dục trong khách sạn và các khu giải trí dành cho người ngoại quốc do các cơ quan chính phủ và quân đội điều hành.**

Sau khi rời nhiệm vụ trong chính phủ, bà trở về vị trí của một bác sĩ Nhi khoa. Qua sự quen biết với giới trí thức và y khoa Pháp, bà đã vận động được sự giúp đỡ của hai giới trên để thành lập Trung Tâm Nhi Khoa chuyên khám và chữa trị trẻ em không lấy tiền và bà cũng được viện trợ thuốc men cho trẻ em Việt Nam suy dinh dưỡng nhất là acid folic và các loại vitamin. Nhưng tiếc thay, số thuốc trên khi về Việt Nam đã không đến tay bà mà tất cả được chuyển về Bắc. Bà xin chấm dứt viện trợ, nhưng lại được "yêu cầu" phải xin lại viện trợ vì... nhân dân (của Đảng!).Về tình trạng trẻ con suy dinh dưỡng, với tính cách thông tin, chúng tôi xin đưa ra đây báo cáo của bà Anneke Maarse, chuyên gia tư vấn của UNICEF trong hội nghị ngày 1/12/ 2003 tại Hà Nội: "Hiện Việt Nam có 5,1 triệu người khuyết tật chiếm 6,3% trên tổng số 81 triệu dân. Qua khảo sát tại 648 gia đình tại ba vùng Phú Thọ, Quảng Nam và thành phố HCM cho thấy có tới 24$^{\%}$ trẻ em tàn tật dạng vận động, 92,3$^{\%}$ khuyết tật trí tuệ, và 19$^{\%}$ khuyết tật thị giác lẫn ngôn ngữ. Trong số đó tỷ lệ trẻ em khuyết tật bẩm sinh chiếm tới 72$^{\%}$.

Vào năm 1989, bà đã được ký giả **Morley Safer**, phóng viên của đài truyền hình CBS phỏng vấn. Những lời phỏng vấn đã được ghi lại trong cuốn sách của ông dưới tựa đề Flashbacks on Returning to VietNam do Random House, Inc. NY, 1990 xuất bản. Qua đó, một sự thật càng sáng tỏ là con của bà, Huỳnh Trung Sơn bị bịnh viêm màng não mà bà không có thuốc để chữa trị khi còn ở trong bưng và đây cũng là một sự kiện đau buồn nhất trong đời bà. Cũng trong cuốn sách vừa kể trên, *bà cũng đã tự thú là đã sai lầm ở một khoảng thời*

gian nào đó. Nhưng bà không luyến tiếc vì bà đã đạt được mục đích là làm cho những người ngoại quốc ra khỏi đất nước VN.

Sau cùng, chúng tôi xin liệt kê ra đây hai trong những nhận định bất hủ của bác sĩ Dương Quỳnh Hoa là: *"**Trong chiến tranh, chúng tôi sống gần nhân dân, sống trong lòng nhân dân. Ngày nay, khi quyền lực nằm an toàn trong tay rồi, Đảng đã xem nhân dân như là một kẻ thù tiềm ẩn**".* Và khi nhận định về bức tường Bá Linh, Bà nói: *"**Đây là ngày tàn của một ảo tưởng vĩ đại**".*

Bác sĩ Dương Quỳnh Hoa và vụ kiện Da Cam

Theo nhiều nguồn dư luận hải ngoại, trước khi ký kết Thương ước Mỹ-Việt dưới nhiệm kỳ của TT Clinton, hai chính phủ đã đồng ý trong một cam kết riêng không phổ biến là VN sẽ không đưa vụ **Chất độc màu Da cam** để kiện Hoa Kỳ, và đổi lại, Mỹ sẽ ký thương ước với Việt Nam và sẽ không phủ quyết để Việt Nam có thể gia nhập vào Tổ chức Thương mại Thế giới (WTO) trong tương lai.

Có lẽ vì "mật ước" Mỹ-Việt vừa nêu trên, nên VN cho thành lập Hội Nạn nhân Chất độc Da cam/Dioxin VN ngày 10/1/2004 ngay sau khi có quyết định chấp thuận của Bộ Nội vụ ngày 17/12/2003.

Đây là một Hội dưới danh nghĩa thiện nguyện nhưng do Nhà Nước trợ cấp tài chính và kiểm soát. Ban chấp hành tạm thời của Hội lúc ban đầu gồm:

- Bà Nguyễn Thị Bình, nguyên Phó chủ tịch nước làm Chủ tịch danh dự.

- Thượng Tướng Đặng Vũ Hiệp, nguyên Phó chủ nhiệm Tổng cục Chính trị QĐND làm Chủ tịch.

- Giáo sư, bác sĩ Nguyễn Trọng Nhân, nguyên Bộ trưởng Y tế, Chủ tịch Hội Chữ thập đỏ Việt Nam làm Phó Chủ tịch.

- Ông Trần Văn Thụ làm Thư ký.

Trong buổi lễ ra mắt, bà Bình đã khẳng định rõ ràng rằng:*"Chính phủ Mỹ và các công ty sản xuất chất độc hóa học da cam phải thừa nhận trách nhiệm tinh thần, đạo đức và pháp lý. Những người phục vụ chính thể VNCH cũ ở miền Nam không được đưa vào danh sách trợ cấp"*. Theo một bản tin của Thông tấn xã Việt Nam thì đây là một tổ chức của những nạn nhân chất Da cam, cũng như các cá nhân, tập thể tự nguyện đóng góp để giúp các nạn nhân khắc phục hậu quả chất độc hóa học và là đại diện pháp lý của các nạn nhân Việt Nam trong các quan hệ với các tổ chức và cơ quan trong cũng như ngoài nước.

Tổng Thống Ngô Đình Diệm

Thế nhưng, trong danh sách nạn nhân chất da cam trong cả nước được Việt Nam ước tính trên 3 triệu mà chính phủ đã thiết lập năm 2003 để cung cấp tiền trợ cấp hàng tháng, **những nạn nhân đã từng phục vụ cho VNCH trước đây thì không được đưa vào danh sách nầy** (Được biết năm 2001, trong Hội nghị Quốc tế tại Hà Nội, số nạn nhân được Việt Nam nêu ra là 2 triệu!). Do đó có thể nói rằng, việc thành lập Hội chỉ có mục đích duy nhất là hỗ trợ cho việc kiện tụng mà thôi. Vào ngày 30/1/2004, Hội đã nộp đơn kiện 37 công ty hóa chất ở Hoa Kỳ tại tòa án liên bang Brooklyn, New York do luật sư đại diện cho phía Việt Nam là Constantine P. Kokkoris (Được biết Luật sư Kokkoris là một người Mỹ gốc Nga, đã từng phục vụ cho tòa Đại sứ Việt ở Nga Sô và có vợ là người VN họ Bùi).

Hồ sơ thụ lý gồm 49 trang trong đó có 240 điều khoản. Danh sách nguyên đơn liệt kê như sau:

- Hội Nạn nhân Chất Da cam/Dioxin Việt Nam.

- Bà Phan Thị Phi Phi, giáo sư Đại học Hà Nội.

Doan Van Doan, 14, with his mother who lives in Phu Hoa hamlet, Ben Tre Province. Doan suffers from neurological damage - he can sit, but cannot talk or walk. He can understand some simple phrases, and respond with sounds.

- Ông Nguyễn Văn Quý, cựu chiến binh tham chiến ở miền Nam trước 1975, cùng với hai người con là Nguyễn Quang Trung (1988) và Nguyễn Thị Thu Nga (1989).

- Bà Dương Quỳnh Hoa, bác sĩ, nguyên Bộ trưởng Y tế Chính phủ CMLTMNVN, và con là Huỳnh Trung Sơn.

- Và những người cùng cảnh ngộ.

Đây là một vụ kiện tập thể (class action) và yêu cầu được xét xử có bồi thẩm đoàn. Các đương đơn tố các công ty Hoa Kỳ đã vi phạm luật pháp quốc tế và tội ác chiến tranh, vi phạm luật an toàn sản phẩm, cẩu thả và cố ý đả thương, âm mưu phạm pháp, quấy nhiễu nơi công cộng và làm giàu bất chánh để:

(1) Đòi bồi thường bằng tiền do thương tật cá nhân, tử vong, và dị thai.

(2) Yêu cầu tòa bắt buộc làm giảm ô nhiễm môi trường.

(3) Để hoàn trả lại lợi nhuận mà các công ty đã kiếm được qua việc sản xuất thuốc khai quang.

Không có một bằng chứng nào được đính kèm theo để biện hộ cho các cáo buộc, mà chỉ dựa vào tin tức và niềm tin (*nguyên văn là upon information and belief*). Tuy nhiên, đơn kiện có nêu đích danh một số nghiên cứu mới nhất về dioxin của Viện Y khoa thuộc Viện Hàn lâm Khoa học Hoa Kỳ, công ty cố vấn Hatfield Consultants của Canada, bác sĩ Arnold Schecter của trường Y tế Công cộng Houston thuộc trường Đại học Texas, và tiến sĩ Jeanne Mager Stellman của trường Đại học Columbia, New York. Chúng tôi đặc biệt quan tâm đến trường hợp của bác sĩ Dương Quỳnh Hoa cũng như quá trình hoạt động của bà từ những năm 50 cho đến hiện tại. Tên bà nằm trong danh sách nguyên đơn cũng là một nghi vấn cần phải nghiên cứu cặn kẽ.

Theo nội dung của hồ sơ kiện tụng, từ năm 1964 trở đi, bà thường xuyên đi đến thành phố Biên Hòa và Sông Bé (?) là những nơi đã bị phun xịt thuốc khai quang nặng nề.

Từ năm 1968 đến 1976, nguyên đơn bác sĩ Hoa là Tổng trưởng Y tế của Chính phủ CMLTMNVN và ngụ tại Tây Ninh. Trong thời gian nầy bà phải che phủ trên đầu bằng bao nylon và đã đi ngang qua một thùng chứa thuốc khai quang mà máy bay Mỹ đã đánh rơi (*Cũng xin nói ở đây là chất da cam được chứa trong những thùng phuy 200 lít và có sơn màu da cam. Chất nầy được pha trộn với nước hay dầu theo tỷ lệ 1/20 hay hơn nữa và được bơm vào bồn chứa cố định trên máy bay trước khi được phun xịt. Như vậy làm gì có cảnh thùng phuy rơi rớt!?*).

Năm 1970, bà hạ sinh đứa con trai tên Huỳnh Trung Sơn (cũng có tên trong đơn kiện như một nguyên đơn, tuy đã mất) bị phát triển không bình thường và hay bị chứng co giật cơ thể. Sơn chết vào lúc 8 tháng tuổi.

- Trong thời gian chấm dứt chiến tranh, bác sĩ Hoa bắt đầu bị chứng ngứa ngáy ngoài da.

- Năm 1971, bà có mang và bị sảy thai sau 8 tuần lễ.

- Năm 1972, bà lại bị sảy thai một lần nữa, lúc 6 tuần mang thai.

- Năm 1985, bác sĩ Hoa đã được chẩn bịnh tiểu đường.

- Và sau cùng năm 1998, bà bị ung thư vú và đã được giải phẫu.

- Năm 1999, bà được thử nghiệm máu và bác sĩ Schecter (Hoa Kỳ) cho biết là lượng Dioxin trong máu của bà có nồng độ là 20^{ppt} (phần ức). Và sau cùng, kết luận trong hồ sơ kiện tụng là: bà bác sĩ Hoa và con là nạn nhân của chất độc Da cam.

Qua những sự kiện trên chúng ta thấy có nhiều điều nghịch lý và mâu thuẫn về sự hiện diện của tên bà trong vụ kiện ở Brooklyn.

Để tìm giải đáp cho những điều nghịch lý trên, chúng tôi xin trích dẫn những phát biểu của bà trong một cuộc tiếp xúc thân hữu tại Paris trung tuần tháng 5/2004. Theo lời Bà (từ miệng bà nói, lời của một người bạn tên VNT có mặt trong buổi tiếp xúc trên) thì *"Người ta đã đặt tôi vào một sự đã rồi (fait accompli). Tên tôi đã được ghi vào hồ sơ kiện không có sự đồng ý của tôi cũng như hoàn toàn không thông báo cho tôi biết. Người ta chỉ đến mời tôi hợp tác khi có một ký giả người Úc thấy tên tôi trong vụ kiện yêu cầu được phỏng vấn tôi. Tôi chấp nhận cuộc gặp gỡ với một điều kiện duy nhất là tôi có quyền nói sự thật, nghĩa là tôi không là người khởi xướng vụ kiện cũng như không có ý muốn kiện Hoa Kỳ trong vấn đề chất độc da cam".*

Dĩ nhiên cuộc gặp gỡ giữa bà Hoa và phóng viên người Úc không bao giờ xảy ra.

Bà còn thêm rằng: *"Trong thời gian mà tất cả mọi người nhất là Đảng CS bị ám ảnh về việc nhiễm độc dioxin, tôi cũng đã nhờ một bác sĩ Hoa Kỳ khám nghiệm (khoảng 1971) tại Pháp và kết quả cho thấy là lượng dioxin trong máu của tôi dưới mức trung bình (2^{ppt})".*

*** Ghi chú thêm:**

Tại phiên tòa, ông chánh thẩm hỏi chất độc dioxin màu gì? Dương Quỳnh Hoa trả lời: **màu VÀNG**. Tòa cười rồ vì thuốc khai quang màu da cam màu **TRẮNG**. Thua là vậy! Đến đây, chúng ta có thể hình dung được kết quả của vụ kiện. Và ngày 10/3/2005, ông chánh án Jack Weinstein đã tuyên bố hủy bỏ hoàn toàn vụ kiện tại tòa án Brooklyn, New York.

Bài học được rút ra từ cái chết của bác sĩ Dương Quỳnh Hoa.

Từ những tin tức về đời sống qua nhiều giai đoạn của bác sĩ Dương Quỳnh Hoa, hôm nay bà đã đi trọn quãng đường của cuộc đời bà. **Những bước đầu đời của bà bắt đầu với bầu nhiệt huyết của tuổi thanh niên, lý tưởng phục vụ cho tổ quốc trong sáng. Nhưng chính vì sự trong sáng đó bà đã không phân biệt và bị mê hoặc bởi những lý thuyết không tưởng của hệ thống Cộng Sản thế giới. Do đó bà đã bị lôi cuốn vào cơn gió lốc của cuộc chiến VN. Và bà đã đứng về phía người CS.**

Khi đã nhận diện được chân tướng của họ, bà bị vỡ mộng và có phản ứng ngược lại. Nhưng vì thế cô, bà không thể nào đi ngược lại hay "cải sửa" chế độ. Rất may cho bà là bà chưa bị chế độ nghiền nát. Không phải vì họ sợ hay thương tình một người đã từng đóng góp cho chế độ (trong xã hội CS, loại tình cảm tiểu tư sản như thế không thể nào hiện hữu được), nhưng chính vì họ nghĩ còn có thể lợi dụng được bà trong những mặc cả kinh tế - chính trị giữa các đối cực như Pháp và Hoa Kỳ, trong đó họ chiếm vị thế ngư ông đắc lợi. Vì vậy, họ không triệt tiêu bà.

Hôm nay, chúng ta có thể tiếc cho bà, một người Việt Nam có tấm lòng yêu nước nhưng không đặt đúng chỗ và đúng thời điểm; do đó, khi đã phản tỉnh lại bị chế độ đối xử tệ bạc. Tuy nhiên, với một cái chết trong im lặng, không kèn không trống, không một thông tin trên truyền thông về một người đã từng có công đóng góp một phần cho sự thành tựu của chế độ như bà đã khiến cho chúng ta phải suy nghĩ, suy nghĩ về tính vô cảm của người Cộng Sản, cũng như suy nghĩ về tính chuyên chính vô sản của hệ thống xã hội chủ nghĩa. Đối với chế độ hiện hành, sẽ không bao giờ có được sự đối thoại bình đẳng, trong đó tinh thần tôn trọng dân chủ dứt khoát không hề hiện hữu như các sinh hoạt chính trị của những quốc gia tôn trọng nhân quyền trên thế giới. Vì vậy, với cơ chế trên, hệ thống XH CN sẽ không bao giờ biết lắng nghe những tiếng nói "đóng góp" đích thực cho công cuộc xây dựng Đất và Nước cả.

Bài học Dương Quỳnh Hoa là một bài học lớn cho những ai còn hy vọng rằng cơ hội ngày hôm nay đã đến cho những người còn tâm huyết ở hải ngoại ngõ hầu mang hết khả năng và kỹ năng về xây dựng quê hương.

Hãy hình dung một đóng góp nhỏ nhặt như việc cung cấp những thông tin về nguồn nước ở các sông ngòi ở VN đã bị kết án là vi phạm "bí mật quốc gia" theo Quyết định của Thủ tướng VN số 212/203/QĐ-TTg ký ngày 21/10/2003. Như vậy, dù là "cùng là máu đỏ VN" nhưng phải là máu đã "cưu mang" một chủ thuyết ngoại lai mới có thể được xem là chính danh để xây dựng quê hương VN xã hội chủ nghĩa.

Chúng ta, những người Việt trong và ngoài nước, còn nặng lòng với đất nước, tưởng cũng cần suy gẫm trường hợp bác sĩ Dương Quỳnh Hoa ngõ hầu phục vụ tổ quốc và dân tộc trong sự thức tỉnh, đừng để bị mê hoặc bởi chủ thuyết cưỡng quyền. Tổ quốc là đất nước chung - Dân tộc là tất cả thành tố cần phải được bảo vệ và thừa hưởng phúc họa bình đẳng với nhau. Rất tiếc điều này không xảy ra cho VN hiện tại.

* Ghi chú: Ngày 3/3/2006, trên báo SGGP, giáo sư Trần Bửu Kiếm, nguyên ủy viên Ban Quân y miền Nam, một người bạn chiến đấu của bà trong MTDTGPMN, có viết một bài ngắn để kỷ niệm về bác sĩ Dương Quỳnh Hoa. Chỉ một bài duy nhứt từ đó đến nay.

Mong tất cả trí thức VN đặc biệt là trí thức miền Nam học và thấm thía bài học nầy qua trường hợp của bác sĩ Dương Quỳnh Hoa.

Nguồn: Sontrung's Blog

* Nhận xét: Dương Quỳnh Hoa là tiêu biểu cho trí thức ngây thơ nếu không nói là khờ dại, ngu đần nên đã bị CS lừa. **Trí thức mà thực chất là trí ngủ,** chẳng nhìn ra thực trạng bi thảm, phũ phàng. Cho nên dân gian mới có câu: "Tri ngủ cùng với trí ngu một vần". Đó là thực chất của bọn "Tứ Quý" gồm: (01) bọn Thầy tu cấp tiến, (02) các vị Dân cử, (03) Truyền thông báo chí, và (04) Sinh viên học sinh trí thức nửa vời. Bốn thành phần này đã bị Cộng Sản rủ rê, lừa bịp làm tay sai không công cho chúng. Người dân thấp cổ bé miệngkhông ngần ngại gọi "Cả bọn là một lũ ngu, cơm không ăn lại đi ăn cám!".

Phải làm gì để cứu dân cứu nước?

TT Ngô Đình Diệm đã nói:*"Nếu tôi chết, các ông hãy noi gương tôi".*

Thứ nhất: Muốn noi gương và nối chí người, chúng ta phải có lòng **yêu nước** nhiệt tình như người. Không yêu nước không thể dấn thân hành động? Nhưng yêu nước chưa đủ, mà còn phải **dũng cảm** và **quyết tâm.**

Thứ hai: Chế độ CSVN tay sai của Nga Sô đã ngự trị trên quê hương 70 năm, đã lỗi thời, như một căn nhà mục nát, không thể chống đỡ, không sửa chữa được, vì nó đang sụp đổ. **Cố TT Nga Boris Nicholalevich Yeltsin đã nói: "CS không thể nào sữa chữa mà cần phải đào thải nó".** Cách hay nhất như TT Boris Yeltsin là thay thế nó bằng một căn nhà mới: căn nhà VN trong trình tự Dân Tộc theo đúng xu thế và trào lưu Dân chủ Tự Do trên thế giới.

Nhà ta chẳng phải Tầu.
Nhà ta đâu phải Tây.
Nhà ta không CS.
Nhà ta dân ta xây.

Thứ ba: Để thực hiện hai điều nói trên, phải có lãnh đạo giỏi. Mất nước, mất biển, chúng ta còn có thể lấy lại được. Nhưng không có lãnh đạo thì vô phương cứu chữa. Hãy nhìn lại từ biến cố Hiệp Định Genève 1954, VN bị chia đôi. Năm 1954, nhờ có sự xuất hiện của ông Ngô Đình Diệm, một vị lãnh tụ đạo đức, đầy bản lãnh, theo lời mời của Quốc Trưởng Bảo Đại về chấp chính 7/7/1954. Sự dấn thân của Thủ Tướng Ngô Đình Diệm đã cứu được Miền Nam khỏi ách thống trị của CS, thống nhất được lực lượng quốc gia, xây dựng Miền Nam thành một quốc gia tự do, độc lập, trù phú, dân có cơm no, áo ấm trong một xã hội tương đối an bình.

Năm 1963, sau 9 năm cầm quyền, TT Ngô Đình Diệm bị chính quyền thực dân Kennedy mua chuộc bọn phản tướng âm mưu lật đổ ngày 1/11/1963, Miền Nam trở thành vũng lầy. Mỹ đưa quân vào Miền Nam cùng với các chính quyền thiếu khả năng lãnh đạo, chỉ biết làm việc theo chỉ thị của Mỹ nên ngày quốc hận 30/4/1975 đã xẩy ra, đưa cả nước vào ách thống trị độc tài của CS.

VN bây giờ dưới sự thống trị của CS gần nửa thế kỷ (1975-2023) vẫn là một trong những nước đói nghèo lạc hậu nhất trên thế giới. Điều đó cho thấy vai trò của Lãnh Đạo vô cùng quan trọng. Cho nên chúng ta phải chú tâm xây dựng, rèn luyện lãnh đạo.

Lãnh đạo là gì? Là chỉ đường, là nghiên cứu và vạch ra chương trình hành động. Phải hành động tức là lo rèn luyện cán bộ, nhân sự, xây dựng tổ chức. Tổ chức hiệu quả phải có lãnh đạo. Lãnh đạo phải có chủ đạo. Và muốn làm cách mạng, phải có Đảng Cách Mạng bao gồm những cán bộ cách mạng. Cách mạng những gì? Cách mạng guồng máy nhà nước. Cách mạng tổ chức. Cách mạng lề lối làm việc. Cách mạng lãnh đạo. Cách mạng nhân sự, cán bộ. Cách mạng kinh tế, xã hội v.v...và v.v...

Đó là lý thuyết. Lý thuyết chưa đủ mà phải hành động. Muốn biết bơi hãy nhảy xuống nước. Đừng chờ người khác làm mình mới làm. Đừng mong đồng minh, đừng mong người khác ra tay giúp mình. Aides-toi, Dieu t'aidera. Hãy tự giúp mình, Trời sẽ giúp ta.

Mỗi đoàn thể, mỗi tổ chức cứ sinh hoạt cho khoa học, cứ lo rèn luyện cán bộ, rèn luyện lãnh đạo. Đó là mấu chốt, là chìa khóa mở ra chân trời mới cho quê hương Việt Nam. Đó cũng gọi là khoa học cách mạng. Khoa học cách mạng là khoa học dạy ta thực hiện lòng yêu nước. Muốn yêu nước phải biết lịch sử của nước và Dân tộc VN anh hùng, bất khuất. Dù hơn 1.000 năm (111 tr TC - 939 sau TC) bị giặc Tầu đô hộ mà dân ta vẫn vùng lên đánh đuổi quân Nam Hán để giành lại độc lập tự chủ cho Dân Tộc, một biến cố lịch sử có một không hai trên thế giới.

Dẹp bỏ chế độ độc tài CS là bước đầu. Tiếp theo là xây dựng một nước VN thật sự Tự do Dân chủ tôn trọng nhân phẩm và quyền tự do căn bản của con người như Bản Tuyên Ngôn Quốc Tế Nhân Quyền 1948 của Liên Hiệp Quốc.

Thời Đệ Nhất Cộng Hòa, chính phủ Ngô Đình Diệm đã cổ vũ xây dựng chế độ Cộng Hòa Nhân Vị qua các khẩu hiệu "Nhân Vị-Cộng Đồng-Đồng Tiến" tức là biểu dương Chính nghĩa Quốc Gia. Mục đích là lo cho đời sống của đồng bào luôn được ấm no, hạnh phúc như cụ Phan Chu

Trinh từng đề ra ba chủ trương "Khai dân trí, Chấn dân khí, Hậu dân sinh". Dù mang danh xưng nào tùy theo các tổ chức đoàn thể lựa chọn, đề ra, nhưng tựu chung vẫn phải là tôn trọng nhân phẩm và quyền tự do của con người. Quyết tâm diệt tan mọi thứ giặc, nhất là giặc CS.

Về Khối Tinh Thần Ngô Đình Diệm

Khối Tinh Thần Ngô Đình Diệm đã manh nha khoảng thời gian 2 năm sau cuộc đảo chánh 1/11/1963. Lý do rất đơn giản là sau cuộc đảo chánh tình hình an ninh chính trị trở nên rất tồi tệ. Giới lãnh đạo mới tỏ bất lực. Sau cuộc đảo chánh, nhóm phan tướng đưa ông Nguyễn Ngọc Thơ, cựu Phó Tổng Thống ra làm Thủ Tướng thời dư luận bắt đầu thất vọng.

- Thất vọng thứ nhất là Dương Văn Minh ra lệnh phá bỏ Ấp Chiến Lược, một quyết định cực kỳ ngu xuẩn khiến an ninh lãnh thổ bị đe dọa.

- Dương Văn Minh và Nguyễn Ngọc Thơ lãnh đạo quá dở, trong khi đó lại tung ra các chiêu bài mị dân, ăn chơi đàng điếm.

- Nội các do ông Nguyễn Ngọc Thơ thành lập bị dư luận chê là Chính phủ rùa. Dương Văn Minh bất lực không biết làm gì. Kết quả là sau dó, các cuộc Chỉnh Lý xẩy ra như cơm bữa! Xáo trộn và xáo trộn. Bao nhiêu nhân vật mệnh danh là đối lập từng to mồm chỉ trích TT Ngô Đình Diệm và nền Đệ Nhất Cộng Hòa, nay có cơ hội tham chính lại tỏ ra hoàn toàn bất lực. Trước những xáo trộn, các ông Phan Khắc Sửu, Phan Huy Quát, Hà Thúc Ký, Nguyễn Tôn Hoàn, Nghiêm Xuân Hồng, Trần Văn Tuyên v.v... hoàn toàn bó tay. Phải đợi đến nhóm Tướng trẻ Nguyễn Văn Thiệu - Nguyễn Cao Kỳ được Mỹ hậu thuẫn mới tạm ổn định được tình hình.

- Dưới sự lãnh đạo của nhóm Tướng trẻ, tình hình Miền Nam tuy có thay đổi khá hơn 2 năm sau đảo chánh, nhưng vẫn không sao vãn hồi được an ninh trật tự như thời Đệ Nhất Cộng Hòa. Bây giờ người ta mới nhận ra lãnh đạo một nước chậm tiến để đương đầu với âm mưu xâm lược của CS không phải là chuyện dễ dàng. Dù Mỹ đã đưa vào VN trên nửa triệu quân, dù QL/VNCH đã được yểm trợ, võ trang nhưng cái uy tín lãnh đạo như thời TT Ngô Đình Diệm không còn nữa. Cứ cái đà đi xuống đó, nạn tham nhũng được dịp hoành hành, cùng với những toan tính của Mỹ trong chiến lược toàn cầu thời Miền Nam sớm muộn gì cũng sẽ rơi vào tay CS.

Chính trong bối cảnh đó mà những người có tâm huyết từ thời Đệ Nhất Cộng Hòa đã thấy phải làm một cái gì thiết thực và hữu ích. Cuốn Chính Đề VN của ông Ngô Đình Nhu được ấn hành đã khởi động và nuôi dưỡng một luồng tư tưởng cách mạng trong hoàn cảnh mới (1964). Hàng năm đến ngày 2/11 đều được các nơi tổ chức long trọng Lễ cầu nguyện cho TT Ngô Đình Diệm cùng các chiến hữu đã bỏ mình vì Tổ Quốc. Một Foundation Ngô Đình Diệm thời đó dự trù được khai trương ở đường Tự Do. Tiếc là dự án chưa được hình thành thời xảy ra biến cố 30/4/1975 khiến Miền Nam rơi vào tay CS.

- Một cuộc di cư vĩ đại lại xảy ra sau ngày 30/4/1975. Hàng triệu người đã bỏ nước ra đi tìm tự do. Chính trong nỗi khốn khổ tuyệt vọng đó, người dân VN, đặc biệt những người Việt tỵ nạn ở xứ người bỗng nhớ đến TT Ngô Đình Diệm và những công trình của người trong 9 năm lãnh đạo đã làm Miền Nam trở thành một quốc gia an bình, thịnh vượng. Các Khối Tinh Thần Ngô Đình Diệm lần lượt được hình thành từ Hoa Kỳ, Bắc Mỹ qua đến Âu châu và Úc châu một cách tự động, tự phát theo từng địa phương, không hề có cơ quan chỉ đạo, vận động và tổ chức. Sinh hoạt chung thì na ná giống nhau, nhưng không liên hệ với nhau như một tổ chức quy mô toàn cầu. Việc tưởng niệm khá đều đặn. Có nơi, các hội đoàn cựu quân nhân và dân sự đứng ra tổ chức lễ tưởng niệm rất long trọng với sự tham dự của các giới đồng bào nhưng chỉ diễn ra trong thời gian ngày giỗ. Sau đó, ai về nhà nấy và chờ năm sau cũng vào thời điểm đó. Như vậy, xét ra, lâu nay, ta chỉ lo họp nhau tưởng niệm mà chưa có chương trình hành động cụ thể trong sự quyết tâm giải thể chế độ CS nhằm đem lại hạnh tự do cho dân tộc.

Vậy thì, để bù đắp vào những thiếu sót đó, theo thiển ý, ta cần phải gấp rút hành động bằng những công tác thiết thực như TT Ngô Đình Diệm đã trối trăng:*"Nếu tôi chết, hãy noi gương tôi"*. Chúng ta phải cảnh giác về tư tưởng, về đạo đức, về sức khỏe (Trí-Đức-Thể dục). Và tự túc: tư tưởng, tổ chức, kỹ thuật. Mình phải lo giúp mình trước, sau mới nhờ đến người khác. Lord Palmerston, chính khách Anh quốc từ thế kỷ 19 từng nói: *"We have no eternal allies, and we have no perpetual enemies. Our interests are eternal and perpetual"* (Chúng tôi không có Đồng Minh vĩnh viễn. Chúng tôi cũng không có kẻ thủ vĩnh viễn. Chỉ có quyền lợi của chúng tôi là vĩnh viễn".

Câu nói của Lord Palmerston đã là khuôn vàng thước ngọc cho các chính trị gia và các nước nhất là những siêu cường ở phương Tây. Chỉ tội cho các nước chậm tiến, các lãnh tụ vì quá thiển cận, không nhìn xa trông rộng nên đã trở thành quân cờ thí cho Đế quốc. Ở VN chỉ có một Ngô Đình Nhu của Đệ Nhất Cộng Hòa nhìn ra vấn đề thời đã bị sát hại. Còn tập đoàn Hồ Chí Minh ở Miền Bắc và những chính phủ sau 1/11/1963 ở Miền Nam cứ nhắm mắt tin tưởng vào đàn anh Nga, Tàu, Mỹ nên khi mở mắt ra thì đất nước đang lâm vào cảnh đói nghèo lạc hậu và đang là miếng mồi ngon cho chủ nghĩa Bá quyền Bắc Kinh. Nhưng dù thế nào thì người VN nhất định không thể buông xuôi mặc cho số phận nổi trôi mà phải tranh đấu. Đó là lý do mà các đoàn thể chính trị bắt đầu hình thành, trong đó có Nhóm Tinh Thần Ngô Đình Diệm.

Vậy nếu như ông Ngô Đình Nhu đã nói khi trước còn miền Nam thì "phải giữ miền Nam để cứu miền Bắc"; nhưng nay miền Nam đã mất thì còn Khối Người Việt Hải Ngoại. Cho nên ta phải giữ Hải Ngoại để cứu nước Việt Nam khỏi ách thống trị của CS và nguy cơ xâm lược của Trung Cộng.

Vậy làm thế nào là giữ Cộng Đồng Người Việt Hải Ngoại? Đó là bảo vệ độc lập và tự do của khối Người Việt Quốc Gia tại Hải Ngoại bằng những phương cách sau đây:

1. Thứ nhất là phải đoàn kết dưới là Cờ Vàng Ba Sọc Đỏ. Đoàn kết trong tinh thần dưới là cờ Chính Nghĩa Ngăn chặn không cho CS xâm nhập phá hoại Cộng Đồng NV HN. Vì Khối NVQG Hải Ngoại có một tiềm năng to lớn nên CSVN ra sức tuyên truyền, dùng đủ mọi mánh khóe tranh thủ để lấy hậu thuẫn và bòn rút của cải. Chúng dành ngân khoản cả hàng trăm triệu và ra sức dụ dỗ, tuyên truyền xâm nhập, cố len lỏi đưa người của chúng ra năm vai trò lãnh đạo các Hội đoàn, Đoàn thể. Những phần tử nhẹ dạ ham lợi sẽ dễ dàng bị chúng rủ rê, dụ dỗ, mua chuộc làm tay sai cho chúng. Lá cờ Vàng ba sọc đỏ nói lên Chính Nghĩa Quốc Gia là nơi hội tụ của Khối Người Việt Hải Ngoại (Nước Việt không biên cương).

2. Cô lập và vô hiệu hóa bọn Việt gian, tay sai Cộng Sản nằm vùng trong mọi lãnh vực, đặc biệt là Truyền thông, Báo chí, các cơ sở Thương mại, và các Hội đoàn của Người Việt Quốc Gia.

3. Cô lập và vô hiệu hóa những "Hội Việt Kiều Yêu Nước" do CS và tay sai nằm vùng của chúng dựng nên.

4. Yểm trợ tối đa cho các Ứng cử viên Người Việt Quốc Gia vào các chức vụ Dân cử của nước mình đang định cư.

5. Cực lực tố cáo với Chính quyền địa phương mình cư ngụ, đồng thời tố cáo trước dư luận Quốc Tế những đàn áp và vi phạm Nhân quyền và các quyền Tự do tại VN.

6. Thực thi dân chủ trong mọi tổ chức Cộng đồng để tạo sự đoàn kết và rèn luyện lãnh đạo cho giới trẻ. Sống ở nước văn minh, người Việt Quốc Gia mình nên học hỏi lề lối thực thi Dân Chủ của họ. Bản chất của Dân chủ là đoàn kết để có sức mạnh, chớ không phải là ai muốn làm gì thì làm. Như ở Mỹ trong mỗi lần bầu cử, họ tranh đấu kịch liệt, kể cả tố cáo nhau bằng nhiều mánh khóe, thủ đoạn. Nhưng khi bầu cử đã đã xong thì người thua cuộc luôn tuyên bố ủng hộ người thắng cử chớ không chống đối phá hoại. Bởi đó, kinh nghiệm cho biết trong khi thực thi dân chủ, xã hội sẽ dễ dàng tạo ra được lớp người lãnh đạo có khả năng.

7. Cộng Đồng NVQG mỗi nơi theo sáng kiến địa phương mà tích cực tham gia vào Phong Trào Tố Cộng và Bài Cộng tại địa phương mình cũng như liên kết với các Cộng Đồng người Việt tại địa phương khác trong những công tác tương tự cần liên kết để tạo thành tiếng nói chung và mạnh mẽ.

8. Yểm trợ tối đa cho Phong Trào Dân Chủ Quốc Nội, nhất là các tầng lớp Thanh Niên nam nữ, Sinh Viên, Học Sinh, Tri thức, các nhân vật Lãnh đạo Tinh thần các Tôn giáo trong tiến trình giải thể chế độ CS và Dân chủ hóa đất nước.

9. Cảnh giác đồng bào Quốc Nội về âm mưu xâm lược "gặm nhấm" của tập đoàn CS Bắc Kinh.

10. Cực lực tố cáo trước dư luận quốc tế mọi tham vọng và chủ nghĩa bá quyền của tập đoàn CS Bắc Kinh trong âm mưu xâm lược VN dưới bất cứ hình thức nào.

11. Sử dụng tối đa và tích cực mọi phương tiện Truyền Thông để "chuyển lửa về quê hương" nhằm đả thông, giáo dục, kêu gọi mọi tầng lớp nhân dân tham gia Phong Trào Giải Thể chế độ CS Dân Chủ Hóa đất nước.

12. Thực hiện "Chiến Dịch Chiêu Hồi" các Đảng viên CSVN trở về với Chính Nghĩa Quốc Gia Dân Tộc bằng mọi cách nhất là bằng phương tiện truyền thông như Điện Thoại, Diễn Đàn Internet v.v... để họ cùng góp sức vào việc giải thể chế độ CS và Dân chủ hóa đất nước.

13. Vận động Quốc Tế, nhất là tại những Quốc Gia mình đang cư ngụ để tìm hậu thuẫn trong công cuộc đấu tranh giành lại Tự Do, Dân Chủ và Nhân Quyền cho VN.

14. Vận động Quốc Tế nhất là các nước trong khối ASEAN và các Siêu cường về một giải pháp hợp lý hợp tình cho những tranh chấp tại Biển Đông trên căn bản đa phương. Bước đầu làm thế nào để VN và Philippines hợp tác tích cực với sự hậu thuẫn của Hoa Kỳ tạo thành một gọng kìm, cắt ngang lưỡi bò của Trung Cộng. Sau đó vận động tích cực những quốc gia phía Nam như Brunei, Indonesia, Singapore trong khối ASEAN hợp tác chặt chẽ để cùng ngăn chặn tham vọng bành trướng và chủ nghĩa bá quyền của Trung Cộng.

15. Việc giải thể chế độ CSVN và Dân chủ hóa Đất Nước để có đủ sức mạnh chống giặc Ngoại Xâm sẽ phải đi qua ít là 3 giai đoạn: (01)Xây dựng và củng cố Khối Người Việt Quốc Gia Hải Ngoại. (02) Giải thể chế độ CS và Dân Chủ Hóa Đất Nước. (03) Hiện đại hóa Đất Nước (trong CĐVN, ông Ngô Đình Nhu gọi là Tây phương hóa).

17. Các tổ chức và đoàn thể chính trị của Khối NVQG trong và ngoài nước hãy tích cực hoàn thành sứ mạng của mình qua các chương trình cụ thể và thích hợp để Giải thể chế độ CS và Dân chủ hóa Đất Nước thay vì chờ đợi những Đảng Đối Lập từ trong nước do các Cựu Đảng viên CS đề ra, trong đó coi chừng có thứ "Đảng Đối Lập Cuội" do chính CSVN tạo ra để đánh lừa dư luận và quần chúng. Cũng nên biết rằng CSVN là loại lưu manh và thủ đoạn có hạng, là bọn lừa bịp dối trá có hạng. Từ lâu nay chúng đã dựng nên nhiều tổ chức chính trị mang tên những tổ chức của NVQG ngay tại Quốc Nội để lừa những kẻ ngây thơ, dễ tin vào cái bẫy để chúng "bắt trọn ổ". Chúng sẵn sàng đưa ra những nhân vật, những chiêu bài "ăn khách" làm con mồi cho mưu toan của chúng. Không riêng gì ở Quốc Nội, mà ngay tại Hải Ngoại, chúng (CSVN) cố tìm cách len lỏi, xâm nhập vào các Hội đoàn, Đoàn thể, và các Chính Đảng của NVQG để lèo lái theo chiều hướng làm lợi cho chúng.

18. Đoàn kết Cộng Đồng: Phải xây dựng sự đoàn kết Cộng Đồng. Đoàn kết để có sức mạnh. Hợp quần gây sức mạnh. Một người không đủ sức làm thì muôn người sẽ đủ sức hành động. Trong Quốc sách Ấp Chiến Lược, ông Ngô Đình Nhu đã nêu ra 3 thứ giặc luôn liên kết với nhau để phá hoại Quốc gia, đó là: Giặc chậm tiến, Giặc chia rẽ và Giặc CS. Ngày nay ở Hải Ngoại, Khối NVQG cũng đang phải đương đầu với ba thứ giặc này dưới những hình thức khác. Giặc chia rẽ là thứ giặc đầu tiên đang hoành hành, làm nát bấy Cộng Đồng. Giặc này phát sinh do hai thứ giặc Chậm tiến và CS mà ra. Vì chậm tiến nên dù sống ở xứ văn minh nhưng đầu óc nhiều người trong chúng ta vẫn thủ cựu, vẫn suy tư theo lề lối cũ, vẫn kèn cựa tranh chấp nhau. CS lợi dụng vào những thứ đó tìm cách xâm nhập phá hoại. Chúng

biết rằng Khối Người Việt Hải Ngoại có một tiềm năng lớn lao, sẽ có tiếng nói rất mạnh trên trường Quốc Tế, nên nếu như chúng không lợi dụng được thì chúng phải tìm cách phá bằng cách gây chia rẽ, tranh chấp với nhau. Cho nên ta phải tỉnh táo, đề cao cảnh giác về ba thứ giặc này. Để có sự đoàn kết thì trước hết phải tiêu diệt Giặc chia rẽ, trước hết bằng những biện pháp tiêu cực: chấm dứt đả kích lẫn nhau trên các phương tiện truyền thông để tạo hòa khí đồng thời kêu gọi mọi người đề cao cảnh giác về mọi âm mưu chia rẽ của CS. Sau là những biện pháp tích cực: xây dựng Cộng Đồng, Đoàn Thể, và Hội Đoàn bằng những việc làm cụ thể thích hợp, khuyến khích những người thiện chí và giới trẻ dấn thân. Nên lưu ý điểm này: cơ thể không ăn, không thở, con người sẽ chết. Đoàn thể không sinh hoạt cũng tự động chết. Sinh hoạt bê bối thì chết thê thảm hơn. Cho nên phải biết nuôi dưỡng Hội đoàn, Đoàn thể bằng những sinh hoạt khoa học để hoàn thành mục tiêu đề ra.

19. Đẩy mạnh công tác dạy Việt Ngữ và Lịch sử Việt Nam để hun đúc tinh thần Dân Tộc cho giới trẻ hải ngoại.

20. Muốn làm Cách Mạng phải có tổ chức Cách Mạng. Tổ chức Cách Mạng quy tụ những Cán bộ Cách Mạng có phẩm chất cao nghĩa là có Lập trường Cách Mạng vững chắc được xây dựng trên nền tảng Dân Tộc, có Đạo đức Cách Mạng, có trình độ nhận thức chính trị, có trình độ Văn hóa và nắm vững Kỹ thuật Công tác. Khi Cộng Đồng Hải Ngoại đủ mạnh thì có thể giúp Mặt Trận Quốc Nội hoàn tất công cuộc Giải thể chế độ CS và Dân chủ hóa Đất Nước một cách hữu hiệu.

Sau cùng, xin nhắc lại nhận định sâu sắc của ông Ngô Đình Nhu trong phần đầu là ta phải nuôi dưỡng và phát triển sự lãnh đạo:

Đối với các dân tộc bị trị hai loại biện pháp trên đều có những hậu quả vô cùng thảm khốc. Tuy nhiên, nếu không có phương tiện của mình thì còn có thể tìm phương tiện nơi khác, chớ nếu không có người lãnh đạo, thì dù có phương tiện cũng không sử dụng được.

Vì vậy cho nên, đối với một quốc gia mà nền độc lập bị đe dọa hay đã mất, thì phương pháp hữu hiệu nhất và điều kiện thiết yếu nhất để chống lại ngoại xâm là nuôi dưỡng và phát triển sự lãnh đạo.

Trong thực tế, nuôi dưỡng và phát triển sự lãnh đạo có nghĩa là tạo hoàn cảnh thuận lợi để cho cái tinh hoa của tập thể hun đúc nên thiểu số lãnh đạo xứng danh" (tr.13 - 50).

Danh ngôn:

Khám phá vĩ đại nhất của thế hệ hôm nay là ta có thể thay đổi cuộc sống bằng thay đổi thái độ tinh thần của mình (The greatest discovery of any generation is that a human can alter his life by altering his attitude).

William James

****

NHỮNG BÀI ĐỌC THÊM

MỘT

Những câu tuyên bố cà chớn của lãnh đạo Việt Cộng

- Nguyễn Minh Triết, Chủ tịch nước CSVN: *"Có người ví von:* **Việt Nam - Cu Ba như là trời đất sinh ra;** *một anh ở phía Đông một anh ở phía Tây. Chúng ta thay nhau canh giữ hòa bình cho thế giới.* **Cu Ba thức thì Việt Nam ngủ. Việt Nam gác thì Cu Ba nghĩ"** (Phát biểu tại Havana, Cuba ngày 29/9/2009).

- Lương Văn Kế, Tiến sĩ Khoa Học, Giảng viên Đại Học Hà Nội: *"Nếu không tham, người Việt không thể phát triển. Đạo đức giả của người VN hiện nay đang là chuẩn mực văn hóa. **Người nào không biết giả dối, không biết bịa đặt thì không thể phát triển**"*.

- Tiến sĩ Nguyễn Chí Hiếu: *"Gửi tiền vào ngân hàng, nếu mất; tôi nghĩ là **trách nhiệm chính là trách nhiệm của khách hàng, có lẽ 70%**; còn lại 30% của ngân hàng"*.

- Lương Công Nhớ, Hiệu trưởng Đại học Hàng Hải: *"Đây là **tiền** (US$ 2 triệu và VN$ 100 tỷ) **cả dòng họ nhờ vợ ông** đứng tên thay thế để gửi vào ngân hàng"* (Nói với báo Dân Việt ngày 2/10/2022).

- Phạm Gia Yên, Chánh Thanh Tra Bộ Xây Dựng: *"Dự án chục tỷ, **sai phạm một tỷ là tốt rồi**"*.

- Nguyễn Văn Phong, Phó trưởng ban Tuyên giáo Thành Ủy Hà Nội: *"Đây không phải là lần đầu tiên xảy ra sự cố vỡ đường ống nước sông Đà nữa, chắc cũng không phải là lần cuối cùng; **sẽ còn vỡ vài lần nữa**. Đề nghị các cơ quan báo chí thông tin định hướng để người dân hiểu và nắm rõ về sự cố mất nước này!"* (Phát biểu ngày 19/8/ 2022 tại Sở Xây Dựng Hà Nội).

- Bùi Xuân Cường, Giám Đốc Sở Giao Thông (Sàigòn?): *"Sàigòn không có ùn tắc giao thông. Ùn tắc là xe phải đứng im trong 30 phút. Còn **Sàigòn, vẫn di chuyển nhúc nhích được, không gọi là ùn tắc**"*.

- Võ Văn Hoan, Phó Chủ tịch Thành phố Sàigòn: *"Ngập là một đặc điểm rất tự nhiên của thành phố... **Ngập của thành phố phần nào là một hình ảnh rất đẹp**"*.

- Đào Ngọc Nghiêm, Phó Chủ tịch Hội Quy hoạch và Phát triển Đô thị VN: *"Tôi cho rằng, không nên đặt vấn đề xây dựng tượng đi như thế là đắt hay rẻ. Trước khi phán xét, cần phải nhìn tổng thể giá trị văn hóa. Tượng đài sẽ là động lực tạo nên sự phát triển.* **Không thể nói rằng vì nhiều người còn đói nên để tiền đó mua cơm trước.** *Đôi khi văn hóa phải đi trước".*

- *"Biên soạn Bách Khoa Toàn Thư Việt Nam là phải đúng quan điểm của chủ nghĩa Mác Lênin và tư tưởng Hồ Chí Minh".*

- Phạm Vũ Luận, Bộ Trưởng Giáo Dục nói trước Quốc Hội năm 2014: *"Quá trình dạy học đã thay đổi, từ chỗ chú trọng số đông sang chú trọng quá trình phát triển của từng cháu.* **Trước đây nói dạy một lớp 40 cháu; nay chuyển sang dạy 40 cháu trong một lớp".**

- Tô Lâm, Đại Tướng Bộ trưởng Bộ Công an: *"Khẳng định* **việc cấp hộ chiếu mới bỏ nơi sinh là đúng luật,** *phù hợp với thông lệ quốc tế"* (10/8/2022). *"Khẳng định* **đưa nơi sinh vào hộ chiếu mới là việc làm cần thiết"** (7 /11/2022).

Quan Điểm Vong Quốc, Thần Phục Kẻ Thù:

- Tướng Trung Cộng Phạm Trường Long: ***"Toàn bộ các đảo ở biển Nam Hải (Biển Đông) đã thuộc lãnh thổ Trung Quốc từ thời thượng cổ".***

- Thượng Tướng VC Võ Tiến Trung, Giám Đốc Học viện Quốc Phòng:***"Trung Quốc không phải là kẻ thù*** *của chúng ta".*

- Nguyễn Duy Chiến, Phó Chủ nhiệm Ủy ban Biên giới: *"Việc Trung Quốc xâm nhập lãnh hải ta, rồi đâm tàu, cắt cáp...* **Thực chất vấn đề đó là cách hành xử bố mẹ dạy con mình 'Yêu cho roi, cho vọt'. Vậy sao phải bất bình?".**

- Võ Thị Thu Thủy, Phó Chủ tịch UBND Quảng Ninh: **"Xin đừng vì vài cái đảo nhỏ ở biển Đông mà làm mất đi** *tình hữu nghị* láng giềng tốt đẹp giữa hai nước; bởi không có đảng CS Trung Quốc chống lưng, đảng ta sẽ không tồn tại đến ngày hôm nay".

- Vũ Đức Đam, Phó Thủ Tướng: *"Trung Quốc đã dùng vũ lực để chiếm Hoàng Sa và nhất định chúng ta phải đòi lại.* ***Đời tôi, đời các bạn chưa đòi được thì con cháu chúng ta sẽ tiếp tục đòi lại"***.

- Thượng Tướng Huỳnh Ngọc Sơn, Phó Chủ Tịch Quốc Hội: *"Nhiều lần ta cũng nghĩ tới việc lấy lại nhưng trong lúc này chưa thể lấy lại được. Để đời con đời cháu chúng ta lấy lại. Trung Quốc bây giờ họ củng cố gần như là bất khả xâm phạm rồi...* ***Ta như thế này thì bà con thấy ta ăn thua với họ được không?*** *Ai tài giỏi thì thử chỉ huy ra đó coi có thắng không"*.

- Nguyễn Phú Trọng, Tổng Bí thư Đảng CSVN: ***"Trung Quốc là người bạn láng giềng lớn;*** *muốn hay không cũng phải ăn ở đời kiếp với nhau. Có ai chọn được láng giềng đâu!"*.

- *"Tôi với đồng chí Tập Cận Bình* ***càng nói càng say sưa, càng nói càng thân thiết"*** (Ngày 31/10/2022 sau khi Nguyễn Phú Trọng đi Bắc Kinh triều kiến Tập Cận Bình về).

Quan Điểm Chính Trị Độc Tài

- Nguyễn Phú Trọng, Tổng Bí thư Đảng CSVN: *"**Đòi bỏ điều 4 Hiến Pháp; đòi tam quyền phân lập; đòi đa nguyên đa đảng là suy thoái đạo đức"**.

- Phạm Minh Chính, Thủ Tướng VC: *"**Nhân quyền là chỉ cần lo cho người dân có cái ăn, cái mặc"**.

- Mai Tiến Dũng, Bộ Trưởng, Chủ Nhiệm Văn Phòng Chính Phủ: *"Nếu* ***chúng ta sai, chúng ta xin lỗi*** *trước dân. Nếu dân sai, dân phải chịu tội trước pháp luật"*.

- Chỉ thị 15-CT/TW cấm Công An không được tổ chức trinh sát hay điều tra bất cứ đảng viên nào; cho dù người tố cáo có đủ bằng cớ.

- Trưởng Ban Tổ Chức Thành Ủy Hà Nội:*"Ở huyện có 8 đến 9 người quan hệ họ hàng với nhau. Tôi cho rằng có thể đây là **quan hệ hết sức ngẫu nhiên**"* (Khi nói về các viên chức huyện là bà con thân tộc với nhau).

- Nguyễn Thị Quyết Tâm, Phó Bí thư Thành ủy Sàigòn: *"**Con lãnh đạo làm lãnh đạo là hạnh phúc** của dân tộc".*

- Nguyễn Sĩ Dũng, Phó Chủ nhiệm Văn phòng Quốc Hội:*"Việc từ chức ở ta khó hơn ở các nước phát triển. Chức quyền nhiều khi còn được coi là nhiệm vụ chính trị được đảng giao. **Từ chức nghĩa là từ chối nhiệm vụ được giao**".*

Pháp Luật Kỳ Quái

- Lê Thị Thu Ba, Phó Trưởng ban Thường trực Ban Chỉ đạo Cải cách Tư Pháp Trung Ương:*"Thậm chí có **những trường hợp lỡ bắt rồi, vẫn phải xử một tội nào đó,** tuyên một hình phạt nào đó cho tương xứng".*

- Lê Minh Trí, Viện Trưởng Viện Kiểm Sát Nhân Dân TC:*"**Một năm chỉ có 17 vụ oan sai thì phải cảm thấy mừng**".*

- Một Thiếu Tướng Công An:*"**Hiếp dâm trẻ em tất nhiên không nguy hiểm** như hiếp dâm người lớn nên anh em công an cho tại ngoại là đúng quy trình".*

- Lý Tiết Hạnh, Đại biểu Quốc Hội:*"Đề xuất **xử lý cả những người mua hàng giả!**".*

Khoác Lác là Bản Chất

- Vũ Đức Đam, Phó Thủ Tướng:*"Cuộc sống, **sinh hoạt bình thường của người Việt Nam hiện nay là mơ ước của nhiều nước** trên thế giới".*

- Võ Văn Thưởng, Trưởng ban Tuyên giáo Trung Ương: *Kinh tế Việt Nam tiếp tục tăng trưởng với tốc độ cao và là một trong những nền kinh tế tăng trưởng nhanh nhất trong khu vực lẫn thế giới. Tôi sang châu Phi và một số nước, người ta* **đánh giá Việt Nam là một mô hình để học tập**".

- Điện báo VTC News: "**NASA dùng tiếng Việt để nói chuyện với người ngoài hành tinh**" (2/1/2016).

- Nguyễn Mạnh Hùng, Bộ trưởng Bộ Thông tin Tuyên truyền: "*Trong năm 2022, đưa* **Việt Nam nằm trong top đầu thế giới về công nghệ 6-G**".

- Điện báo Giáo Dục, Du Học: "**Bỏ xa các nền giáo dục được đánh giá là tiên tiến bậc nhất thế giới như Mỹ hay Canada,** *Việt Nam vinh dự ghi tên mình trong bảng xếp hạng 20 quốc gia có chất lượng giáo dục tốt nhất hoàn cầu*" (Ngày 12/1/2017).

- Không nhớ tên viên chức phát biểu: "*Xăng thiếu là vì ai cũng đòi mua.* **Nếu dân không mua thì sẽ không bị thiếu**!".

Và đây là những gì đang xảy ra tại VN do Tầu Cộng gây nên:

Ở VN, thảm họa mất nước đã đến, thảm họa diệt chủng đang đến nhưng nhiều người chưa nhận ra **Những thủ đoạn hủy diệt đã và đang diễn ra tại VN:**

1. Hủy diệt châu thổ sông Cửu Long, nguồn lương thực và thực phẩm chính của cả nước. Việc này chúng thực hiện bằng cách xây nhiều đập thủy điện ngăn sông Mê Kông gây hạn hán và ngập mặn trầm trọng, đất nhiều nơi đã bị lún sâu, đồng thời dùng rất nhiều thủ đoạn thâm độc như thả hóa chất độc, ốc bươu vàng... nhằm phá hoại lúa, hoa màu và thủy sản trên toàn vùng đồng bằng sông Cửu Long.

2. Đổ chất độc dọc bờ Biển Đông để hủy diệt các hải sản ở biển và các vùng nuôi hải sản ven biển, đầu độc toàn bộ nguồn muối ăn của người Việt, ngăn cấm ngư dân VN đánh bắt xa bờ !

3. Hủy diệt các sông trên toàn bộ miền Trung thông qua hàng trăm đập thủy điện, khai thác bauxite, thương lái Tàu bày trò mua chanh leo giá cao để dân phá cà phê, hồ tiêu; mua vét rong biển để triệt hạ vùng sinh thái của cá... sau đó không mua nữa vì đã phá xong.

4. Xây nhiều đập phía thượng nguồn sông Hồng và sông Đà, làm suy kiệt sông Hồng từ nhiều năm. Chuẩn bị đại dự án sông Hồng với 6 đập thủy điện mới, hủy diệt hoàn toàn hệ sinh thái châu thổ sông Hồng.

5. Xây dựng rất nhiều nhà máy nhiệt điện, xi măng, sắt thép và hóa chất... để đầu độc khí quyển và các nguồn nước. Trong khí thải các nhà máy ở VN dùng thiết bị của Tàu, hàm lượng các khí thải độc hại như CO, SO^2, H^2S, Hg... đều cao hơn từ 19 lần tới 125 lần hàm lượng cho phép. Chất thải đổ xuống nước đã làm chết rất nhiều sông ngòi như Thị Nại, La Ngà, Bưởi... và hàng ngàn cây số bờ biển.

6. Đại biểu HĐND TP. HCM Phan Thị Hồng Xuân cho rằng giải pháp "dùng lu chống ngập lụt": Trong phiên họp HĐND TP.HCM vào chiều 12/7, đại biểu Phan Thị Hồng Xuân, chủ tịch Hội Hữu nghị VN - Đông Nam Á, Phó chủ tịch kiêm Tổng thư ký Hội Dân tộc học - nhân học TP. HCM, đã đề xuất trang bị lu cho người dân để chống ngập. Đề xuất này đã tạo ra "bão" mạng, nhiều người phản đối, cho rằng hài hước, không khả thi. *Tuổi Trẻ Online* đã có cuộc trao đổi với đại biểu Xuân về sự việc này.

7. Tung thực phẩm và thuốc men độc hại cùng các hóa chất chế biến thực phẩm độc hại tràn ngập thị trường

VN, đồng thời thương lái Tàu mua vét các loại thực phẩm sạch để người Việt chỉ còn có thể tiêu thụ thực phẩm độc hại, chết dần vì bệnh tật. Hiện nay số người mắc bệnh ung thư, teo não, đột quỵ và nhiều bệnh hiểm nghèo khác đã tới mức cao nhất thế giới.

Tất cả mới chỉ trong giai đoạn đầu. *Sau khi sáp nhập vào Tàu năm 2020, dân tộc VN như cá nằm trên thớt, cuộc diệt chủng sẽ thảm khốc hơn nhiều.* Những gì sẽ xảy ra sau 4 năm tới đây? Sau 20 năm nữa con số 90 triệu người Việt liệu có còn tới 10 triệu như người Mãn hay tới 3 triệu như người Tạng không?

Thảm họa diệt chủng đã hiện ra trước mắt, không ai có thể cứu được dân tộc VN khỏi thảm họa này, ngoài 90 triệu người Việt.

HAI

Nếu không nhìn lại, mình sẽ mất quá khứ và tương lai

Châu Hiển Lý
(Bộ đội tập kết 1954)

Đã hơn 3 thập kỷ trôi qua, làm ăn cực nhọc là thế, thành tựu không thể nói là nhỏ, thế mà khoảng cách phát triển của VN so với thế giới sao vẫn xa vời! Không định thần nhìn nhận lại tất cả, không khéo chúng ta sẽ ngày càng đi sâu vào con đường đi làm thuê, đất nước có nguy cơ trở thành đất nước cho thuê với triển vọng là bãi thải công nghiệp của các quốc gia khác (!) giữa lúc thế giới đang bước vào thời kỳ kinh tế trí thức!

150 năm đã trôi qua, nhưng bài học này còn nguyên vẹn. Đó là 80 năm nô lệ, 40 năm với 4 cuộc chiến tranh lớn (Pháp, Mỹ, Cam Bốt, Tàu) - trong đó 3 thế hệ liên tiếp gánh

chịu những hy sinh khốc liệt, 43 năm xây dựng trong hòa bình với biết bao nhiêu lận đận, và hôm nay VN vẫn còn là một nước chậm tiến.

Thảm kịch của Đảng CS thực ra đã bắt đầu ngay từ ngày 30/4/1975. Sự bẽ bàng còn lớn hơn vinh quang chiến thắng. Hòa bình và thống nhất đã chỉ phơi bày một miền Bắc xã hội chủ nghĩa thua kém miền Nam, xô bồ và thối nát, về mọi mặt. "Tính hơn hẳn" của chủ nghĩa Mác-Lênin trở thành một trò cười. Sự tồi dở của nó được phơi bày rõ rệt cùng với sự nghèo khổ cùng cực của đồng bào miền Bắc.

Nhìn lại sau hơn nửa thế kỷ dưới chế độ CS, hàng loạt các câu hỏi được đặt ra:

- Năm 1954 sau khi thắng Pháp, tại sao hơn 1 triệu người Bắc phải bỏ lại nhà cửa ruộng vườn di cư vào miền Nam?

- Sau năm 1975, tại sao dân miền Nam không ồ ạt di cư ra Bắc sinh sống để được hưởng những thành quả của CNXH mà chỉ thấy hàng triệu người Bắc lũ lượt kéo nhau vào Nam lập nghiệp?

- Tại sao sau khi được "giải phóng" khỏi gông cùm của Mỹ-Ngụy, hàng triệu người phải vượt biên tìm tự do trong cái chết gần kề, ngoài biển cả mênh mông?

- Tại sao nhân viên trong các phái đoàn CS đi công tác thường hay trốn lại ở các nước tư bản dưới hình thức tị nạn chính trị? Tất cả những thành phần nêu trên, họ muốn trốn chạy cái gì?

- Tại sao đàn ông của các nước tư bản Châu á có thể đến VN để chọn vợ như người ta đi mua một món hàng?

- Tại sao Liên Xô và các nước Đông Âu bị sụp đổ?

- Tại sao lại có sự cách biệt một trời một vực giữa Đông Đức và Tây Đức, giữa Nam Hàn và Bắc Hàn?

- Tại sao nước ta ngày nay phải quay trở lại với kinh tế thị trường, phải đi làm "lao công" cho các nước tư bản?

- Tại sao các lãnh tụ CS lại gởi con đi du học tại các nước tư bản thù nghịch?

Hỏi tức là trả lời, người VN đã bỏ phiếu bằng chân từ bỏ một xã hội phi nhân tính. Mọi lý luận phản biện và tuyên truyền của nhà nước CS đều trở thành vô nghĩa! Sự thực đã quá hiển nhiên nhưng Đảng CSVN không thể công khai nhìn nhận. Họ không thể nhìn nhận là đã hy sinh 4 triệu sinh mệnh trong một cuộc chiến cho một sai lầm! Nếu thế thì họ không còn tư cách gì để nắm chính quyền, ngay cả để hiện diện trong sinh hoạt quốc gia một cách bình thường.

Nhìn nhận một sai lầm kinh khủng như vậy đòi hỏi một lòng yêu nước, một tinh thần trách nhiệm và một sự lương thiện ở mức độ quá cao đối với những người lãnh đạo CS. Hơn nữa, họ đã được đào tạo để chỉ biết có bài bản CS, bỏ chủ nghĩa này họ chỉ là những con số không về kiến thức. Cũng phải nói là trong bản chất con người, ít ai chịu từ bỏ quyền lực khi đã nắm được.

Thế là sau cuộc cách mạng long trời lở đất với hơn 30 năm khói lửa, máu chảy thành sông, xương cao hơn núi, CS Hà Nội lại phải đi theo những gì trước đây họ từng hô hào phá bỏ tiêu diệt. Từ ba dòng thác cách mạng chuyên chính vô sản, hy sinh hơn 4 triệu mạng người, đi lòng dòng gần nửa thế kỷ, CS Hà Nội lại phải rập khuôn theo mô hình tư bản để tồn tại. Hiện tượng "Mửa ra rồi nuốt lại" này là một cái tát vào mặt các nhà tuyên giáo trung ương CSVN.

Cách mạng CS đã đưa ra những lý tưởng tuyệt vời nhất, cao cả nhất, đã thực hiện những hành động anh hùng vô song, đồng thời cũng gieo vào lòng người những ảo tưởng bền vững nhất. Nhưng thực tế chuyên chính vô sản đã diễn ra vô cùng bạo liệt, tàn khốc, chà đạp man rợ lên đạo lý, văn hóa và quyền con người ở tất cả các nước CS nắm chính quyền. Sự dã man quỷ quyệt mánh lới và sự bất nhân khéo che đậy của CS chưa hề thấy trong lịch sử loài người.

Con người có thể sống trong nghèo nàn, thiếu thốn. Nhưng người ta không thể sống mà không nghĩ, không nói lên ý nghĩ của mình. Không có gì đau khổ hơn là buộc phải im lặng, không có sự đàn áp nào dã man hơn việc bắt người ta phải từ bỏ các tư tưởng của mình và "nhai lại" suy nghĩ của kẻ khác. Nền chuyên chính vô sản này làm tê liệt toàn bộ đời sống tinh thần của một dân tộc, làm tê liệt sự hoạt động tinh thần của nhiều thế hệ, làm nhiều thế hệ con người trở thành những con rối, những kẻ mù chỉ biết nhai như vẹt các nguyên lý bảo thủ giáo điều...

Công dân của nhà nước CS luôn luôn sợ hãi, luôn luôn lo lắng không biết mình có làm gì sai để khỏi phải chứng minh rằng mình không phải là kẻ thù của chủ nghĩa xã hội.

Cơ chế quyền lực CS tạo ra những hình thức đàn áp tinh vi nhất và bóc lột dã man nhất. Vì vậy, công dân trong các hệ thống CS hiểu ngay điều gì được phép làm, còn điều gì thì không.

Không phải là luật pháp mà là quan hệ bất thành văn giữa chính quyền và thần dân của nó đã trở thành "phương hướng hành động" chung cho tất cả mọi người.

Cơ chế hiện nay đang tạo kẽ hở cho tham nhũng, vơ vét tiền của của nhà nước. Nhưng cái mà chúng ta mất lớn nhất lại không phải là mất tiền, mất của, dù số tiền đó là hàng chục tỉ, hàng trăm tỉ. Cái lớn nhất bị mất, đó là suy đồi đạo đức. Chúng ta sống trong một xã hội mà chúng ta phải tự nói dối với nhau để sống.

Bác và Đảng đã gần hoàn thành việc vô sản hóa và lưu manh hóa con người VN (vô sản lưu manh là lời của Lênin). Vô sản chuyên chính (đảng viên) thì chuyển sang làm tư bản đỏ, còn vô sản bình thường (người dân) trở thành lưu manh do thất nghiệp, nghèo đói.

Nền kinh tế VN bây giờ chủ yếu là dựa trên việc vơ vét tài nguyên quốc gia, bán rẻ sức lao động của công nhân và nông dân cho các tập đoàn kinh tế ngoại bang, vay nước ngoài do nhà nước CS làm trung gian. Huyền thoại giải phóng dân tộc, giải phóng giai cấp do CSVN dày công dàn dựng đã tan thành mây khói khi giai cấp "vô sản" âm thầm lột xác trở thành các nhà Tư bản đỏ đầy quyền lực và đô la.

Do vậy, lý thuyết CS dần dần mất đi tính quyến rũ hoang dại. Nó trở nên trần trụi và lai căng. Tất cả điều đó đã làm cho các Đảng CS trên toàn thế giới dần dần chết đi. Dù GDP có tăng lên, nhiều công trình lớn được khánh thành do vay mượn quỹ tiền tệ Quốc Tế nhưng đạo đức xã hội cạn dần. Thực tế cho thấy rằng sức mạnh không nằm ở cơ bắp. Vũ khí, cảnh sát và hơi cay chỉ là muỗi mòng giữa bầu trời rộng lớn nếu như lòng dân đã hết niềm tin vào chính quyền.

Học thuyết về xây dựng một xã hội chủ nghĩa và CS chủ nghĩa chỉ là một loại lý tưởng hóa, nó là chiếc bánh vẽ để lừa gạt dân, không hơn không kém; đảng nói một đằng, làm một nẻo. Chẳng hạn đảng nói "xây dựng xã hội không có bóc lột" thì chính những đảng viên lại là những người trực tiếp tham nhũng bóc lột người; đảng nói "một xã hội có nền dân chủ gấp triệu lần xã hội tư bản" thì chính xã hội ta đang mất dân chủ trầm trọng; Đảng nói "Đảng bao gồm những người tiên phong nhất, tiên tiến nhất" nhưng thực tế thì đảng đầy rẫy những người xấu xa nhất, đó là những kẻ đục khoét tiền bạc của nhân dân.

Sở dĩ Đảng CSVN còn cố giương cao ngọn cờ XHCN đã bị thiêu rụi ở tất cả các nước sản sinh ra nó vì chúng đang còn nhờ vào miếng võ độc "vô sản chuyên chính" là... còng số 8, nhà tù và họng súng để tồn tại!

Nhân dân đang hy vọng rằng Đảng sớm tự ý thức về tội lỗi tầy trời của mình. Đảng sẽ phải thẳng thắn sám hối từ trong sâu thẳm chứ không chỉ thay đổi bề ngoài rồi lại tiếp tục ngụy biện, chắp vá một cách trơ trẽn.

Người dân chẳng còn một tí ti lòng tin vào bất cứ trò ma giáo nào mà chính phủ bé, chính phủ lớn, chính phủ gần, chính phủ xa đưa ra nữa. Họ nhìn vào ngôi nhà to tướng của ông chủ tịch xã,chú công an khu vực, bà thẩm phán, ông chánh án, bác hải quan, chị quản lý thị trường, kể cả các vị "đại biểu của dân" ở các cơ quan lập pháp "vừa đá bóng vừa thổi còi" mà kết luận: "Tất cả đều là lừa bịp!". Do đó XHCN sẽ được đánh giá như một thời kỳ đen tối nhất trong lịch sử VN. Con, cháu, chút, chít chúng ta nhắc lại nó như một thời kỳ.. đồ đểu! vết nhơ muôn đời của nhân loại.

Một thời kỳ mà tâm trạng của người dân được thi sĩ cách mạng Bùi Minh Quốc tóm tắt qua hai vần thơ: "Quay mặt phía nào cũng phải ghìm cơn mửa! Cả một thời đều cáng đã lên ngôi!". Chẳng lẽ tuổi thanh xuân của bao người con nước Việt dâng hiến cho cách mạng để cuối cùng phải chấp nhận một kết quả thảm thương như thế hay sao?

Chẳng lẽ máu của bao nhiêu người đổ xuống, vàng bạc tài sản của bao nhiêu kẻ hảo tâm đóng góp để cuối cùng tạo dựng nên một chính thể đê tiện và phi nhân như vậy? Tương lai nào sẽ dành cho dân tộc và đất nước Việt Nam nếu cái tốt phải nhường chỗ cho cái xấu?

Một xã hội mà cái xấu, cái ác nghênh ngang, công khai dương dương tự đắc trong khi cái tốt, cái thiện phải lẩn

Tổng Thống Ngô Đình Diệm

tránh, phải rút vào bóng tối thì dân tộc đó không thể có tương lai! Một kết cục đau buồn và đổ vỡ là điều không tránh khỏi.

BA

LỘC VÀNG...
Nhạc vàng quê hương

Nhiều chuyện quá, sáng nay lại nghe bên Khu 2, có nhóm nghệ sĩ Nhạc Vàng đồi trụy của Hà Nội, mới chuyển đến. Rồi còn nghe nói có một tướng phỉ, khỏe như con gấu là Lý Cà Sa cũng mới chuyển về v.v... Từ từ tôi sẽ tìm cách đến thăm hỏi, khi có điều kiện sau này. Chỉ vài ngày sau, tôi đã mò sang chỗ nhóm "nhạc vàng" ở nhà B khu 2. Có thể vì hai lý do:

1/ Cùng dân 36 phố phường mí nhau.

2/ Cùng một quan điểm yêu nhạc tình êm dịu, quê hương, trữ tình pha chút lãng tử, hải hồ cho nên tôi và nhóm "nhạc vàng" dễ thân nhau. Sơ lược nhóm này gồm có 4 cậu, tên mỗi cậu đều có đặc danh đi theo:

- Toán Xồm (Nguyễn Thắng Toán, Guitar kèn).
- Đắc Sọ (trống).
- Thành Tai Voi (kèn).
- Lộc Vàng (Nguyễn Văn Lộc, ca).

Nhóm "nhạc vàng" bị bắt năm 1967; cũng là một năm có vụ án "xét lại hiện đại". Toán Xồm là đầu vụ, một phiên tòa ở Hà Nội đã xử năm 1969, CS gọi là nhóm nghệ sĩ nhạc vàng đồi trụy". Kết quả Toán Xồm 15 năm, Đắc Sọ 12 năm, Thành Tai Voi 10 năm và Lộc Vàng 10 năm. Toán người nhỏ tí, có cái mũi như lai Tây. Toán học trường Tây, nhưng vì yêu văn nghệ, thích đàn hát nên học hành chẳng ra sao. Vì vậy bắt đầu năm 57-58 một số cậu choai choai không có tiền, đàn đúm, còn đói ăn nữa nên đã tụ tập một nhóm nhỏ yêu nghệ thuật, yêu ca nhạc. Lúc đầu chỉ hát "nhạc xanh" là nhạc của các nước XHCN phương Tây. Ban nhạc của các cậu thường vào chơi trong những buổi tiệc tùng, liên hoan, ở các sứ quán Ba Lan, Tiệp Khắc. Liên Sô v.v... Được vài năm, nhưng cũng đói rách. Khoảng 61-62 lũ choai choai Hà Nội còn phong trào bí mật nghe đài Sàigòn. Bài hát nào mới ở Sàigòn, chỉ vài ngày sau cùng đã lén lút, ca cho nhau nghe ở Hà Nội rồi như:

...Đời là vạn ngày sầu... biết tìm vui chốn nào... Ta yêu nhau đi thôi cho mộng không vỡ thành đôi.

Hoặc:

Tầu Đêm Năm Cũ... v.v...

Thực ra dạo ấy và cho tới cả bây giờ tôi cũng không biết bài hát đó tác giả là ai? Nhưng ngay trong trại Phong Quang vào những ngày thứ Bảy, Chủ nhật một ấm chè rẻ tiền (chè cám) 5, 7 người có chút tâm hồn văn nghệ tụ tập (lén lút) ca hát, với một cây đàn tự chế (Khi thấy "áo vàng" vào khu, các cậu đổi "gam" ngay, thành những bài hát Cách Mạng). Như tôi đã nói, do cùng Hà Nội, lại có "gu" giống nhau nên bất cứ có buổi ca nhạc "bỏ túi" nào các cậu thường báo trước, tôi là một "khán giả" nhiệt tình. Tôi đã được nghe nhiều bài hát của Sàigòn ở trại Thanh Phong. Thời gian ấy, một vài sự việc cho tới bây giờ, vẫn hằn vào lòng tôi.

Toán Xồm có cái tài bắt chước, khi ấy gọi là "bắt vở". Bất cứ một cán bộ lạ hay quen, từ trên bộ về nói chuyện với toàn trại. Những ngày sau khi về trại, có khi đang lao động, có khi ngồi uống trà v.v... Toán Xồm bất ngờ làm một động tác, lột tả lại để ai cũng hiểu, Toàn Xồm muốn nói đến chuyện nào rồi, kể cả giám thị, cho đến ông Cục Trưởng Cục Lao Cải (giai đoạn ấy). Buồn cười một cách ý nhị, tôi phải thừa nhận là một cái "tài không phải ai cũng làm được". Chỉ một cái "nháy mắt", "nhếch môi", "giọng khác", "mắt liếc", "vẫy tay mỗi khi nói v.v... Nghĩa là ai có cái tật gì Toán Xồm làm đúng như thế. Không hề nói trước, nhưng những người chung quanh đều hiểu Toán Xồm muốn nói đến ai. Vì thế, mọi người đều cường thoải mái!

Sự việc thứ hai Toán Xồm kể lại, khi còn ở Hà Nội, trong thời gian nhạc xanh, nhạc vàng, nhóm cũng "rách" lắm (cả xã hội cũng đói rách, chứ riêng gì ban nhạc). Bàn nhau mới nghĩ ra , đành phải sắm thêm vài chiếc kèn đám ma kiếm gạo cơm trong những người chết, để cứu cuộc sống của nhóm. Nhóm đã hành nghề mấy năm của cái đất Thăng Long dưới cái chế độ "Xếp Hàng Cả Ngày" thời gian ấy cũng thêm cho bát cơm đấy".

(Trích Hồi Ký Thép Đen của cựu điệp viên Đặng Chí Bình, tập 4 tranh 100-101-102, xuất bản năm 2005 tại Hoa Kỳ)

Nhạc Vàng bị cấm đoán dưới chế độ CSBV (1954-1988). Lộc Vàng bị kết án 10 năm tù mới được tha.

Tại Miền Bắc, suốt từ năm 1954-1975, nhạc Vàng bị cấm ngặt. CSBV coi là nhạc đổi trụy phản cách mạng của Đế Quốc. Sau khi tấn chiếm Miền Nam, thời cả nước bị cấm chỉ luôn. Những năm gọi là thời "bao cấp" (1976-1988) với tham vọng dưa cả nước lên chủ nghĩa xã hội nên dân cả nước lâm vào cảnh khốn cùng. Dân nghèo thời nhà nước cũng lao đao. Thế nên chúng buộc lòng phải cho dân chúng làm ăn theo kiểu "khoán sản phẩm". Cũng nên nhắc lại, năm 1958 sau 4 năm sau cải cách ruộng đất, CSBV đã từng lâm vào cảnh khốn cùng. Kim Ngọc Bí thư tỉnh Vĩnh

Phú (Vĩnh Yên và Phú Thọ) để nghị Trung Ương cho dân Vĩnh Phú được làm ăn theo phương thức "khoán sản phẩm" thì Trường Chinh, Lý thuyết gia lên tiếng cảnh cáo và cấm chỉ. Vậy mà 30 năm sau (1988) cả nước lại lâm vào cảnh đói nghèo thì cũng chính Trường Chinh lại hô hào cho dân được tự do làm ăn và đóng thuế theo phương thức "khoán sản phẩm" như Kim Ngọc đã đề xuất.

Nhưng rồi tình hình thế đã có nhiều biến chuyển. Dân chúng Ba Lan nổi dậy với sự xuất hiện của Công Đoàn Đoàn Kết (1988-1991) khiến CSVN lo sợ. Trường Chinh liền bay vào Sài gòn họp các Linh mục tại Đại Chủng Viện ở số 6 Cường Để hăm dọa: "Nhất định VN không thể là Ba Lan thứ hai". Đùng một cái, (1989-1991) cả Khối CS Đông Âu và Liên Sô sụp đổ. Trong thế bị, CSVN lại bám gót Trung Cộng, buộc lòng phải cởi mở, cởi trói, thực hiện chủ trương "Kinh tế thị trường theo định hướng xã hội chủ nghĩa". Cũng chỉ sau ít năm nhạc Vàng là thứ mà chúng coi là nhạc đồi trụy của bọn thực dân đế quốc phản thì nay chúng trâng tráo cho dân hát thả giàn với cái tên mới là "Nhạc Tiến Chiến" di sản văn hóa dân tộc. Lộc Vàng lại được dịp mời quán Cà Phê Lộc Vàng hát nhạc trữ tình. Lộc Vàng bị CSVN phạt 10 năm mà nay không hề được chúng lên tiếng xin lỗi. Chẳng những thế, giới trẻ thanh niên được ăn chơi ca hát, múa nhảy thả giàn đến mức mà người dân phải ta thán: "Đây mới là thời luân thường đạo lý đảo lộn, xuống thấp không thể tưởng tượng". Thế nghĩa là gì? Và nguyên do gì đã gây nên sự thể nếu không phải là ách thống trị VN dựa trên chủ nghĩa Mác-Lênin! Vậy chủ nghĩa Mác Lênin là gì? Ai đem chủ nghĩa nào vào VN, nếu không phải là Hồ Chí Minh và tập đoàn CSVN!

*** _Nhận xét thêm (PQT):_ Chủ nghĩa Mác Lênin do Karl Marx và Lênin hình thành, là chủ nghĩa duy vật phi nhân và phi dân tộc với chủ trương giai cấp đấu tranh, dùng bạo lúc chém giết và nằm chính quyền, một thứ chủ nghĩa không tưởng. Mác viết về lý thuyết còn Lênin về thực hành. Cái gọi là Quốc Tế CS do Nga Sô và Trung Cộng là hai đàn anh dùng chủ nghĩa Mác Lê nhằm ru ngủ, rủ rê các nước chậm tiến trong đó có CSVN tự nguyện làm tay sai cho chúng, không phải để tiến lên Chủ nghĩa Đại Đồng mà là củng cố phát triển chủ nghĩa Đại Hán của Tầu Cộng và Đại Nga của Liên Sô. Với phương tiện vũ khí và sự chỉ đạo của 2 đàn anh Tầu Nga, CSVN gây chiến tranh Đông Dương, nhuộm đỏ đất nước, giết hại hàng chục triệu nhận mạng trong cuộc chiến 30 năm (1945 -1975) hơn 300 ngàn nạn nhân bị giết hại trong Cuộc CCRĐ và Đấu Tố Địa Chủ (1952-1956) biến VN thành nước đói nghèo lạc hậu nhất thế giới trong khi những nước không bị CS tấn chiếm đã trở nên những Con Rồng Kinh Tế Á Châu như Đài Loan THQG, Nam Hàn, Singapore, Nhật Bản v.v... Thủ phạm là ai? Chính là Hồ Chí Minh và đồng bọn CSVN tự nguyện làm tay sai cho Nga Tầu rước chủ nghĩa Mác Lê độc hại ấy vào làm hại Dân Tộc.

Cách đây khoảng 2.500 năm (500 năm trước tây lịch), Lão Tử, một triết gia nổi tiếng của Trung Hoa đã nói: "Làm thầy thuốc mà sai lầm thì chỉ giết một người; làm chính trị mà sai lầm thì tàn hại cả đất nước; làm văn hóa mà sai lầm thì gây tai họa cho muôn đời". Trải qua một thời gian dài, nhìn vào lịch sử phát triển của xã hội loài người , hầu hết chúng ta đều thấy nhận xét của Lão Tử là đúng đắn.Văn hóa rất quan trọng và quan hệ mật thiết đến vận mệnh của một quốc gia. Những sai lầm về văn hóa sẽ làm băng hoại xã hội, di hại cho nhiều thế hệ (đời) về sau (trích bài viết Văn Hóa và Vận Mệnh Đất Nước của Lý Lạc Long trên mạng).

Lão Tử đưa ra ba thứ sái lầm "Thầy thuốc sai - Làm chính trị sai - Làm văn hóa sai". Hồ Chí Minh và CSVN ôm cả ba cái sai đó. Chúng đã sai và chúng đã thừa nhận là sai như vụ (01) "Lộc Vàng" với Nhạc Vàng và (02) Kim Ngọc - Trường Chinh trong chủ trướng khoán sản phẩm! Thừa nhận sai mà không hề sám hối ăn năn mà vẫn ngoan cố dùng đủ mánh khóe, thủ đoạn bám vào chủ nghĩa Mác Lê độc hại nhằm duy trì địa vị và quyền lợi cho phe nhóm? Thái độ ngoan cố đó do đâu nêu không phải là đã bị ba thứ giặc "Tham - Hèn - Ngu" ăn vào tận xương tủy tiếp tục làm cho Dân Nước khốn khổ!

Con đường duy nhất để giải thoát dân tộc ra khỏi ách thống trị kiềm kẹp của bọn CSVN tay sai của Nga Tầu là toàn dân đoàn kết làm cuộc Cách Mạng đánh đổ chúng xuống để cùng nhau xây dựng chế độ thật sự Tự Do, Dân Chủ, và Nhân Quyền. Không có con đường nào khác. Tin tưởng mạnh mẽ vào lẽ tất thắng của Chính Nghĩa Quốc Gia và tinh thần bất khuất của giòng Máu Anh Hùng vẫn luân lưu trong mỗi người VN, từ xa xưa trải qua dòng lịch sử bốn ngàn năm, nhất định Dân Tộc VN sẽ thắng.

Tổng Thống Ngô Đình Diệm

KẾT LUẬN

Tổng Thống Ngô Đình Diệm một đời vì nước vì dân

Đồng bào thân mến,

Các bạn trẻ thân mến,

Qua 5 chương sách được chúng tôi trình bày bằng những tài liệu khả tín và tương đối chính xác của những nhân vật và chứng nhân lịch sử viết về cuộc đời và sự nghiệp của TT Ngô Đình Diệm, có lẽ quý vị dễ dàng nhận ra Tổng Thống là một vị lãnh đạo anh minh hết lòng vì dân vì nước.

Được sinh ra trong một gia đình đạo đức, lễ giáo. Lớn lên được học hành, dạy dỗ chu đáo. Cuộc sống khiêm nhu, đạo đức, thành đạt dễ dàng và nhanh chóng trên hoạn lộ. Sau khi tốt nghiệp Thủ Khoa từ trường Hậu Bổ (1923) lúc 22 tuổi, ông được bổ nhiệm làm Tri Huyện Quảng Điền, tỉnh Thừa Thiên, rồi Tri Phủ Hải Lăng tỉnh Quảng Trị. Năm 1930 với thành tích tận tụy phục vụ đồng bào, ông được đề cử làm Tuần Vũ tỉnh Bình Thuận, Phan Thiết, khi vừa tròn 29 tuổi.

Năm 1932, Hoàng Tử Vĩnh Thụy sau thời gian du học tại Pháp trở về nước, lên ngôi Hoàng Đế lấy hiệu Bảo Đại. Để thực hiện một cuộc cải tổ sâu rộng, Nhà vua đã mời ông Ngô Đình Diệm, lúc đó mới 31 tuổi, đang làm Tuần Vũ tỉnh Phan Thiết, đảm nhận chức vụ Thượng Thư Bộ Lại, một chức vụ đứng đầu Nội Các, tương đương Thủ Tướng ngày nay và kiêm nhiệm chức Tổng Thư Ký Hội Đồng Hỗn Hợp PHÁP-VIỆT vào ngày 2/5/1933. Lúc đó ông Diệm vừa tròn 32 tuổi.

Với chức vụ quan trọng này, ông Diệm đề nghị thi hành các kế hoạch canh tân xứ sở, như bãi bỏ hai chức Thống Sứ Bắc Kỳ và Khâm Sứ Trung Kỳ, đồng thời sáp nhập hai kỳ Trung Bắc lại và bổ nhiệm một Thống Sứ cho cả hai miền, như cho phép Viện Dân Biểu được lo những vấn đề quốc sự giống như Quốc Hội. Những đề nghị của ông Diệm không được Toàn Quyền Pasquier chấp thuận. Ngày 12/7/1933, ông Diệm đệ đơn lên Hoàng Đế Bảo Đại xin từ chức. Việc từ quan của ông Ngô Đình Diệm đã làm chấn động Triều Đình Huế và Chính Phủ Pháp thời đó.

Nhưng sự kiện đó chứng tỏ một điều là ông yêu nước, chỉ muốn làm những điều ích quốc lợi dân. Không làm được thì từ quan chớ không thèm bám vào đó để hưởng lợi lộc và làm bù nhìn cho người ta sai bảo. Và cũng chính vì tinh thần khẳng khái đó, mà 21 năm sau ông lại được Quốc Trưởng Bảo Đại mời ra làm Thủ Tướng để đương đầu với tình hình rối ren và phức tạp giữa lúc Hội Nghị Genève 1954 đang bàn về giải pháp chia đôi VN thành hai: (01) miền Bắc do Hồ Chí Minh và đồng bọn thống trị và (02) miền Nam do phe Quốc gia với Quốc Trưởng Bảo Đại đối địch lại Hồ Chí Minh.

TT Ngô Đình Diệm về nước chấp chánh ngày 7/7/1954, được gọi là Ngày Song Thất. Thời gian cầm quyền của TT Ngô Đình Diệm vỏn vẹn chỉ có 9 năm (7/1954-11/1963) nhưng chính phủ do ông lãnh đạo đã làm được những việc lớn lao tưởng chừng như một phép lạ là ổn định được tình hình rối loạn ở Miền Nam, thống nhất được lực lượng quốc gia, định cư được cả triệu đồng bào di cư từ Bắc vào Nam trốn chạy CS, thành lập chế độ Cộng Hòa, đồng thời xây dựng Miền Nam thành một quốc gia an ninh trù phú nhất vùng Đông Nam Á. Hình ảnh của hai nhân vật Ngô Đình Diệm và Hồ Chí Minh và nhất là hai miền Nam Quốc Gia và Miền Bắc CS có những nét tương phản rõ rệt.

Gia thế, tên tuổi của hai nhân vật

Ông **Ngô Đình Diệm chỉ có một tên** duy nhất là Ngô Đình Diệm.Cha ông là cụ Ngô Đình Khả làm quan triều đình, thanh liêm chính trực. Tất cả những người trong dòng họ Ngô Đình đều có lòng yêu nước nồng nàn. Cả dòng họ quyết tâm dành lại độc lập cho quê hương và không khuất phục trước mọi khó khăn. Nhưng cụ Ngô Đình Khả bị sa thải vì không hướng dẫn vua Thành Thái theo ý muốn của người Pháp, nhất là không chịu ký tên vào tờ biểu yêu cầu vua Thành Thái thoái vị theo lệnh của khâm sứ Pháp nên cụ bị khâm sứ Pháp cất hết mọi quyền hành và bổng lộc, rồi bị đuổi về làm ruộng. Từ đó gia đình cụ rất chật vật, lam lũ. Mãi 12 năm sau, đời vua Khải Định, vì nhớ công Cụ đã đóng góp cho Nhà Nguyễn, nhất là được các quan trong triều nói về tài đức và tính liêm khiết, lòng yêu nước của cụ, nên cụ được vua Khải Định phục hồi.

Ông **Hồ Chí Minh** theo Đảng vẽ ra, thì "Bác đã ra đi tìm đường cứu nước". Thực tế, do hoàn cảnh cha nát rượu và bị án, mẹ chết và anh em tứ tán,ông xin làm bồi bếp trên tàu sang Pháp. Sau đó vì hoàn cảnh gia đình quá túng quẫn ông gửi lá đơn xin học Trường Thuộc địa Pháp và vì không được chấp nhận nên ông lọt vào phong trào CS Quốc Tế để làm tay sai cho Nga Sô.

Ông Hồ Chí Minh có rất nhiều tên (**175 tên** theo tài liệu của Đảng CSVN): Nguyễn Sinh Côn, Nguyễn Sinh Cung,

Nguyễn Tất Thành, Lý Thụy, Văn Ba, Nguyễn AQ, Nguyễn Ái Quốc, Hồ Chí Minh, Trần Dân Tiên, T. Lan v.v... và v.v... Cha của ông Hồ Chí Minh là Nguyễn Sinh Sắc còn gọi là Nguyễn Sinh Huy thường gọi là Cụ Phó Bảng hay cụ Sắc. Ông làm thừa biện bộ Lễ từ 1902-1909. Tháng 5/1907, ông bị đổi đi Tri huyện Bình Khê (xã Tây Giang, huyện Tây Sơn, tỉnh Bình Định). Trong một lần truyền đánh đòn những người chống việc nộp thuế và sau này có một trong số họ qua đời, ông bị kiện lên cấp trên, vụ việc sau đó đến tai vua Duy Tân. Vì vậy ngày 19/5/1910, ông bị đưa về kinh xét xử vì các tội: Để tù chính trị phạm vượt ngục. Hà khắc với hào lý, không thu đủ thuế, ông vẫn bị triều đình nhà Nguyễn ra sắc chỉ ngày 17/9/1910 phạt đánh 100 trượng và bị sa thải.

Tôn giáo: Ông **Ngô Đình Diệm** sinh trong một gia đình đạo Công giáo. Có lần ông đã đến cư ngụ tại một Nhà Dòng bên Bỉ và xin đi tu. Nhưng khi được Quốc Trưởng Bảo Đại mời ra lập Chính phủ thì ông liền bay về VN chấp chính ngày 7/7/1954. Ông **Hồ Chí Minh** là người vô thần, tin theo chủ nghĩa Mác Xít, gia nhập Đảng CS Pháp, sau đó sang Nga để được huấn luyện và về VN thành lập Đảng CS.

Cuộc sống gia đình: Ông **Ngô Đình Diệm** sống độc thân, không hề lập gia đình, dành trọn cuộc đời mình cho dân cho đất nước.

Ông **Hồ Chí Minh** không chính thức lập gia đình, ngoại trừ với bà Tăng Tuyết Minh, người vợ cưới đầu tiên tại Quảng Châu, Trung Quốc. Lúc đến Quảng Châu (Trung Hoa), ông mang tên Nguyễn Ái Quốc, rồi lấy tên là Lý Thụy, kết hôn với một người phụ nữ Trung Hoa là Tăng Tuyết Minh năm 1926. Bà nầy bị thất lạc sau cuộc chiến

Quốc Cộng ở Trung Hoa năm 1927. Theo một tài liệu khác, thì trong thời gian nầy, Lý Thụy còn sống với một phụ nữ Trung Hoa thứ nhì là Lý Huệ Khanh, em của Lý Huệ Quần. Lý Huệ Quần là vợ của Lâm Đức Thụ, một đồng chí của Lý Thụy.

Nói chung, đi tới đâu dù lúc ở Nga, ở Tàu hay Hong Kong, Thái Lan ông đều có "vợ hờ" nghĩa là sống với nhau như vợ chồng, nhưng không làm hôn thú, gồm đủ cả Tây, Ta, Nga, Tầu, Nùng, Thái, Tày v.v... Những bà "vợ hờ" đó có tên tuổi hẳn hoi. Nào là Lý Huệ Khanh, Nguyễn Thị Minh Khai, Phan Lan, Marie Bière, Vera Vasilieva, Đỗ Thị Lạc, Nông Thị Xuân, Nông Thị Ngác người Tày ở Cao Bằng (ông Hồ cho cái tên là Nông Thị Trưng coi như là bà Trưng), là mẹ của Nông Đức Mạnh và nổi tiếng là Nông Thị Xuân mẹ của Nguyễn Tất Trung (1957) do Trần Quốc Hoàn coi sóc. Chính Trần Quốc Hoàn Bộ Trưởng Công An vừa chăm sóc lại còn "cưỡng dâm" Nông Thị Xuân vài lần trước khi ra lệnh cho đàn em trùm khăn che mặt y thị rồi dùng búa đập đầu y thị chết tươi.

Sự thật cuộc sống cá nhân của ông Hồ là như thế, nhưng Đảng CSVN vẫn rêu rao "Bác sống một đời độc thân, trong sạch, giường của Bác nằm không hề có hơi hướm đàn bà"!? Những người đàn bà "đi qua đời Bác" có tên hẳn hoi là con số đếm được khoảng chục bà! Còn những nơi, những lúc Bác về làm Chủ Tịch Nước sau khi Nông Thị Xuân bị giết thì còn bao em gái khác được "dâng" lên Bác trong những khoảnh khắc bất thường thì Đảng giấu nhẹm. Con số này chắc không phải là ít. Vì việc Bác cần "hơi đàn bà" để có sức mà phục vụ nhân dân là chuyện dĩ nhiên của các lãnh tụ CS như Staline, Mao Trạch Đông đã từng làm, không thành vấn đề. Thật vậy, ngay sau khi Việt Minh cướp Chính quyền từ tay Chính phủ Trần Trọng Kim ngày 19/8/1945,

*"**Cù huy Cận** theo **Trần Huy Liệu** vào Huế tịch thu ấn tín của vua Bảo Đại. **Trần Huy Liệu và Cù Huy Cận, ngay chuyến đó, giết Học giả Phạm Quỳnh và con cả Phạm Quỳnh là Phạm Giao**. Vì vợ Phạm Giao quá đẹp, hoa khôi Đồng Khánh, **Trần Huy Liệu** (BT Thông Tin Tuyên Truyền của Hồ, đảng viên kỳ cựu Đảng CS quốc tế, uy tín hơn cả Hà Huy Tập, Lê Hồng Phong...) cướp chị này và cưỡng dâm, sau mấy tháng, **chuyện đến tai Hồ, Hồ bắt Liệu dâng chị này cho Hồ chơi** (Cựu DB Trần Đình Ngọc kể lại).*

Trang phục hay cách ăn mặc: Ông **Ngô Đình Diệm** luôn ăn mặc đàng hoàng đúng cách tùy theo hoàn cảnh, lúc bận Âu phục, lúc bận Quốc phục. Đặc biệt khi gặp gỡ hay tiếp đón các lãnh tụ quốc gia khác, Tổng Thống luôn bận quốc phục, tức là Khăn Đóng Áo Dài. Ông **Hồ Chí Minh** ngược lại, vì theo CS, nên quanh năm ngày tháng mặc áo lãnh tụ 4 túi, cổ cao y như áo của Mao Trạch Đông, Chu Ân Lai, Kim Nhật Thành, Staline.

Tư tưởng đấu tranh: Ông **Ngô Đình Diệm** là người quốc gia, chủ trương thực hiện chủ thuyết Nhân vị qua khẩu hiệu: **Nhân Vị - Cộng Đồng - Đồng Tiến** nhằm bảo vệ nhân phẩm và quyền tự do của người dân, nói cụ thể hơn là làm sao đem lại cơm no áo ấm cho đồng bào.

Cần nói rõ hơn về mặt Kinh tế, nhất là lãnh vực Nông nghiệp. Vì Việt Nam thời đó vẫn là một nước thiên về nông nghiệp, dân cần có đất để canh tác trồng lúa và hoa màu. Cho nên, ngay khi tiếp đón gần một triệu người dân di cư từ Bắc vào Nam, chính phủ Ngô Đình Diệm đã nghĩ ngay đến việc định cư cho họ bằng việc chọn những nơi, những địa điểm có đất hoang để canh tác làm ăn vì đa số dân Miền Bắc lúc đó vẫn coi nghề nông là nghề chính. Cho nên chính phủ Ngô Đình Diệm liền thiết lập những Khu Dinh Điền và

Khu Trù Mật giúp cho dân di cư cũng như dân địa phương Miền Nam có đất canh tác.

Ở miền Nam, nhất là vùng đồng bằng Sông Cửu Long, ruộng đất bao la bát ngát. Chính sách Cải Cách Điền Địa để Người Cày Có Ruộng ra đời. Nếu nơi định cư thuộc quyền sở hữu của Nhà Nước thì dân được tự do khai thác canh tác, như tại nhiều nơi ở Miền Đông (Biên Hòa, Bình Dương) hoặc cao nguyên Bảo Lộc, Lâm Đồng). Còn vùng đồng bằng Sông Cửu Long nếu các điền chủ có trên 100 mẫu Tây (hectares) thì chính quyền theo luật Người Cày Có Ruộng truất hữu số ruộng đất dư thừa đó để trao cho người dân chưa có đất canh tác. Chính quyền sẽ trả tiền bồi thường cho các sở hữu điền chủ 20$^{%}$ trị giá số ruộng dư bị truất hữu bằng tiền mặt và số còn lại sẽ được trả hằng năm bằng Công Khố Phiếu. Công cuộc Cải Cách Điền Địa đã có kết quả khả quan như hiện nay ta đã thấy qua các Khu Dinh Điền vùng Cái Sắn hay Cao Nguyên Trung Phần thành công rực rỡ như thế nào rồi

Nhưng không chỉ riêng lãnh vực nông nghiệp mà ngay những lãnh vực khác, vì tôn trọng quyền tư hữu và tự do của người dân, nên chính quyền khuyến khích người dân tham gia các ngành giáo dục, công nghệ, thương mại, ngân hàng v.v... để "cộng đồng - đồng tiến". Phần chính quyền chỉ đề ra kế hoạch, chương trình với sự hướng dẫn, giúp cho người dân có cơ hội dấn thân làm việc, tuyệt đối không áp đặt các biện pháp đi ngược lại quyền tự do và nguyện vọng của người dân. Chính vì thế mà dân chúng Miền Nam có cuộc sống ấm no, trù phú, an bình.

Ông **Hồ Chí Minh**, ngược lại, theo chủ nghĩa CS Tam vô nghĩa là "vô Gia đình, vô Tổ quốc, vô Tôn giáo". Cho nên khi nắm chính quyền được thời gian ngắn, dù chiến tranh đang xẩy ra, ông và đồng bọn đã vội vàng thực hiện Cải Cách Ruộng Đất và phát động Phong Trào Đấu Tố Địa Chủ, tập thể hóa nông nghiệp, bãi bỏ quyền tư hữu của người dân, bắt mọi người xung vào các Hợp Tác Xã do nhà nước Cộng Sản quản lý. Tất cả ruộng đất là của chung. Mọi nông dân phải vào các Hợp Tác Xã làm việc. Miếng cơm manh áo cho Nhà nước quản lý phân phối cho các xã viên theo chính sách Công an hộ khẩu. Nhà nước CS coi giai cấp Công Nông là lực lượng nồng cốt để thực hiện chủ trương Chuyên Chính Vô Sản. Các thành phần khác như "Trí Phú Địa Hào" là những thành phần bị coi là bóc lột giai cấp vô sản phải diệt trừ. Chính vì thế, qua Chương trình Cải Cách Ruộng Đất và Phong Trào Đấu Tố Địa Chủ, các Đội Cải Cách phải ra sức vận động nhân dân thực hiện chủ trương "Trí phú địa hào đào tận gốc trốc tận rễ" qua các cuộc đấu tố công khai tại vùng nông thôn, làng xã. Nói khác đi là tiêu diệt giai cấp tư sản. Tư sản, tư hữu không còn thì xã hội biến thành vô sản do Đảng CS nắm quyền chỉ huy. Xã hội đại đồng vô sản thì nghèo bằng nhau không còn kèn cựa chống đối thời Đảng mới dễ trị. Đảng là người lãnh đạo, nhưng thực chất thành phần lãnh đạo đâu có phải là vô sản như CS rêu rao. Bọn lãnh đạo xuất thân toàn là con nhà giàu, con quan là thứ vô sản giả hiệu, cướp quyền lãnh đạo của giai cấp vô sản nghèo khổ.

Trí là trí thức, những người có học. **Phú** là phú nông (nông dân có nhiều ruộng đất). Ngay thành phần nông dân cũng chia ra: từ nghèo nhất trở lên là "bần cố nông, cố nông, trung nông, phú nông, địa chủ".

Địa chủ là làm chủ nhiều ruộng đất. **Hào** là các người có chức sắc trong xã hội phong kiến như các Kỳ hào, Lý Trưởng. Bốn thành phần "Phú Trí Địa Hào" này thực tế là tiềm năng để xây dựng và phát triển đất nước nay bị Đảng tiêu diệt "đào tận gốc trốc tận rễ" đương nhiên đáp ứng chủ trương của Đảng thì làm cho dân nước nghèo mạt rệp và ngu đần dễ sai bảo (Ngu dân và bần cùng hóa nhân dân).

Nói thêm về tư tưởng, sau khi khối Cộng Sản sụp đổ, CSVN tự ghi vào Hiến Pháp cái gọi là "Tư tưởng Hồ Chí Minh" thật lố bịch, vì ông Hồ làm gì có tư tưởng, ông chỉ nhắm mắt làm theo tư tưởng Mác Lênin. Chính ông đã thú nhận khi trả lời các đại biểu "Không, tôi không có tư tưởng ngoài tư tưởng chủ nghĩa Mác Lênin" (trang 151 hồi ký Viết Cho Mẹ và Quốc Hội của Nguyễn Văn Trấn).

Nhìn lại từ trên 70 năm qua (1917-1991) thì cái gọi là "Cuộc Cách Mạng Tháng 10" (CM Vô Sản) Nga Sô và Trung Cộng đã đưa thế giới đi về đâu, nếu không phải là đói nghèo, chiến tranh, chết chóc. Cuốn sách "Le Livre Noir du Communisme: Crimes, Terreur, Répression" - "Hắc Thư về Chủ Nghĩa Cộng Sản: Tội ác, Khủng bố, Đàn áp" do những tác giả Stéphane Courtois, Nicolas Werth, Jean-Louis Panné, Andrzej Paczkowski, Karel Bartosek, và Jean-Louis Margolin. Các tác giả ước lượng tối thiểu về số những người bị CS giết hại trên khắp thế giới từ cái gọi là Cách Mạng Vô sản Tháng 10 tại Nga cho đến khi CS Đông Âu và Liên Sô sụp đổ vào những năm 1989-1991 là khoảng 100 triệu người chia ra như sau:

- Nga sô: 20 triệu người.
- Trung Cộng: 65 triệu người
- Việt Nam: 1 triệu.
- Bắc Hàn: 1 triệu.
- Cam Bốt: 2 triệu.
- Đông Âu: 1 triệu.
- Châu Mỹ La Tinh: 150 ngàn.

- Phi Châu: 1 triệu 700 ngàn.

- Á Phú Hãn: 1 triệu 500 ngàn.

- Các vùng CS chưa nắm chính quyền: hàng chục ngàn...

Con số ước lượng trên đây là con số tối thiểu như các tác giả đã khẳng định, tuy đã gọi là nhiều mà chưa thấm tháp gì với thực tế, như thực tế ở VN. Các tác giả chỉ căn cứ vào một số tài liệu trên giấy tờ, khó mà kiểm chứng, chứ chưa nhìn tận mắt như thực trạng chiến tranh do CS gây nên, trong đó những màn giết người do bàn tay của Việt Cộng còn rùng rợn hơn gấp bội.

Con số 20 triệu tại Nga Sô và 65 triệu người bị giết tại Trung Cộng, còn có thể tin qua các chứng liệu từ hồ sơ của KGB, nhưng đối với người VN từng sống trong chiến tranh 30 năm (1945-1975) do Việt Cộng gây ra thì con số 1 triệu người phải nói là con số quá nhỏ. Một triệu người bị giết nếu đem quy chiếu vào con số nạn nhân bị giết trong thời kỳ Việt Cộng phát động phong trào Cải Cách Ruộng Đất, phóng tay đấu tố địa chủ (1951-1956) suốt từ miền Bắc vào đến Liên Khu 5 còn có thể tin. Nhưng kể từ khi chúng âm mưu xâm lược đưa quân tấn chiếm miền Nam sau hiệp định Genève 1954 thì cảnh giết chóc do chiến tranh, khủng bố còn gia tăng gấp bội. Một triệu người chết do chiến tranh Việt Cộng gây nên ư? *Phải hàng chục triệu người do bàn tay chúng chém giết trong 30 năm chiến tranh (1945-1975) mới đúng.*

Giết người của CS là một chính sách dùng bạo lực để dánh quyền bính để đàn áp, thống trị. Chính sách giết người đi từ Trung Ương tức Bộ Chính Trị Đảng CS đưa ra và được các văn nô quảng bá trên báo chí. Hãy nghe Tố Hữu hô hào:

Tổng Thống Ngô Đình Diệm

Giết, giết nữa, bàn tay không phút nghỉ
Cho ruộng đồng mau tốt, thuế mau xong,
Cho Đảng bền lâu, cùng rập bước chung lòng,
Thờ Mao Chủ Tịch, thờ Sít Ta Lin... bất diệt.

Và Xuân Diệu hưởng ứng:

Anh em ơi! Quyết chung lưng
Đấu tranh tiêu diệt tàn hung, tử thù.
Địa, hào, đối lập ra tro
Lưng chừng phản động đến giờ tan xương.
Thắp đuốc cho sáng khắp đường,
Thắp đuốc cho sáng đình làm đêm nay.
Lôi cổ bọn nó ra đây,
Bắt quỳ gục xuống, đọa đày chết thôi.

Ghê chưa!

Văn hóa Giáo dục: Nền Văn hóa Giáo dục dưới thời **TT Ngô Đình Diệm** được xây dựng trên ba tiêu chuẩn "Nhân bản, Dân tộc, Khai phóng". Ngoài các trường Công lập, các học sinh, sinh viên không phải đóng học phí. Dân chúng và các tôn giáo có quyền mở các trường tư thục (phải đóng học phí), từ Tiểu học đến hết Trung học theo hệ 12 năm.

Trái lại dưới chế độ CS, ông **Hồ Chí Minh** và Đảng CS coi giáo dục là độc quyền của Nhà nước, của Đảng, dân chúng và các tôn giáo không được mở trường dạy học. Chủ trương của Đảng là đào luyện một lớp người mới theo chủ nghĩa Mác Lênin tức là "yêu Bác yêu Đảng, Hồng hơn Chuyên", với hệ 10 năm. VN nằm trong khối CS Quốc Tế, thì lệ thuộc hoàn toàn vào Liên Sô và Trung Cộng. Chính vì thế mà Lê Duẩn năm 1961 sang Nga đã công khai tuyên bố "Tôi có 2 tổ quốc. VN và Liên Sô" (J'ai deux patries: Le

Vietnam et la Russie) đủ cho thấy đầu óc nô dịch của bè lũ CS. Ở Miền Nam giáo dục tự do, khai phóng, sẵn sàng đón nhận các tinh hoa của thế giới nên học sinh, sinh viên được tự do tìm đọc báo chí sách vở tiếng nước ngoài: Anh văn, Pháp Văn... Miền Bắc thì hạn chế tối đa, chỉ cho học tiếng Nga, tiếng Tầu. Tiếng Anh, Pháp thì đa số "mù tịt". Vì nhà nước độc quyền giáo dục với hệ 10 năm thua Miền Nam 2 năm nên kiến thức khoa học và sinh ngữ thua xa miền Nam. Chuyện rõ như ban ngày là sau ngày 30/4/1975 đem so sánh trình độc khoa học, y học, chuyên viên, giáo sư... thì Miền Bắc thua xa miền Nam là cái chắc.

Đồng Minh và viện trợ: ở miền Nam chính quyền quốc gia thời TT Ngô Đình Diệm có đồng minh là Hoa Kỳ và các đồng minh, có nhận viện trợ, nhưng chính phủ dùng ngân khoản viện trợ đó giúp dân qua các chương trình giáo dục, xã hội, y tế v.v... nên cuộc sống dân chúng miền Nam ấm no, trù phú. Ngược lại ở miền Bắc ông Hồ Chí Minh nhận viện trợ súng đạn của Nga Sô và Trung Cộng chỉ để xua quân đánh chiếm miền Nam. Gạo thóc dân làm ra dành cho chiến phí, dân chúng phải nhịn đói. Thanh niên muốn được ăn no, phải đi bộ đội đánh nhau mới có cơm ăn.

Về ngoại giao: TT **Ngô Đình Diệm** sau vài năm nắm chính quyền (7/7/1954), đã làm cho cuộc sống dân chúng Miền Nam sung túc, trù phú nên tạo được uy tín lớn lao trên trường ngoại giao quốc tế. TT Ngô Đình Diệm đã đi thăm các nước tại Á châu như Ấn Độ, Phi Luật Tân, Nam Hàn, Trung Hoa Quốc Gia, được đón tiếp nồng nhiệt. Đặc biệt năm 1957, sang thăm Hoa Kỳ, TT Ngô Đình Diệm được đón tiếp trọng thể, được mời đọc diễn văn tại Quốc Hội Liên Bang, một trong hai vinh dự dành cho TT Ngô Đình Diệm và Nhật Hoàng Hirohito. Còn ông **Hồ Chí Minh** cũng đi thăm các nước xã hội chủ nghĩa CS, nhưng chỉ được đón tiếp bình thường. Nhưng buồn cười là khi đi thăm các nước, ông Hồ có thói quen hay ôm hôn các phụ nữ nên đã bị báo chí Nam Dương (Indonesia) chụp hình chỉ trích vì trái với phong tục của Hồi Giáo.

Sau cùng là mộ phần: Ông **Ngô Đình Diệm** sau khi bị thảm sát do Mỹ âm mưu đảo chánh 1/11/1963 vì tình hình chính trị thay đổi, một phần đã phai di dời ít là ba lần, hiện nay được đặt ở nghĩa trang Lái Thiêu thuộc tỉnh Bình Dương cùng với bào đệ là ông Ngô Đình Nhu và thân mẫu là bà Ngô Đình Khả nhũ danh Phạm Thị Thân. Trong khi đó, ông **Hồ Chí Minh** qua đời năm 1969, lại được CS cho ướp xác và an táng ở Lăng Ba Đình, có cả một tiểu đoàn Bộ Đội canh gác gây tốn kém rất nhiều cho công quỹ.

Vài nét so sánh giữa hai nhân vật Ngô Đình Diệm và Hồ Chí Minh cho thấy sự tương phản rõ rệt.

Ngô Đình Diệm là người đạo đức, thanh liêm, yêu nước cả một đời hiến dâng cho Đất Nước và đồng bào.

Hồ Chí Minh, ngược lại, tin theo chủ nghĩa Mác Lênin CS, làm tay sai cho Nga Sô và Tầu Cộng, là một tên gian ác ra sức nhuộm Đỏ đất nước, gây chiến tranh chết chóc, giết hại đồng bào. Kết quả sau 70 năm (1917-1991) của cái gọi là Cách Mạng Vô Sản tháng 10 tại Nga, chủ nghĩa Cộng sản đã sụp đổ thảm hại, chứng minh đó là thứ chủ nghĩa không tưởng. Thế giới CS sụp đổ thảm hại suốt từ Ba Lan, Đông Đức, Đông Âu sang đến Liên Sô là cái nôi của CS. Chỉ còn Trung Cộng là chế độ phong kiến truyền thống mượn cái vỏ CS để bành trướng chủ nghĩa bá quyền. CSVN, Bắc Hàn, Cu Ba, Lào ăn phải cái bả CS vội bám vào đàn anh để mong tồn tại theo cái gọi là "kinh tế thị trường theo định hướng xã hội chủ nghĩa" một thứ đầu Ngô mình Sở! Chính vì thế sau 30 năm chiến tranh và sau gần nửa thế kỷ Quốc Hận (30/4/1975), VN vẫn chỉ là một trong những nước đói nghèo và lạc hậu nhất trên thế giới! Đúng như nhà thơ Nguyễn Chí Thiện viết:

> *Đau đớn lắm cái lầm to thế kỷ*
> *Sử sách ngàn đời còn mãi khắc ghi!*
> *Mấy chục năm trời xương máu đổ đi*
> *Thử hỏi dân đen thu được những gì ?*
> *Ngoài một số từ lừa mị kẻ ngu si!*
> *Người công nhân trước gọi cu li*
> *Người lính cũ nay gọi là chiến sĩ*
> *Song vẫn vác, vẫn khuân, vẫn đói nghèo, vẫn bị*
> *Đẩy đi chiến trường chết hoài, chết phí*
> *Cho một lũ trung ương lợn ỉ!*
> *Đau đớn lắm cái lầm to thế kỷ*
> *Sử sách ngàn đời còn mãi khắc ghi!*

Ngày nay, CSVN đang biến thành những tên Tư Bản Đỏ. Nhiều cán bộ công khai nói: "Chúng tớ bây giờ là Cộng hưởng" rồi. Nghĩa là chỉ lo vơ vét và làm giàu trên xương máu của nhân dân. Cũng chính thời điểm này (2/2023), Nguyễn Phú Trọng, Tổng Bí Thư Đảng CSVN và đồng bọn đang xâu xé, thanh toán nhau, tranh quyền đoạt chức trong một cuộc đấu đá chưa từng thấy. Tên nào cũng lo làm giàu, vơ vét của cải rồi lén gửi tiền ra nước ngoài, nhất là Hoa Kỳ, tậu nhà, gửi con du học, và lo an thân khi đã "hạ cánh an toàn".

Dân nước VN vẫn hoàn nghèo nếu còn bọn "Tư Bản Đỏ" tay sai của Tầu Cộng thống trị.

Câu hỏi được đặt ra là: sau Hiệp Định Genève 1954, nếu CSBV không theo lệnh của hai đàn anh Nga Hoa, cứ lo xây dựng Miền Bắc, làm cho dần giàu nước mạnh như dân chúng Miền Nam dưới chế độ Cộng Hòa thời một nước

VN thống nhất như Đông Đức và Tây Đức đã làm năm 1991 thì nước VN bây giờ sẽ đi tới đâu? Chắc chắn VN đã trở thành những Con Rồng Kinh Tế Á Châu như Nam Hàn, Nhật Bản, Singapore, Hong Kong, Đài Loan từ lâu rồi. Nhưng ông Hồ Chí Minh và đồng bọn đã không làm thế mà mù quáng tin vào chủ nghĩa Mác Lênin và đàn anh Nga Tầu để gây chiến tranh xâm lăng Miền Nam sát hại biết bao sinh mạng và tài sản của người dân một cách oan uổng, lãng phí, bỏ lỡ biết bao cơ hội xây dựng văn minh và phát triển đất nước. Nói như thế để thấy rằng CS là thứ giặc, tệ hại nhất trong mọi thứ giặc, là bọn phá hoại, vì nó là kết tinh của mọi thứ giặc!

Ngược lại với sự lãnh đạo tài ba của TT Ngô Đình Diệm ở Miền Nam nếu như Hoa Kỳ không nhúng tay vào âm mưu lật đổ TT Ngô Đình Diệm và nền Đệ Nhất Cộng Hòa qua cuộc đảo chánh 1/11/1963 thì chắc chắn Miền Nam đã không rơi vào tay CS và chúng ta cũng có lý do để tin rằng vận mệnh VN đã có thể đi vào một chiều hướng tốt đẹp hơn hẳn chế độ CS độc tài tham ô hiện tại.

Nhưng thực tế cũng cho ta thấy rằng tuy VNCH thua về mặt trận quân sự nhưng đã thắng lợi về mặt trận Văn hóa như hiện nay dã được chứng mình. Vậy ta cũng có thể tin rằng, trong lúc dân chúng chán ghét chế độ tham ô hiện tại, một cuộc cách mạng theo tinh thần Ngô Đình Diệm được khởi phát thì VN vẫn có thể ung dung và oanh liệt tiến lên. Niềm tin đó có lý do vững chắc, với một Ngô Đình Diệm là một mẫu gương yêu nước, đã hết lòng vì nước vì dân và với niềm tin sắt đá vào dòng máu anh hùng bất khuất của Dân Tộc VN. Dòng máu ấy đã được chứng minh qua lịch sử đấu tranh, từ thời Hùng Vương lập quốc, đến thời các anh hùng liệt nữ sau đó như Trưng, Triệu, Mai Thúc Loan, và nhất là Ngô Quyền đã anh dũng lãnh đạo toàn dân đánh đuổi quân Nam Hán, dành lại độc lập tự chủ cho Dân Tộc sau hơn 1.000 năm bị giặc phương Bắc độ hộ (111 tr TC - 939 sau TC). Và các triều đại kế tiếp "Đinh Lê Lý Trần, Lê..." với các đại anh hùng Lý Thường Kiệt, Trần Hưng Đạo, Lê Lợi, Quang Trung v.v... Và vì căn cứ vào chứng cứ của lịch sử đó mà Nguyễn Trãi đã viết nên thiên anh hùng ca Bình Ngô Đại Cáo với câu nói bất hủ: "Tuy cường nhược có lúc khác nhau, song hào kiệt thời nào cũng có", để nhắn nhủ con cháu Việt tộc rằng "Dòng máu anh hùng đó vẫn luân lưu trong huyết quả mỗi người chúng ta" để chúng ta xác tin rằng cuộc đấu tranh của chúng ta nhằm giải thể chế độc độc tài toàn trị sẽ thành công để đem lại Tự do, Dân chủ, Văn minh, Tiến bộ cho Dân Tộc".

San Jose ngày 1/3/2023

Phạm Quang Trình

MỤC LỤC

THƯ MỤC

- Việt Nam Sử Lược - Trần Trọng Kim.
- Chính Đề Việt Nam - Ngô Đình Nhu 1988.
- Hiệu triệu và Diễn văn quan trọng của TT Ngô Đình Diệm
  (1955-1960).
- Hồ Chí Minh: Hồ Chí Minh Toàn Tập.
- L' État et la Révolution by Lenine.
- Collected Works of Mao Zedong.
- The Art of War Mao Zedong.
- Tôn tử Binh Pháp - Nguyễn Duy Hinh 1953.
- Tập San Chính Nghĩa (3 tập) - Đỗ La Lam 1983.
- Ghềnh Thác Đời Tôi - Hồi ký của DB Đặng Văn Phương.
- Nhớ Về Ngày Tháng Cũ - Hồi ký của Nguyễn Kim Dần,
  4 năm làm Phó Tỉnh Trưởng Phú Bổn.
- Hồi ký ĐỜI - Hồ Ngọc Nhuận (trên mạng).
- Dòng Họ Ngô Đình: Giấc Mơ Chưa Đạt, USA 2003.
- Dòng Họ Ngô Đình: Cuộc Cách Mạng bị phản bội -
  Nguyễn Văn Minh, USA 2015.
- Về Nguồn và Thức Tỉnh - LS Lâm Lễ Trinh.
- Việt Nam Quê Mẹ Oan Khiên -Bản dịch Dương Hiếu Nghĩa
  (Vietnam, qu'as-tu fait de tes fils" Pierre Darcourt 11/1975).
  Nhà xuất bản Tiếng Quê Hương, Hoa Kỳ.
- Một Cách Tiếp Cận Văn Hóa - Phan Ngọc 2000.
- Tìm Hiểu Quốc Sách Ấp Chiến Lược- Hoàng Khánh 1962.
- Đường Về Nhân Vị - Dương Thành Mậu.
- Việt Nam Nhân Chứng - Trần Văn Đôn.

- Nhân Chứng Một Chế Độ (Bộ 3 tập) - Huỳnh Văn Lang.
- Con Rồng Việt Nam - Bảo Đại.
- Những ngày bên cạnh TT Ngô Đình Diệm - Cố Đại Tá
                                        Nguyễn Hữu Duệ.
- Phong Trào Kháng Chiến Trịnh Minh Thế - Nhị Lang
                                        tứcThái Lân.
- Hai Mươi Năm Binh Nghiệp - Tôn Thất Đính.
- Bộ Đặc San Hội Ái Hữu Người Việt Quốc Gia Hải Ngoại
                                        (2012-2020).
- Foreign Relations of United States - (Volumes 1960-1963)
                    Pentagon Papers by New York Times 1971.
- Nguyễn Trường Tộ: Con người và Di Cảo - Trương Bá Cần.
- Phan Bội Châu Toàn Tập - Hà Nội 2000.
- Phan Châu Trinh Qua Những Tài Liệu Mới - Lê Thị Kính.
- Mémoires d' un Vietcong - Trương Như Tảng.
- Nhất Linh Cha Tôi - Nguyễn Tường Thiết.
- Trong Bóng Tối của Lịch Sử - LS Lê Nguyên Phu.
- Sống Còn Với Dân Tộc - Hà Thúc Ký.
- Biệt Đội Thiên Nga - Nguyễn Thanh Thủy 2018.
- Tùy viên của Đại Tướng - Đặng Kim Thu 2022.
- Biến Động Miền Trung - Liên Thành 2008.
- Huế: Thảm Sát Mậu Thân - Liên Thành 2011.
- Thích Trí Quang: Thần Tượng hay Tội Đồ Dân Tộc -
                                        - Liên Thành 2013.